पथेर पांचाली

बिभूतिभूषण बॅनर्जी

अनुवाद

प्रसाद ठाकूर

मेहता पब्लिशिंग हाऊस

✆ +91 020-24476924 / 24460313 / Mob. No. 9545000513
Email : production@mehtapublishinghouse.com
Website : www.mehtapublishinghouse.com

PATHER PANCHALI by BIBHUTIBHUSHAN BANERJEE

Translated into Marathi Language by Prasad Thakur

पथेर पांचाली / अनुवादित कादंबरी

अनुवाद : प्रसाद ठाकूर

author@mehtapublishinghouse.com

मराठी अनुवादाचे व प्रकाशनाचे हक्क : मेहता पब्लिशिंग हाऊस, पुणे.

प्रकाशक : सुनील अनिल मेहता, मेहता पब्लिशिंग हाऊस,
१९४१, सदाशिव पेठ, माडीवाले कॉलनी, पुणे – ४११०३०.

मुद्रक : ट्रिनिटी ॲकॅडमी फॉर कॉर्पोरेट ट्रेनिंग लिमिटेड

मुखपृष्ठ : चंद्रमोहन कुलकर्णी

प्रकाशनकाल : सप्टेंबर, २०१२ / ऑगस्ट, २०१६ /
मेहता पब्लिशिंग हाऊस यांची तृतीय आवृत्ती : जानेवारी, २०२०

किंमत : ₹ ३९५

P Book ISBN 9789353173890
E Book ISBN 9789353173906
E Books available on : amazonkindle Apple Books Google Play Books

ज्यांनी शब्द दिले, संस्कार दिले; प्रेम आणि स्वप्न दिले

ते माझे वडील डॉ. रवींद्र ठाकूर

आणि

आई नलिनी यांना...

मनोगत

थोर बंगाली लेखक बिभूतिभूषण बॅनर्जी यांच्या 'पथेर पांचाली' या कादंबरीच्या सदर अनुवादाला आपण मराठी वाचकांनी जो उदंड प्रतिसाद दिला, त्याबद्दल सर्वप्रथम मी आपले मनःपूर्वक आभार मानतो. पहिल्या आवृत्तीत 'मनोग्त' या शीर्षकाखाली काही मजकूर दिलेला आहे. त्यातून या कादंबरीच्या आणि चित्रपटाच्या स्वरूपावर काही प्रकाश टाकण्याचा प्रयत्न मी केलेला आहे; परंतु या ग्रंथाची एकूण अनुवादप्रक्रियाही सांगण्यासारखी आहे. तीही वाचकांसमोर यावी अशी अपेक्षा काही वाचकांनी व्यक्त केली, म्हणून हा लेखनप्रपंच!

इयत्ता दहावीत असताना मी ॲनिमेशन शिकायला पुण्याला जाणार म्हणून घोषित केले होते. त्यावर वडील म्हणाले की, आत्ताच नको. बारावी झाल्यावर जा. त्यावर मी म्हणालो की, ठीक आहे; पण मला विज्ञान किंवा वाणिज्य शाखेला जाण्याची सक्ती करू नका. मी कला शाखेलाच जाणार. बारावीनंतर ॲनिमेशनकडे वळायचे म्हटल्यावर मी लाइव्ह आणि ॲनिमेशनपट पाहायचा धडाका सुरू केला. घरात केबल टीव्ही नव्हता म्हणून शेजारी जाऊन बसू लागलो. वेळोवेळी वडिलांशी चित्रपटाविषयी आणि पुढील करिअरविषयी चर्चा सुरू असे. त्याच काळात माझी मोठी बहीण शर्मिष्ठा हिचं (जी आता इंग्रजी विषयाची प्रोफेसर आहे.) 'गलिव्हरच्या समुद्रसफरी' हे अनुवादित पुस्तक प्रकाशित झालं. महाविद्यालयात शिकत असताना बहिणीचं पुस्तक प्रकाशित झालेलं पाहून आपणही काहीतरी लिहावं, नाव मिळवावं असं मला वाटू लागलं. त्याच काळात थोर दिग्दर्शक सत्यजित रे यांच्याविषयी मी वाचलं आणि त्यांनी दिग्दर्शित केलेला 'पथेर पांचाली' हा चित्रपट पाहिलाच पाहिजे, असं वाटू लागलं.

आणि पथेर पांचालीचा शोध सुरू झाला. एके दिवशी वडील शिवाजी विद्यापीठातील वृत्तपत्र विद्या विभागातून 'पथेर पांचाली' या चित्रपटाची चित्रफीत

आणि व्हीसीआर घेऊनच घरी आले. तो चित्रपट मी पुनःपुन्हा पाहिला. तो आहे त्यापेक्षा आणखी चांगला करता आला असता असंही वाटून गेलं. वाटलं की, या चित्रपटाचा रीमेक करायला मिळाला तर किती छान होईल! त्यानंतर त्याचा पुढचा भाग 'अपराजितो' हाही पाहिला.

एके दिवशी वडिलांना म्हणालो की, ज्या कादंबरीवरून हे दोन्ही चित्रपट तयार करण्यात आले आहेत ती 'पथेर पांचाली' ही कादंबरी मला वाचायची आहे. वडिलांनी कुठूनतरी इंग्रजी अनुवाद मिळवला आणि मला वाचायला दिला. तो अनुवाद वाचून मी अक्षरशः झपाटून गेलो आणि एके दिवशी मी घोषणाच केली की, मी या कादंबरीचा मराठी अनुवाद करणार!

दरम्यान, बारावी पूर्ण होऊन मी ॲनिमेशन कोर्ससाठी पुणे गाठलं होतं. त्याच वेळी बहिःस्थ विद्यार्थी या नात्याने बी.ए. भाग एकसाठी फॉर्म भरला होता. ते सगळं करता करता वेळ मिळेल त्याप्रमाणे अनुवादकार्य सुरूच होतं. अर्थात त्यासाठी वडिलांचं मार्गदर्शन मिळत होतंच; त्यामुळे माझा उत्साह टिकून होता.

एकंदरीत बारावीत असताना सुरू झालेल्या या अनुवादप्रवासाची सांगता एम.ए. झाल्यावर पूर्ण झाली. मध्ये बराच काळ गेला. काही वेळा निराशाही आली; परंतु आपण केलेले काम उत्तम आहे, आज ना उद्या त्याचं मोल होईल याची मला पूर्ण खात्री होती. मुंबईला चित्रपटक्षेत्रात काम करताना मुकेश छाबडा, अनुराग कश्यप, हंसल मेहता यांच्यासारख्या मान्यवरांसोबत चर्चा करत असताना पथेर पांचालीविषयी हमखास चर्चा व्हायची. तेही माझ्या कामाची कदर करीत; तोपर्यंत पुस्तक प्रकाशित झाले नव्हते; परंतु पथेर पांचालीच्या रीमेकविषयीचा माझा मानस मी त्यांना बोलून दाखवला असता त्यांनी ताबडतोब पथेर पांचालीची संहिता तयार कर, असे सांगितले.

एखादं पुस्तक कितीही चांगलं असलं तरी ते वाचकांपर्यंत पोहोचलं नाही तर ते लिहून तरी काय उपयोग? म्हणूनच प्रकाशकांचे आभार मानणे हे माझे कर्तव्य ठरते. २०१२ मध्ये प्रकाशित झालेल्या या कादंबरीची दुसरी आवृत्ती २०१६ मध्ये प्रकाशित झाली. अनेक वाचकांनी पत्रे लिहून आणि प्रत्यक्ष भेटीतही एकच सांगितले की, आम्ही 'पथेर पांचाली'विषयी बरेच ऐकून होतो; परंतु तुमच्या या अनुवादामुळे आमची ती उत्कंठा खरेच तृप्त झाली. त्या प्रतिक्रिया ऐकताच घेतलेल्या परिश्रमांचे चीज झाल्यासारखे वाटले.

यापूर्वी दोन आवृत्त्यांद्वारे ही कादंबरी अनेक वाचकांपर्यंत पोहोचलेली असताना तिची मागणी सुरूच होती. अशा परिस्थितीत मेहता पब्लिशिंग हाऊसचे मान्यवर प्रकाशक श्री. सुनीलभाई मेहता यांनी या कांदबरीची वाङ्मयीन महत्ता आणि माझ्या परिश्रमांचे मोल जोखून अवघ्या दोन महिन्यांत सर्व प्रक्रिया पूर्ण केली आणि

कादंबरी प्रकाशितही केली. एका आंतरराष्ट्रीय कीर्तीच्या प्रकाशन संस्थेमार्फत आपली कादंबरी प्रकाशित होत आहे ही माझ्यासारख्या नवोदित लेखकासाठी मोठीच आनंदाची गोष्ट आहे.

दरम्यान, या अनुवादाला बुलढाण्याचा खास अनुवादासाठी दिला जाणारा 'तुका म्हणे' पुरस्कार मिळाला. नंदकुमार रोपळेकर यांच्यासारख्या मान्यवर समीक्षकांनी 'माय मावशी' यासारख्या अनुवादाला वाहून घेतलेल्या नियतकालिकातून 'सर्वोत्कृष्ट अभिजात कलाकृती' या शब्दांत या अनुवादाची भलावण केली आणि विस्तृत समीक्षाही लिहिली. या घटनांची नोंद घेतलीच पाहिजे.

आतापर्यंतच्या माझ्या या प्रवासात मला अनेक लोकांचे मार्गदर्शन लाभले; पण प्रामुख्याने ज्यांच्या मार्गदर्शनामुळे माझी वाङ्मयीन अभिरुची संस्कारित झाली, ते माझे वडील सुप्रसिद्ध लेखक आणि शिवाजी विद्यापीठाच्या मराठी विभागाचे माजी प्रमुख डॉ. रवींद्र ठाकूर, हा अनुवाद करताना जिचं सहकार्य मिळालं ती माझी मोठी बहीण प्रा. शर्मिष्ठा ठाकूर आणि माझे सर्व हट्ट पुरवणारी माझी आई नलिनी ठाकूर या सर्वांचा मी शतशः ऋणी आहे.

त्याचबरोबर माझे ॲनिमेशन गुरू राजेश खेले आणि नितीन निगडे, ज्यांनी चित्रपट दिग्दर्शन शिकवलं ते सुप्रसिद्ध दिग्दर्शक सुनील नाईक, ज्यांनी 'पथेर पांचाली' या चित्रपटाची चित्रफीत उपलब्ध करून दिली ते शिवाजी विद्यापीठाच्या वृत्तपत्र विद्या विभागाचे माजी प्रमुख प्रा. रत्नाकर पंडित, मला मास कम्युनिकेशन विभागात अध्यापनाची संधी देणाऱ्या विभागप्रमुख डॉ. निशा मुडे-पवार, मला सतत प्रोत्साहन देणारे माझे मित्र ग्राफिक डिझायनर सुधीर शेटके, कॅमेरामन सुरेश पाटील, आजवरच्या वाटचालीत ज्यांचे प्रोत्साहन बलवर्धक ठरले ते शिवाजी विद्यापीठाचे माजी कुलगुरू मा. एन. जे. पवार, डॉ. बाबासाहेब आंबेडकर मराठवाडा विद्यापीठाचे माजी कुलगुरू मा. नागनाथ कोत्तापल्ले, त्याच विद्यापीठाच्या संवादशास्त्र आणि वृत्तपत्र विद्या विभागाचे प्रमुख डॉ. सुधीर गव्हाणे, माझे मार्गदर्शक आणि शिवाजी विद्यापीठाचे जनसंपर्क अधिकारी मा. आलोककुमार जत्राटकर आणि माझे बंधुतुल्य मित्र अनूप जत्राटकर, ज्यांच्यामुळे विद्यापीठीय चर्चासत्रातून निबंधवाचनाची संधी मिळाली, त्या शिवाजी विद्यापीठाच्या माजी राज्यशास्त्र विभागप्रमुख व नेहरू अध्ययन केंद्राच्या समन्वयक डॉ. वासंती रासम आणि सातारा येथील शिवाजी महाविद्यालयाचे मराठी विभागप्रमुख डॉ. शिवलिंग मेनकुदळे, ज्यांच्या गुणग्राहकतेमुळे मुंबई विद्यापीठाच्या जनसंवाद आणि वृत्तपत्र विद्या विभागात अध्यापनाची संधी मिळाली ते मा. विभागप्रमुख डॉ. सुंदर राजदीप, ज्येष्ठ सहकारी डॉ. संजय रानडे, प्रा. दैवता पाटील, अन्य सहकारी प्रा. लुबना मुसा, प्रा. अनुष्का कुलकर्णी, प्रा. दिव्या नायर, स्नेही परेश कलस, विशाल रूबदी,

प्रा. धर्मेश ढवणकर, प्रा. बबन नाखले, प्रा. मनोज ठाकूर, डॉ. माधव पाटील, ज्येष्ठ स्नेही सहजसेवा ट्रस्टचे सन्मती मिरजे आणि प्रमोद पाटील, शेतकरी संघटनेचे नेते मा. खासदार राजू शेट्टी आणि त्यांचे सहकारी डॉ. जालंदर पाटील, डॉ. नंदकुमार मोरे (मराठी विभाग, शिवाजी विद्यापीठ) आणि माझ्या शैक्षणिक उपक्रमांमध्ये सतत साथ देणारी माझी पत्नी सौ. दिशा या सर्वांचे आभार मानावे तेवढे थोडेच आहेत...

– प्रा. प्रसाद ठाकूर

इंदिराआत्या

निश्चंडीपूर गावाच्या अगदी उत्तर टोकाला दगड-विटांनी बांधलेल्या एका जुन्या घरात हरिहर रे हा ब्राह्मण गृहस्थ राहत असे. साधारणपणे बंगालमधील खेड्यांमध्ये असतात तसंच ते एक साधं आणि छोटंस घर होतं. घराच्या आवाराभोवती बांधलेल्या भिंतीला एक लहानसं दार होतं. तिथून आत आलं म्हणजे अंगणात आणि अंगणातून घरात प्रवेश करता येत असे. एका बाजूला पुन्हा तसंच आणखी एक अंगण होतं आणि त्याच्या मागे स्वयंपाकखोली होती.

हरिहरला फार सधन गृहस्थ म्हणता आलं नसतं. थोड्याफार वडिलोपार्जित शेतीवर त्याची आपल्या कुटुंबासह गुजराण चालू होती. शिवाय तो पौरोहित्यही करीत असे आणि त्यातून त्याला थोडंफार उत्पन्न मिळत असे.

आवाराच्या एका कोपऱ्यात आणखी एक झोपडीवजा खोली होती. हरिहरच्या दूरच्या नात्यातली एक विधवा त्या खोलीत राहत असे. ती म्हणजेच इंदिरा ठाकूरन. इंदिरा आणि हरिहरचं नेमकं नातं सांगणं तसं कठीणच होतं; पण इंदिरा हरिहरला 'भाचा' म्हणायची. हरिहरही तिला आत्या मानायचा; त्यामुळे हरिहरची पत्नी सर्वजया तिला 'ठाकूरजी' म्हणायची आणि अर्थातच इंदिराआत्या सर्वजयाला 'बहू' म्हणून हाक मारायची; त्यामुळे हरिहरची लहानगी कन्या दुर्गा हीसुद्धा इंदिरा ठाकूरनला 'आत्या' म्हणायची. एकंदरीत इंदिरा ही हरिहरच्या कुटुंबामध्ये 'इंदिराआत्या' म्हणून सामावून गेली होती.

सकाळची वेळ होती. नुकतेच अंगणात आलेले सूर्यकिरण हळूहळू पुढे सरकत जाऊन ओट्यावर आणि इंदिराआत्याच्या अंगावर पसरले. इंदिराआत्या एक पितळी वाडगा पुढ्यात घेऊन त्यातला भात अधाशासारखी भरभर खात होती. खरं म्हणजे ती एकादशीचा उपवास सोडत होती; त्यामुळेच ती एवढ्या सकाळी जेवायला बसली होती. आपल्या बोळकं झालेल्या तोंडानं ती अगदी मन लावून आणि मिटक्या मारत, अगदी एकाग्रपणे वाडग्यातला भात संपवत होती. तिचं सगळं लक्ष त्या वाडग्यावरच केंद्रित झालं होतं. इतकं की, सगळा भात खाऊन होईपर्यंत तिनं

एकदाही मान वर करून पाहिलं नाही.

हरिहरची सहा वर्षांची मुलगी दुर्गा इंदिराच्या समोरच बसली होती. दुर्गा मूकपणे बसली होती; पण तिचे आशाळभूत डोळे एकदा भाताच्या वाडग्याकडे, तर एकदा इंदिराच्या तोंडाकडे असे सारखे खालीवर होत होते. जसजसा वाडग्यातला भात कमी कमी होत चालला, तसतशी दुर्गा निराश होत गेली. एक-दोनदा तिला वाटलंसुद्धा की, आत्याला भात मागावा. त्यासाठी तिनं तोंड उघडलंही होतं; पण का कुणास ठाऊक, ती आवंढा गिळून तशीच बसून राहिली.

इंदिराआत्यानं चाटूनपुसून सगळा भात संपवला. बोटं चाटत आणि समाधानाचा ढेकर देत तिनं वर पाहिलं, तर तिची नजर समोरच बसलेल्या दुर्गावर पडली. दुर्गाच्या डोळ्यांतली ती भूक पाहून इंदिरा म्हणाली, ''अगं बाई! पोरी, तू इथंच बसलीयस होय? तुझ्यासाठी थोडा भात ठेवावा हे मेलं ध्यानातच आलं नाही बघ माझ्या. किती गं मी अप्पलपोटी!''

दुर्गाच्या डोळ्यांतली निराशा लपून राहिली नव्हती. सुस्कारा टाकून ती म्हणाली, ''असू दे गं आत्या.''

इंदिराजवळ दोन पिकलेली केळी होती. त्यातलं एक घेऊन तिनं ते तोडलं आणि त्याचा अर्धा भाग दुर्गाला दिला. भुकेल्या दुर्गाचे डोळे आनंदानं चमकले. तिनं चट्‌कन ते घेतलं आणि ती अधाशासारखी खाऊ लागली; पण ते भाग्य तिला फार वेळ लाभलं नाही, कारण तेवढ्यात घरातून तिच्या आईची हाक कानावर आली.

''तू पुन्हा तिथं कशाला चिकटलीस? चल ये इकडे.''

इंदिराआत्या म्हणाली, ''अगं, बसू दे गं सूनबाई, ती काही त्रास देत नाही. नुसती बसलीय माझ्याजवळ. बसू दे की!''

''मूर्ख कुठली!'' सर्वजया ओरडली. ''कोणी काही खात असलं की, ही तिथं पोहोचलीच म्हणून समजा! तुम्ही खाता आणि ती तुमच्या तोंडाकडे बघत बसते. मला नाही आवडत ते. ऊठ गं कारटे, इकडे ये बघू चट्‌कन.''

नाराजीनंच दुर्गा उठली आणि भीतभीत घरात गेली.

सकाळचं ऊन अंगावर घेत इंदिरा जुन्या आठवणींमध्ये बुडून गेली... आज पुन्हा एकदा काही हव्या असलेल्या आणि काही नको असलेल्या आठवणींनी तिच्या मनात गर्दी केली...

अगदी लहान वयात झालेलं ते लग्न... त्या वेळी आपण किती छान दिसत होतो हे सगळं तिला आठवलं. कधी काळी पूर्व बंगालमधील एका कुलीन ब्राह्मणाशी तिचं लग्न झालं होतं. स्वतःला कुलीन समजणारे हे ब्राह्मण अनेक बायका करण्याबाबत कुप्रसिद्ध असत. इंदिराचा नवराही तसलाच होता. तो इंदिराला

क्वचितच भेटायला यायचा, कारण त्याचं घर खूप दूरवर असलेल्या कुठल्या तरी एका खेड्यामध्ये होतं. त्यानं कधीही इंदिराला आपल्या घरी म्हणून नेलं नाही. परिणामी, कधी काळी आपलं लग्न झालं होतं, हेही इंदिरा जणू विसरूनच गेली होती. फक्त एकदाच त्यानं आपल्या दोन वर्षांच्या कन्येसाठी थोडी मिठाई आणली होती, तेवढीच एक आठवण्यासारखी गोष्ट. लोक सांगत की, तो मोठा विद्वान ब्राह्मण आहे. कालांतराने इंदिराचे आई-वडील वारले, तेव्हा ती भावाच्या आश्रयानं राहू लागली; पण दुर्दैवानं तिचा तो भाऊही तरुण वयातच मरण पावला; त्यामुळे इंदिरा नाइलाजानंच तिच्या रामचंद्र नावाच्या काकांच्या आश्रयानं जगू लागली.

एक दिवस इंदिराला एक पत्र मिळालं; पण तिला वाचता येत नसल्यामुळे ते पत्र घेऊन ती काकांकडे गेली. तिथं गेली तर काकांच्या खोलीत बरीच माणसं हास्यविनोद करत आणि बुद्धिबळ खेळत बसली होती, तर काही माणसं हुक्का ओढत लोडाला टेकून आरामात बसली होती.

''काय गं इंदिरा?'' काकांनी विचारलं.

इंदिरा लाजली. ते पत्र काकांच्या हातात ठेवत ती म्हणाली, ''पत्र आलंय.''

पत्र वाचून काका एकदम खेकसलेच, ''कुणी आणून दिलं हे?''

''ह्यांच्या गावाचा एक माणूस देऊन गेला.'' 'माझ्या नवऱ्याकडून' असं ती म्हणू शकली नाही, कारण तसं म्हणणं पद्धतीला धरून झालं नसतं.

सुस्कारा सोडून काका म्हणाले, ''चल ये माझ्याबरोबर.'' आणि ते इंदिराला घरात बायकांजवळ घेऊन गेले...

...आता त्या सगळ्या आठवणी इंदिराला नकोशा वाटतात, तेव्हा ती इतकी रडली होती की, आता तिच्या डोळ्यांतून टिपूसही येत नाही.

त्या स्त्रियांनी तिच्या हातातल्या बांगड्या फोडून टाकल्या. तिच्या कपाळावरचं सौभाग्यचिन्ह पुसून टाकलं. तिच्या पायातल्या तिला फार आवडणाऱ्या चांदीच्या साखळ्यासुद्धा त्यांनी काढून घेतल्या. त्यानंतर गावाजवळच्या तळ्यात तिला अंघोळ करायला सांगण्यात आलं आणि तेव्हापासून तिच्या अंगावर विधवेची वस्त्रं आली ती कायमचीच!

पण आज त्या आठवणी आल्या म्हणून ती रडणार आहे थोडीच? अशा खूप आठवणी दररोज तिच्या मनात गर्दी करत असतात. आई-वडील गेले, भाऊ गेला, त्यानंतर लग्न होऊन सासरी गेलेली तिची मुलगी अगदी अल्पवयात मरण पावली. ते सगळे दुःखद प्रसंग आठवून इंदिराला आता फार एकाकी वाटतं.

हरिहरचे वडील रामचंद्र काका तिला या घरात घेऊन आले, त्या वेळी हरिहर अगदी लहानसा गोड मुलगा होता.

मग हरिहरचं लग्नही तिला आठवलं. नवरी होऊन घरात आलेली सर्वजयासुद्धा

किती छान आणि सुंदर होती. सगळं घर रोषणाईनं झगमगत होतं. घरात सगळीकडे नुसता आनंदीआनंद भरलेला होता; पण तेव्हा छान दिसणारी ती नवी नवरी पुढे भलतीच भांडखोर निघाली.

त्यानंतर कित्येक वर्षं उलटली. कित्येक फुलं फुलली आणि कोमेजली. 'जॉन्सन अॅन्ड जॉन्सन' हा नीळ बनवणारा कारखानाही इच्छामतीच्या पाण्यात गवताच्या काडीसारखा वाहून गेला. इंदिरा मात्र अजूनही जिवंत आहे. आता ती काही पूर्वीसारखी हसरी आणि सडपातळ राहिलेली नाही, तर पंचाहत्तर वर्षांची म्हातारी झाली आहे. गालफडं पार बसली आहेत आणि शरीर कमरेतून वाकलं आहे. डोळ्यांनाही दूरचं काही दिसत नाही.

आज इंदिरा डोळे मिटून भूतकाळात पाहते, तेव्हा तिला आणखीही बरीचशी दृश्यं जशीच्या तशी नजरेसमोर दिसतात. दर पंधरवड्याच्या उपवासानंतर ती जेवायला बसायची, तेव्हा रामचंद्रची बायको स्वतःच्या हातानं तिला भरवायची. त्यानंतर तीही विधवा झाली आणि हरिहर या तिच्या एकुलत्या मुलाला मागे ठेवून मरण पावली. हरिहर कसा खेळायचा, उनाडक्या करायचा ते तिला आजही स्पष्ट आठवतं. एके दिवशी तर चिंचेच्या झाडावरून पडून त्यानं हात मोडून घेतला होता. त्यानंतर दोन-तीन महिने अंथरुणात काढले, तेव्हा कुठे तो पुन्हा चालू फिरू लागला. रामचंद्र काकांनी आपल्या या लाडक्या मुलाचं मोठ्या थाटात लग्न केलं; पण दुर्दैवानं मुलगा कुटुंबाची जबाबदारी पेलण्याइतका मोठा होण्यापूर्वीच ते मरण पावले.

वडिलांच्या मृत्यूनंतर हरिहरनं आपल्या दहा वर्षांच्या पत्नीला तिच्या वडिलांच्या घरी पोहोचतं केलं आणि तो कुठेतरी परागंदा झाला. त्यानंतर आठ-दहा वर्षं त्याचा पत्ताच नव्हता. क्वचित कधीतरी त्याचं एखादं पत्र आलं असेल तेवढंच किंवा एखाद-दुसऱ्या वेळी त्यानं इंदिराला एखादी मनिऑर्डर पाठवली असेल तेवढीच! फार अवघड होत चाललं होतं, तरीही इंदिरा कसंबसं घर सांभाळत होती. अनेकदा तिला उपासमार सोसावी लागे. परिणामी, तिचा बराचसा वेळ शेजाऱ्यांकडे भीक मागण्यातच जाई.

कितीतरी वर्षांनी अगदी अलीकडेच पत्नी सर्वजया हिला सोबत घेऊन हरिहर घरी परतला आहे. त्यांना एक मुलगी आहे. तीच ही दुर्गा. आता ती जवळपास सहा वर्षांची आहे. दुर्गाच्या प्रेमळ सहवासात वृद्ध इंदिराला तिच्या बालपणातले दिवस परत आल्यासारखे वाटतात; पण तिला वाटतं तसं काहीच घडत नाही. हरिहरची पत्नी सर्वजया खरंच फार सुंदर आहे; पण तेवढीच ती तापटसुद्धा आहे. त्यातच भरीला भर म्हणजे इंदिरा तिला डोळ्यांसमोरही नको असते. इंदिराला तिनं कधीच आपलं मानलं नाही, कारण इंदिरा तिची कोण लागते हे कुणालाच कधी नीट सांगता

आलेलं नाही. तिच्या दृष्टीनं इंदिरा म्हणजे, नुसता खायला कार आणि भुईला भार. ती इंदिराला 'म्हातारी चेटकीण' किंवा 'जादूगारीण' म्हणते. दुर्गाला आपल्यापेक्षा तीच जास्त आवडते असं तिला वाटतं. काहीतरी खुसपट काढून ती दिवसातून दोनदा तरी इंदिराशी भांडतेच.

इंदिरा विचार करत होती... तिला माझं इथं राहणं आवडत नाही... पण मी म्हणते असं का? मला लागतं तरी किती? आणि माझा असा काय बरं त्रास आहे? आता जर का तिनं भांडण काढलंच तर मी इथून कायमची निघूनच जाईन... नाही तर काय?

आणि झालंही तसंच. एकदा इंदिरानं तिच्या दोन फाटक्या साड्या, लक्तरं झालेली गोधडी, तिचा तो पितळी वाडगा असं सगळं काखोटीला मारलं आणि बाहेरचा रस्ता धरला. बाहेर पडताना ती म्हणाली, "जाते मी सूनबाई, पुन्हा या घरात पाऊल म्हणून ठेवणार नाही."

तो अख्खा दिवस ती जड मनानं वेळूबनात जाऊन बसली. तिसऱ्या प्रहरी दुर्गाला हे समजताच ती धावतच आत्याकडे गेली आणि तिचा पदर ओढत म्हणाली, "आत्या, परत ये गं आत्या. मी आईला सांगेन गं... तुझ्याशी भांडत जाऊ नकोस म्हणून... चल ना गं आत्या."

दुर्गाची ती विनवणी ऐकताच आत्याच्या खोल गेलेल्या डोळ्यांतून अश्रू ओघळले.

दुर्गा म्हणाली, "चल ना गं आत्या. मला तुझ्याकडून आणखी खूप गोष्टी ऐकायच्यात आणि तुझं ते गाणंही मला शिकव ना."

नाहीतरी आता सायंकाळ होत आलीच होती आणि थोड्याच वेळानं अंधारही पडणार होता, तेव्हा दुर्गाची ही विनंती ऐकून आत्याचाही नाइलाज झाला. आपल्या बोळक्या तोंडानं हसत-हसत ती घरी परतली. हरिहर आल्यापासून हे असंच चाललं होतं आणि चालतच राहणार होतं...

तिला पाहून सर्वजया फणकारली, "आलात ना परत? हे घरातून जायचं नाटक म्हणजे नुसता देखावा आहे! जसं काही खरंच तुमची कुणीतरी वाट पाहतंय."

पुन्हा दोघींमध्ये भांडण सुरू झालं. अखेर दुर्गा आत्याचा हात घट्ट धरून तिला तिच्या झोपडीत घेऊन गेली.

ऊन अजूनही बरंच तापलं होतं; त्यामुळे इंदिरा आत झोपडीत येऊन बसली. खायला काही शिल्लक आहे का म्हणून बघायला इंदिरानं आपला पेटारा उघडला. एका मातीच्या वाडग्यात थोडं मीठ, दुसऱ्यात थोडा गूळ आणि तिसऱ्या वाडग्यात थोडे चुरमुरे शिल्लक होते. रात्री भूक लागल्यावर तेच थोडे करंडून खाता येतील,

असा विचार तिनं केला.

त्यानंतर तिनं आपलं कपड्याचं गाठोडं सोडलं. त्यात बरेच लहान-मोठे तुकडे आणि तिच्या मुलीच्या लग्नातली लाल काठाची साडी होती. स्वतःशीच बडबडत ती आपला सारा खजिना हाताळत होती. ''एके दिवशी या सगळ्या तुकड्यांची एक गोधडी शिवावी म्हणते...'' असं म्हणत तिनं ते सगळे जुनाट तुकडे पुन्हा एकदा घट्ट बांधले आणि तसेच एका बाजूला ठेवून दिले.

इंदिरा आवाराच्या मागच्या दारानं बाहेर आली. तिथंच असलेल्या एका वेळूच्या बेटातील काटक्या तोडतातोडता ती म्हणाली, ''अगं बाई! कित्ती मोठ्ठं झालंय हे आंब्याचं झाड! अगदी छोटंसं रोप तर होतं!''

''कधी गं आत्या?''

''दुर्गा, तू होय? कित्ती घाबरले मी!''

''आत्या, अगं तू स्वतःशीच का बोलत होतीस?''

दुर्गाच्या चेहऱ्यावर खोडकर हसू खेळत होतं. हसत हसतच तिनं काटक्यांचा तो भारा उचलला आणि ती चट्कन घराकडे पळाली.

इंदिरानं आणि दुर्गा दोघींनी मिळून आज बरंच जळण गोळा केलं. त्या कामानं इंदिरा इतकी थकली की, हळूहळू तिला झोप येऊ लागली. डुलकी लागताच तिच्या कानांना कसला तरी भास झाला... कुणीतरी पाणी मागत होतं! रे यांच्या जुन्या पडक्या वाड्याकडूनच तो आवाज येत होता... तिच्या जड झालेल्या पापण्यांसमोर आज पुन्हा एकदा रे यांचा तो जुना पडका वाडा दिसू लागला... आता त्या वाड्यात झाडंझुडपं माजली आहेत; पण एके काळी तो किती सुंदर होता! आता त्याच्या पायाचे दगडसुद्धा निखळले आहेत. खूप दिवसांपूर्वीची गोष्ट आहे ती... काय बरं त्या मुलाचं नाव? निबरन... हो, निबरनच. किती छान मुलगा होता तो! अगदी सोळा वर्षांचा कोवळा तरुण आणि शिवाय एकुलता एक. निबरन तीन दिवस तापानं अक्षरशः जळत होता. ''पाणी...पाणी...कुणीतरी मला पाणी देईल का?'' म्हणून विनवण्या करत होता; पण ग्रामवैद्य कविराज म्हणाले की, ''नाही. मुळीच नाही! पाणी दिलं तर ताप पुन्हा वाढेल. पाणी दिलं नाही तर अंगातला ताप आतल्या आत जळून जाईल.'' पण निबरन हा अल्पवयीन मुलगा होता. त्याचा ताप जळला तर नाहीच; उलट त्या तापानं निबरनलाच जाळून टाकलं...

आता तिथं काही म्हणता काहीही उरलेलं नाही. रे यांचा पूर्ण निर्वंश झाला. घोटभर पाण्यासाठी निबरननं मारलेल्या त्या हाका वेळूची ही बेटंही कदाचित अजून विसरली नसतील...

''आत्या, तू झोपलीस का गं?''

''अगं बाई, मी म्हातारं माणूस. मला काय केव्हाही झोप येते.''

“बरं, असू दे. चल घरी.”

सर्वजया कधीही इंदिराच्या झोपडीत पाय ठेवत नाही; पण तिची कन्या मात्र दररोज आत्याकडे जाते आणि गोधडीवर बसून तासन्तास पऱ्यांच्या गोष्टी ऐकते. तिनं आजवर इतक्या गोष्टी ऐकल्या आहेत, तरीही एखाद्या दिवशी ती म्हणते, “आत्या, ती पन्नास वर्षांपूर्वीच्या दरोड्याची गोष्ट सांग ना!” खरं म्हणजे ती गोष्टसुद्धा तिनं खूप वेळा ऐकली आहे; पण चार दिवस गेले की, तिला पुन्हा ती गोष्ट ऐकण्याची लहर येते. आत्याकडून लोकगीतं ऐकायलाही तिला फार आवडतात. आत्याला अशी खूप लोकगीतं पाठ आहेत. तरुण वयात असताना तिला इतकी गाणी येत म्हणून तिच्या सगळ्या मैत्रिणी तिची फार प्रशंसा करायच्या. गेल्या कित्येक वर्षांमध्ये तिलाही इतका चांगला श्रोता मिळालेला नाही; त्यामुळे तीही रोज सायंकाळी आपल्या या नातीला गाणी म्हणून दाखवते आणि आपली स्मृती ताजी ठेवते. गाणी म्हणता म्हणता नकळत दुर्गाही सुरात सूर मिसळते आणि दुर्गा बरोबर म्हणतेय की नाही हे पाहण्यासाठी इंदिरा मुद्दाम मध्येच थांबते; पण दुर्गा मोठी हुशार आहे. तिला ती सगळी गाणी आता पाठ झाली आहेत.

तोपर्यंत चांगलाच अंधार झालेला असतो. तेवढ्यात दुर्गाची आई तिला जेवायला बोलावते. दुर्गाचा भलताच नाइलाज होतो. तिला उठावंच लागतं.

आजही संध्याकाळी दुर्गानं आत्याजवळ बसून खूप गोष्टी ऐकल्या. तिच्या थरथरत्या आवाजातील अंगाईगीतं ऐकली. त्या गोष्टी, ती गाणी ऐकताना तिला खूप आनंद झाला.

तेवढ्यात सर्वजयाची हाक आलीच. “दुर्गा, जेवायला चल बरं! किती उशीर झालाय.”

दुर्गा निघून गेल्यावर इंदिरानं फाटकी गोधडी अंथरली आणि तिच्यावर आपली हाडं टाकून दिली...

बाळाचा जन्म

त्यानंतर काही दिवस उलटले. एके दिवशी संध्याकाळची गोष्ट. दुर्गा अंथरुणावर पडली होती खरी; पण तिला झोप येत नव्हती. आज ती फार अस्वस्थ होती. कोणीही तिच्या जेवणाची काळजी केली नव्हती की ती झोपली की नाही ते पाहिलं नव्हतं. तशातच तिची इंदिराआत्याही आज तिच्या जवळ नव्हती. दोन महिन्यांपूर्वी तिचं सर्वजयाशी कुठल्या तरी कारणावरून कडाक्याचं भांडण झालं होतं आणि तेव्हापासून रागाच्या भरात ती आपल्या दूरच्या एका नातेवाइकाकडे निघून गेली होती. तसं म्हटलं तर गेल्या दोन महिन्यांपासून सर्वजयालाही बरं वाटत नव्हतं. कालपासून तिनं बाळंतिणीसाठी करवून घेतलेल्या खोलीत स्वतःला जणू कोंडून घेतलं होतं; त्यामुळे दुर्गाचं जेवण-खाण किंवा झोप याकडे तिचं लक्षच नव्हतं. घरात काय चाललं आहे तेच दुर्गाला समजत नव्हतं.

इतक्या बायका कशासाठी गोळा झाल्या आहेत? ती सुईण कशासाठी आलीय. काहीच कळत नव्हतं... ते सगळं पाहून दुर्गाला रडू कोसळलं. आज आत्या इथं असती तर? तिनं अंगणात अशी झुडपं आणि गवत वाढू दिलं नसतं. सगळं अंगण ती किती स्वच्छ ठेवायची. आत्याच्या आठवणींनी दुर्गा एकटीच रडत राहिली आणि शेवटी रडतरडतच झोपी गेली.

अंगणात जमलेल्या बायकांची सारखी बडबड चाललेली होती. एकजण म्हणाली, "काय बिचारीचं दुर्दैव पाहा! पुन्हा विव्हळायला लागलीय. बिचारी जगेल की नाही कुणास ठाऊक!"

ते ऐकून सुइणीचं काम करायला आलेली करुणाची आई म्हणाली, "ती जगेल की नाही यापेक्षा मूल तरी वाचेल की नाही हाच प्रश्न आहे. अहो, तुम्हाला माहीत नाही वाटतं? या घराण्याला तसा शाप आहे ना..."

"शाप? कसला शाप? आणि तो दिला तरी कुणी? मी तरी बाई हे कधीच ऐकलेलं नाही."

तळमळत पडलेल्या सर्वजयाकडे पूर्ण दुर्लक्ष करून बायकांच्या गप्पा सुरू

झाल्या. झोपडीत थोडंसं डोकावल्यासारखं करून सुईणबाई बाहेर आल्या आणि कित्येक वर्षांपूर्वी घडलेली ती जुनी गोष्ट जमलेल्या बायकांना सांगू लागल्या. 'ईस्ट इंडिया कंपनी'चा अंमल प्रस्थापित होण्यापूर्वी देशात जेव्हा दरोडेखोर, लुटारू आणि ठग यांचं राज्य होतं, तेव्हाची ती गोष्ट होती.

"असं म्हणतात की, हरिहरचा पूर्वज बिरू रे हा दरोडेखोरांच्या एका टोळीचा म्होरक्या होता..." सुईणबाई सांगू लागल्या...

"काय सांगतेस? दिवसा विद्वान ब्राह्मण आणि रात्री खुनी दरोडेखोर?"

"मध्येमध्ये बोलू नका गं!... एकदा काय घडलं ठाऊक आहे?" या प्रश्नाबरोबर जमलेल्या बायकांचे कान अधिकच आतुर झाले. पुढची हकिकत ऐकण्यासाठी त्यांनी एकच दाटी केली.

"रानातल्या अर्धवट आटलेल्या तळ्याकाठचं ते जुनाट वडाचं झाड तुम्हाला माहीत आहेच. त्या काळी ते तळं खूप मोठ्ठं होतं. तिथल्या वडाखाली दरोडेखोर दडून बसलेले असत. बिरू रे त्या टोळीचा म्होरक्या होता. एके दिवशी एक ब्राह्मण गृहस्थ आपल्या एकुलत्या एका मुलासह घाईघाईनं नवाबगंजकडे निघाला होता. ते मार्गशीर्ष महिन्याचे दिवस होते. त्या काळात दिवस थोडे लहानच असतात, नाही का? तर झालं असं की, ते त्या वडाच्या झाडाजवळून जात होते, तेव्हा सूर्यास्त होऊन संध्याकाळ होत आली होती..."

"आई गंऽऽऽ!" सर्वजया विव्हळत होती. ते विव्हळणं ऐकताच करुणाची आई घाईघाईनं आत पळाली.

"आजकाल असे दरोडेखोर आढळत नाहीत, ही देवाची कृपाच म्हणायची." एक स्त्री म्हणाली.

तेवढ्यात नकारार्थी मान हलवीत करुणाची आई बाहेर आली आणि म्हणाली, "बिच्चारी!... तर मी कुठवर आले होते? कुणाकडे पान आहे का? तुनूची आई...?"

कोणीतरी चट्कन पानाची गोळी करून करुणाच्या आईच्या हातावर ठेवली. पान मिळताच तिची गोष्ट पुढे सुरू झाली,..."तर सांगत होते की, ते त्या वडाच्या झाडाजवळ आले, तेव्हा अंधार दाटून आलेला होता. तिथं लपलेले दरोडेखोर दिसताच, जवळ होतं नव्हतं ते सगळं तिथंच टाकून तो म्हातारा ब्राह्मण जीव घेऊन पळत सुटला; पण एक म्हातारा माणूस आणि एक अल्पवयीन मुलगा त्या दुष्टांपासून किती लांब पळणार होते? शेवटी त्या दुष्टांनी त्यांना घेरलंच. तो ब्राह्मण बिचारा रडू लागला. दरोडेखोरांच्या हातापाया पडू लागला. विनवण्या करू लागला की, 'बाबांनो, माझ्याजवळ जे काय असेल नसेल ते सगळं घ्या, पाहिजे असेल तर माझा जीव घ्या; पण माझ्या मुलाला काही करू नका.' अहो, तो त्यांच्या

घराण्यातला एकुलता मुलगा होता. तोच गेला तर पूर्वजांची श्राद्धं कोण घालणार होतं?'' पण त्याच्या विनवणीचा उपयोग झाला नाही. त्या दुष्टांना मुळीच दया आली नाही. त्याच्या विनवण्यांकडे अजिबात लक्ष न देता त्यांनी त्या मुलाला ठार मारलं. नंतर त्या म्हाताऱ्यालाही ठार करण्यासाठी त्यांनी भला मोठा सहा फुटांचा सोटा उगारला आणि तेवढ्यात त्या ब्राह्मणानं शापवाणी उच्चारली. तो म्हणाला, 'माझे हे तळतळाट तुम्हाला आयुष्यभर भोवतील. तुमचीही मुलं अशीच मरतील, तुमचाही असाच निर्वंश होईल. तुमचीही घराणी अशीच नामशेष होतील. हा माझा तुम्हाला शाप आहे!'

ती हकिकत ऐकताच जमलेल्या बायकांचा अक्षरशः थरकाप झाला.

''आणि एवढं होऊनही बिरू रे राक्षसासारखं हसला आणि त्यानं ती दोन्ही प्रेतं जंगलात फेकून दिली.''

''ब्राह्मणाचा शाप म्हणजे फार वाईट गोष्ट बरं!'' कोणीतरी म्हणालं.

''पण त्याचा शाप खरा ठरला का? तो कसा?''

''ती पुन्हा एक वेगळीच गोष्ट आहे. बरं, कोणाकडे-'' तुनूच्या आईनं घाईघाईनं आणखी एक पानाचा विडा करून सुईणबाईंच्या हातावर ठेवला.

''त्यानंतर दुसऱ्याच वर्षाची गोष्ट. दुर्गापूजा आटोपून बिरू रे आपल्या कुटुंबकबिल्यासह आपल्या पूर्वजांच्या गावी निघाला होता. तुम्हाला माहीतच आहे की, रे घराणं हे मूळचं विष्णुपूरचं. ते बोटीतून प्रवास करत होते. इच्छामतीची खाडी आल्यावर त्यांना तिथं मुक्काम करावा लागला, कारण पुढच्या प्रवासासाठी वारा अनुकूल नव्हता. वाळूच्या किनाऱ्याला बोट उभी करून ते संध्याकाळच्या स्वयंपाकाला लागले...''

आणि इथून पुढं सुईणबाईंचा आवाज भलताच काव्यात्म बनला...

''काय ती सुंदर संध्याकाळ! आकाशात चंद्र उगवला होता आणि फुलांच्या सुवासाच्या लाटा आसमंतात विहरत होत्या... नदीकाठी सगळे हास्यविनोदात रंगून गेले होते. बिरूची बायको स्वयंपाक करण्यात मग्न होती. तिथंच थोड्या अंतरावर बोटीचे खलाशीही त्यांचा स्वयंपाक करण्यात गढून गेले होते. आसपास कुठेही झाडं नव्हती. किनाऱ्यालगत फक्त काही फुलझाडांची झुडपं दिसत होती. तेवढ्यात कुठेतरी कसली तरी झटापट झाल्याचा आवाज आला. एक अस्फुट किंकाळीही कानावर आली आणि पुन्हा सगळं शांत झालं. काय घडलंय ते पाहण्यासाठी सर्वजण किनाऱ्यालगतच्या उंच झुडपांकडे धावले. धूसर चंद्रप्रकाशात खाडीच्या पाण्यात धपकन काहीतरी पडलं. ती सुसर तर नसेल ना अशी शंका प्रत्येकाच्या मनाला चाटून गेली; पण प्रत्यक्षात मात्र काहीही दिसलं नाही... थोड्या वेळानं बिरूच्या बायकोनं मुलाची चौकशी केली. कुणी सांगितलं की, तो बोटीवरच आहे.

तर कुणीतरी म्हणालं, जेवण तयार झालं का ते विचारण्यासाठी तो आत्ताच तर येऊन गेला. कुणीतरी म्हणालं की, तो किनाऱ्यावर फुलं तोडायला गेला असेल. प्रत्येकाच्या हृदयाचे ठोके जलद पडू लागले. ती किंकाळी कोणाची होती ते आता जवळपास प्रत्येकालाच कळून चुकलं होतं.''

''त्या सुसरीच्या रूपानं त्या ब्राह्मणाचा शाप खरा ठरला म्हणायचा.'' कुणीतरी म्हणालं.

''मुळात शाप ही गोष्ट किती भयंकर असते! आणि त्यातही ब्राह्मणाला आणि त्याच्या एकुलत्या एक मुलाला मारणं म्हणजे केवढं महापाप!''

''त्यानंतर लवकरच बिरू रे मरण पावला आणि त्याच्या घराण्यातील मुलंही तरुण वयातच गेली.''

''पण मग हरिहर कसा काय...?'' एकीनं विचारलं.

''अगं, हरिहर बिरूच्या भावाच्या वंशातला आहे. शिवाय त्याच्या आईला एका साधूनं ताईत मंतरून दिलेला होता, म्हणूनच तो वाचला.''

''कदाचित शापाचा प्रभाव संपला असेल.''

''असेलही किंवा काय सांगावं या कलियुगाचं? अरेरे!... बिचारी...'' सर्वजयाचं विव्हळणं ऐकून ती बाई कळवळली.

सर्वजयाचा आवाज ऐकताच सुईणबाई तिच्याकडे धावली. आतापर्यंत घरात बसलेला हरिहरसुद्धा ''आता तिला कसं आहे, बरं आहे ना,'' असं विचारत धावतच बाहेर आला.

त्या गोंगाटानं दुर्गा एकदम दचकून उठली आणि कूस बदलून पुन्हा झोपी गेली.

खूप वेळानंतर दुर्गाला पुन्हा जाग आली. कुठून तरी मांजरीच्या पिलांचा आवाज ऐकू येत होता...

''बोका! त्या मेल्याला माझी सगळी पिलं सापडली वाटतं!'' दुर्गा पुटपुटली आणि चट्‌कन उठून आत्याच्या झोपडीकडे धावली. तिथंच तिनं मातीच्या रांजणात पिलं लपवली होती. तिनं रांजणात हात घालून खात्री केली. सगळी पिलं अगदी सुरक्षित होती. हाताला त्यांचा उबदार स्पर्श होताच दुर्गाला फार आनंद झाला. मंदपणे श्वास घेत ती पिलं गाढ झोपली होती.

सकाळी दुर्गा डोळे चोळत उठली आणि अंगणात आली. तेवढ्यात सुइणीचं काम करणारी करुणाची आई झोपडीबाहेर येत म्हणाली, ''दुर्गा, रात्री तू कुठे होतीस गं? तुला माहित्येय का? काल रात्री तुला छोटा भाऊ झालाय. तुला पाहायचाय का?''

ते ऐकताच दुर्गा बाळंतिणीच्या झोपडीकडे झेपावली; पण तिला दाराजवळच थांबावं लागलं. तिला तिथंच अडवत करुणाची आई म्हणाली, ''नको नको, आत जाऊ नकोस.''

दुर्गानं डोकावून पाहिलं तर तिची आई ताडपानांच्या चटईवर गाढ झोपली होती आणि तिच्या शेजारीच चिनीमातीच्या बाहुलीपेक्षा थोडंसं मोठं वाटणारं बाळ पहुडलं होतं. गुलाबी कांतीचं ते बाळ इतकं छोटंसं होतं की, तिला गंमतच वाटली. खोलीत इतका धूर कोंदटला होता की, तिला नीट पाहताही येईना. बराच वेळ पाहत राहिल्यावर, ते बाळ डोळे उघडून मिटीमिटी पाहत आहे असं तिच्या लक्षात आलं. हळूहळू ते हातपायसुद्धा हलवू लागलं आणि आपल्या बारीक पण कर्कश आवाजात रडू लागलं. बहुतेक त्याला भूक लागली असावी. आपल्या त्या चिमुकल्या भुकेल्या भावाला पाहून दुर्गाचं मन वात्सल्यानं भरून आलं. तिला आत जावंसं वाटलं; पण करुणाच्या आईनं तिला जाऊ दिलं नाही.

अखेर बाळंतिणीच्या खोलीतून बाहेर आल्यावर सर्वजयानं आपल्या बाळासाठी छोटासा पाळणा तयार केला. दुर्गा तासन्‌तास पाळण्याशेजारी बसून त्याला झोके देत, गाणी म्हणत असायची. रोज संध्याकाळी तिच्या आत्याकडून ऐकलेल्या गोष्टीसुद्धा त्या अजाण बाळाला सांगायची.

आजवर कधीही हरिहरच्या घरी न आलेले आसपासचे लोक बाळाला पाहायला म्हणून यायचे आणि बाळाला पाहून म्हणायचे, "किती छान बाळ आहे नाही?... नाव काढेल हो!... केस किती छान आहेत आणि दिसतो तर किती सुंदर!" परत जाताना ते एकमेकांना म्हणत, "बाळ किती छान हसतो नाही!"

दुर्गा आनंदानं हसतखेळत होती; पण तिच्या मनात मात्र एकच विचार घोळत होता. तिला सारखं वाटत होतं की, आज आपली इंदिराआत्या इथं असती तर? सगळे येऊन गेले; पण अजून तिची इंदिराआत्या आली नव्हती. तिला सारखं वाटायचं, आपली आत्या आता पुन्हा कधीच का परत येणार नाही?

सर्वजया रोज बाळासाठी अंगाई म्हणायची; पण दुर्गाला मात्र आपल्या इंदिराआत्याचीच अंगाईगीतं आठवत राहत. रोज संध्याकाळी सर्वजया बाळाला पाळण्यात घालून अंगाई गाण्यात रंगून गेलेली असायची, तेव्हा दुर्गा आत्याच्या आठवणीमध्ये बुडून गेलेली असायची...

दुर्गा लहान असली तरी तिला एवढं निश्चितच कळत होतं की, या घरात कोणालाही आत्याची काळजी नाही. तिला परत आणण्यासाठी आपले आई-बाबा काहीही करणार नाहीत. दिवसभर ती सारखी आपल्या इंदिराआत्याच्या झोपडीकडे बघत बसायची. आत्याच्या झोपडीचं दार उघडंच होतं. अंगणात केरकचरा विखुरला होता. सर्वत्र झाडंझुडपं वाढली होती. आत्या असं कधीच होऊ द्यायची नाही... अशा अनेक आठवणी येताच दुर्गाचे मोठमोठे पाणीदार डोळे अश्रूंनी भरून येत. खरंच! ती आपल्या आत्याला, तिच्या गाण्यांना आणि गोष्टींना कशी बरं विसरू शकणार होती?

एके दिवशी हरी पलीतची मुलगी सर्वजयाकडे येऊन म्हणाली, ''अहो, मी तुमच्या इंदिराआत्याला आज सकाळी तलावाजवळ बघितलं. ती तिचं बोचकं घेऊन येत होती. मला वाटतं, ती त्या चक्रवर्तींकडेच असेल बघा. तिला घ्यायला तुम्ही दुर्गाला पाठवा ना. जर दुर्गानं तिला हाताला धरून आणलं, तर तिचा राग कुठल्याकुठे पळून जाईल.''

इकडे हा संवाद सुरू होता, त्या वेळी इंदिराआत्या हरी पलीतांच्या घरी बसली होती आणि तिथं जमलेल्या शेजारपाजारच्या स्त्रिया तिला हरिहरच्या घरी जन्माला आलेल्या बाळाविषयी सांगत होत्या.

''आऽऽऽत्या!''

ती हाक ऐकताच इंदिरानं दचकून वर पाहिलं. दुर्गा धावतच येत होती. वेगात पळत आल्यामुळे तिला धाप लागली होती. दुर्गाला पाहताच इंदिरानं अधीरपणे आपले सुरकुतलेले कृश हात पसरले आणि दुसऱ्याच क्षणी दुर्गा तिच्या कुशीत सामावून गेली.

''आत्या... आत्या; कुठे होतीस गं तू इतके दिवस? तुला माहीत आहे? मला एक छोटासा भाऊ झालाय.'' दुर्गाच्या चेहऱ्यावर हास्य फुललं होतं आणि त्याच वेळी तिचे डोळे अश्रूंनी भरून आले होते.

आत्या दुर्गाच्या पाठीवरून प्रेमानं हात फिरवत होती. तोंडातल्या तोंडात काहीतरी पुटपुटत तिला कुरवाळत होती. ते दृश्य पाहून जमलेल्या स्त्रियांचेही डोळे पाणावले.

हरी पलीतची बायको म्हणाली, ''पाहिलंस आत्या? मी तुला आत्ताच म्हटलं नव्हतं का, दुर्गा तुझी गेल्या जन्मीची लेक आहे म्हणून? कशी आली बघ धावत तुला भेटायला!''

अखेर इंदिराआत्या घरी आली. ते सुंदर बाळ पाहताच तिच्या डोळ्यांत आनंदाश्रू तरळले. हुंदके देत ती म्हणाली, ''सूनबाई, शेवटी या घरात पौर्णिमेचा चंद्र उगवला बघ!''

''कित्ती छान बाळ आहे नाही का गं आत्या? त्याला अंगाई म्हण ना.'' दुर्गा म्हणाली.

''हो बाळ. आज या घरात पुन्हा दिवा लागला. देवाचं नाव घेऊ या. सूनबाई, संतांच्या समाधीजवळ दिवा लाव. आज हे घर पुन्हा एकदा आनंदानं उजळून निघालंय.''

दुसऱ्या दिवशी अंगण साफ करण्यासाठी इंदिरा सवयीप्रमाणे लवकर उठली. यापूर्वी कधीही नव्हता एवढा आनंद आता घरात नांदू लागला आहे, असं दुर्गाला वाटलं...

अपू

बाळ आता जवळपास दहा महिन्यांचा झाला आणि तो छान रांगूही लागला. नुकताच त्याचा नामकरणविधी पार पडला होता. बाळाचं नाव 'अपूर्व' असं ठेवण्यात आलं; पण सर्वजण त्याला प्रेमानं 'अपू'च म्हणत. अपू दिसायला सुंदर होताच; पण त्याचबरोबर त्याचे डोळेही अत्यंत पाणीदार होते. त्याचा चेहरा लहानसा पण फारच गोजिरवाणा होता. नुकतेच त्याला दोन दातही आले होते. त्या बर्फासारख्या शुभ्र दातांची पुढची टोकं तुटलेली होती. तो हसायचा, तेव्हा ते तुटलेले दात हमखास दिसत. अपूला पाहायला येणारा प्रत्येकजण सर्वजयाला म्हणायचा, ''तुझा हा बदमाश मुलगा सदान्कदा हसतच असतो का गं?'' अपू सारखा हसतच राहायचा. मग सर्वजया म्हणायची, ''अरे लबाडा, किती हसशील? दिवसभर हसतच असतोस. उद्यासाठी थोडं शिल्लक ठेव की!''

नुकतेच अपूला एक-दोन शब्दही बोलता येऊ लागले होते. तो 'जे, जे, जे' म्हणत, आपला आनंद व्यक्त करायचा आणि हसायचा आणि नाराज व्हायचा, तेव्हा 'ना, ना, ना' म्हणत आपल्या आवाजाची पातळी वाढवत राहायचा. त्याच्या हातामध्ये जी वस्तू सापडेल मग ती मातीचा गोळा असो, लाकडाचा तुकडा असो किंवा आईचा पदर असो - तो तोंडात घालायचा आणि चावायचा प्रयत्न करायचा. अगदी दूध पितानासुद्धा तोंडामध्ये दुधाचा चमचा सापडला की, त्यालाही तो सोडायचा नाही. अपूचा हा खोडकरपणा पाहून सर्वजया कौतुकानं म्हणायची, ''अरे देवा! बाळा, तू चमचा का चावतोयस? तुला समजतंय तरी का तू काय करतोयस ते? अरे माकडा, अशानं आहेत ते दोन दातसुद्धा घालवून बसलास, तर मग हसशील कसा?''

पण आईच्या या बोलण्याकडे बाळ लक्ष देतोय कुठं? मग सर्वजया हलकेच त्याचीच बोटं त्याच्या तोंडात कोंबायची आणि चमचा सोडवून घ्यायची. अपूचा हा खोडकरपणा पाहून ती कधीकधी प्रेमानं रागवायचीसुद्धा; पण त्यामुळे अपू अधिकच खोडकरपणा करायचा. एक प्रकारे अपू सर्वजयाच्या जीवनात जणू आनंदाची

उधळण करत होता. अपूमुळे सर्वजयाच्या जीवनातील प्रत्येक क्षण वात्सल्यानं मोहरून गेला होता. जगात मोकळ्या हातानं आलेल्या मुलांच्या बाळमुठीत अमूल्य आनंदाचा ठेवाच दडलेला असतो, नाही का?

सर्वजया सतत काही ना काही कामात मग्न असे. अपूला सांभाळण्यासाठी प्रत्येक वेळी दुर्गावर विसंबून राहणं तिला शक्य नव्हतं. म्हणून मग तिनं व्हरांड्यातल्या एका कोपऱ्यात बांबूच्या कामट्या लावून लहानसा कठडा तयार केला. ती कामात असे, तेव्हा अपूला त्या कठड्यात सोडून द्यायची. तिथं तो एखाद्या कैद्यासारखा उभा असायचा. बांबूच्या कामट्या धरून तो आपल्या चिमुकल्या पायांनी वर चढायचा प्रयत्न करायचा. कधीकधी तो स्वतःशीच हसायचा आणि कोणा अदृश्य श्रोत्यांशी अनाकलनीय भाषेत बोलायचा. कधी कठड्यावर चढून कुंपणापलीकडे बघायचा. त्याची आई अंघोळ करून येताना दिसली की, आईचं लक्ष वेधून घेण्यासाठी 'जे जे जे' असं ओरडायचा आणि आईनं पाहिलं की, त्याचा चेहरा हास्यानं उजळून निघायचा. त्याच्यासारखंच बोबडं बोलत सर्वजया म्हणायची, "अले, अले, अले, हे तू काय केलंस अपू? थोड्याच वेळापूर्वी मी तुझं तोंड चांगलं पुसून काढलं, डोळ्यांत काजळ घातलं आणि तू सगळं तोंड काळं करून घेतलंस! कसा चोरासारखा दिसतोयस बघ! आता इकडे ये बघू!..." आणि असं म्हणत ती त्याचा गुलाबी चेहरा अगदी लाल होईपर्यंत खसखसून पुसून काढायची. मोठमोठ्यानं ओरडून अपू आईला विरोध करायचा; पण ती मात्र त्याच्या त्या ओरडण्याकडे मुळीच लक्ष देत नसे.

सर्वजया ओला टॉवेल घेऊन येताना दिसली की, अपू कठड्याच्या दुसऱ्या टोकाला रांगत जायचा. सर्वजया अंघोळीहून परत आली की, म्हणायची, "इकडून तिकडे आणि तिकडून इकडे! सगळं पाहतेय मी. अरे बाळा, फार झालं आता. किती रांगशील? पुरे. आज एवढं खूप झालं..."

अधूनमधून काम करता करता मध्येच ती थांबायची आणि त्याची चाहूल घ्यायची. काहीच आवाज ऐकू आला नाही, तर तिच्या काळजाचा ठाव चुकायचा. तिला वाटायचं, त्याला कोल्ह्यानं तर उचलून नेलं नसेल? त्या कल्पनेनं घाबरून ती एकदम उठायची आणि त्याला पाहायला धावायची आणि पाहते तर काय! अपू शांतपणे झोपलेला असायचा. त्याचे चिमुकले हात आणि वळलेल्या बाळमुठी नुकत्याच तोडून आणलेल्या चाफ्याच्या ताज्या फुलासारख्या दिसत. लाल-काळ्या मुंग्या त्याच्या अवतीभोवती फिरत असायच्या आणि माश्याही घोंगावत असायच्या. त्याचे नाजूक गुलाबी ओठ झोपेतच थरथरायचे आणि झोप चाळवली जाताच तो दीर्घ श्वास घ्यायचा. अशा वेळी वाटायचं की, हा आता जागा होईल; पण दुसऱ्याच क्षणी तो पुन्हा झोपी जायचा आणि मग सर्वजयाला त्याचा श्वासदेखील ऐकू

येईनासा व्हायचा.

रोज सकाळपासून संध्याकाळपर्यंत हे असंच चालायचं. वेळूबनाजवळचं हरिहरचं ते एकटं घर अपूच्या बोबड्या बोलांनी आणि हसण्यानं जणू भरून जायचं.

एके दिवशी हरिहर त्याचं हिशेब लिहिण्याचं काम करत बसला होता. तिकडे सर्वजयाची संध्यास्नानाला जायची तयारी चालली होती. खरं म्हणजे आज थोडा उशीरच झाला होता. दुर्गाही घरात कुठं दिसत नव्हती. इंदिराबाई आधीच नदीवर गेल्या होत्या. अस्वस्थ झालेली सर्वजया स्वतःशीच बडबडू लागली, ''आता मी अंघोळ केव्हा करायची आणि घरातली कामं कधी उरकायची? बाळा, बाळा, अरे किती उड्या मारशील?... बरं, चल ये बघू इकडे!''

सर्वजयानं अपूला कडेवर उचलून घेतलं आणि ती सरळ हरिहरजवळ येऊन म्हणाली, ''थोडा वेळ याला सांभाळा. दुर्गा कुठंतरी बाहेर गेलीय आणि ती म्हातारीही तळ्यावर गेलीय. माझी अंघोळीची वेळ झालीये आणि याला कुठवर सांभाळत बसू? तुम्हीही थोडी मदत करा म्हटलं.''

हिशेबाच्या कामात गर्क असलेल्या हरिहरनं दचकून वर पाहिलं. घाईघाईनं तो म्हणाला, ''नाही गं. आता नको. मी किती कामात आहे ते तुला दिसतंय ना?''

पण हरिहरच्या बोलण्याकडे पूर्ण दुर्लक्ष करून सर्वजयानं अपूला खाली ठेवलं होतं आणि ती फणकाऱ्यानं निघूनही गेली होती.

''काय कटकट आहे! आता याला मी कसा बरं सांभाळू? काय या बायका तरी...!'' आणि आपलीच बोटं चोखत बसलेल्या अपूकडे एकवार रागाने पाहून घेत हरिहर पुन्हा आपल्या कामात गढून गेला.

थोड्याच वेळात सर्वत्र स्तब्ध शांतता पसरली आणि त्या शांततेमुळेच हरिहर दचकला. कागदांतून डोकं वर काढून तो अपूला शोधू लागला; पण अपू तिथं नव्हताच. क्षणभर हरिहर घाबरला. तो अंगणात तर गेला नसेल? तिथून एखाद्या भुकेल्या रानटी कोल्ह्यानं त्याला पळवलं तर नसेल? हरिहरच्या मनात असे अनेक प्रश्न थैमान घालू लागले. तो धावतच अंगणात आला आणि पाहतो तर काय? बाळ अपू त्याची एक चप्पल घेऊन आरामात चावत बसला होता आणि अंगणातल्या चिमण्यांकडे पाहून हसत होता.

अपू सुरक्षित आहे हे पाहून हरिहरचा जीव भांड्यात पडला. स्वतःशीच तो म्हणाला, ''पाहिलंस, तिनं माझ्यामागे नको ती कटकट लावून दिलीय... आधीच माझं इतकं काम पडलंय ते.'' चट्‌कन अपूच्या हातातली चप्पल हिसकावून घेत हरिहर पुढे म्हणाला, ''मला वाटलंच होतं, तू असलाच काहीतरी उद्योग करत असशील म्हणून...''

पण मोठ्या माणसांचं जग किती कठोर असतं हे मुळीच माहीत नसलेलं ते

मूल आपले शुभ्र आणि तुटलेले दात दाखवत अधिकच हसू लागलं आणि हरिहरच्या गालांना हात लावून 'जे जे जे' म्हणत चिमण्यांकडे बोट दाखवू लागलं.

फुलांच्या पाकळीसारख्या त्या कोमल स्पर्शाने हरिहरचा राग कुठल्या कुठे पळून गेला. क्षणात त्याचं मन वात्सल्यानं भरून आलं. अपूला मायेनं उराशी कवटाळून घेत बोबड्या आवाजात तो म्हणाला, "काय रे लबाडा, तुझंच नाव अपू आहे का? बरं बरं, ती बघ चिमणी. म्हण बरं, चि-म-णी..."

बाळ अर्थातच बोलू शकत नव्हता; परंतु वडिलांच्या मांडीवर बसून तो मोठ्या आनंदानं काहीतरी बडबडत राहिला. बाळाच्या गोड स्पर्शानं सुखावलेला हरिहर एकीकडे "अरे हो, अरे हो बाळा..." असं म्हणत त्याच्याशी बोबडं बोबडं बोलत होता; परंतु त्याच वेळी त्याचं मन भूतकाळात हरवून गेलं होतं. एका क्षणात तो कुठल्या कुठे जाऊन पोहोचला... कित्येक वर्षांपूर्वीच्या त्या आठवणींनी त्याच्या मनात जणू फेरच धरला...

...अल्पवयात आपलं लग्न झालं, तेव्हा सर्वजया तर काय अगदी दहा वर्षांची चिमुरडीच होती... पण त्या काळी प्रथाच तशी होती, तर त्याला काय करणार? लग्न झाल्या झाल्या आपणही घरदार सोडून बाहेर पडलो ते सात-आठ वर्षं तिकडेच राहिलो. परत आल्यावर सर्वजण म्हणाले, "बरं झालं आलास ते. आता सासुरवाडीला जाऊन बायकोला घेऊन ये आणि संसाराला लाग..."

...बोटीतून प्रवास करीत तो सासुरवाडीला पोहोचला, तेव्हा सूर्य मावळतीकडे झुकला होता. लग्नानंतर एकदाही न आल्यानं त्याला त्या घराचा रस्ताही धड माहीत नव्हता. याला त्याला विचारत, तो सर्वजयाच्या घरासमोर जाऊन उभा राहिला. पाहिलं तर व्हरांड्यात कोणीही दिसत नव्हतं. शेवटी मोठ्यानं हाक मारली, तेव्हा कोणीतरी बाहेर आलं. कोण आलंय ते पाहण्यासाठी बाहेर आलेल्या त्या उजळ कांतीच्या गौरवर्णीय मुलीनं क्षणभर हरिहरच्या डोळ्याला डोळा भिडवून पाहिलं आणि क्षणात काय झालं कुणास ठाऊक. ती आली तशी चट्‌कन आत पळाली.

हरिहरला फारच नवल वाटलं. कोण असेल बरं ही मुलगी? सर्वजया तर नसेल? लग्नात एकदा पाहिलं तेवढंच! पण ते कसं शक्य आहे? ती चिमुरडी एवढी मोठी कधी झाली? आणि किती सुंदर आहे नाही?...पण तसं काही नसणार... हरिहर पुरता गोंधळून गेला होता.

तेवढ्यात हरिहरचे सासरे बाहेर आले. 'या... या...' म्हणत मोठ्या प्रेमाने त्यांनी जावयाचं स्वागत केलं. दिवसभर मग तेच बोलत राहिले. इकडच्या तिकडच्या गप्पा मारण्यात वेळ फार छान गेला. परिस्थिती गरिबीची असूनही त्यांनी फार चांगलं आतिथ्य केलं.

हरिहर मात्र सतत त्या मुलीचाच विचार करत होता; पण विचारायचं तरी कसं? म्हणून तो कुणाला विचारूही शकत नव्हता, कारण ते फारच चुकीचं दिसलं असतं. घरी आलेल्या पाहुण्याने घरातल्या स्त्रियांविषयी चौकशी करणं हे का चांगलं दिसतं?

रात्रीची जेवणं झाल्यावर पुन्हा गप्पा रंगल्या. शेवटी सासरेबुवा म्हणाले, ''हरिहर, तुम्ही प्रवास करून थकला असाल. आता आराम करा.''

''जशी तुमची इच्छा. नाही म्हणजे... तुम्ही म्हणत असाल...'' हरिहर म्हणाला.

''बस बस, खूप गप्पा झाल्या. आम्हा म्हाताऱ्या लोकांनाही झोप हवीच असते. तुम्हीही झोपा आता.''

हरिहर खोलीत जाऊन झोपला. रात्री बऱ्याच उशिरा कोणाची तरी चाहूल लागताच हरिहरला जाग आली आणि पाहतो तर काय, तिसऱ्या प्रहरी दारात पाहिलेली ती सुंदर मुलगी समोर उभी होती. तिला पाहताच त्याच्या मनातल्या सर्व शंका कुठल्या कुठे पळून गेल्या.

खरंच, तेव्हाच्या त्या अल्लड बालिकेनं आता तारुण्यात पदार्पण केलेलं होतं; पण तेव्हा अगदी ओझरती पाहिलेली ती बालिका वधू आणि आताची ही लावण्यवती तरुणी यांच्यात त्याला कुठलंही साम्य दिसेना.

कोणत्याही क्षणी पळून जाईल अशा भयभीत हरिणीसारखी सर्वजया समोर उभी होती. लाजेनं ती एवढी अर्धमेली झालेली दिसत होती की, तिच्या तोंडून अक्षरही फुटत नव्हतं.

सर्वजयाची ती अवस्था पाहून हरिहरला मात्र हसू फुटलं. ''ये ना. अशी बैस की इथं.'' तो म्हणाला.

अळिता लावलेल्या हातांनी साडीचा काठ चुरगाळत ती कशीबशी मंचकाच्या कडेला जाऊन बसली.

''बरी आहेस ना?'' हरिहरनं विचारलं.

त्या प्रश्नावर सर्वजया हसली. लाजरेपणाही थोडा ओसरला. खरं म्हणजे केवळ विचारायचं म्हणून विचारलेल्या त्या निरर्थक प्रश्नाची तिला फारच मौज वाटली होती.

''हे बरं आहे. इतकी वर्षं तुम्हाला माझी आठवणही झाली नाही आणि आता बरी आहेस ना म्हणून विचारताय होय?''

त्या प्रश्नावर हरिहर अगदी खळखळून हसला. खरं म्हणजे त्या दोघांनाही ही नव्यानेच झालेली ओळख आता वाढवायची होती. मनसोक्त बोलायचं होतं; पण सुरुवात कशी करायची हाच प्रश्न होता; त्यामुळे गोंधळून गेलेला हरिहर सर्वजयाकडे पाहत तसाच बसून राहिला. हातातल्या दोन काचेच्या बांगड्या सोडल्या तर

कुठलाही सोन्याचा दागिना तिच्या अंगावर दिसत नव्हता. सर्वजयाच्या वडिलांची आर्थिक परिस्थिती किती गरिबीची आहे हे त्याच्या लक्षात आलं.

इतकी वर्षं आपण तिची साधी चौकशीही केली नाही याचं हरिहरला फार वाईट वाटलं. कदाचित आपल्या अशा वागण्यामुळे तिला फार जाच झाला असेल... पण आता इतक्या वर्षानंतर का होईना तिच्यासाठी आपल्याला काहीतरी केलं पहिजे... नजर वर उचलून सर्वजयानं हरिहरकडे पाहिलं. तो अगदी तरुण, धडधाकट आणि निरोगी होता. अनेक वर्षं स्वतंत्र जीवन जगल्याने त्याच्या शरीरात काटकपणा आलेला दिसत होता आणि त्यामुळेच कदाचित खेड्यातल्या इतर तरुणांपेक्षा तो काहीसा वेगळा वाटत होता. तिनं आई-वडिलांकडून हरिहरविषयी बरंच ऐकलं होतं. तो फार म्हणजे फार विद्वान आहे, बहुश्रुत आहे आणि आपल्या विद्वत्तेच्या बळावर तो बरंच काही मिळवू शकतो असं ते सांगत. अखेर वाट पाहण्याचे आणि गरिबीचे ते दिवस आता संपले असंच तिला वाटलं. असा विद्वान माणूस पती म्हणून लाभावा याचा तिला मोठाच अभिमान वाटला.

"काय गं, काय पाहतेस?" हरिहरनं विचारलं.

सर्वजयानं चट्‌कन नजर वळवली. खाली पाहत ती पुन्हा आपल्या साडीचा काठ चुरगाळू लागली.

तिची ती त्रेधा पाहून हरिहर हसला आणि म्हणाला, "असू दे, असू दे. मला एक सांग, संध्याकाळी तू मला अंगणात पाहिलंस, तेव्हा खरंच ओळखलं होतंस का? अगदी खरं खरं सांगायचं हं."

"खरं म्हणजे मी ओळखलंच नसतं. पहिल्यांदा पाहिल्याबरोबर तर मला खरंच वाटेना; पण नंतर..."

"मला माहीत आहे तू अंदाजाने ओळखलंस."

"तसं काही नाही बरं! अंदाजाने ओळखायचा प्रश्नच नव्हता. खरं म्हणजे मी ओळखलंच होतं. तुम्हाला पाहिल्याबरोबर मी चट्‌कन आत पळाले ते काय उगीच? पण तुम्ही मात्र मला मुळीच ओळखलं नाही. आता काय ते खरं खरं सांगा. तुम्हाला माझी शप्पथ आहे. खरं सांगा बरं..."

आता मात्र ते दोघेही हसू लागले, एकमेकांना चिडवत हसू खिदळू लागले. हळूहळू एकमेकांच्या सहवासाचा आनंद अधिकच द्विगुणित होत गेला.

थोड्या वेळाने हरिहर म्हणाला, "बरं, मला एक सांग, मी कधीच येणार नाही असं तुला वाटलं होतं का?"

त्या प्रश्नाने सर्वजयाच्या चेहऱ्यावर दुःखाची छटा पसरली. "खरं सांगू? मोठी माणसं खूप काही काही सांगायची. तुम्ही म्हणे बनारसला गेलाय, तिथं संन्यासी झालाय, संसारत्याग केलाय..."

“त्यामुळे तुला फार मनस्ताप झाला असेल नाही?”

लटकंच रुसून सर्वजया म्हणाली, “मनस्ताप? आणि तो कशाबद्दल? मला का म्हणून मनस्ताप होईल?”

बोलता बोलता सर्वजयाचे डोळे झरकन भरून आले; परंतु डोळ्यांत साकळून आलेले अश्रू तिने दिसू दिले नाहीत की खाली पडू दिले नाहीत. तिला दुःखाचे ते दिवस आणि काळजीच्या त्या लांबच लांब रात्री आठवल्या. आपल्या त्या मैत्रिणी आपल्याला कशा चिडवायच्या, कशी हेटाळणी करायच्या, त्यांच्या लग्नसमारंभात, आनंदाच्या प्रसंगांत सहभागी करून घ्यायला कशा टाळायच्या ते सगळं सगळं तिला आठवलं...

आणि अशा रीतीने सर्वजया मन मोकळं करू लागली. त्यातून हरिहरलाही तिला अनेक वर्षे भोगाव्या लागलेल्या यातनांची पूर्ण कल्पना आली. धड विवाहिता नाही की कुमारिका नाही अशी तिची अवस्था झाली होती. ही बालविवाहाची प्रथा म्हणजे फार फार वाईट! अल्पवयीन मुली त्यात अशा होरपळून निघतात...

“हे बघ, मी तुला सोबत घेऊन जायला आलोय. उद्याच निघू या.” हरिहर म्हणाला.

सर्वजया थक्कच झाली. तिचा कानांवर जणू विश्वासच बसेना. खरंच का आपण उद्या निश्चंडीपूरला जाणार आहोत? डोळ्यांत प्राण आणून ती मोठ्या आशेनं हरिहरकडे पाहू लागली. थोड्याच वेळात तिची नजर पुन्हा खाली वळली; पण यात विशेष ते काय? प्रत्येकच विवाहित मुलीला एके दिवशी सासरी जावं लागतं. नवा संसार थाटावा लागतो...

“पण उद्याच निघालं पाहिजे का? एवढी कसली बरं घाई आहे? आता आल्यासारखं दोन दिवस थांबा. तुम्हाला माहीत नसेल म्हणून सांगते. इथं अनेक लोकांना तुम्हाला भेटायचं आहे. आणखी एक सांगू? माझी एक खास मैत्रीण तुम्हाला भेटायला फार आतुर आहे. आम्ही एकमेकींना एकाच टोपणनावाने हाक मारतो.”

“एकच टोपणनाव? आणि ते कोणतं बुवा?”

सर्वजयानं आपलं ते गुपित हरिहरला सांगितलं. बकुळ तिची फार जिवाभावाची मैत्रीण होती. प्रेमानं एकमेकींना त्या बकुळ म्हणायच्या.

“किती छान नाव आहे! मला तुझ्या त्या बकुळला भेटलंच पाहिजे.”

एकदम खिदळत सर्वजया म्हणाली, “पण तुम्ही मला बकुळ म्हणायचं नाही हं.”

“का बुवा?”

सर्वजया लाजली. अचानकपणे हरिहरच्या लक्षात आलं की, आता रात्र संपत

आली आहे. मावळता चंद्र खिडकीतून रुपेरी किरणांची बरसात करत होता. तेवढ्यात कुठूनतरी रात्रपक्ष्यांचा किलबिलाटही कानावर आला... हक्काचं, जिवाभावाचं एक माणूस डोळ्यांत प्राणांची ज्योत पेटवून इथं आपली वाट पाहत असताना आपण उगीचच इतकी वर्षे देशोदेशी भटकत राहिलो असंच त्याला वाटलं.

काळजीनं वाळलेला, तरीही कितीतरी सुंदर दिसणारा सर्वजयाचा चेहरा हरिहरनं ओंजळीत घेतला. तो मऊशार स्पर्श अनुभवताना त्या पुष्पपाकळीसारख्या सुकुमार देहाला आजवर किती यातना भोगाव्या लागल्या असतील हेही त्याला कळून चुकलं...

"छान! फारच छान! थोडा वेळ बाळाला सांभाळलंत ते फार बरं झालं."

हरिहरने दचकून वर पाहिलं. सर्वजया अंघोळीहून परत आली होती.

"बरं बरं, आता घे याला. तुझी मुलं सांभाळण्याशिवाय मला दुसरं कामच नाही की काय?"

अपूला कडेवर घेत सर्वजया म्हणाली, "काय पण ओरडताय. माझ्या बाळानं, माझ्या छकुल्यानं असं काय बरं केलंय?" आणि अपूशी त्याच्याच भाषेत गोड गोड बोबडं बोलत ती घरकामासाठी निघून गेली...

चंद्रा मुजुमदार

इंदिराआत्या परत येऊन अनेक दिवस उलटले तरी सर्वजयाच्या मनातला राग मुळीच निवळला नव्हता. तशात दुर्गाचा ओढा आत्याकडेच अधिक असायचा. परिस्थिती बिघडायला तेही एक कारण ठरलं. दुर्गा आपल्यापेक्षाही त्या कुबड्या थेरडीवर अधिक माया करते हे पाहून सर्वजया द्वेषानं आणि संतापानं आणखी भडकली.

इंदिराआत्याही दुर्गासाठी तेवढाच जीव टाकते हे पाहून सर्वजया फार ओरडायची. दणादण दरवाजे नाहीतर हातातली भांडी आदळत म्हणायची, "जशी काही ती मुलगी माझी नसून तिचीच आहे. तिच्याकडे कशी पाहते ते तरी पाहा. जशी तिला डोळ्यांनी गिळायला पाहते."

कधीकधी हरिहरकडे तक्रार करत ती म्हणायची, "अहो, ती म्हातारी फार त्रास देते हो. खरं म्हणजे तिचं इथं आहेच काय? तिची ती दुसरीकडे का जाऊन राहत नाही!"

बायकांचं हे भांडण पाहून हरिहर वैतागायचा; पण आत्याला घालवून दे असं तो कधीही म्हणायचा नाही; त्यामुळे इंदिराआत्याला हाकलून द्यायची सर्वजयाची कितीही इच्छा असली तरी तिचा नाइलाज व्हायचा.

पण त्यामुळे झालं असं की, दोघींमधला तणाव दिवसेंदिवस अधिकच तीव्र होत गेला.

"ती म्हातारी म्हणजे नुसती चेटकीण आहे." सर्वजयाच्या तोंडून जळत्या निखाऱ्यांसारखे विखारी शब्द बाहेर पडायचे... "अगदी दुष्ट आहे मेली. प्रत्येक गोष्टीकडे कशी टक लावून पाहत असते आणि खादाड तर अशी आहे! सारखी चरतच असते. मेलीची नजर इतकी विषारी आहे की, तुमचं सात पिढ्यांचं पुण्य जळून खाक होईल... माझ्या पोरीला ती माझ्यापासून तोडतेय मेली; पण त्यात त्या पोरीचा तरी काय दोष आहे म्हणा! त्या थेरडीनं तिच्यावर मोहिनीच तशी टाकलीय म्हटल्यावर ती पोरगी तरी काय करणार?"

अंगावर पडले तर तेवढी जागा जळून कायमचा व्रण पडावा असे फटाक्यासारखे जळजळीत शब्द सर्वजयाच्या तोंडून बाहेर पडायचे...

संधी मिळेल, तेव्हा हेच चाललेलं असायचं. महागाईमुळे दिवसेंदिवस किती अवघड होत चाललंय हेही ती आत्याला ऐकवायची. आत्यानं मिळणाऱ्या अन्नाविषयी थोडीफार नाराजी दाखवली की, लगेच सर्वजयाचा पट्टा सुरू व्हायचा. चाबकासारख्या कडक आणि झोंबऱ्या शब्दांनी आत्याची हजेरी घेत ती म्हणायची, "तुमच्या या खादाडपणाला मी आता विटले. आमच्या घरचं जेवण तुम्हाला आवडत नसेल तर जिथं चांगलंचुंगलं मिळत असेल तिथं जा. नाहीतर तुमचं तुम्ही पाहा."

इंदिरा मुकाट्यानं तिथून निघून जायची. गेली सत्तर वर्षे तिनं इथं घालवली आहेत. दुसरीकडं जायचं म्हटलं तरी जाणार कुठं? आपलं म्हणावं असं दुसरं आहेच कोण? घासभर अन्नासाठी सर्वजयानं केलेले सगळे अपमान ती हसण्यावारी न्यायची; परंतु सहन तरी किती करणार? दिवसेंदिवस सगळं असह्य होत चाललं होतं. सर्वजया सारखं टोचून बोलायची, पावलोपावली पाणउतारा करायची. आता अशा स्थितीत करावं तरी काय?

विचार करता करता एके दिवशी इंदिराआत्याला एक कल्पना सुचली. तिच्या जावयाकडे म्हणजे चंद्रा मुजुमदारकडे जाऊन राहायला काहीच हरकत नव्हती. अडचण फक्त एकच होती. इंदिराआत्याची मुलगी मरण पावल्यापासून म्हणजे गेल्या तीस वर्षांत त्याची एकदाही भेट झालेली नव्हती किंवा त्याचं कधी पत्रही आलेलं नव्हतं; परंतु ती मात्र अनेक लोकांकडून त्याच्याविषयी ऐकून होती. त्याची दुसरी बायकोदेखील मरण पावली होती म्हणे! तो मात्र अजूनही जिवंत आहे हे तिला माहीत होतं.

निश्चंडीपूरपासून सुमारे चाळीस मैलांवर असलेल्या भंडारहाटीचा चंद्रा मुजुमदार म्हणजे त्या गावातला एक सधन आणि प्रतिष्ठित गृहस्थ होता.

...चंद्राकडेच जावं ...तो मला दोन वेळचा भात आणि आसरा नाकारणार नाही. मुळीच नाही... इंदिराआत्या विचार करत होती... शेवटी एके दिवशी कोणालाही काहीही न सांगता तिने भंडारहाटीकडे प्रस्थान ठेवलं.

चंद्रा मुजुमदारच्या दारात टांगा उभा राहिला, तेव्हा सायंकाळचा अंधार दाटून आला होता. घोड्यांच्या टापा आणि टांगेवाल्याचा तो कर्कश आवाज ऐकून कोण आलंय ते पाहण्यासाठी एक तरुण बाहेर आला.

"कोण आलंय? कुठून आलंय?" तो विचारू लागला.

त्याच्या पाठोपाठ बाहेर आलेल्या त्या गृहस्थाने विचारलं, "कोण आलंय रे राघू? कुठून आलंय?" पिकलेल्या केसांचा तो गृहस्थ बराच वृद्ध वाटत होता.

टांग्यातून डोकावून पाहत असलेल्या इंदिरानं तोच चंद्रा मुजुमदार आहे हे

ओळखलं; परंतु नवरदेवाच्या पोषाखात आलेला तेव्हाचा तो उत्साही तरुण चंद्रा मुजुमदार आणि आताचा हा थकल्यासारखा चालणारा वृद्ध यांच्यात कुठलंही साम्य उरलेलं नव्हतं; पण त्या सगळ्या गोष्टींची आठवण सावलीसारखी तिच्या सोबत होतीच. त्या सगळ्या गोष्टींसोबत आपल्या दिवंगत मुलीची आठवण येताच इंदिराचं मन गहिवरून आलं आणि ती मुलीचं नाव काढत मोठमोठ्यानं रडू लागली.

ते सगळं पाहून चंद्रा मुजुमदार पुरता गोंधळला. तो टांगा, ती म्हातारी, तिचं ते सामान, तिचं ते गळा काढून रडणं हा सगळा प्रकार आहे तरी काय हेच त्याला उमजेना.

परंतु त्या म्हातारीचं विश्वेश्वरीच्या नावानं चाललेलं ते रडणं पाहून त्याच्या डोक्यात हळूहळू प्रकाश पडला. पुन्हा एकदा त्या म्हातारीकडे निरखून पाहिल्यावर ती कोण आहे हे त्यानं बरोबरं ओळखलं.

विस्मृतीत गेलेल्या आपल्या सासूबाईंची ओळख पटताच चंद्रा मुजुमदार त्यांचं स्वागत करण्यासाठी गडबडीने पुढे झाला आणि त्या केवळ सासूबाई आहेत म्हणून नव्हे तर आपल्या मुलांची आजी या नात्याने त्यांच्या वयाचा मान राखला जावा म्हणून तो इंदिराआत्याच्या पाया पडला. वस्तुतः त्याची ती मुलं दुसऱ्या बायकोपासून झाली होती हा भाग वेगळा!

एकीकडे डोळ्यांतून ओघळणारे अश्रू पुसत, आपल्या खरखरीत वृद्ध आवाजात ती चंद्रा मुजुमदारच्या पिकलेल्या केसांवर हात ठेवून त्याला आशीर्वाद देत होती; तर त्याच वेळी आशीर्वादाचे ते शब्द उच्चारताना दुसऱ्या हाताने डोक्यावरचा पदर सारखा करत होती.

"आयुष्यमान हो. तुझ्या घरात धनसंपत्ती नांदो. तुझ्यावर देवाची अशीच कृपादृष्टी राहो." घसा खाकरत ती पुढे म्हणाली, "बाळ, मी कित्येक वर्षांनी तुझ्याकडे आले आहे. मला... मला फक्त थोडासा आसरा दे. आता या वयात मला आपलं म्हणून हाक मारावं असं कोणीही नाही. म्हणूनच शेवटी घासभर अन्नासाठी मी तुझ्याकडे आले आहे. आता माझं वय झालं. मी जगणार तरी किती दिवस?" आणि असं म्हणत इंदिराआत्या पुन्हा गळा काढून रडू लागली.

"नका, नका तुम्ही अजिबात काळजी करू नका. हे घर तुमचंच समजा. तुम्ही खुशाल इथं राहा... निश्चितच. या, या, आत या, सांभाळून..." इंदिराआत्याला टांग्यातून उतरून घेत चंद्रा मुजुमदार म्हणाला.

"राघू, अरे राघू आजीचं सामान घे आणि हो तिला आत तुझ्या बहिणीकडे घेऊन जा. मी या टांगेवाल्याचे पैसे देतो."

राघू इंदिराआजीला त्याच्या विधवा बहिणीकडे घेऊन गेला. सध्या घराची सगळी व्यवस्था तीच पाहत असे. स्वयंपाकघरावरून जाताना राघू थोडा रेंगाळला.

तिथं त्याची बायको स्वयंपाकात मग्न होती. घरी कोणीतरी आलंय हे तिलाही कळावं असं त्याला वाटत होतं, म्हणून तो थोडा खाकरला. ते लक्षात येताच तीही बाहेर आली.

"काय झालंय?" नणंदेशी बोलणाऱ्या त्या वृद्ध स्त्रीकडे पाहून तिनं विचारलं.

"ती आपली नवी आजी आहे."

"कोण?"

राघू हसला आणि त्याने सर्व परिस्थिती तिला समजावून सांगितली.

"ते ठीक आहे हो; पण माझं स्वयंपाकाचं काम वाढलं त्याचं काय? आता आणखी एका माणसाची पीडा मागे लागली. वैताग मेला!" आणि अशा प्रकारे इंदिराआजीच्या आगमनाबद्दल तीव्र नापसंती व्यक्त करीत ती स्वयंपाकघरात निघून गेली.

चंद्रा मुजुमदारची विधवा कन्या मात्र खरोखर अत्यंत दयाळू आणि सुस्वभावी होती. आजीजवळ बसून तिनं काही फळं चिरून दिली. शिवाय काही फराळाचे पदार्थही दिले. ते खाऊन झाल्यावर साखरमिश्रित गोड सरबतही दिलं. ते सगळं खाऊन झाल्यावर इंदिरा फार तृप्त झाली.

"आजी, तुला आणखी काय हवंय?"

"नको, नको. अगं, हेच खूप झालं."

चंद्रा मुजुमदारच्या कन्येला इंदिराआत्याविषयी खूपच आपुलकी वाटत होती. तिचा जीवनप्रवास, तिचं आज असं अचानक येणं याविषयी तिला सगळं जाणून घ्यायचं होतं.

"आजी, यापूर्वी तू आमच्याकडे कधी आली होतीस का? बरं तुला आणखी काही खायला देऊ? तुला ऊस आवडेल? पण तुला दातच नाहीत की!" आणि यावर दोघी मोठमोठ्यानं हसू लागल्या. इंदिराआत्यालाही आपली ही नात खूप आवडली. तिचा साधेपणा आणि मनमोकळेपणा तिला इतका आवडला की, त्या दोघी बराच वेळ गप्पा मारत बसल्या.

थोड्या वेळाने पलीकडच्या खोलीतून मुलांच्या भांडणाचा आरडाओरडा ऐकू आला.

"आई, ए आई... ही उम्मी काय करतेय बघ. तिनं सगळी भाजी माझ्या ताटात ओतलीय."

आई ओरडून म्हणाली, "मग तुम्ही दोघं एकमेकांजवळ का बसता? हजार वेळा सांगितलंय. उम्मी, अलीकडे तू फार आगाऊ झाली आहेस हं. थांब, आलेच मी."

जेवायच्या वेळी आयांचं ओरडणं, मुलांचा दंगा आणि रडणं असा मोठाच

गोंधळ उडाला.

रात्रंदिवस पाहावं, तेव्हा मुलांचा दंगा आणि स्त्रियांचं ओरडणं यांनी ते घर नुसतं ओसंडून वाहत असे. इंदिराआत्याला अशा गोंधळाची मुळीच सवय नव्हती. रोज संध्याकाळी तिला आपल्या निश्चंडीपूरच्या घरातील शांतता आणि एकांत आठवत राही. आपली ती मोडकीतोडकी झोपडी, दुर्गाचा आणि अपूचा गोड चेहरा हे सारं आठवून तिचं मन व्याकूळ होऊन जाई.

इथली प्रत्येक गोष्ट अपरिचित आणि नवीन होती. इथलं राहणीमानही तिच्या सवयीचं नव्हतं. तिला सतत परक्यासारखं वाटू लागलं. आपलं इथं काहीच नाही, या जाणिवेनं ती सारखी सैरभैर व्हायची. नेहमी निश्चंडीपूरच्या नदीपात्राकडे जायची सवय असलेल्या तिच्या पायांना इथल्या रस्त्यावरून चालताना जणू अडखळल्यासारखं व्हायचं. इंदिराआत्या जुन्या आठवणींमध्ये रमू लागली, तसतसा हा दुरावा अधिकच वाढत गेला.

ताडाच्या घेरेदार खोडांपासून बनवलेल्या छपराचं ते घर अगदी भव्य असलं तरी तिला सारखं निश्चंडीपूरचं आपलं ते लहानसं घर आठवत होतं. धान्यांची पोती, खोकी, पेटारे, कपाटं, कपडे, बायका आणि पोरं या सगळ्या गर्दीत ती जणू गुदमरून गेली होती. वाटायचं, कुठे हलायला किंवा मोकळा श्वास घ्यायलाही जागा उसलेली नाही. आपल्या निश्चंडीपूरच्या वेळूबनाच्या आणि माडाच्या झावळ्यांमधून वाहत येणाऱ्या गार वाऱ्याच्या आठवणी घोळवत निवांतपणे बसावं म्हटलं तरी तेवढ्यासाठीसुद्धा कुठे जागा सापडत नाही...

येऊन आठ-पंधरा दिवसही झाले नसतील, तेवढ्यात इंदिराआत्या अगदी अस्वस्थ होऊन गेली. सगळं सगळं नकोसं वाटू लागलं. तिच्या मनात सारखा एकच विचार घोळू लागला... आपल्या निश्चंडीपूरला दुर्गाजवळ आणि बाळाजवळ गेलंच पाहिजे... तिच्यासारखीच जुनी आणि जीर्ण झालेली तिची ती झोपडी जणू तिला बोलावत होती... साद घालत होती...

घराची कारभारीण असलेल्या चंद्रा मुजुमदारच्या सुनेला इंदिराआत्याचं आगमन तसं आवडलेलं नव्हतंच; त्यामुळे इंदिराआत्यानं परत जायचं नाव काढल्याबरोबर तिला आनंदच झाला. चंद्रा मुजुमदारनेही मग फार आग्रह केला नाही आणि अशा रीतीने भंडारहाटी सोडून इंदिराआत्या पुन्हा निश्चंडीपूरच्या वाटेला लागली.

अंगणात येताच दुर्गाला हाक देत इंदिराआत्या म्हणाली, "दुर्गा, बेटा कुठे आहेस तू?"

आत्या दिसताच फुरंगटून बसलेली दुर्गा म्हणाली, "तू मला का म्हणून सोडून गेली होतीस गं आत्या?"

"ते खरं ग! पण आता मी आलेय ना परत? आज रात्री मी किनई तुला नवी

गोष्ट सांगणार आहे.''

''काही नको मला तुझी ती नवी गोष्ट. तू मला सोडून का गेली होतीस ते आधी सांग.''

इंदिराआत्या बराच वेळ दुर्गाची समजूत घालत बसली. शेवटी आकाशात चांदण्या हसू लागल्या तसतशी दुर्गाही हसू लागली आणि मग त्या दोघीजणी अंगणात माडांच्या झावळ्यांतून येणारी गार गार हवा अंगावर घेत गप्पा-गोष्टींत रंगून गेल्या.

अनेक दिवसांनंतर आज इंदिराआत्याला गाढ आणि शांत झोप लागली. आता इथून पुढं रोज तिची आवडती दुर्गा तिच्या स्वप्नात यायचं काहीच कारण नव्हतं, कारण तिची दुर्गा आता तिच्याजवळच तर होती!

हिवाळ्यातले ते दिवस

पाहता पाहता पावसाळा ओसरला. अधूनमधून येणाऱ्या पावसाच्या चंचल सरीही थांबल्या आणि वातावरणात प्रसन्न गारवा जाणवू लागला. हळूहळू त्यानेही थंडीचं स्वरूप धारण केलं. पुढे कडक हिवाळा सुरू होताच झोंबणारे गार वारे वाहू लागले.

बिचारी इंदिराआत्या तिच्या फाटक्या गोधडीत पुरती काकडून जायची. एके दिवशी सकाळी आपली ती गोधडी पांघरून आत्या घराबाहेर पडली. तशा थंडीतही कुडकुडत ती राम गांगुली यांच्या घराकडे निघाली होती.

लहान लहान घरांचे इथं-तिथं विखुरलेले काही पुंजके म्हणजेच निश्चंडीपूर हे गाव. एका बाजूला चक्रवर्तींची घरं आहेत, तर दुसऱ्या बाजूला रे आणि घोषाल यांची घरं आहेत. ही सगळी उच्चवर्णीय, प्रतिष्ठित आणि श्रीमंत मंडळी समजली जातात. त्यांच्या पलीकडे इतर जातींच्या लोकांची वस्ती आहे आणि त्याच्याही पलीकडे अगदी गावकुसाबाहेर म्हटलं तरी चालेल गुराखी, कारागीर या लोकांच्या ताडपानांच्या झोपड्या विखुरलेल्या आहेत.

गावातली एक वृद्ध व्यक्ती म्हणून इंदिराआत्याला सगळेच अगदी आदराने वागवायचे. खेड्याची जीवनशैलीच अशी असते की, तिथे सामाजिक चालीरीती आणि परंपरांच्या पुढे श्रीमंती आणि गरिबी असे भेद लटके ठरतात. तिथं वयाचा मान राखला जातो; त्यामुळे इंदिराआत्यासारख्या वृद्ध व्यक्तींना साहजिकच मावशी, आत्या किंवा दीदी अशीच संबोधने वापरली जातात.

इंदिराआत्या राम गांगुलींच्या घरी पोहोचली, तेव्हा ते सकाळचं कोवळं ऊन खात अंगणात आरामात बसले होते. आत्या येताना दिसताच ते म्हणाले, ‘‘काय गं दीदी, बरं चाललंय ना?’’

राम गांगुलींना त्यांच्या दीर्घायुष्यासाठी तोंड भरून आशीर्वाद देत, इंदिराआत्या पुढे म्हणाली, ‘‘काय थंडी वाजते रे राम!’’

‘‘हो, खरंच की. या वर्षी फारच थंडी आहे. म्हणून तर मी असा उन्हात

बसलोय. घरात फार थंडी वाजते.''

''खरंच रे, फार थंडी आहे. अगदी हाडं फोडून काढणारी थंडी आहे आणि माझ्याकडे पांघरायला म्हणून काहीही नाही. पाहा! तुला जर शक्य झालं...''

पुढचं बोलायची गरज नव्हती. राम गांगुलीच पुढे म्हणाले,

''हो हो ठीक आहे; पण बरं का दीदी, या महिन्यात खर्च खूप आहे, तेव्हा तू असं कर. नंतरच ये. कदाचित पुढच्या महिन्यात मला शक्य होईल. मग तेव्हाच ये.''

त्यानंतर राम गांगुलींनी सांगितल्याप्रमाणे पुढच्या महिन्यात पुन्हा एकदा इंदिरा त्यांच्याकडे गेली, तेव्हाही त्यांना जमलं नाही म्हणून त्यानंतर पुन्हा एकदा गेली. ती गांगुलींच्या घरी इतक्या वेळा गेली की, त्यांच्या घराचा रस्ता तिच्या थरथरत्या म्हाताऱ्या पायांनाही चांगलाच पाठ झाला.

हाडं फोडून काढणाऱ्या तशा थंडीत आपली फाटकी गोधडी पांघरून ती कुडकुडत कुडकुडत राम गांगुलींकडे जायची; परंतु राम गांगुलींच्या खर्चाची तोंडमिळवणी अद्यापही झाली नव्हती. पुन्हा आणखी काही आठवडे गेले आणि एके दिवशी चमत्कार झाला.

''दीदी, पाहिलंस का? मी तुझ्यासाठी बघ काय आणलंय ते?'' लगबगीनं आत जाऊन राम गांगुलींनी एक लालभडक रंगाचं चिटाचं कापड बाहेर आणलं. ते पाहून इंदिराआत्या आश्चर्यानं थक्कच झाली.

''आवडलं ना? खरं सांगू का? हे फार उबदार असतं बरं! संपूर्ण नवाबगंजच्या बाजारात इतकं उत्तम कापड शोधूनही सापडणार नाही. केवढ्याला आणलं माहित्येय? चक्क साडेनऊ आणे!''

खरोखर इंदिराआत्याचा डोळ्यांवर विश्वासच बसत नव्हता. स्वप्नसृष्टीतली एखादी अप्राप्य वस्तू अचानक प्राप्त व्हावी, त्याप्रमाणे इंदिराआत्या त्या लालभडक रंगाच्या कापडाकडे पाहत होती. जणू इतके दिवस टाचा झिजवल्याचं मौल्यवान फळ तिला मिळालं होतं.

''अगं, अशी नुसतीच काय पाहतेस? जरा उलगडून तर पाहा. तू येशील म्हणून बुधवारपासून तुझी वाट पाहतोय मी.'' गांगुली म्हणाले.

इंदिराआत्यानं अगदी हळुवारपणे कापडावरून हात फिरवला. त्याचा पोत पाहिला. त्याचा लालभडक रंग पुनःपुन्हा डोळ्यांत साठवला.

एकाच वेळी तिच्या ओठांवर आनंदाचं हास्य पसरलं तर डोळ्यांत कृतज्ञतेचे अश्रू ओसंडून आले. भरल्या अंतःकरणानं इंदिराआत्यानं ते कापड अंगाभोवती लपेटलं. आता त्या कापडाच्या मदतीनं ती थंडीला तोंड देऊ शकणार होती.

आत्या म्हणाली, ''खरंच फार उबदार आहे. राम, अरे मी कोणत्या शब्दांत तुझे

आभार मानू? तुला दीर्घायुष्य लाभो. तुझं वैभव असंच वाढो. तुझ्या मुलाबाळांना दीर्घायुष्य लाभो. तुझ्यावर देवाची अशीच सदैव कृपादृष्टी राहो.''

त्या कापडाकडे बघत अत्यंत कारुण्यपूर्ण आवाजात आत्या पुढे म्हणाली, ''राम, अरे गरिबांची कोण काळजी करतो? पाहिलंस? त्या अन्नदाबाबूला म्हटलं, मला एखादं कापड दे. जुनं असलं तरी चालेल. तीन वर्षे झाली. दारात भिकाऱ्यासारखं उभं राहायला लावतो आणि नुसती देतो देतो म्हणून आश्वासनं तेवढी देतो आणि तू पाहा, माझ्या म्हातारीचा कसा मान राखलास. तुला दीर्घायुष्य लाभो. आता माझे दिवस राहिलेत तरी किती? पण तुझ्या दयाळूपणाची कीर्ती अशीच पसरत राहील. कायम टिकून राहील...''

स्वस्तात मिळणाऱ्या कापडाचा तो वास इंदिराआत्याला अगदी अत्तरासारखा वाटत होता. अंगावरील त्या कापडाकडे ती बराच वेळ अत्यानंदाने पाहतच राहिली.

तशाच आनंदी आणि उत्साही मनानं ती घरी पोहोचली आणि आपल्याला मिळालेली ती मौल्यवान भेट सर्वजयाला दाखवावी म्हणून तिच्याकडे गेली.

''दारोदार असं भिकाऱ्यासारखं भटकणार असाल तर तुम्ही इथं अजिबात राहू नका. हे बघा, तुम्हाला मी एकदाचं आणि शेवटचं सांगते. माझ्या घरात मी असलं काहीही खपवून घेणार नाही. तुम्ही जर असंच वागणार असाल तर तुमची तुम्ही दुसरीकडे सोय बघा.'' इंदिराआत्याला पाहताच सर्वजया तिच्यावर जोरात ओरडली होती.

सर्वजयाच्या त्या चाबकासारख्या फटकाऱ्यांनी इंदिराआत्याचा आनंद कुठल्या कुठे पळून गेला. मनातल्या मनात ती सर्वजयाचे ते विखारी शब्द विसरण्याचा प्रयत्न करू लागली.

...शेवटी हे असंच असतं. दुसऱ्यांच्या आश्रयानं जगणाऱ्या गरीब निराधार लोकांना स्वाभिमानानं जगण्याची चैन का परवडण्यासारखी असते? ते बिचारे मनातल्या मनात रडतात, खंत करतात आणि आपल्या वेदना जणू चिरडूनच टाकतात...

चिमुरडी दुर्गा मात्र आत्याच्या आनंदात मनापासून सहभागी झाली. ते नवंकोरं लालेलाल कापड पाहताच आनंदून गेलेली दुर्गा म्हणाली,

''आत्या, केवढ्याला आणलंस गं? किती छान आहे! आणि किती लालेलाल आहे!''

''छान आहे किनई? मी देवाघरी गेल्यावर हे तुलाच घे हं! तू मोठी होशील ना, तेव्हा हे असं पांघरायचं. माझी दुर्गा अशी छान दिसेल की बस. आणि जर का ते हे कानात घातले ना... अगं तेच गंऽऽ कानात असे लोंबतात ते... ते म्हणजे डूल गंऽऽऽ... ते घातलेस ना तर खूपच गोड दिसशील. खरंच किती उबदार आहे हे!''

''आत्या, तुला हा रंग किती खुलून दिसतोय म्हणून सांगू? अगदी विचारू नकोस बघ.'' तो लाल रंग जणू त्यांच्या कधीही न संपणाऱ्या आनंदाचं प्रतीक बनला होता.

रोज भल्या पहाटे उठून इंदिराआत्या ते लालभडक कापड पांघरून अंगण झाडायला घ्यायची. त्या वेळी खाली वाकलेली इंदिराआत्या जणू लाल प्रश्नचिन्हासारखी दिसायची. ते प्रश्नचिन्ह धुळीच्या प्रत्येक कणाला अजून त्याने इंदिराआत्याचं ते लाल लाल कापड पाहिलं की नाही हेच जणू विचारत असावं.

वेळीअवेळी केव्हाही ते कापड पांघरून ती नदीकडे जाताना दिसायची. वाटेत कोणी दिसलं तर मुद्दाम हाक मारून त्यांच्याशी बोलायची.

''कोण आहे म्हटलं? राजीची आई का? आज उशीर केलात...'' आणि असं म्हणत स्वतःशीच हसत मोठ्या संतोषाने आपल्या अंगावरील लाल कापडाकडे पाहत पुढे म्हणायची, ''राम गांगुली माहीत आहे ना? त्यांनी हे दिलं. अगदी नवंकोरं आहे आणि किंमत तरी किती? तब्बल साडेनऊ आणे.''

काही दिवसांनी हे एक नेहमीचंच नाटक होऊन बसलं. लोकांच्या दृष्टीनं तो एक मनोरंजनाचा विषयच बनला. इंदिरा दिसली की, लोक तिला तेच ते ठरलेले प्रश्न विचारायचे आणि तिची तीच ती उत्तरं ऐकायचे. लहान मुलींसाठी तो एक खेळच झाला. त्या इंदिराआत्याभोवती फेर धरून नाचायच्या आणि हसत खिदळत तिला चिडवत म्हणायच्या, ''आजीबाई बघा आजीबाई. लाललाल रंग त्यांना किती शोभून दिसतोय. आजीबाई, आजीबाई! तुम्ही अगदी नव्या नवरीसारख्या दिसताय! आजीबाई, तुमचं लग्न कधी आहे हो?'' परंतु त्यांच्याकडे दुर्लक्ष करून इंदिराआत्या त्या लालेलाल वैभवात जणू हरवून गेलेली असायची...

इंदिराआत्याचा गृहत्याग

नेहमीप्रमाणे सर्वजया आपल्या रोजच्या घरकामात मग्न असताना अंगणातून कुणीतरी हाक दिली आणि त्या पाठोपाठ भाजीपाला विकणारी दाशी दरवाजा उघडून हसत हसत आत आली. आत येताच ती म्हणाली,

"दुर्गाची आई, माझी तेवढी ती उधारी देऊन टाका बघू. काल आत्याबाईंनी माझ्याकडून एक फळ घेतलं होतं. पैसे तुमच्याकडून घ्या म्हणाल्या होत्या."

सर्वजयानं अगदी निर्विकारपणे दाशीकडे पाहिलं.

"त्यांनी काय घेतलं होतं म्हणालीस?"

"एक फळ हो. अर्ध्या आण्याची बाब; तेवढा द्या म्हणजे झालं."

"म्हणजे तुला काय म्हणायचंच? त्यांनी तुझ्याकडून फळ विकत घेतलं?"

होकारार्थी मान हलवीत हसत हसत दाशी म्हणाली, "होय हो. माझ्यावर विश्वास नसेल तर त्यांनाच विचारा ना आणि तुम्हाला काय वाटलं? सकाळी सकाळी अशा बोहणीच्या वेळी अर्ध्या आण्यासाठी मी का खोटं बोलेन? मी खरंतर एका आण्याच्या खाली ते दिलंच नसतं. मग त्याच म्हणायला लागल्या, अगं, मी म्हातारं माणूस. मला ते खावंसं वाटतंय. म्हणून मग म्हटलं, जाऊ दे. म्हातारं माणूस आहे. खावंसं वाटतंय तर खाऊ दे."

"त्यांना एवढं खावंसं वाटलं, असं ते फळ आहे तरी कोणतं गं?"

"सीताफळ हो."

"सांगतेस काय? अगं, जंगलात पाहिजे तेवढी सीताफळं भरलीत. गाईसुद्धा त्यांना तोंड लावत नाहीत आणि ते सीताफळ त्यांनी अर्ध्या आण्याला विकत घेतलं? छान!"

सर्वजयाला अस्सा राग आला की, विचारता सोय नाही. तेवढ्यात तिची नजर अंगणातून येणाऱ्या इंदिराआत्यावर पडली आणि मग तिच्या रागाचा पारा असा चढला की, इंदिराआत्यावर एकदम कडाडून कोसळत ती ओरडली, "आता फळं विकत घेऊन खाण्यापर्यंत तुमची मजल गेली तर! आमचं अन्न गिळताय तेवढं

पुरेसं नाही का? निदान आमच्या पैशांचा तरी विचार करा. तुम्हाला महागडी फळं खाऊ घालायला इथं पैसे काही वर आलेले नाहीत. मसणात गोवऱ्या गेल्या तरी जिभेचे चोचले पुरवायला लाज कशी वाटत नाही म्हणते मी! आणि तेही सगळं दुसऱ्याच्या पैशांवर?''

ते ऐकून इंदिराआत्याचा चेहरा अपमानाच्या दुःखानं एकदम पांढराफटक पडला. कसंबसं धैर्य एकवटून ती म्हणाली, ''सूनबाई, ते सीताफळ फारच छान होतं गं. मला वाटलं, छान दिसतंय, तेव्हा चवीलाही तसंच असेल. अगं, मी आता एक पिकलेलं पान. माझे आता दिवस तरी किती राहिलेत? सूनबाई, अगं अर्ध्या आण्याचा तर प्रश्न आहे. देऊन का टाकत नाहीस? तेवढे पैसे काही फार नाहीत गं.''

एकदम किंचाळून सर्वजया म्हणाली, ''फार नाहीत काय? फार नाहीत? पैसे काय सीताफळासारखे झाडाला लागतात वाटतं? फार नाहीत ना? मग उचला तुमची ती भांडीकुंडी, जाऊन गहाण ठेवा कुठेतरी आणि द्या त्या दाशीचे पैसे आणि आता तुमचं चंबुगबाळं आवरा. निघा या घरातून. तुम्हाला खाऊपिऊ घालायला आणि वरून तुमच्या जिभेचे चोचले पुरवायला माझ्याकडे काही पैशाचं झाड नाहीये.''

एवढं बोलून सर्वजयानं पाण्याची घागर उचलली आणि ती झट्कन नदीकडे निघून गेली.

दाशीनं थोडा वेळ वाट पाहिली आणि मग एकदम डोक्यावरच्या पदराला हिसडा देत नापसंतीदर्शक मान हलवीत ती म्हणाली, ''हे चांगलं आहे हो आत्याबाई. मी एक गरीब बाई... पण मी म्हणते, तुमच्या या भांडणात मी माझे पैसे का म्हणून घालवून बसू? तुम्हाला पैसे देणं होत नव्हतं तर मग उधारीवर सीताफळ घेतलंच कशाला? मी आपली कष्ट करून जगणारी बाई आहे. मला माझे कष्टाचे पैसे असे पाण्यात सोडून कसं हो चालेल? मी तिसऱ्या प्रहरी पुन्हा येईन. तेव्हा माझा तेवढा तो अर्धा आणा देऊन टाका म्हणजे झालं.''

एवढं बोलून दाशी वळली आणि तरतरा पावलं टाकत बाहेर निघाली. इतका वेळ दाराआड लपून सर्व काही ऐकत असलेली दुर्गा चट्कन बाहेर आली आणि दाशीच्या मागेमागे चालू लागली. दाशीची मनधरणी करत ती म्हणाली, ''मावशी, अगं, माझी इंदिराआत्या आता म्हातारी झालीय. तिला कधीकधी एखादं पिकलेलं गोड फळ खावंसं वाटतं गं. त्याबद्दल तिला दोष दिलाच पाहिजे का गं मावशी? खरंच फार छान सीताफळ होतं गं ते आणि त्यातलं अर्ध सीताफळ आत्यानं मलाही दिलं होतं. कुठून आणतेस गं तू? सांग ना गं मावशी. तुझ्या अंगणात सीताफळाचं झाड आहे का?''

परंतु दाशीनं दुर्गाकडे साधं पाहिलंही नाही की तिच्या कुठल्या प्रश्नाला उत्तरही दिलं नाही.

''मावशी, माझं थोडं ऐक तरी... मी तुला ते पैसे देते. माझ्या खेळण्याच्या पेटीत एक पैसा आहे. आई घराला कुलूप लावून नदीवर गेलीय. ती परत आली की, माझा तो पैसा मी तुला गुपचूप आणून देईन; पण ते आईला सांगायचं नाही हं. तू खरंच सांगणार नाहीस ना गं मावशी?''

दुर्गाच्या त्या विनवण्यांकडे दाशीनं मुळीच लक्ष दिलं नाही. ती अत्यंत व्यवहारी स्त्री होती. कोणत्याही परिस्थितीत तिला आपला अर्धा आणा म्हणजे दोन पैसेच हवे होते आणि ते घेतल्याशिवाय ती गप्प बसणार नव्हती.

त्यानंतर थोड्याच वेळानं इंदिराआत्यानं घर सोडलं. एका हातात कपड्यांचं बोचकं, दुसऱ्या हातात पितळी भांडं आणि काखेत वेळूची चटई घेऊन ती निघाली. तिच्या त्या फाटक्यातुटक्या चटईच्या दशा चेटकिणीच्या केसांसारख्या अस्ताव्यस्त लोंबत होत्या.

''आत्या, ए आत्या, जाऊ नकोस ना गं आत्या! तू कुठं चाललीस गं आत्या. तू गेलीस की, मी रडणार बघ. जाऊ नकोस ना गं आत्या.'' दुर्गा आत्याची विनवणी करू लागली.

तेवढ्यात नदीवर गेलेली सर्वजया घरी परतली. इंदिराआत्याला जाताना पाहून ती म्हणाली, ''जाणारच असाल तर जरूर जा; पण जाण्यापूर्वी माझ्यावर एक मेहेरबानी करा. तुमच्या वाट्याचं वाढून ठेवलेलं आहे, तेवढं आधी गिळा. जेवायची वेळ झालीच आहे. अशा वेळी कोणी न खाता घराबाहेर पडलं तर तो अपशकुन असतो. इतके दिवस ज्यांचं अन्न खाल्लंत त्यांच्या भल्याचा थोडातरी विचार करा; पण पहिल्यापासून तुमची मनोवृत्तीच वाईट; म्हणूनच तर तुमची अशी दशा झाली आहे.''

अशा रीतीनं सर्वजयानं इंदिराआत्याचं वैधव्य, तिचं दारिद्र्य या सगळ्या गोष्टींचा चांगलाच उद्धार केला. इंदिराआत्यानं वर पाहिलं नाही की एक अवाक्षरही उच्चारलं नाही. एवढंच नव्हे, तर तिच्या डोळ्यांतून एकही अश्रुबिंदू ओघळला नाही.

आपल्या थरथरत्या पायांनी शक्य होईल त्या वेगानं ती निघून गेली. आत्याला तसं जाताना पाहून दुर्गाला एकदम रडू कोसळलं. ''जाऊ नकोस गं आत्या,'' असं म्हणत ती आत्याच्या मागोमाग धावत गेली; परंतु क्षणभरही न थांबता इंदिरा तरतरा चालतच राहिली.

घोषाल यांची घरं जवळ आल्यावर तिचा वेग थोडा मंदावला. तिथं ती नवीन घोषाल यांच्या घरी गेली. इंदिराआत्याची गोष्ट ऐकून नवीन घोषालच्या बायकोला एवढं आश्चर्य वाटलं की, तिनं चक्क तोंडात बोटं घातली. एकदम पदराला हिसडा देऊन तो सारखा करत ती म्हणाली,

''बाई गं! असं कधी ऐकलं नव्हतं की पाहिलं नव्हतं. असू द्या. आत्याबाई, तुम्ही असं करा. आजपासून इथंच राहा आमच्याजवळ.''

नवीन घोषाल यांच्या घरी कसेबसे दोन महिने काढल्यानंतर आत्याबाईंच्या लक्षात आलं की, या लोकांना आपला चांगलाच कंटाळा आलाय; त्यामुळे तिनं आपला मुक्काम तिनकोरी घोषाल यांच्याकडे हलवला. थोड्याच दिवसांत तिथंही तिला तोच अनुभव आला. म्हणून ती चक्रवर्ती यांच्याकडे गेली आणि अशा रीतीनं ओळखीच्या लोकांकडे थोडे थोडे दिवस राहून तिनं जवळपास ग्रामप्रदक्षिणाच पूर्ण केली.

शेवटी काय? 'घरोघरी मातीच्या चुली!' जाईल तिथं आत्याबाईंना तोच अनुभव यायचा. सुरुवातीला मोठ्या सहानुभूतीनं बोलणाऱ्या त्या लोकांचं वागणं हळूहळू बदलत जायचं. इंदिराआत्या त्यांना नकोशी वाटू लागायची. प्रत्येकजण तिला सर्वजयाशी झालेलं भांडण विसरून, घरी परत जायचा सल्ला द्यायचा.

एका घरातून दुसऱ्या घरी जाताना आत्याला सारखं वाटायचं, कोणीतरी मला बोलवायला येईल... निदान काही ना काही निरोप तरी येईलच येईल. तिला वाटायचं, कदाचित उद्या हरिहरच मला घ्यायला येईल... नाहीतर तो कुणाला तरी निश्चितच पाठवेल...

परंतु अनेक महिने उलटले तरी कोणी आलं नाही की कसला निरोपही आला नाही. एवढेच नव्हे, तर तिची लाडकी दुर्गासुद्धा कधी तिला भेटायला आली नाही. मग इंदिराआत्या आपली मनाची समजूत घालत राहायची... नाहीतरी आपलं घर इथून बरंच लांब आहे... तेव्हा लहानशी दुर्गा इतक्या लांब एकटी येणार तरी कशी?

एक-दोनदा इंदिराआत्या मोठ्या आशेनं मुद्दामच हरिहरच्या घराजवळून फिरकलीसुद्धा; पण तिची लाडकी दुर्गासुद्धा तिला कोठे दिसली नाही. निदान ती डोळ्याला तरी दिसावी या आशेनं ती थोडा वेळ तिथं रेंगाळली; पण तिची तेवढीही इच्छा पूर्ण झाली नाही.

शेवटी इंदिराआत्याच्या पुरतं लक्षात आलं की, कोणीही माणूस फार काळ दुसऱ्याच्या घरी राहू शकत नाही. ती जिथं राहिली तिथल्या लोकांनीही हेच बोलून दाखवलं होतं.

शेवटी असं ठरलं की, आत्यानं एका गुराखी स्त्रीच्या सध्या मोकळ्या असलेल्या झोपडीमध्ये राहावं आणि तिथे आसपास राहाणाऱ्या लोकांनी तिला जेवण वगैरे पुरवावं.

सुरुवातीला काही दिवस हे सगळं फार उत्तम चाललं. आत्याला थोडंफार अन्न द्यायला कोणालाही तशी फारशी अडचण नव्हतीच. जो तो सहानुभूतीने तिला मदत करायचा; परंतु कालांतराने हळूहळू सहानुभूतीचा हा ओघ आटत चालला. बिचारी इंदिराआत्या वेळूबनाजवळच्या त्या झोपडीमध्ये एकाकी अवस्थेत पडून असायची. तशा एकाकी अवस्थेत ती सतत मनातल्या मनात दुर्गाची आणि अपूबाळाची

आठवण काढत राहायची... मनातल्या मनात म्हणायची, मी का म्हणून घर सोडलं असेल बरं?...मेला एवढा संताप तरी का म्हणून? ...सूनबाई सारखी मला 'जाऊ नका, जाऊ नका' म्हणत होती आणि माझी लाडकी दुर्गा तर किती रडत होती; पण मी मेलीनं ऐकलं नाही. आई गं! मी का म्हणून घर सोडलं असेल बरं?... असे विचार मनामध्ये येताच इंदिराआत्याच्या खोल गेलेल्या गालांवरून नकळत दुःखाश्रू ओघळू लागत.

दिवस असेच उलटत राहिले. इंदिराआत्या बिचारी एकटीच पश्चात्ताप करत राहायची. तशातही कुणीतरी यायचं आणि सर्वजया काय म्हणते ते ऐकवून जायचं. नुकतीच सर्वजयानं नवी तंबी दिली होती, "ती थेरडी किती हट्टी आहे, ते दिसू दे की लोकांना. तिला आमच्या भल्या-बुऱ्याची काळजी नसेल तर आम्ही तरी तिची काळजी का म्हणून करायची? झालं ते खूप झालं. मी खूप सहन केलं. आता तिला पुन्हा या घरामध्ये पाय ठेवू देणार नाही. आहे तिथंच मरून का जाईना ती! मला त्याचं काहीही सोयरसुतक नाही."

इतरांकडून इतकं सर्व ऐकूनसुद्धा इंदिराआत्याच्या मनात यायचं, सर्वजया राहू दे... पण हरिहर... त्यालाही माझी काळजी वाटत नसेल का? का म्हणून तो मला बोलावणं पाठवत नाही?

...इंदिराआत्याच्या डोळ्यांपुढून भूतकाळातली चलत्‌चित्रे झरझर धावून गेली. हरिहरच्या वडिलांच्या पाठीमागे हरिहरची सगळी जबाबदारी तिच्यावरच पडली होती. तेव्हाचे ते दिवस, त्यानंतर थोडा मोठा झाल्यावर हरिहर बनारसला निघून गेला होता तेव्हाचे ते दिवस, ते सगळं सगळं तिला आठवत राहिलं. मुळात हरिहर कुठं गेलाय तेच तिला समजत नव्हतं. नंतर कळलं की, तो इथून कितीतरी दूर असलेल्या कुठल्यातरी एका प्रांताला निघून गेलाय. कधीतरी तो थोडे पैसे पाठवायचा तेवढेच! इंदिराआत्या तेवढ्यावर कशीबशी गुजराण करायची. कधीकधी अक्षरशः दोन वेळचं अन्न मिळायची मारामार पडे. हरिहर आज येईल, उद्या येईल असं म्हणत, शेजाऱ्यापाजाऱ्यांकडे उधारउसनवारी करत, तर कधी भीक मागत ती दिवस काढत राहायची.

...इंदिराआत्याला आज फार फार एकाकी वाटत होतं. डोळ्यांतून वाहणारे अश्रू तिच्या सुरकुतलेल्या गालांवरून ओघळत होते. मनातल्या मनात ती म्हणत होती..."मेले हे भिकारडे दिवस कधीच का संपणार नाहीत? मीच मेली करंटी आहे. गेल्या जन्मी काहीतरी पाप केलं असेल, त्याची फळं भोगते आहे. जर का आज माझी लेक जिवंत असती..."

आज पुन्हा एकदा लेकीची आठवण येताच इंदिराआत्या दुःखाच्या तळाशी जणू खोलखोल बुडून गेली...

एका युगाचा अस्त

सध्या सर्वत्र होळीचा सण सुरू होता. दूरवर गोस्वामींच्या वस्तीपलीकडील मैदानात सुरू असलेल्या जत्रेतील ढोलांचे आवाज थेट गावातही ऐकू येत होते.

दिवसभर सूर्य नुसती आग ओकत होता. आता संध्याकाळ होऊ लागली होती आणि त्यामुळेच हवेत थोडा गारवा आला होता. नेहमीप्रमाणे इंदिराआत्याला आजही भीक मागत, दारोदार भटकावं लागलं होतं. निदान एक वेळचं का होईना घासभर अन्न मिळवण्यासाठी तेवढं करावंच लागत असे; पण आज उन्हाचा ताप फारच जाणवला.

दिवसभराच्या त्या भटकंतीमुळे तिला फारच अशक्त वाटू लागलं. तशातच तिला थडथडून ताप भरला. इतका की, आपलं अंग जळत आहे की काय असं तिला वाटू लागलं. तशाच थकल्या अंगानं ती चटईवर पडून राहिली. अर्ध्या फुटक्या मातीच्या भांड्यात थोडं पाणी शिल्लक होतं तेवढंच! तिचं पितळी भांडं थोड्याशा भातासाठी कधीच गहाण पडलं होतं. तापल्या अंगाला थोडं बरं वाटावं म्हणून इंदिरानं शिळं झालेलं घोटभर पाणी घशात ढकललं आणि ती पुन्हा तशीच पडून राहिली. ती इतकी थकली होती की, तिच्यात आता विचार करायचीही शक्ती उरली नव्हती. उद्याचा भविष्यकाळ समोर दिसत नव्हता. जाणवत होती ती फक्त तापानं जळत असलेली हाडं आणि असह्य तहान...

''आऽऽत्या!''

दुर्गानं मारलेली ती हाक ऐकताच इंदिराआत्या ताड्कन उठून बसली. क्षणभर तिचा आपल्या कानांवर विश्वासच बसला नाही; पण तिनं डोळे फाडून पाहिलं तर खरंच दुर्गा... तिची लाडकी दुर्गा... धावतच तिच्याकडे येत होती. चक्रवर्तींची कन्या राजी हीदेखील तिच्यासोबत होती.

इंदिराआत्यानं चट्कन आपले दोन्ही हात पसरले आणि मोठ्या प्रेमानं दुर्गाला हृदयाशी कवटाळलं.

''दुर्गा, दुर्गा... माझी लाडकी दुर्गा...'' इंदिरा पुटपुटत होती.

दुर्गानं अगदी चापूनचोपून साडी नेसली होती. शिवाय पदरात काहीतरी बांधून आणलेलं दिसत होतं.

"आत्या... मी इकडे आले होते ते कोणालाही सांगू नकोस हं! जत्रेतून सर्वांना चुकवून आम्ही दोघी इकडे पळून आलो. जत्रेमधून तुझ्यासाठी मी काय आणलंय ते बघ तरी..." सोबत आणलेली पुरचुंडी सोडून दुर्गा पुढे म्हणाली, "हे बघ, तुझ्यासाठी मी अर्ध्या आण्याचे खुसखुशीत चुरमुरे आणले आहेत आणि ही बघ मिठाईसुद्धा आहे."

त्या सगळ्या गोष्टींकडे इंदिराआत्या मंत्रमुग्ध होऊन पाहतच राहिली. तिला झालेला आनंद तिच्या डोळ्यांतून ओसंडत होता. "कशी गं तू तुझ्या म्हाताऱ्या आत्याची आठवण ठेवलीस! माझ्यासाठी काय काय घेऊन आलीस. दुर्गा खरंच गं पोरी, तू माझ्या काळजाचा तुकडा आहेस बघ."

आत्यानं चार चुरमुरे तोंडात टाकून त्यांची चव घेतली. त्याचप्रमाणे थोडी मिठाईदेखील खाऊन पाहत ती म्हणाली, "आणखी काय आणलंस गं?"

"त्या पुडक्यात होय? अपूसाठी लाकडाची बाहुली आणलीय." दुर्गानं चट्‌कन ते पुडकं सोडून ती बाहुली आत्याच्या हातात दिली.

"किती छान बाहुली आहे. खरंच छान! केवढ्याला मिळाली गं?"

एक ना दोन अशा अनेक विषयांवर त्या बोलत राहिल्या. बोलण्याचा पहिला भर ओसरल्यावर दुर्गा म्हणाली, "आत्या, तुझं अंग किती तापलंय बघ!"

"होय गं. आज दिवसभर उन्हातच भटकत होते ना मी; त्यामुळेच थोडं तापलं असेल. म्हणून म्हटलं थोडं पडावं."

दुर्गा लहान असली तरी आपली आत्या दिवसभर कशासाठी भटकत होती, हे तिला चांगलंच माहीत होतं. आत्याचे वृद्ध झालेले कृश हात हातात घेऊन ती त्यावरून मायेनं हात फिरवत राहिली. दारिद्र्य आणि उपासमार यांनी ते अगदीच शुष्क होऊन गेले होते.

"आत्या, तू उद्याच आपल्या घरी परत ये पाहू. तू घर सोडल्यापासून मला संध्याकाळी एकही गोष्ट ऐकायला मिळत नाही. तू ये गं आत्या. उद्याच ये. येशील ना?"

आत्याला सारखं घरी ये, घरी ये म्हणणारी दुर्गा आज आत्ताच घरी चल, असं मात्र म्हणत नव्हती.

तरीही दुर्गाच्या त्या विनवण्या ऐकून इंदिराआत्या पुन्हा उठून बसली. तिचा आनंद गगनात मावेनासा झाला होता. उत्साहानं ती म्हणाली, "सूनबाईनं पाठवलं वाटतं तुला, मला बोलावून आणायला. मला वाटलंच होतं, ती बोलावणं पाठवेल म्हणून. आणखी काय म्हणाली?"

आता मात्र दुर्गा एकदम गप्पच झाली आणि आत्याची नजर टाळत खाली पाहू लागली. मग तिच्यासोबत आलेली राजीच म्हणाली, "नाही हो आत्या, दुर्गाच्या आईनं काहीही सांगितलेलं नाही. उलट त्यांनी इकडे अजिबात फिरकायचं नाही म्हणून तिला बजावून सांगितलंय. आम्ही इकडे येऊन गेलो हे तिच्या आईला समजलं तर काही खरं नाही; पण मला वाटतं, उद्या तुम्ही घरी जाच. तुम्ही दुर्गाच्या आईशी थोडं समजुतीनं बोललात तर मला वाटतं, त्याही तुम्हाला काही म्हणणार नाहीत."

दुर्गा म्हणाली, "आत्या, आता मात्र मी जाते. मी इकडे आले होते म्हणून कोणाला सांगू नकोस आणि विसरू नकोस; उद्या तू नक्की घरी येच. सकाळी लवकर ये."

इंदिराआत्या दुसऱ्या दिवशी सकाळी उठली, तेव्हा तिला थोडं बरं वाटत होतं. उजाडल्या उजाडल्या तिनं आपली दोन फाटकी लुगडी आणि मळलेल्या चिंध्या गोळा करून एका गाठोड्यात बांधल्या आणि ती लगबगीनं निघाली. वाटेत तिला गोपी बोसमची बायको भेटली. ती म्हणाली, "आत्याबाई, निघालात वाटतं परत घरी. सूनबाईंचा राग ओसरला वाटतं."

आत्या हसली आणि म्हणाली, "हो ना. काल संध्याकाळी दुर्गा बोलवायला आली होती. कित्ती रडत होती बिचारी. म्हणत होती... आईनं बोलवायला पाठवलंय; पण मीच म्हणाले, 'सकाळ होऊ देत, मग येते.' आता सकाळ झालीच आहे. म्हणून मग म्हटलं निघावं आता."

आत्या घरी पोहोचली, तेव्हा घरात कोणीही नव्हतं. तिनं आपलं बोचकं खाली ठेवलं आणि ती जरा पायरीवरच विसावली. चढत्या उन्हामध्ये गावाच्या त्या टोकापासून या टोकापर्यंत रखडत रखडत आल्यामुळे ती अक्षरशः थकून गेली होती.

तेवढ्यात नदीवर अंघोळीला गेलेली सर्वजया आवाराचं मागचं दार ढकलून, कमरेवरची भरलेली घागर सावरत अंगणात आली. पायरीवर बसलेली इंदिराआत्या दिसताच ती जागीच थबकली. इंदिराआत्या परत आली आहे, यावर जणू तिचा विश्वासच बसत नव्हता.

इंदिराआत्या हसली आणि म्हणाली, "सूनबाई... बरी आहेस ना? बरेच दिवस गेले; पण शेवटी आले परत. मनात म्हटलं, तुम्हाला सोडून असं किती दिवस राहायचं? शिवाय आता वय झालं. जाऊ तरी कुठे? म्हणून म्हटलं..."

एकदम चार पावलं पुढे जाऊन सर्वजया खेकसली, "मग इथं तुमचं काय ठेवलंय म्हणून परत आलात?"

सर्वजयाचा तो आविर्भाव पाहून इंदिराच्या तोंडावरचं हसू कुठल्याकुठे पळून

गेलं. काहीतरी बोलण्यासाठी तिचे ओठ हलले; पण तिला बोलायची संधी न देता सर्वजयाच म्हणाली, ''इथं आता तुमचं काहीही नाही. तुम्ही इथून गेलात त्याच दिवशी मी हे सांगितलं होतं. मी म्हणते, इथं तुमचं ते तोंड दाखवायची तुमची हिंमतच कशी झाली? जशा आलात तशा चालत्या व्हा!''

म्हातारी इंदिराआत्या रागावण्याऐवजी थंडच पडली. क्षणभर ती काहीच बोलू शकली नाही. अचानक काय झालं कोणास ठाऊक! ती एकदम हुंदके देऊन रडू लागली आणि म्हणाली, ''नको, नको गं सूनबाई, असं म्हणू नकोस. मला मेलीला काय हवंय? कोपराभर जागा मिळाली तरी खूप झालं. आता माझे दिवस तरी किती राहिलेत? अगं, आता या वयात मी जाऊ तरी कुठे?''

''एक अक्षर बोलू नका आणि आधी बाहेर व्हा. आत्ताच्या आत्ता चालत्या व्हा. नाहीतर इथं मोठाच तमाशा होईल.'' सर्वजया ओरडली.

आपल्या परत येण्यानं सर्वजयाचा राग एवढा उफाळून येईल आणि या घरात एवढा निकराचा प्रसंग ओढवेल असं बिचाऱ्या इंदिराआत्याला स्वप्नातही वाटलं नव्हतं. आपल्या अधू डोळ्यांनी ती इकडेतिकडे पाहू लागली. जणू ती एखाद्या अथांग अंधकारमय विवरात कोसळली होती आणि कोसळता कोसळता कुठला तरी आधार शोधण्यासाठी आंधळ्यासारखी चाचपडत होती.

''आता निघा!'' सर्वजया ओरडली, ''का दिवसभर तिथंच बसून राहणार आहात? आता मला माझी कामं करू द्या. मी तुम्हाला पुन्हा एकदा शेवटचं सांगते, तुम्ही एक क्षणभरसुद्धा इथं थांबलेलं मला खपणार नाही. इथं तुमचं काहीही नाही. चला निघा इथून.''

इंदिराआत्यानं आपलं बोचकं घेतलं आणि ती कशीबशी उभी राहिली. अंगणातून बाहेर पडताना ती अंगण झाडायची तो झाडू तिच्या दृष्टीस पडला. गेले अनेक महिने त्याला कोणी हातही लावलेला दिसत नव्हता. अंगणात सर्वत्र गवत उगवलेलं होतं आणि तिनं मोठ्या काळजीनं लावलेलं लिंबाचं रोप वाळून गेलं होतं. तिला दुर्गाची आणि अपूची फार आठवण आली आणि तसं पाहिलं तर हे घर तिच्या काकांचंच होतं. आज ती सत्तर वर्षांची होती. या सगळ्या गोष्टी हेच तिचं लहानसं विश्व होतं आणि त्यावर तिनं जिवापाड प्रेम केलं होतं. आज त्या सगळ्या गोष्टीच तिच्यापासून हिरावून घेतल्या गेल्या होत्या.

''अहो आत्याबाई, तिकडे कुठे निघालात? घरी जात नाही का?'' कुणीतरी विचारत होतं; पण आत्यानं उत्तर दिलं नाही. ती तशीच तरातरा चालत राहिली...

''आत्याबाई बहिऱ्या झाल्यात वाटतं.''

तिसऱ्या प्रहरी कोणीतरी निरोप घेऊन आलं आणि सर्वजयाला म्हणालं, ''अहो, मला वाटतं, तुमची म्हातारी आत्या मरायला टेकली आहे. दुपारपासून ती

पलीतांच्या तांदळाच्या गोडाउनजवळ पडून आहे. उन्हामध्ये कुठे निघाली होती कुणास ठाऊक! चालता चालता चक्कर येऊन पडलेली दिसते. मला वाटतं, तुम्ही तिला पाहून या.''

डोक्यावरचा पदर सारखा करीत सर्वजया बाहेर झाली. त्या अनोळखी माणसाकडे न पाहताच ती म्हणाली, ''ते घरी नाहीत.''

तो माणूस काय समजायचं ते समजला. ''ठीक आहे. हरिहर घरी आल्यावर त्याला सांगा.'' एवढं बोलून तो माणूस आला तसा परत गेला.

गोडाउनजवळ पडलेली इंदिराआत्या खरोखरच मरायला टेकली होती. रात्रीचा ताप, उपासमार, उन्हामधली पायपीट आणि तशातच सर्वजयाशी झालेलं ते भांडण या सगळ्यामुळे जो असह्य ताण निर्माण झाला, त्याचाच तो अपरिहार्य परिणाम होता. बिशू पलीत आणि आसपासचे लोक इंदिराभोवती जमले होते. कोणी तिला सावध करण्याचा प्रयत्न करत होतं, कोणी नुसताच सल्ला देत होतं; तर कोणी उगीचच काहीतरी बोलत होतं.

एकजण म्हणाला, ''मला वाटतं, म्हातारीला ऊन लागलेलं दिसतंय.''

''पण मी म्हणतो, एवढ्या उन्हात बाहेर पडायची गरजच काय होती? संध्याकाळपर्यंत थांबली असती तर काय बिघडलं असतं?'' दुसरा म्हणाला.

बिशू पलीत म्हणाले, ''मला वाटतं, तिला चक्कर आली असावी. थोड्या वेळात येईल शुद्धीवर. तिच्या तोंडावर थोडं पाणी शिंपडू या.''

''अहो, हे चक्कर आल्याचं लक्षण नाही. आता ती शुद्धीवर येईल असं मला तरी वाटत नाही. तिची शेवटची घटिका जवळ आलीय. बरं, त्या हरिहरचाही अजून पत्ता नाही. तरी मी त्याला निरोप देऊन आलोय. एवढ्या उन्हाचं इकडे येतोच कोण मरायला?'' एकजण वैतागून म्हणाला.

हरिहर खरोखरच घरी नव्हता; त्यामुळे त्याच्या घरून कोणीही आलं नाही. योगायोग असा की, दिनू चक्रवर्तींचा मोठा मुलगा फणी त्याच वेळी तिथून निघाला होता. जमलेली गर्दी पाहून तोही काय झालंय ते पाहायला म्हणून गर्दीत घुसला. फणीला पाहून एकजण म्हणाला,

''फणीदादा, तू आलास ते फार चांगलं झालं, अरे ही म्हातारी मरायला टेकली आहे. मरताना तिच्या तोंडात गंगाजल सोडायचं म्हटलं तर इथं कोणी ब्राह्मणही नाही.''

फणी इंदिराच्या उशाला मांडी घालून बसला. तांब्याच्या पळीत थोडं गंगाजल घेऊन त्यानं इंदिराला हाक मारली, ''आत्या!''

इंदिरानं डोळे उघडले खरे; परंतु तिला काहीही दिसत नसावं. तिनं कुठलाही प्रतिसाद दिला नाही.

"आता बरं वाटतंय ना?" असं म्हणत त्यानं ते गंगाजल तिच्या तोंडात घातलं; परंतु ते घशाखाली उतरलंच नाही.

थोड्या वेळानं फणीनं तिच्या पापण्या झाकल्या. खोल गेलेल्या डोळ्यांत साकळलेले अश्रुबिंदू सुरकुतलेल्या गालांवरून खाली ओघळले... सगळं संपलं होतं. आत्याची प्राणज्योत कधीच मालवली होती. इंदिराआत्या गेली. तिच्यासोबत निश्चंडीपूरच्या जुन्या आठवणीही गेल्या. इंदिराआत्याचा अंत म्हणजे निश्चंडीपूरच्या जुन्या युगाचा अस्त ठरला...

नीळ कारखाना

इंदिरा ठाकूरनचा मृत्यू होऊन आता चार-पाच वर्षं उलटली होती. जानेवारी महिन्याचा तो दिवस म्हणजे देवी सरस्वतीच्या उत्सवाचा दिवस होता. हवेत अजूनही बरीच थंडी जाणवत होती. त्या दिवशी निश्चंडीपूरमधल्या काही लोकांचा जथा निळकंठ पक्ष्याचं दर्शन घेण्यासाठी जंगलाकडे निघाला होता. सर्वजण दोन्ही बाजूंनी झाडंझुडपं वाढलेल्या एका अरुंद पायवाटेवरून निघाले होते.

आज मुलांनी पाट्या-पेन्सिली; पुस्तकं सगळं गोळा करून मोठीच आकर्षक रचना केली होती आणि देवी सरस्वतीपुढे उभं राहून 'आम्हाला भरपूर विद्या दे!' म्हणून प्रार्थना केली होती. वडीलधारी मंडळी म्हणाली होती, "बाळांनो, चांगला अभ्यास करा; पण एक गोष्ट नेहमी लक्षात ठेवा, विद्वान नेहमीच दरिद्री असतात. लक्ष्मी आणि सरस्वती एकत्र नांदत नाहीत बरं."

ते खरं असलं तरी आजचा एवढा दिवस का होईना लक्ष्मीपेक्षा सरस्वती श्रेष्ठ असते, यावर मुलांचा पूर्ण विश्वास असतो. नेहमीचे खेळ किंवा हुंदडणं बाजूला ठेवून ते देवी सरस्वतीची प्रार्थना करतात. त्यातच संध्याकाळी निळकंठ पक्ष्याचं दर्शन झालं तर मग काय, भाग्यच उजळलं म्हणायचं!

अपू मोठ्या हट्टानं हरिहरसोबत आला होता. मोठ्या आनंदानं उड्या मारत निघालेला अपू निळकंठ पक्षी दिसावा म्हणून सारखा इकडेतिकडे पाहत होता. नकळत झाडाझुडपांजवळ रेंगाळत होता. रानातल्या गमतीजमती पाहत एखाद्या वासराप्रमाणे स्वच्छंद हुंदडत होता. एखाद्या झुडपात काही हालचाल झाली तर तिथं काय दडलंय ते पाहण्यासाठी म्हणून तो हमखास पळत जायचा आणि पुन्हा रस्त्यावर येऊन सर्वांच्या मागोमाग रमतगमत चालू लागायचा.

मोठी माणसंही रमतगमत आणि गप्पागोष्टी करत चालत होती. शेती-भाती, केळीचा भाव यांविषयीच्या त्यांच्या गप्पा चांगल्याच रंगल्या होत्या.

"बाबा, बाबा ते काय होतं?" मागून पळत आलेल्या अपूनं हरिहरला विचारलं.

हरिहरनं अपूच्या त्या प्रश्नाकडे मुळीच लक्ष दिलं नाही. सध्या तो मासेमारीसाठी

लागणारे गळ, त्यांना लावायची निरनिराळ्या प्रकारची आमिषं या गहन चर्चेत गुंतला होता.

"सांगा ना बाबा..."

"काय कटकट आहे रे. तू मागे का रेंगाळतोयस? पुढे चल. आमच्या पुढे राहा बघू." हरिहर ओरडला.

"ते काय होतं ते सांगा ना बाबा... त्याला की नाही हे असे मोठमोठे कान होते."

"आता ते मी कसं सांगणार? तू आधी पुढे पळ बघू आणि सारखे प्रश्न विचारायचं बंद कर. घरून निघाल्यापासून तुझं हेच चाललंय. हे काय होतं नि ते काय होतं? मी कसा काय सांगणार? जंगलात काय पळत गेलं ते मी पाहिलं का? चल बघू आता. आमच्या पुढे राहा."

अपू आज्ञाधारकपणे सर्वांच्या पुढे पळत गेला आणि चालू लागला; परंतु झाडाझुडपांमध्ये डोकावून पाहण्याची उत्सुकता त्याच्या बालमनाला गप्पच बसू देईना. त्याचं पुन्हा तेच सुरू झालं.

"तुला सांगू का हरिहर," नवीन पलीत सांगत होता... "मासेमारी करायला जायचं तर बोन्सारच्या तलावावर जावं. तुला काय सांगू? तिथं असे मोठमोठे मासे सापडतात म्हणतोस!" आणि क्षणभर थांबून पुढे तो म्हणाला, "एकेक मासा अक्षरशः दहा पौंड वजनाचा असतो!"

हरिहरनंही मग आश्चर्यानं आ वासून योग्य तो प्रतिसाद दिला.

नवीन पलीत पुढे म्हणाला, "काही दिवसांपूर्वी मला एक नवीनच गोष्ट ऐकायला मिळाली. नेहमीप्रमाणे काही कोळी तिथं मासेमारी करायला गेले होते. अगदी भल्या सकाळची वेळ होती. त्या वेळी ते तळ्याच्या मध्यभागात पोहोचले होते. चहुबाजूंना अत्यंत खोल आणि अथांग पाणी पसरलेलं होतं. तिथे सर्वत्र श्वासही ऐकू यावा एवढी शांतता होती आणि अशा वेळी त्या खोल पाण्यातून त्यांना एक विचित्र आवाज ऐकू आला. अगदी जसं वासरू हंबरतं, तसाच तो आवाज होता म्हणे."

"काय, सांगतोस काय?"

"खरं तेच सांगतोय."

"आश्चर्यच आहे!"

आता एक लांबलचक गोष्ट ऐकायला मिळणार म्हणून सर्वांनी नवीन पलीतभोवती गर्दी केली.

"तो तलाव किती खोल आहे ते तुला माहीत आहे का? शिवाय मध्यभागी त्याचं पाणी शाईसारखं काळं आहे. तशातच सगळीकडे कमळाची जाळी पसरली

आहेत. त्यात माणूस अडकला की मेलाच म्हणून समज. तशा खोल पाण्यातून तो विचित्र आवाज येत होता. कोणीतरी म्हणालं की, हा माशाचा आवाज आहे. बरं का राघव, साधा मासा नव्हे! माशांचा राजा. त्याचा तो आवाज होता. कोणी म्हणालं की, पाण्यालाही आत्मा असतो. तो तलावाच्या तळाशी असतो. कदाचित त्याचाही हा आवाज असेल. काय सांगू तुम्हाला, तो आवाज ऐकून बिचाऱ्या त्या कोळ्यांची तर दातखीळच बसली. त्यांना पुढे जायचं धाडस होईना की मागे यायला जमेना. ते जखडल्यासारखे होडीतच बसून राहिले. पाण्यात पसरलेलं जाळं काढायचंही भान त्यांना राहिलं नाही आणि मग हळूहळू सकाळच झाली...''

''तो बघा, गेला बघा. तिकडेच गेला बघा.'' अचानकपणे अपू ओरडला आणि रस्त्यालगतच्या काटेरी झुडपांकडे बोट दाखवत जोरात पळत सुटला.

''अरे नको, जाऊ नको... तिथं काटे आहेत...''

हरिहर ओरडला आणि धावत जाऊन त्याने काटेरी झुडपात जाऊन फसलेल्या अपूला जवळपास ओढूनच बाहेर काढलं.

''काय वात्रट पोरटा आहेस रे तू! तरी तुला शंभर वेळा सांगितलं की, गप्प बैस, गप्प बैस म्हणून; पण तू ऐकशील तर ना? यामुळेच मी तुला माझ्याबरोबर कुठे नेत नाही.''

परंतु वडिलांच्या या रागावण्याकडे अपूचं मुळीच लक्ष नव्हतं. नवं काहीतरी सापडल्याच्या आनंदानं त्याचा चेहरा उजळून निघाला होता.

''ते काय होतं बाबा?'' हरिहरच्या बोलण्याकडे दुर्लक्ष करीत त्यानं उत्सुकतेनं विचारलं.

''मला काय माहीत ते काय होतं ते? असेल रानडुक्कर नाहीतर दुसरं काही. पळ आता आणि बरोबर रस्त्याच्या मधोमध चालत राहा.''

''ते रानडुक्कर नव्हतं बाबा. ते एवढं होतं बघा.''

आणि त्यानं चट्कन खाली वाकून, ते जमिनीपासून किती उंच होतं ते दाखवलं.

''अरे हो, हो, मला समजलं, तू दाखवायची गरज नाही. चल पळ पुढे...''

''अरे, अपू, तो ससा होता, ससा. ते ना इथं झाडाझुडपात राहतात.'' नवीन पलीतनं अपूला समजावून सांगितलं. अपूनं त्याच्या पुस्तकामध्ये सशांची चित्रं पाहिली होती; पण ससा हा एक पळणारा आणि उड्या मारणारा जिवंत प्राणी आहे हे त्याला माहीतच नव्हतं.

ससा! एक जिवंत ससा अगदी डोळ्यांसमोरून उड्या मारत गेला! ते काही पुस्तकातलं चित्र नव्हतं किंवा खेळण्यातली बाहुली नव्हती. झाडाझुडपात आणि वेळूबनात राहणारा, लांब लांब कानांचा पांढराशुभ्र असा खराखुरा जिवंत ससा! अशा

गोष्टी काही रोजच घडत नाहीत. अपू इतका थक्क झाला की, त्याचा आपल्या डोळ्यांवर विश्वासच बसेना.

आता जंगल संपलं होतं आणि ते सगळे मोकळ्या माळरानात आले होते. अजूनही ते चालतच होते आणि चालता चालता त्यांच्या गप्पागोष्टीही सुरूच होत्या. नदी ओलांडून ते कधी काळी सुरू असणाऱ्या परंतु आता ओसाड झालेल्या नीळ कारखान्याजवळ आले. तिथं सर्वत्र बाभळीचं जंगल माजलं होतं.

एके काळी निश्चंडीपूर हे बंगालमधील नीळ उत्पादनाचं कोठार म्हणून प्रसिद्ध होतं. त्या जिल्ह्यात जी चौदा कोठारं होती, त्यातलं सर्वांत मोठं कोठार निश्चंडीपूरलाच होतं आणि त्यावर जॉन लर्मोर नावाच्या एका जुलमी अधिकाऱ्याची सत्ता होती. असं म्हणतात की, त्याच्या धाकानं लांडगे आणि शेळ्या, वाघ आणि गाई हे सगळे गुण्यागोविंदानं नांदत होते. एवढंच नव्हे तर सगळे एकाच तळ्याचं पाणी पीत होते; पण आता त्या आठवणीसुद्धा भूतकाळात जमा झाल्या आहेत.

नव्या पिढीला जॉन लर्मोर, तो नीळ कारखाना, तिथलं नीळ उत्पादन याविषयी काही म्हणता काहीसुद्धा माहीत नाही. नदीकाठचा तो धक्का, उद्‌ध्वस्त झालेली कारखान्याची ती इमारत, आसपासची उद्‌ध्वस्त पडकी घरे या सगळ्या गोष्टी त्या दुर्दैवी आणि दुःखी इतिहासाच्या मूक साक्षीदार म्हणून अवशेषरूपानं राहिल्या आहेत.

संध्याकाळचा सोनेरी सूर्यप्रकाश शेतांवर पसरला. झाडंझुडपं आणि हिरव्यागार वेली त्या प्रकाशात अधिकच टवटवीत दिसू लागल्या. अपराजिताची निळी पांढरी फुलं सूर्याकडे पाहत होती. पक्षी आनंदानं भराऱ्या घेत गात होते. ती सुंदर संध्याकाळ पाहून लोककथांमधील जादूची दुनियाच जणू तिथं अवतरली आहे, असं अपूला वाटलं.

"या इथल्या शेतात मी रताळू लावले होते..." नवीन पलीत सांगत होता.

"खूपच फायदा झाला होता म्हणे तुम्हाला!" कोणीतरी म्हणालं.

"तर! खूपच फायदा झाला होता; पण मी कुठलाही धोका पत्करला नाही. त्यानंतर लगेचच नदीला घाट बांधला. त्याचं असं आहे, तुम्ही काहीही म्हणा, देवा-ब्राह्मणांना खूश ठेवलंच पाहिजे. त्याशिवाय काही खरं नाही."

सर्वजण हसू लागले. ब्राह्मणेतर लोकांनी ब्राह्मणांची चेष्टा करावी ही सामान्य प्रथाच आहे; त्यामुळे हरिहरसुद्धा त्या विनोदावर हसला.

"मी ऐकतोय की, मोतीदाननं म्हणे इथल्या विटांचा लिलाव घेतलाय." कोणीतरी म्हणालं.

"जुन्या फुटक्या विटा सोडल्या तरीही इथं हजारो चांगल्या विटा सापडतील."

"पण असं धाडस करायचं तर भांडवलही पाहिजेच."

''तेही खरंच म्हणा; पण तोही काही कमी नाही. चांगला गब्बर आहे; पण एके काळी तो फार दरिद्री होता बरं.''

चालता चालता गप्पागोष्टी सुरूच होत्या. हास्यविनोदामुळे सर्वांचा वेळ अगदी आनंदात चालला होता. कोणीतरी अशरूच्या बाजारातल्या गोडाउनला आग लागली होती, तेव्हाची गोष्ट सांगितली. तर कोणी महागाई कशी वाढत चालली आहे ते सांगितलं.

बोलता बोलता दिनू गांगुली यांच्या मुलीच्या लग्नाचा विषय निघाला.

''विवाहाची तिथी ठरली का?'' कोणीतरी विचारलं.

''हो... चाललंय म्हणतात.''

''बाबा, निळकंठ पक्षी आपल्याला कुठे दिसेल?''

''काय म्हणालास?'' हरिहरनं विचारलं.

''निळकंठ पक्षी कुठे दिसेल? तो इथं दिसेल म्हणून तुम्ही सांगितलं होतं.''

''निळकंठ पक्षी होय? हो, तो आता कोणत्याही क्षणी दिसेल. कुठल्यातरी काटेरी झुडपावर बसलेला दिसेल. तू जरा लक्ष ठेव.'' हरिहर म्हणाला.

मग अपू सारखा काटेरी झुडपांकडेच पाहू लागला; परंतु लवकरच त्यालाही तो कंटाळला. तिथं सगळीकडे रानबोरांची खूप झाडं वाढलेली होती आणि विशेष म्हणजे ती फारशी उंचही नव्हती. पिकून लाल झालेली ती बोरं अपूला खुणावू लागली. अपू उड्या मारून बोरं तोडण्याचा प्रयत्न करू लागला.

पण तेवढ्यात हरिहर ओरडला, ''अपू! ती बोरं खाऊ नकोस. संध्याकाळच्या वेळी कच्ची बोरं खाल्लीस तर घशाला त्रास होईल.''

अपू त्या बोरांकडे आशाळभूतपणे पाहत राहिला. एवढ्या लहानशा झाडाला इतकी बोरं लागू शकतात हे त्यानं पहिल्यांदाच पाहिलं होतं. त्याच्या घराजवळ एक मोठ्ठं बोरांचं झाड होतं. एक-दोनदा त्याने आकडीच्या मदतीने बोरं काढायचा प्रयत्नही केला होता; परंतु आकडी त्या बोरांपर्यंत पोहोचलीच नव्हती. एके दिवशी निदान वाऱ्यानं पडलेली बोरं तरी चाखायला मिळतील म्हणून तो बराच वेळ त्या झाडाखाली थांबला होता; परंतु आईचं लक्ष जाताच बोरं राहिली बाजूलाच, तिच्या शिव्या मात्र खाव्या लागल्या होत्या. वरून तिनं फरफटत घरी नेलं होतं ते वेगळंच! सगळीच नामुष्की.

''तू फार वात्रट झाला आहेस हं अपू.'' आई म्हणाली होती.

''पण आई, अगं मी एकही बोर खाल्लेलं नाही. हे पाहा.'' असं म्हणत त्यानं तोंड उघडून दाखवलं होतं.

मायेनं हसून त्याचा मुका घेत सर्वजया म्हणाली होती, ''अपू, अरे बाळ, ती आंबट बोरं खाऊ नयेत. तशानं घसा दुखेल, ताप येईल. तुला पाहिजे असेल तर

मी तुला त्यांचं लोणचं करून देईन. थोडे दिवस थांब. गुणाचा आहे माझा बाळ!''

बोरांकडे पाहून घेत अपूनं दुःखद निःश्वास टाकला.

हरिहर म्हणाला, ''अपू, हे पाहा, तू नेहमी कंपनी सरकारच्या नीळ कारखान्याविषयी विचारत असतोस. तर मग तो पाहा, तोच आहे तो कारखाना. त्याच्यावर साहेब लोकांची मालकी होती. दिसतोय ना?''

नदीकाठाजवळच्या विस्तीर्ण माळावर पसरलेला तो जुनाट आणि पडका कारखाना अतिप्राचीन काळातील एखाद्या अक्राळविक्राळ प्राण्याच्या निर्जीव सांगाड्याप्रमाणे वाटत होता. मॅनेजरच्या पडक्या घराजवळ एक लहानशी समाधी दिसत होती. वरून गळणाऱ्या बाभळीच्या फुलांनी ती बरीचशी झाकली गेली होती. तिच्यावर लिहिलेली काही अक्षरं मात्र स्पष्टपणे वाचता येण्यासारखी होती...

श्री. आणि सौ. जॉन लर्मोर यांचा
एकुलता एक मुलगा इथं चिरनिद्रा घेत आहे.
जन्म : १३ मे १८५३ मृत्यू : १७ एप्रिल १८६०

अपूच्या डोळ्यांनी ते दृश्य अधाशाप्रमाणे जणू पिऊन टाकलं. आश्चर्याने तो अवाक्‌च झाला. तो आता कुठे सहा वर्षांचा होता आणि घर सोडून पहिल्यांदाच इतक्या दूर आला होता.

आजवर एकीकडे नेराचं घर आणि दुसरीकडे रानुदीचं घर एवढंच त्याचं मर्यादित जग होतं. एक-दोनदा त्याची आई अंघोळीसाठी तळ्यावर जाताना त्याला सोबत घेऊन गेली होती तेवढीच! त्याच वेळी पायऱ्यांवरून या कारखान्याची चिमणी त्याला दूरवर अस्पष्टपणे दिसली होती आणि त्याने आईला, तेव्हा विचारलंही होतं की, 'आई तो नीळ कारखानाच आहे ना गं?'

वडील, दीदी आणि शेजाऱ्यांकडून त्याने अनेकदा त्या नीळ कारखान्याविषयी ऐकलं होतं. घरापासून इतक्या दूरवर असणारा तो कारखाना अपू आज प्रथमच पाहत होता. या कारखान्यापेक्षा आणखी दूर ते काय असणार? अपू कल्पनाही करू शकत नव्हता.

कदाचित असलाच तर तो आई सांगते, त्या गोष्टींमध्ये असतो तसा पऱ्यांचाच प्रदेश असणार. हद्दपार करण्यात आलेला राजपुत्र तिथल्या एका महालामध्ये सोबत म्यानातून काढलेली तलवार घेऊन झोपलेला असणार. जिथं काहीही अशक्य नाही अशीच ती मंतरलेली भूमी असणार...

अपूच्या मनात आनंदाचं आणि उत्साहाचं जणू भरतं आलं. तो त्या उद्‌ध्वस्त अवेशषांमधून इकडेतिकडे भटकला आणि शेवटी त्या समाधीसमोर येऊन उभा

राहिला. समाधीवरील अक्षरांचा अर्थ त्याला उमगला नाही; परंतु तिथं सर्वत्र एकाकीपणा भरून राहिला आहे असंच त्याला वाटलं. एकाएकी त्याला आईची आठवण आली. चट्‌कन तिथून दूर जावं असं वाटू लागलं. इकडेतिकडे पाहत त्याने हरिहरचा शोध घेतला आणि पळत जाऊन त्याचं बोट घट्ट धरलं.

ते सर्वजण ज्यासाठी रानात आले होते, तो निळकंठ पक्षी मात्र अजून कोणालाही दिसला नव्हता; परंतु त्यासाठी कोणाचं काहीच अडलेलं नव्हतं. सर्वजण अगदी आनंदात होते. हसत खिदळत गप्पागोष्टी करत होते.

परतीच्या वाटेवर अपूला चमकदार फळांचे घोस लगडलेली अनेक झुडपं दिसली. हात लांबवून त्याने काही घोस तोडण्याचा प्रयत्नही केला. तेवढ्यात हरिहर त्याच्यावर ओरडला आणि म्हणाला, ‘‘अरे, अरे त्यांना अजिबात हात लावू नकोस. त्या खाजकुयल्या आहेत. तू आणखी काय काय उपद्‌व्याप करणार आहेस कुणास ठाऊक! तुझ्या खोड्या सारख्या सुरूच आहेत. यानंतर मी तुला कधीही सोबत आणणार नाही एवढं मात्र निश्चित! आता तुझ्या हाताला चांगले फोड येतील. तरी मी तुला सारखा सांगत होतो, असा आडवातिडवा पळू नकोस म्हणून; पण तू माझं ऐकशील तर शपथ!’’

‘‘पण बाबा, माझ्या हाताला फोड का येतील?’’

‘‘कारण त्या विषारी असतात. आता तुला फोड येणार हे निश्चित! पहिल्यांदा खाज सुटेल नंतर आग आग होईल आणि त्यानंतर तू मोठमोठ्यानं गळा काढून रडत बसशील.’’

गावात पोहोचेपर्यंत हरिहरनं अपूचा हात घट्ट धरून ठेवला. घराच्या आवाराचं लहान दार वाजल्याचा आवाज येताच सर्वजया पुढे आली आणि म्हणाली, ‘‘किती हा उशीर! आणि मला न सांगता याला कशाला घेऊन गेलात? थंडीचं त्याच्या अंगावर घालायला काही न्यायचं नव्हतं का?’’

‘‘या कार्ट्याला कुठं न्यायचं म्हणजे वैतागच आहे!’’ हरिहर उद्‌गारला. ‘‘फार त्रास दिला त्याने. सारखा इकडेतिकडे पळत होता. त्याला आवरून आवरून मी दमलो. अगं, त्यानं त्या विषारी खाजकुयल्यासुद्धा तोडल्या.’’ आणि असं म्हणत तो अपूकडे वळला आणि म्हणाला, ‘‘हे बघ अपू, तो नीळ कारखाना दाखवा म्हणून तुझी सारखी भुणभुण चालली होती. आज मी तुला तो दाखवला. आता तरी झालं ना तुझ्या मनासारखं?’’

कैरीचं लोणचं

सकाळची आठ-नऊची वेळ असावी. अपू आपला एकटाच अंगणात खेळत होता. तो खेळण्यात चांगलाच रंगून गेला होता. आपला खेळण्यांचा डबा रिकामा करून त्यातली प्रत्येक वस्तू त्याने पुनःपुन्हा पाहिली होती. खरं म्हणजे त्यात पाहण्यासारखं होतंच काय? परंतु आपली ती खेळणी पुनःपुन्हा हाताळण्यात त्याला आगळा आनंद वाटायचा. जुना झालेला रंगीत लाकडी घोडा, पत्र्याची पोचे गेलेली शिटी, दुर्गानं दिलेली वाळलेली बोरं, गंगा-जमुना खेळताना उपयोगी पडणारे फरशीचे तुकडे, खेळण्यातलं एक पिस्तूल अशा बऱ्याच वस्तू तिथं एकत्र नांदत होत्या. शिवाय आईच्या टोपलीला चिकटवलेल्या कवड्यांमधून चोरलेल्या आणि इकडून तिकडून गोळा केलेल्या कवड्यांचा खजिनाही त्यातच दडला होता. सगळ्या वस्तू हाताळून झाल्यावर त्याने एक चौकोन आखला आणि डोळे मिटून कवडी मारायचा खेळ सुरू केला.

तेवढ्यात त्याच्या कानावर हाक आली, "अपू, अरे ए अपू!"

अंगणात फणसाच्या झाडाखाली उभी असलेली दुर्गा दबक्या आवाजात त्याला हाक मारत होती. बऱ्याच वेळापासून ती घरात नव्हतीच. कुठे गेली होती कुणास ठाऊक...!

आपल्या सगळ्या कवड्या चट्‌कन डब्यात भरून त्याला घाईघाईनं झाकण लावत अपू म्हणाला, "काय गं दीदी?"

"आधी इकडे ये." हातानं इशारा करून दुर्गानं त्याला जवळ बोलावलं.

अपूनं दुर्गाजवळ जाऊन पाहिलं, तर तिच्या हातामध्ये नारळाची करवंटी होती आणि त्यामध्ये कैरीच्या फोडी दिसत होत्या. त्या हिरव्यागार फोडी पाहताच अपूच्या तोंडाला पाणी सुटलं. त्याचे मोठमोठे डोळे मग हावऱ्यासारखे अधिकच विस्फारले गेले.

दबक्या आवाजात दुर्गा म्हणाली, "काय रे, आई अंघोळ करून परत नाही ना आली अजून?"

“नाही.” मान हलवत अपू म्हणाला.

“मग थोडं तेल आणि मीठ आणतोस? आपण लोणचं करू या. तेल-मीठ लावल्यावर फोडी फार छान लागतील.” दुर्गा कुजबुजली.

“या कैऱ्या तुला कुठे मिळाल्या गं दीदी?”

“अरे, पलीतांच्या बागेत सापडल्या. झाडावरून पडल्या होत्या. जा तेल आणि मीठ घेऊन ये लवकर.”

दुर्गाकडे रोखून पाहत अपू म्हणाला, “शहाणीच आहेस. तेलाच्या बरणीला हात लावला तर आई मला मारणार नाही का? मी अजून अंघोळ केलेली नाही. कपडेही बदललेले नाहीत.”

“असू दे. चट्कन जाऊन घेऊन ये. आईला यायला अजून वेळ आहे. ती धुणं घेऊन गेलीय. जा, जा चट्कन.”

अपू म्हणाला, “बरं दे ती करवंटी. मी सरळ तिच्यातच तेल ओतून आणतो. तू एक काम कर. मागच्या दारावर लक्ष ठेव. आई आली तर?”

दुर्गा म्हणाली, “तेल जरा जपून ओत बरं का. एक थेंबसुद्धा जमिनीवर सांडू देऊ नकोस. नाहीतर आईच्या सगळं लक्षात येईल. नाहीतरी तू जरा धांदरटच आहेस, म्हणून सांगते.”

अपू करवंटी घेऊन परत आल्यावर दुर्गानं आपल्या जवळच्या कैरीच्या फोडी तेल आणि मिठात चांगल्या घुसळल्या आणि ती म्हणाली, “हं, हात पुढे कर. या घे तुला.”

“राहिलेल्या सगळ्या तू खाणार?”

“आता राहिल्यातच किती रे माकडा? बरं, बरं या दोन फोडी आणखी घे. थोडी चटणी आणतोस? चटणी आणलीस तर मी तुला आणखी एक फोड देईन.”

“मी चटणी कसा आणू गं दीदी? आईनं चटणीचा डबा त्या उंचावरच्या फळीवर ठेवलाय आणि माझा हात तर तिथं अजिबात पोहोचत नाही.”

“बरं... बरं... असू दे. मी तिसऱ्या प्रहरी पुन्हा कैऱ्या गोळा करायला जाणार आहे. त्या पलीतांच्या हौदाजवळ भरपूर आंब्याची झाडं आहेत. तुला माहीत आहे का अपू? कैऱ्या की नाही उन्हामुळे आपोआप गळून खाली पडतात. अशा पडलेल्या कैऱ्या मला खूप सापडतात.”

दोन्ही भावंडं मोठ्या आनंदानं मिटक्या मारत त्या फोडी खाऊ लागली.

दुर्गा आता दहा-अकरा वर्षांची झाली होती. ती हाडापेरानं चांगली धडधाकट होती; पण वर्णानं अपूएवढी उजळ नव्हती. तिच्या हातामध्ये काचेच्या बांगड्या होत्या. अंगावर मळकटलेली साडी होती आणि तेलफणी न केलेल्या तिच्या झिंज्या नेहमीप्रमाणे वाऱ्यावर भुरभुर उडत होत्या; परंतु तिचा चेहरा मात्र फार गोड होता

आणि तिचे डोळे अपूसारखेच मोठे आणि सुंदर होते.

अचानक आवाराचं मागचं दार उघडल्याचा आवाज झाला आणि त्यापाठोपाठ सर्वजयाचा आवाजही कानावर आला, ''दुर्गा, अगं ए दुर्गा!''

दुर्गा म्हणाली, ''अपू, आई हाका मारतीये; जाऊन बघ तरी; पण पहिल्यांदा ते तोंडातलं खा आणि तोंड पूस. तुझ्या तोंडाला मीठ बघ किती लागलंय.''

दुर्गा आईच्या हाकांना मुळीच ओ देऊ शकत नव्हती, कारण तिचं तोंडही कैरीच्या फोडींनी गच्च भरलं होतं. तरीही राहिलेल्या फोडी ती भराभरा तोंडात कोंबू लागली; परंतु सगळ्या फोडी संपवणं शक्यच नव्हतं, म्हणून मग ती फणसाच्या झाडामागे लपली आणि बकाबका खाऊ लागली. फोडी चावून त्यांचा आस्वाद घेत खाणं शक्यच नव्हतं. फक्त फोडी तोंडात कोंबायच्या आणि कशाबशा चावून गिळायच्या एवढाच प्रश्न होता. तोंडामध्ये आणि हातात अजून थोड्या फोडी शिल्लक असल्याने अपूला आईच्या हाकेला ओ देण्याची हिंमत होईना.

दरम्यान, त्यानेही आपला वेग वाढवला होता. तशातही दुर्गाची ती फजिती पाहून तो दुष्टपणे हसला.

करवंटी रिकामी होताच दुर्गानं ती कुंपणाच्या पलीकडच्या झुडपांमध्ये फेकून दिली आणि संतप्त नजेरनं अपूकडे पाहून ती कुजबुजली, ''ए माकडा, तुझं ते तोंड पूस आधी लवकर. तुझ्या तोंडाला किती मीठ लागलंय बघ.''

आणि काहीच न घडल्याप्रमाणे साळसूदपणाचा आव आणून दुर्गा घरात शिरली आणि आईला म्हणाली, ''काय गं आई? तू हाक मारलीस का?''

''कुठं होतीस तू इतका वेळ? तुला कुठे कुठे शोधायचं गं? मी एकटी काय काय करू? आता तू मोठी झाली आहेस; पण तू एकाही कामाला हात लावत नाहीस. आईला मदत करायची सोडून घोडनवरीसारखी दिवसभर नुसती भटकत असतेस आणि तो राक्षस कुठाय?''

''आई, मला खूप भूक लागलीये.'' असं म्हणत अपू पुढे आला.

''थोडा धीर धरशील का? मला जरा श्वास तरी घेऊ द्या. आताच मी नदीवरून थकूनभागून आलेय. आले न आले तेवढ्यात मला डोक्यावर उभी करता. सारखी एकच रड सुरू असते. भूक लागलीये. दुर्गा, ते वासरू का हंबरतंय ते पाहा बरं जरा...''

चुलीजवळ बसून सर्वजया काकड्या सोलू लागली. तिच्याजवळ बसलेला अपू म्हणाला, ''आई, त्या काकड्या चांगल्या सोल, नाहीतर फोडी कडू लागतात.''

आपल्या वाट्याची फोड घेऊन दुर्गा म्हणाली, ''आई, थोडे पोहे शिल्लक आहेत का गं?''

अपूनं काकडीचा तुकडा तोडला आणि चावायला सुरुवात केली. तेवढ्यात तो

म्हणाला, "ईऽऽऽ मला चावायलाच येत नाही. त्या कैऱ्यांमुळे माझे दात आंबलेत." तेवढ्यात दुर्गाकडे लक्ष जाताच त्याने जीभ चावली. दुर्गा डोळे वटारून त्याच्याकडेच पाहत होती.

"कैऱ्या? कुठं मिळाल्या कैऱ्या?" आईनं विचारलं.

आईला पटेल असं कोणतं कारण सांगावं हे न उमजून अपूनं मदतीसाठी दुर्गाकडे पाहिलं.

काय प्रकार आहे ते ओळखून सर्वजया म्हणाली, "अस्सं? म्हणजे तू पुन्हा रानात गेली होतीस तर...!"

आईच्या भीतीनं दुर्गा म्हणाली, "तू त्यालाच का विचारत नाहीस? मी... मी... तर नुसती त्या... त्या फणसाच्या झाडाखाली उभी होते. तू हाक मारलीस आणि मी... मी... आले."

पण तो विषय तेवढ्यावरच राहिला, कारण तेवढ्यात शर्नो गवळण दूध काढायला म्हणून येऊन थांबली होती. सर्वजया दुर्गाला म्हणाली, "जा गं, ते वासरू धर; किती वेळ झाला सारखं हंबरतंय आणि शर्नो, अगं, ते फार दुबळं आहे गं. तू अशीच उशीर करू लागलीस तर ते बिचारं भुकेनं मरून जाईल."

गाईची धार कशी काढतात ते बघण्यासाठी अपूही दुर्गाचं शेपूट असल्यासारखा तिच्या मागे मागे गेला. तो अंगणात येताच दुर्गानं त्याच्या पाठीत दोन धपाटे ठेवून दिले. "मूर्ख कुठला!" आणि त्याला वाकुल्या दाखवत ती पुढे म्हणाली, "म्हणे, मला चावायला येत नाही. माझे दात आंबलेत! अस्सं होय? जा, आता मी तुला कधीच काही देणार नाही. मी आता त्या पलीतांच्या बागेत जाऊन आणखी कैऱ्या गोळा करून आणणार आणि त्याचं लोणचं करून एकटीच खाणार! तिथं झाडाला आलेले मोठमोठे आंबेसुद्धा आहेत. ते चांगलेच गोड आणि रसाळ असणार; पण तुला यातलं काहीच मिळणार नाही जा. मूर्ख कुठला? तुझ्या डोक्यात मेंदू नावाची गोष्टच नाही."

आपलं काम संपवून हरिहर तिसऱ्या प्रहरी अगदी लवकरच घरी आला. हरिहर सध्या बराच बदलला होता. आता तो बराच प्रौढ वाटू लागला होता. घरखर्चाच्या सततच्या काळजीनं त्याला जणू अकाली प्रौढत्व आलं होतं. गावोगाव हिंडून तो लोकांकडून भिक्षा गोळा करायचा आणि त्या बदल्यात त्यांना धर्मग्रंथातली शिकवण ऐकवायचा. दान म्हणून जे काही मिळेल ते, अगदी भाजीपाला मिळाला तरी तोही तो घरी घेऊन यायचा.

एकेकाळी उपभोगलेले ते मुक्त स्वातंत्र्याचे दिवस कधीच इतिहासजमा झाले होते. बनारस, तेथील घाट, केदारनाथाची यात्रा, हिमाच्छादित दऱ्या-खोऱ्यांतून

वाहणारी ती अलकनंदा नदी आणि उंचच उंच हिमशिखरं ते सगळं आता फक्त आठवायचं...

गेल्या काही आठवड्यांपासून तो गावचे जमीनदार अन्नदा रे यांच्याकडे भाडेपट्टी गोळा करायचं काम करत होता.

"अपू कुठं दिसत नाही." हरिहर म्हणाला.

"तो होय? तो आत झोपलाय." सर्वजया म्हणाली.

"आणि दुर्गा? मला वाटतं..."

"ती होय? जेवण झालं रे झालं की पळाली बाहेर. अहो, ती घरी तरी असते का कधी? घरात ती फक्त खाण्यापुरती येते. आता तिला भूक लागेल त्याच वेळी ती घरी येईल. दिवसभर ती लोकांच्या फळबागांमध्ये भटकत असते. हवेत किती उकाडा आहे! चांगलंच ऊन पडलंय. आता तुम्हीच पाहा. या उन्हात तिला पुन्हा ताप येणार नाही तर काय होईल? ती आता मोठी झालीय. मी तिला खूप समजावण्याचा प्रयत्न करते; पण ती माझं ऐकेल तर ना?"

हरिहरपुढील पेचप्रसंग

दुपारी सर्वजयाशी गप्पा-गोष्टी करत हरिहर जेवत होता. तो म्हणाला, "आज कर्जवसुलीसाठी दशग्रहाला गेलो होतो. तुला ते सगळं माहीतच आहे म्हणा. तिथं एक मनुष्य भेटला. तो त्या भागातला मोठा श्रीमंत आणि प्रतिष्ठित माणूस आहे. त्याची तांदळाची चार कोठारं आहेत. मला पाहताच त्याने मला मोठ्या आदराने नमस्कार केला आणि म्हणाला, 'मला ओळखलंत का गुरुदेव?' मी म्हटलं, 'नाही हो. आपली भेट कुठं झाली ते मला...' तर तो म्हणाला, 'तुमचे वडील हयात होते, तेव्हाची ही गोष्ट आहे. आमच्या घरी उत्सव असायचा, तेव्हा ते नेहमी पूजा-अर्चा करायला यायचे. तुम्ही आमच्या घराण्याचे परंपरागत गुरू आहात. सध्या नवा ग्रंथ सुरू करावा असा आमचा विचार आहे. त्यासाठी तुम्ही आलात तर फार चांगलं होईल.' त्याला मी सांगितलं की, मी आताच काही सांगू शकणार नाही. दोन दिवसांत पुन्हा इकडे येणारच आहे, तेव्हा सांगतो."

सर्वजया हातात मसुरीच्या डाळीचं भांडं घेऊन त्याच्यासमोर उभी होती. भांडं खाली ठेवून ती हरिहरसमोर बसली आणि म्हणाली, "फार चांगली कल्पना आहे. तुम्ही होकार का दिला नाही?"

सर्वजयाच्या डोळ्यांसमोर उज्ज्वल भविष्याची रंगीत चित्रं नाचू लागली. नवं घर, नवे कपडे, तांब्या-पितळेची नवी भांडी. नव्या जागी सगळं काही अगदी नवं असेल. मग तांब्याची चकचकीत कळशी घेऊन सर्वजया नदीवर पाण्याला जाईल... मग तिलाच काय वाटलं कुणास ठाऊक. एकदम भानावर येऊन तिनं विचारलं, "पण ते लोक कोणत्या जातीचे आहेत?"

आवाज एकदम खाली आणून हरिहर म्हणाला, कुणाला सांगू नकोस. ते गवळी आहेत. सद्‌गोप जातीचे. तुला गप्पा मारायची फार सवय आहे म्हणून म्हटलं. आलं ना लक्षात?"

"मी कुठे जाणाराय कुणाला सांगायला? आणि ते जरी सद्‌गोप असले तरी फरक कुठे पडतोय? पण मी म्हणते, त्यांच्यासाठी एवढं करायला काय हरकत

आहे? दिवस किती कठीण आलेत ते पाहताय ना? इथे मिळतातच किती? फार झालं तर आठ रुपये. तेही तो अन्नदा बाबू दोन-दोन, तीन-तीन महिन्यांनंतर देतो. मी अंघोळीला गेले होते, तेव्हा रस्त्यात ती सेजाबहू भेटली होती. म्हणत होती, मी तारण घेतल्याशिवाय कोणालाही पैसे देत नाही; पण तू फारच हातापाया पडू लागलीस म्हणून दिले. त्यालाही आता पाच महिने झाले. इतके दिवस पैसे ठेवणं मला परवडत नाही. शिवाय अजूनही बरंच देणं भागवायचं आहे. ती राधा बोसमची बायको पैशासाठी सारखे टोमणे मारते. रोज तगादा लावते. या पोराला तर कपडेच नाहीत. जे आहे त्यांनाच कसंतरी ठिगळं लावून चाललंय. बिचाऱ्या त्या पोराला काय कळतंय? तो आहेत तेच फाटकेतुटके कपडे घालून इकडेतिकडे नाचत असतो. इतकी शरम वाटते की, विचारू नका. वाटतं, कुठेतरी निघून जावं माणसानं.''

''तो पुढे आणखी काय म्हणाला ठाऊक आहे?'' सर्वजयाच्या त्या बोलण्याकडे पूर्ण दुर्लक्ष करीत हरिहर पुढे म्हणाला, ''सांगत होता की, त्यांच्या गावात ब्राह्मणच नाही आणि जर का तुम्ही इथं आलात तर मी तुम्हाला राहायला घर आणि थोडीफार जमीनही देईन. आपल्या गावात एखादा ब्राह्मण गृहस्थ कायमचा येऊन राहावा, अशी त्यांची फार इच्छा दिसली. तो आपल्याला भातजमीनही द्यायला तयार आहे. वाटतं की, अशा महागाईच्या दिवसांत जिथं मोठमोठ्या खानदानी लोकांनाही हातातोंडाची गाठ घालायची भ्रांत पडली आहे, तिथं त्याच्या कुळांसह साक्षात लक्ष्मीच त्याच्या घरी निवास करते आहे.''

ते ऐकताच सर्वजयाला इतका आनंद झाला की, क्षणभर तिला काय बोलावं तेच सुचलं नाही. ''त्याच, त्याच वेळी...'' ती एकदम उद्गारली, ''त्याच वेळी का होकार दिला नाहीत? लगेच सांगून टाकायचं, आम्ही येतोय म्हणून! केवढ्या मोठ्या श्रीमंत माणसाचा आश्रय मिळतोय याचा तरी विचार करायचा! इथं तुमचं ठेवलंयच काय? राहायला हे फाटकंतुटकं घर तेवढं आहे; पण पोटात ढकलायला काय आहे?''

आपल्या जीर्ण झालेल्या घराकडे पाहत सर्वजया बोलत होती. बिजागरीतून निखळलेलं दार चौकटीला कसंबसं लोंबकळत होतं. खिडक्यांची अवस्थाही त्यापेक्षा काही वेगळी नव्हती. बाहेर आवारात पाहिलं तर आवाराच्या भिंतीला केवढं तरी भगदाड पडलं होतं आणि त्या पलीकडे माजलेलं जंगल अवघ्या घरालाच गिळून टाकणार आहे की काय असं वाटत होतं. शेजारी राहणारा एक भाऊबंद कधीच मरण पावला होता आणि त्याची बायकापोरं शहरात गेल्याने ते घर ओसाड पडलं होतं. अशा स्थितीत तिचं ते घर अधिकच एकाकी पडलं होतं. इथून निघालं तर मागे रोखून धरील असा कुठलाही जिव्हाळ्याचा धागा तिला दिसेना.

हरिहर हसला आणि म्हणाला, "मूर्ख आहेस. अगं ते खालच्या जातीचे लोक. ते समजतील की, या ब्राह्मणाच्या घरात चांगलाच ठणठणाट झालेला दिसतोय. असा एकदम निर्णय घेऊन चालत नाही. आपल्याला फार गरज आहे असं त्यांना वाटता कामा नये. थोडं थांब, मला जरा मुजुमदारांशी बोलू दे. आणखी एका गोष्टीचा विचार केला पाहिजे. नुसतं जातो आहोत असं सांगून चालणार नाही. तिथं गेल्यानं इथल्यापेक्षा किती फायदा होणार आहे हे सांगता आलं पाहिजे. इथले लोक किती नतद्रष्ट आहेत ते तुला माहीतच आहे. नुसतं आम्ही जातो म्हटलं, तरी ते लगेच पैसे मागायला उभे राहतील. म्हणतील, आमचे पैसे दिल्याशिवाय आम्ही तुम्हाला गावाबाहेर पाऊल ठेवू देणार नाही; म्हणून म्हणतो, थोडं थांब. मी जरा विचार करून काय ते ठरवतो."

त्याच वेळी तिकडे दुर्गा हळूच अंगणात आली. कोणी पाहणार नाही या बेतानं गुपचूप घरात यायची तिची इच्छा होती. भटकून भटकून ती इतकी थकली होती की, आता तिला खरोखर विश्रांतीची फार गरज होती. उन्हात भटकल्यानं तिचं तोंड अगदी तांबडं झालं होतं. केस नेहमीप्रमाणे वाऱ्यावर भुरभुरत होते. चुलीजवळ बाबा जेवत बसले आहेत हे पाहून ती हळूच पुढच्या दाराकडे आली; पण ते आतून बंद होतं; त्यामुळे शेवटी ती नाइलाजानं पुन्हा अंगणात आली आणि एका मोठ्या झाडाखाली जाऊन उभी राहिली.

घरात शिरणं शक्य नव्हतंच... म्हणून मग तिनं तिथंच फतकल मारली आणि ओच्यात बांधून आणलेली फळं आणि सागरगोटे बाहेर काढले. पुन्हा एकदा दाराकडे पाहून तिने निराशेचा सुस्कारा टाकला आणि सागरगोटे मोजायला सुरुवात केली. आता तिच्याजवळ सव्वीस सागरगोटे झाले होते. आपल्या बाहुलीच्या पेटीत आणखी काही सागरगोटे आहेत हे तिला आठवलं. "...आता माझ्याकडे भरपूर सागरगोटे झालेत..." स्वतःशीच कुजबुजल्यासारखं दुर्गा म्हणाली आणि मग ती एकटीच सागरगोटे खेळू लागली. वर उधळून तळहातावर झेलू लागली. तिचा हा खेळ बराच वेळ चालला. तेवढ्यात दुर्गाच्या मनात काय आलं कुणास ठाऊक! सगळे सागरगोटे गोळा करून तिने ओच्यात बांधले आणि घाईघाईने कुठेतरी निघून गेली. तिच्या डोक्यावरील केसांच्या बटा नेहमीप्रमाणे अस्ताव्यस्तपणे वाऱ्यावर भुरभुरत होत्या...

उन्हाळ्यातल्या भर दुपारी

अपूच्या घरापासून काही अंतरावर एक प्रचंड वटवृक्ष होता. घराच्या खिडकीतून किंवा व्हरांड्यातून त्याचा शेंडाच तेवढा दिसायचा. त्या वटवृक्षाकडे अपू सारखा बघत असायचा. जेव्हा जेव्हा तो त्या वटवृक्षाकडे पाहायचा, तेव्हा तेव्हा त्याचं मन दूरदूरच्या प्रदेशात भटकून यायचं. ते प्रदेश कुठे होते, कसे होते याची तो कल्पनाही करू शकत नव्हता. त्याला वाटायचं, आई सांगते त्याप्रमाणे परीराणीच्या कथेतील देशांसारखेच ते प्रदेश असावेत.

त्या दूरच्या प्रदेशांची कल्पना करता करता त्याचं मन आश्चर्य आणि आनंदानं भरून जायचं; परंतु गमतीची गोष्ट अशी की, एकीकडे त्याला त्या दूरच्या प्रदेशाचीही ओढ वाटायची आणि त्याच वेळी त्याचं मन आईकडेही ओढलं जायचं. आपण कुठंतरी दूरच्या प्रवासाला निघालो आहोत आणि आई मात्र मागेच राहिली आहे असं त्याला वाटायचं. मग आईच्या भेटीसाठी तो लगेच आपल्या त्या प्रवासातून परत फिरायचा. त्याचं हे असं नेहमी चालायचं...

दूर... दूर... उंच आकाशात एक घार वर्तुळाकार मंडलं घेत असायची आणि अखेर लहान लहान होत जाऊन ती निलूच्या घरामागील ताडाच्या झाडांपलीकडे दूर आकाशात विरून जायची. मंडलं घेणारी ती घार दिसेनाशी होईपर्यंत अपूचे डोळे तिचा वेध घेत राहायचे. हळूहळू ती घारही दिसेनाशी व्हायची. मग अशा वेळी अचानक कुणीतरी धक्का दिल्याप्रमाणे तो जमिनीवर आपटायचा आणि मग तो "आई" म्हणून हाक मारत, व्हरांड्यातून आतल्या खोलीत आणि त्या खोलीतून स्वयंपाकखोलीत अशा उड्या मारत जाऊन घरकाम करत असलेल्या आईच्या गळ्यात पडायचा...

आई म्हणायची, "सोड, सोड बरं मला. काय पोरगा आहेस रे तू? तू मला शिवू नकोस बरं. मी स्वयंपाक करतेय ते तुला दिसतंय ना? स्वयंपाक करताना हात धुण्यापूर्वी मला शिवलेलं चालत नाही. सोड, सोड बरं बाळा. मी तुझ्यासाठी कोळंबी तळते आहे. तुला कोळंबी आवडते ना? तर मग जा आधी अंगणात जाऊन खेळ."

पण अपू अजिबात ऐकायचा नाही. दुपारची जेवणं झाल्यानंतर तिसऱ्या प्रहरी सर्वजया खिडकीजवळ विश्रांती घेत पडायची आणि पडल्या पडल्या काशीदासकृत महाभारताची जीर्ण पोथी उघडून त्यातील कथाभागाचं स्वतःशीच गुणगुणल्यासारखं पारायण करायची. खरं म्हणजे ती जीर्ण पोथी तिनं उगीचच उघडलेली असायची, कारण त्या पोथीतला शब्दन्‌शब्द तिला तोंडपाठ होता. मधूनच ती दुर्गाला आज्ञा द्यायची, "दुर्गा, माझ्यासाठी विडा तयार कर बघू." दुर्गाही लगेच विडा तयार करून आईच्या हातावर ठेवायची.

उंच माडांच्या पलीकडे आकाशात मंडलं घेणाऱ्या घारीकडे पाहत तिच्याजवळ बसलेला अपू त्या गोष्टी ऐकत ऐकत अक्षरं गिरवत असायचा. कुरुक्षेत्रावरील युद्धाची आणि त्यातही विशेषतः कर्णाची गोष्ट त्याला फारच आवडायची. तिच्यात तो अक्षरशः रंगून जायचा. दिवस कलल्यावर सर्वजया घरकामाला लागायची आणि अपू व्हरांड्यात येऊन वडाच्या झाडाकडे पाहत उभा राहायचा. काही वेळा तो वडाच्या झाडापलीकडे दूर जिथं आकाश जमिनीला टेकलेलं होतं, तिथवर पाहायचा. तिथं त्याला कर्ण दिसायचा! चिखलात रुतलेलं रथाचं चाक बाहेर काढण्याचा प्रयत्न करणारा महारथी कर्ण! रोज... अगदी रोज तो रथाचं चाक बाहेर काढण्याचा प्रयत्न करत असायचा...

...आणि म्हणायचा, "अर्जुना, थांब जरा. माझ्या रथाचं चाक जमिनीमध्ये रुतलं आहे. आधी ते मला बाहेर काढू दे. त्यानंतर मी पुन्हा युद्धाला सज्ज आहे. निःशस्त्र योद्ध्यावर बाण सोडणं हे युद्धधर्माच्या विरुद्ध आहे. तू रथारूढ आहेस, सशस्त्र आहेस; तर मी या क्षणी रथविहीन आहे, निःशस्त्र आहे..." भात्याकडे गेलेला अर्जुनाचा हात जागीच थांबलेला पाहून त्याच्या रथाचं सारथ्य करणारा द्वारकेचा राजा, राजकारणधुरंधर कृष्ण म्हणायचा, "वा! अंगराज कर्ण! आता तुला युद्धधर्म आठवला हे मोठं आश्चर्यच झालं म्हणायचं! बरोबरच आहे– धर्म विसरून, नीतिनियम पायदळी तुडवून, अधर्मानं वागणाऱ्या तुझ्यासारख्या नीच माणसांना संकटात पडल्यावरच धर्माची आठवण होणार! जरा तुझी आजवरची एकेक धर्मकृत्यं आठवून पाहा. निःशस्त्र झालेल्या वीर अभिमन्यूला तुम्ही सहाजणांनी मिळून ठार केलंत, तेव्हा धर्मयुद्धाचे नियम कुठे गेले होते? भर सभेत द्रौपदीची विटंबना झाली. ते सगळं तुझ्यासमोरच घडलं, तेव्हा तुझा तो तथाकथित धर्म झोपी गेला होता का? पांडवांना जाळून मारायचं कारस्थान तुम्ही केलंत, तरीही ठरल्याप्रमाणे वनवास भोगून परत आलेल्या पांडवांना त्यांचं राज्य द्यायचं नाकारलंत, तेव्हा तुला धर्माचा विसर पडला होता का? तू मोठा योद्धा असशील; परंतु युद्धनियम तुझ्या सोयीसाठी तयार झालेले नाहीत. नीच माणसा, ज्याने स्वतः कधीही धर्माचरण केलं नाही, त्याने दुसऱ्याकडून धर्माचरणाची अपेक्षा बाळगू नये. तू केलेली पापं पाहता आज तू

मृत्युदंडालाच पात्र आहेस. अर्जुना, आता व्यर्थ वेळ घालवू नकोस. तो नीच नराधम कर्ण निःशस्त्र आणि रथविहीन आहे, तोवर बाण टाक. आता अधिक उशीर करू नकोस...''

कर्ण जमिनीत रुतलेलं ते रथचक्र उद्धरण्याचा प्रयत्न करीत असतानाच अर्जुनाचा बाण सुटायचा आणि त्या महान धनुर्धराचा, दानशूर आणि मानवी गुणदोषांनी युक्त अशा महामानवाचा क्षणार्धात शिरच्छेद व्हायचा.

अपूला वाटायचं... माणसाचं जीवनसुद्धा असंच सुख-दुःखाच्या रथचक्राला जखडलेलं आहे. शेवटी मृत्यू येणारच आहे; परंतु म्हणून काय झालं? त्याला धैर्याने तोडं देणं यातच माणसाचं माणूसपण आहे. महारथी कर्ण ताठ मानेनं जगणाऱ्या त्या संघर्षशील माणसाचं प्रतीक होता. युद्धात अर्जुन जिंकला असेल; परंतु अजिंक्य ठरला तो कर्णच! त्या दुर्दैवी कर्णासाठी अपूच्या डोळ्यांत सहानुभूतीचे अश्रू उभे राहत.

अपू रोज कुरुक्षेत्रावरील युद्धाच्या गोष्टी ऐकायचा; परंतु त्याला पाहिजे तेवढ्या युद्धाच्या गोष्टी त्या पोथीत नसायच्या. म्हणून ती कमतरता भरून काढण्यासाठी त्याने एक कल्पना शोधून काढली. वेळूच्या कामटीचे बाण आणि लवचीक वेळूचे धनुष्य बनवून तो स्वतःच सशस्त्र योद्धा बनला आणि वेळूबनाच्या पलीकडे जाऊन कुरुक्षेत्रावरील युद्धप्रसंगाचे अनुकरण करू लागला...

मोठमोठ्याने ओरडत तो म्हणाला, ''आणि द्रोणाचार्यांनी दहा बाण टाकले आणि तेही एकाच वेळी! आता अर्जुन काय करणार? त्यानेही त्याच वेळी एकदम दोनशे बाण टाकले. ओह...! काय ते रणकंदन! काय ते युद्ध!! बाणांचा अक्षरशः पाऊस पडला. इतका की, त्यांच्या वर्षावाने जणू पूर्ण आकाश झाकोळून गेलं. आता अर्जुन पुढे काय करणार? क्षणार्धात त्याने आपली ढाल-तलवार उचलली आणि रथावरून खाली उडी घेतली. काय पण शौर्याने लढला तो अर्जुन! तेवढ्यात दुर्योधन तिथं आला आणि भीमसुद्धा! आणि तिथं पुन्हा घनघोर युद्ध सुरू झालं. बाणांच्या वर्षावाने आकाश पुन्हा झाकोळून गेलं. इतका अंधार पडला की, काहीही दिसेनासं झालं.''

वेळूबनापलीकडील रानात नीलमणी रे यांच्या पडक्या घराजवळ हा युद्धप्रसंग सुरू होता. अजून दुपार व्हायची होती. थोड्याच वेळात द्रोणाचार्य मोठ्या अडचणीत आले. सर्व शस्त्रास्त्रांनी सज्ज असलेला अर्जुनाचा कपिध्वजयुक्त रथ त्यांना समोर दिसू लागला. कुठल्याही क्षणी अर्जुनाच्या धनुष्यातून वेगवान बाण सुटणार होते. तोच आजूबाजूला असलेले कुरूसैनिक द्रोणाचार्यांना सावधानतेचा इशारा देण्यासाठी ओरडू लागले... आणि तेवढ्यात झाडीतून मोठमोठ्यानं हसण्याचा आवाज आला.
''तू इथं काय करतो आहेस रे अपू?''

अपू दचकलाच. ते महाभयंकर युद्ध जागीच थांबलं. कोण आहे म्हणून त्यानं पाहिलं तर झुडपाआड उभी असलेली दुर्गा त्याच्याकडे बघत मोठमोठ्यानं हसत होती.

"वेडा आहेस की काय तू?" दुर्गा म्हणाली, "असा स्वतःशीच बडबडत आणि हातवारे करत इथं काय करतो आहेस?" आणि पळत येऊन तिनं आपल्या लहान भावाला मायेनं मिठीत घेतलं. त्याचा मुका घेत ती म्हणाली, "वेडा, अगदी वेडा आहेस बघ तू! आणि स्वतःशीच कशाला बोलत होतास?"

अपू ओशाळवाणं हसला आणि हळूच पुटपुटला "...नाही काही. मी स्वतःशी बोलत नव्हतो काही... खरंच की..."

दुर्गाला ती सगळी गंमतच वाटली; परंतु लगेच आपलं हसणं थांबवून तिनं अपूचा हात धरला आणि ती म्हणाली, "चल, आपण की नाही रानात जाऊ."

अपूला सोबत घेऊन दुर्गा रानात शिरली. थोडं अंतर चालून गेल्यावर एका झाडाकडे बोट दाखवत हसत हसत ती म्हणाली, "ती सीताफळं पाहिलीस? त्यातली बरीचशी पिकली आहेत; पण ती काढायची कशी हाच मोठा प्रश्न आहे. तुला काय वाटतं?"

"अरे वा! दिसली की मला... खूप खूप आहेत गं दीदी. आकडीच्या काठीनं काढता येतील. तू इथंच थांब. मी काठी घेऊन येतो."

अपू काठी घेऊन आला. तिच्या साहाय्यानं त्यांनी सीताफळं पाडायचा खूप प्रयत्न केला; पण ते झाड इतकं उंच होतं की, जेमतेम चार-पाच सीताफळं तेवढी मिळाली. दुर्गा काठी घेऊन झाडावर चढली. तरीही फळं इतकी उंचावर लटकलेली होती की, तिथवर तिचा हात मुळीच पोहोचेना. शेवटी तिनं तो नादच सोडला आणि ती म्हणाली, "आजच्यापुरती एवढी भरपूर झाली. चल, एवढीच घेऊन जाऊ. उद्या आपण आईसोबत अंघोळीला इकडे येऊ, त्या वेळी तिला सांगू. तिचा हात बरोबर पोहोचेल. असं कर, तू हा वेळू घे आणि ती सीताफळं माझ्याकडे दे. अरे अपू, जरा थांब. मी तुझ्या नाकाला चिनी गुलाबाची चमकी लावू?"

तिथं उतारावर चिनी गुलाबाची वेल फुलली होती. दुर्गानं लगेच कळ्या खुडायला सुरुवात केली आणि अपूला जवळ बोलावत ती म्हणाली, "ये की इकडे. हं नाक बघू तुझं."

दुर्गाला असं चिनी गुलाबाची चमकी लावायला फार आवडायचं. जेव्हा केव्हा ती दोघं रानात यायची, तेव्हा अपूच्या नाकाला दुर्गा हमखास अशी चमकी लावायची. खरं म्हणजे अपूला हे असं मुलीसारखं मुळीच आवडायचं नाही. तसं तिला स्पष्टपणे सांगावं असं त्याला फार वाटायचं; पण तिला राग येईल अशी भीतीही त्याला वाटायची. तिच्यामुळेच तर त्याला कितीतरी प्रकारची फळं खायला

मिळत होती; त्यामुळे त्याचा नाइलाज होता. जी फळं इतर कोणालाही मिळत नसत, ती केवळ दुर्गामुळेच त्याला मिळायची. थोडक्यात सांगायचं म्हणजे, नाकावर चिनी गुलाबाची ती चमकी लावून घेणं मुळीच आवडत नसूनसुद्धा तसं सांगायचं त्याचं धाडस होत नसे.

कळी खुडताच बाहेर आलेला पांढरा चीक दुर्गानं अपूच्या नाकाला लावला आणि त्यावर चिनी गुलाबाचं फूल चिकटवलं. अपूची हनुवटी हातात धरून ती म्हणाली, ''बघू बरं कसं दिसतंय? अरे वा! कित्ती छान दिसतंय! चल लवकर. घरी जाऊन आईला दाखवू.''

''नको, नको,'' अपू विरोध करू लागला.

''अरे पण किती छान दिसतंय,'' दुर्गा म्हणाली, ''आणि हे बघ, फूल पडू देऊ नकोस बरं.''

ते दोघं घरी आले, तेव्हा सर्वजया स्वयंपाक करत होती. सीताफळं पाहून तिलाही आनंद झाला. ''कुठं मिळाली?'' सर्वजयानं विचारलं.

''रानात. तिथं अजूनही खूप आहेत. उद्या तू आलीस तर आपण खूप सीताफळं काढू. अगदी शेंदरासारखी पिकलीत.''

आणि असं म्हणत तिच्या मागे लपलेला अपू आईला दिसावा म्हणून दुर्गा चट्कन बाजूला झाली. अपूला पाहून सर्वजयाला एकदम हसू आलं. ''अगं बाई, ती मुलगी कोण आहे बरं? मी नाही ओळखलं.''

अपू लाजला आणि चट्कन नाकावरचं फूल झटकत तो म्हणाला, ''ही दीदीच माझ्या नाकाला फूल लावते.''

तेवढ्यात दुर्गा आनंदानं ओरडून म्हणाली, ''अपू, माकडवाल्याचा डमरू ऐकू येतोय. चल, चल लवकर. माकड नाचतंय वाटतं. चल, पळ लवकर.''

दुर्गा पळाली तसा तिच्या मागोमाग अपूही पळत सुटला; परंतु तो डमरू वाजवणारा माकडवाला नव्हता, तर मिठाईवाला चिनीबास होता. डोक्यावर निरनिराळ्या प्रकारच्या मिठाईची भलीमोठी टोपली सावरत आणि तोंडानं तिची जाहिरात करत तो निघाला होता.

हा चिनीबास म्हणजे निश्चंडीपूर गावातलं मोठं गमतीदार पात्र होतं. त्याने खरेदी-विक्रीचा व्यवसाय केला नाही अशी कुठलीही वस्तू आता शिल्लक राहिली नव्हती. अनेक उद्योग करून शेवटी तो मिठाईच्या धंद्यात उतरला होता. त्याचं हे दुकान तसं पाहिलं तर बरंच दूर होतं; त्यामुळे आठवड्यातून एकदा तो गावातून फेरी मारायचा. मिठाईसोबतच तो तांदूळ आणि गूळही विकायचा.

चिनीबासची खरी समस्या अशी होती की, कुठल्याही धंद्यात गुंतवायचं म्हटलं तर त्याच्याकडे पुरेसं भांडवल नसायचं; त्यामुळे त्याने कुठलाही धंदा सुरू केला तरी

त्याचं लवकरच दिवाळं निघायचं. मग तो कधी आसपासच्या गावांमध्ये आठवडे बाजारात दिसायचा, तर कधीकधी कित्येक दिवस अदृश्यच व्हायचा. कोणीतरी सांगायचं की, तो आगगाडीतला फिरता विक्रेता झालाय; तर कोणी म्हणायचं की, तो आणखी दुसरंच काहीतरी करतो. एके दिवशी पाहावं तर तो बांधकामासाठी लागणारी वाळू आणि चुना विकताना दिसायचा. लोक तर म्हणायचे की, चिनीबास एक मासे सोडले तर काय वाट्टेल ते विकतो.

उद्या दसऱ्याचा सण असल्यानं चिनीबासनं भरपूर मिठाई बनवली होती.

मिठाईची टोपली डोक्यावर घेऊन तो गावभर हिंडत होता; पण हरिहरच्या घराजवळ मात्र तो मुळीच थांबला नाही, कारण त्या घरामध्ये कुणी काही घेत नाही हे त्याला चांगलंच माहीत होतं, तरीही दुर्गा आणि अपू दिसताच त्याने काही हवं का म्हणून विचारलं.

अपू दुर्गाच्या तोंडाकडे आशेनं पाहू लागला. पण नकारार्थी मान हलवत दुर्गा म्हणाली, "काही नको."

चिनीबास डमरू वाजवत भुवन मुखर्जींच्या घराकडे निघून गेला आणि त्यांच्या अंगणात त्यानं आपल्या टोपलीचं बूड टेकवलं. घरातली छोटी-छोटी पोरं आनंदानं उड्या मारत, ओरडत बाहेर येऊन चिनीबासच्या भोवती जमली.

तसं म्हटलं तर भुवन मुखर्जी हा गावातला श्रीमंत माणूस. तो पाच-सहा तांदळाच्या कोठारांचा मालक होता. त्याची बायको मरून बरेच दिवस झाले होते. त्याच्या मोठ्या भावाची विधवा सेजाबहू हीच सध्या घराची मालकीण होती. तिच्या वयानं चाळिशी कधीच ओलांडली होती आणि तिचा तापट स्वभाव सगळ्या गावाला चांगलाच माहीत होता.

चिनीबासला पाहताच सेजाबहू पितळी ताट हातात घेऊन बाहेर आली. खास दसऱ्याच्या सणानिमित्त तिनं बरीच मिठाई खरेदी केली. तिथंच भुवन मुखर्जींची मुलं आणि तिचा स्वतःचा मुलगा सुनील हाही उभा होता. तिनं त्यांच्यासाठीसुद्धा मिठाई खरेदी केली. दुर्गा आणि अपू चिनीबासच्या मागेमागे तिथं आले होते. त्यांना अंगणात पाहताच सेजाबहू आपल्या पोराला घरात ढकलत म्हणाली, "जा... जा... तिकडे जाऊन त्या व्हरांड्यात बसून खा. सणासाठी घेतली आहे. जपून खा आणि हो खाली सांडू नकोस."

चिनीबासनं आपलं टोपलं उचललं आणि तो दुसऱ्या घराकडे वळला. दुर्गा अपूला म्हणाली, "चल आपणही त्याच्या मागे जाऊ."

त्यांची पाठ वळते न वळते तोच मान वेळावत सेजाबहू म्हणाली, "मला हे असं अजिबात आवडत नाही. भिकारडे मेले! ती पोरगी तर नुसती जन्माची भुकेली आहे. सारखी इथं-तिथं ढुंकत असते. तिचं वागणं तर पाहा, जसं काही तिला घरच

नाही. मिठाई खायची तर विकत घ्यायला काय होतं? विकत घेता येत नाही तर घरात बसावं. आई तशी पोरटी. दोघी अगदी सारख्याच आहेत.''

सेजाबहूचं ते बोलणं ऐकून अपू खूपच दुखावला. थोडं अंतर पुढे गेल्यावर त्याची समजूत घालत दुर्गा म्हणाली, ''जाऊ दे रे अपू, एवढं मनाला लावून घेऊ नकोस. नाहीतरी त्याची मिठाई एवढी काही खास नसते. आता रथोत्सवाचे दिवस जवळच आले आहेत, तेव्हा ना बाबा घरीच असतील. त्या वेळी मी त्यांच्याकडून चार आणे घेईन. दोन तुझ्यासाठी आणि दोन माझ्यासाठी! तेव्हा आपण भरपूर मिठाई घेऊ.''

अपूनं थोडा वेळ विचार केला आणि त्यानं विचारलं, ''रथोत्सवाला अजून किती दिवस राहिले आहेत गं दीदी?''

दुर्गा

त्यानंतर अनेक महिने उलटले. एके दिवशी सकाळी सर्वजया भुवन मुखर्जींच्या विहिरीवरून पाण्याचा हंडा घेऊन घराकडे येत होती. अपू तिच्या पदराला धरून मागोमाग चालत होता; त्यामुळे सर्वजयाला उगीचच सारखं अडखळल्यासारखं होत होतं.

"अपू, आज तुला झालंय तरी काय? तू फार हट्टी झालायस बघ. माझं इतकं काम पडलंय आणि तू असा त्रास देतोयस. जा बघू. घरातली ही सगळी कामं आटोपल्याशिवाय मी नदीवर कशी काय जाणार, ही सगळी कामं कधी व्हायची? आधीच किती उशीर झालाय."

"ती सगळी कामं तू आत्ताच का करतेस? संध्याकाळी कर. आज मी तुला काहीच करू देणार नाही जा." हातात घेतलेला सर्वजयाचा पदर अधिकच घट्ट धरत अपू म्हणाला.

"असा हट्टीपणा करू नकोस रे बाबा. सोड बरं मला."

"नाही सोडणार." असं म्हणत भुकेल्या नजरेनं सर्वजयाकडे पाहत अपू पुढे म्हणाला, "मला किती भूक लागलीये ते तुला दिसत नाही का? चार दिवस झाले मी काहीच खाल्लेलं नाही."

"त्याला मी काय करू? तरी मी तुला सारखं सांगत होते. अशा उन्हात फिरू नकोस म्हणून; पण तुझं आपलं एकच– एका कानानं ऐकायचं आणि दुसऱ्या कानानं सोडून द्यायचं; त्यामुळेच ताप येऊन अंथरुणावर पडलास ना?" मायेनं त्याचं तोंड कुरवाळत सर्वजया पुढे म्हणाली, "असा हट्टीपणा करू नकोस हं. हे बघ, सगळी कामं मी आत्ता आटोपते. तू पाहा तर खरं. नदीवर गेले की, आलेच म्हणून समज. आल्या आल्या तुला भात करून देते. मग तर झालं? शहाणा आहे माझा बाळ."

त्यानंतर सुमारे अर्ध्या तासानं अपू जेवायला बसला. सुरुवातीलाच त्यानं अर्धा टमरेल पाणी घटाघटा पिऊन टाकलं. बराचसा भात घेऊन ताटात पसरला आणि चाखतमाखत खाऊ लागला. त्यातलाही काही खाली सांडला. त्यानंतर राहिलेलं

पाणी संपूवन जेवण आटोपल्याप्रमाणे तो नुसताच बसून राहिला.

"पाहा या पोराकडे! मला वाटलं, तुला खरंच भूक लागलीय. थोड्याच वेळापूर्वी तू भातासाठी ओरडून ओरडून मला जीव नकोसा केलास आणि आता पाहतेय तर तू नुसताच खेळ मांडलाहेस. काहीच खाल्लेलं नाहीस. चल, खाऊन टाक बरं तो भात."

सर्वजयानं मग एक वाडगा घेऊन त्यात स्वतःच्या हातानं दूधभात कालवला आणि ती अपूला भरवायला बसली. "हं आऽऽ कर बघू. चांगला मोठ्ठा आऽऽ कर. असा तोंड वळवू नकोस रे बाबा. अरे, खाल्लं नाहीस तर तुला ताकद कशी येईल बरं? हं शाब्बास! तू असा उपाशी राहिलास तर तुझ्या काळजीनंच मरून जाईन मी. असं करू नकोस रे बाबा. हं, उघड बरं तोंड. आणखी थोडं. शहाणा आहे माझा अपूबाळ. हो की नाही? हं, हा आणखी एकच घास. आता हा शेवटचा. शाब्बास! शाब्बास!"

त्याच वेळी दुर्गा घरात शिरली. तिच्याकडे बघून असं वाटत होतं की, ती कुठूनतरी भटकून आली आहे. तिचे पाय धूळ-मातीने माखलेले होते आणि तिच्या त्या तीन-चार इंच लांबीच्या केसांच्या झिंज्यासुद्धा विस्कटल्या होत्या. खरं म्हणजे दुर्गाला तिच्या वयाची मैत्रीणच नसल्यामुळे ती अशी भटकायची. कोणत्या झुडपावरची रानबोरं पिकली आहेत. कोणाच्या बागेत कोणत्या आंब्याच्या झाडावर किती आंबे पिकले आहेत किंवा वेळूबनात कोणती फळं पिकली आहेत हे तिला तळहातावरच्या रेषांप्रमाणे अचूक माहीत असायचं.

घरात शिरताच तिची अपराधी नजर प्रथम सर्वजयावरच पडली. सर्वजया म्हणाली, "बरं झालं, शेवटी तू आलीस तर घरी. ये आत ये. तुझं जेवण तयारच आहे. ते जेवून घे आणि मग जा पुन्हा एकदा भटकायला... अगं पोरी, या दिवसांमध्ये इतर मुली संध्याकाळी दिवाबत्ती करतात. चांगला नवरा मिळावा म्हणून महादेवाची पूजा-अर्चा करतात; पण... तू? तू भटक नुसती उनाडक्या करत. अगं, आता हे तुझं लग्नाचं वय आहे; पण काय मुलगी आहेस गं तू? दिवस उजाडला न उजाडला, तेव्हापासून तू जी बाहेर पडलीस ती आता दुपार उलटून गेल्यावर उगवलीस आणि काय हा तुझा अवतार! जरा त्या झिंज्या बघ. त्यांना तेलाचा थेंब नाही की फणी नाही. तुझ्याकडे पाहिलं तर कोणी तुला ब्राह्मणाची मुलगी म्हणेल का? तुझा हा अवतार असाच राहिला तर एखाद्या तांबटाशी, नाहीतर चांभाराशीच तुझं लग्न करून द्यावं लागेल आणि काय गं, पदरात काय बांधून आणलंस ते? दाखव बघू..."

दुर्गानं पदराची गाठ सोडताच त्यातून जांभळ्या रंगाची काही फळं खाली पडली.

“माझ्या बाहुलीसाठी आणलीत गं” दुर्गा म्हणाली.

“सारखं बाहुली आणि बाहुलीचे ते खेळ. आता तू काय लहान राहिली आहेस का? तुला सांगते, एके दिवशी मी तुझी ती खेळण्याची पेटीच तळ्यात फेकून देणार आहे. तू फक्त पाहाच.”

पण सर्वजयाचं बोलणं पूर्ण झालंही नाही तोच भुवन मुखर्जी यांच्या घराकडून तणतणत आलेली सेजाबहू तिची मुलगी तुनू, पुतण्या सतू आणि आणखीही चार-पाच मुलांची फौज घेऊन अंगणात शिरली. कोणाशी एक अक्षरही न बोलता किंवा कोणाकडे ढुंकूनही न पाहता सेजाबहू तडक आतल्या खोलीमध्ये घुसली आणि सतूकडे बघून म्हणाली, “घे बरं तिची बाहुलीची पेटी; आण इकडे. मी माझ्या डोळ्यांनी पाहते.”

घरातलं कोणी काही बोलण्याच्या आत तुनू आणि सतू यांनी दुर्गाची ती बाहुलीची पेटी बाहेर आणून व्हरांड्यात ठेवली. तुनूनं ती पेटी उघडली आणि ती आत काहीतरी शोधू लागली. तोच तिच्या हाती काचेच्या मण्यांचा एक हार लागला. “हा बघ गं आई! हा माझाच हार आहे. मागे एकदा ही आमच्याबरोबर खेळायला आली होती, तेव्हाच तिने हा चोरला असणार.”

दरम्यान, सतूनं पेटीचा कोपरा न् कोपरा उकरून काढला होता. पेटीत त्याला बऱ्याच हिरव्यागार कैऱ्याही सापडल्या. “हे बघा काकू! आपल्या सोनामुखी आंब्याच्या कैऱ्या. लक्षात आलं ना?” सतू ओरडला.

या सगळ्या गोष्टी एवढ्या वेगात घडल्या की, सर्वजयाला बोलायची काही संधीच मिळाली नाही. थोड्याच वेळात भानावर येऊन स्वयंपाकघरातून बाहेर येत ती म्हणाली, “सेजा ठाकूरन, अहो झालंय तरी काय? काय घडलंय? आणि हे चाललंय तरी काय?”

“या, इकडे या आणि बघा जरा तुमच्या मुलीचे पराक्रम. ही या मुलांबरोबर एके दिवशी खेळायला आली आणि हळूच तुनूच्या बाहुलीच्या पेटीतून तिनं तुनूचा हा मण्यांचा हार चोरला. अहो, ही बिचारी तुनू गेले कित्येक दिवस वेड्यासारखी हार शोधत होती. मग या सतूनंच येऊन सांगितलं की, त्यानं हा हार दुर्गाच्या पेटीत बघितला म्हणून. आता तुम्हीच पाहा! तुमची ही पोरगी कित्ती हाताबाहेर गेलीय ते. चोरटी मेली... हरामखोर कुठली! आणि या कैऱ्या बघा. आमच्याच बागेमधल्या आहेत. अहो, झाडावरून खाली तरी पडू द्यायच्या; पण तेवढाही धीर तिला धरवला नाही. चक्क कैऱ्या चोरून पेटीत लपवल्या.”

दुर्गा भीतीनं भिंतीला टेकून उभी होती. तिच्यावर झालेल्या दुहेरी आरोपामुळे ती चांगलीच हादरली होती. दुर्गाकडे वळून पाहत सर्वजयानं विचारलं, “काय गं, खरंच का तू त्यांच्या घरातून हार घेतला होतास?”

पण दुर्गा काही बोलायच्या आतच सेजाबहू ओरडली, "म्हणजे तुम्हाला काय म्हणायचंय? मी खोटं बोलतेय की काय? या कैऱ्या तुम्हाला दिसताहेत ना? तुम्हाला माहीतच आहे, आमच्या सोनामुखी झाडाच्या कैऱ्या कशा दिसतात ते? मग हे पण खोटंच की काय?"

"तसं नाही बहूजी, तुम्ही काही तरी गैरसमज करून घेताय. तुम्ही खोटं बोलताय असं मला मुळीच म्हणायचं नव्हतं. मी तिला फक्त विचारतेय हो." सर्वजया सेजाबहूला समजावत म्हणाली.

पण सेजाबहू मात्र त्वेषाने हात उडवत म्हणाली, "तिला काय विचारायचं असेल ते विचारत बसा; पण तुम्हाला सांगून ठेवते, ही पोरगी जे करतेय ना ते काही चांगलं नाहीये. या वयातच ती चोऱ्या करतेय. पुढे काय काय करणार आहे कुणास ठाऊक! पुढे दिसेलच म्हणा. चल रे सतू आणि हो, त्या कैऱ्याही घे. या हरामखोर पोरीमुळे एकही कैरी डोळ्याला दिसत नाही. तुनू, तुला तुझा हार मिळाला ना? चल, तर मग."

एकदम सर्वजयाचं मस्तक सणकलं. कधी नव्हे एवढा राग उफाळून येऊन ती म्हणाली, "हे बघा सेजा ठाकूरन, त्या हाराविषयी मला काही माहीत नाही; पण त्या कैऱ्या तिनं तुमच्या बागेतून चोरून आणल्या हे तुम्ही कसं ठरवलं? त्या कैऱ्यांवर तुमच्या नावाचा काही शिक्का मारलेला नाही. कुठल्यातरी झाडाखाली वाऱ्यानं पडलेल्या कैऱ्या तिनं आणल्या नसतील कशावरून? शेवटी ती एका पोरीची जात आहे आणि मी म्हणते घेतल्याही असतील म्हणून काय..."

आधीच भांडखोर स्वभावाची सेजा ठाकूरन एकदम आवाज चढवून म्हणाली, "कमाल आहे तुमच्या बोलण्याची! कैऱ्यांवर माझ्या नावाचा शिक्का मारलेला नाही काय? मग तिनं त्या कोणत्या बागेतून आणल्या ते तरी सांगा. आणखी एक सांगते, तुम्ही ज्या पैशांसाठी तोंड वेंगाडत माझ्याकडे आला होता, त्या पैशांवरसुद्धा माझ्या नावाचा शिक्का नव्हता. एक वर्ष उलटून गेलंय; तरीही बाईसाहेब, तुमचं आपलं एकच उत्तर असतं. आज नाही पण उद्या मी निश्चित येईन. तेवढे ते माझे पैसे तयार ठेवा."

सेजाबहू जशी आली होती, तशीच सोबत आणलेल्या आपल्या फौजेनिशी तणतणत बाहेर पडली. ती बाहेर पडली, तरीही तिची बडबड सर्वजयाच्या कानावर येत होती. "मेली, ती दुष्ट कार्टी आमच्याकडे खेळायला आली. आली ती आली आणि वरून तुनूचा हार चोरून घेऊन गेली. झाडांवर एक कैरीही शिल्लक ठेवत नाही. त्या बाईला सांगायला गेले, तर म्हणते कशी, कैऱ्यांवर काय तुमच्या नावाचा शिक्का मारलेला आहे काय? कुठल्या तरी झाडाखाली पडलेल्या आणल्या असतील. शेवटी काय तर ती एका पोरीची जात आहे. घेतल्याही असतील तर काय झालं?

खाण तशी माती आणि माय तशी लेक! आईच चोरटी आहे, तर मग मुलगी कुठून चांगली निपजणार?''

दुःख आणि अपमान यांनी सर्वजयाचे डोळे भरून आले. संतप्त झालेली सर्वजया क्षणात दुर्गाकडे झेपावली. तिनं दुर्गाच्या झिंज्या पकडल्या आणि तशाच उष्ट्या हातांनी तिच्यावर थपडांचा वर्षाव सुरू केला. ''तू... तू राक्षसिणी, तू आज आमच्या तोंडाला काळं फासलंस. त्यापेक्षा तू मेली का नाहीस? आम्हाला शांतता तरी मिळाली असती. जा, जा नीघ बाहेर! या घरात पुन्हा पाय ठेवू नकोस!''

आईचं ते रौद्ररूप पाहून दुर्गा फारच घाबरली. पडत असलेल्या त्या मारानं तिला एकदम रडू कोसळलं. क्षणात ती मागच्या दारानं बाहेर पळाली. सर्वजयानं तिचे केस इतके गच्च पकडले होते की, दुर्गाच्या काही बटा तिच्या हातातच राहिल्या. एवढं सगळं घडत असताना अपू भाताच्या वाडग्याजवळ बसून होता. त्यानं सगळं पाहिलं होतं, ऐकलं होतं; पण तो काहीही बोलू शकला नव्हता. दुर्गानं तो हार खरंच चोरला होता की नाही याबद्दल त्याला मुळीच माहीत नव्हतं. त्यानं तो हार याआधी कधी पाहिलाही नव्हता; पण त्या कैऱ्या! त्या मात्र तिनं मुळीच चोरलेल्या नव्हत्या. काल संध्याकाळी तो दुर्गासोबत त्या कैऱ्या आणण्यासाठी तुनूच्या बागेत गेला होता, तेव्हा सोनामुखीखाली काही कैऱ्या पडल्या होत्या, त्या तेवढ्या तिनं घेतल्या होत्या. तेव्हापासून तिनं त्याला कितीतरी वेळा म्हटलंसुद्धा होतं की, ''तुला काय वाटतं अपू? लोणचं करू या का?'' पण आई सतत घरात असल्यामुळे त्यांना आपला तो बेत पार पाडता आला नव्हता; पण आता काय करणार? ज्या कैऱ्यांमध्ये दीदीचा जीव अडकला होता, त्या कैऱ्या आता नाहीशा झाल्या होत्या आणि वरून बिचारीला तेवढ्यासाठी आईचा बेदम मारही खावा लागला होता...

पण याला का मारणं म्हणायचं? आणि केस इतके का घट्ट पकडतात? अगदी उपटून हातात येतील इतके? आई तरी इतकी कठोर कशी झाली?... त्याला आईचा फार राग आला. आपल्या दीदीचे ते भुरभुर उडणारे केस पाहून अपूचं मन प्रेमानं आणि दयेनं भरून यायचं. का कुणास ठाऊक त्याला सारखं वाटायचं की, या घरात दीदीची काळजी घेणारं कुणीही नाही. तिची तीच कुठून तरी एखाद्या दूरच्या पाहुणीसारखी इथं आली आहे. तिच्या जिवाभावाचं इथं कुणीही नाही. त्याला सारखं वाटायचं की, तिला जे मिळत नाही, ते द्यावं आणि तिचे डोळे पुसावेत... अपू मनाशी ठरवत होता... या नंतर मी माझ्या दीदीवर कुठलंही दुःख भोगायची वेळ येऊ देणार नाही...

जेवण झाल्यानंतर अपू आईच्या धाकानं वाचत बसला; पण पुस्तकात त्याचं लक्ष नव्हतंच. ते सारखं बाहेर भटकत होतं. दीदीच्या शोधात गल्लोगल्ली रस्तोरस्ती

हिंडत होतं. तिसऱ्या प्रहरानंतर आई घरकामात गुंतली आहे असं पाहून तो आधी तुनूकडे आणि त्यानंतर पलीत आणि नेरा यांच्याकडे गेला. एकामागे एक अशा रीतीने त्याने सगळ्यांकडे चौकशी केली; परंतु त्याची दीदी कुठेही सापडली नाही.

तळ्याकडून राजकृष्ण पलीत याची पत्नी डोक्यावर पाण्याचा घडा घेऊन येत होती. अपूनं त्यांच्या जवळ जाऊन विचारलं, ''मावशीबाई, माझी दीदी दिसली का हो तुम्हाला? ती आज जेवलीही नाही किंवा तिनं काही खाल्लंही नाही. आईनं तिला खूप मारलं म्हणून ती कुठेतरी पळून गेली आहे. तुम्हाला ती कुठे दिसली का हो मावशी?''

पण मावशी काहीच सांगू शकली नाही.

अपू तसाच घाईघाईने पुढे निघाला. चालता चालता त्याच्या लक्षात आलं की, कदाचित ती वेळूबनातच कुठेतरी जाऊन बसली असावी. लगेच वेळूबनात जाऊन त्याने सगळं बन धुंडाळून काढलं. शेवटी निराश होऊन तो परत आला आणि मागच्या दारानं घरात शिरला. घरात कोणीही नव्हतं. सर्वजया तळ्यावर किंवा इतरत्र कुठेतरी गेली असावी.

घराभोवती संध्याकाळच्या कृष्णछाया पसरू लागल्या होत्या. आवाराच्या भिंतीवर झुकलेलं वेळूचं बेट शांत वाटत होतं. त्यावर एक लांब शेपटीचा पिवळा पक्षी शांतपणे बसला होता. अगदी रोज तो तिथं असा बसलेला दिसायचा. अपूला आता ते चांगलंच माहीत झालं होतं. घराभोवतीच्या झाडांवरील पक्ष्यांचा तो गोड किलबिलाट अपूला फार आवडायचा. त्यांचे ते विविध प्रकारचे आवाज तो अगदी मन लावून ऐकायचा.

पलीकडेच असलेल्या नीलमणी रे यांच्या त्या ओसाड घरातही आता अंधार दाटला होता. वडाच्या उंच शेंड्यावर मावळतीला गेलेल्या सूर्याचे तांबूस किरण पुसटपणे रेंगाळत होते. तिथं पांढऱ्या रंगाचं काहीतरी फडफडत होतं. तो कदाचित बगळा किंवा फाटून अडकलेला एखादा पतंग असावा. जणू संपूर्ण आकाश अंधाराचे पंख पसरून जमिनीवर उतरलं होतं. आजूबाजूला कुणीही दिसत नव्हतं. अशा त्या झाकोळून येऊ लागलेल्या अंधारात अपूला फार एकाकी वाटू लागलं. भीतीनं त्याच्या घशाला कोरड पडली. ''कुठे असेल माझी दीदी? किती अंधार झालाय. आता लवकरच रात्र होईल. ती अजूनही घरी आलेली नाही की दिवसभरात तिनं काही खाल्लेलंही नाही. दीदी, दीदी, कुठे आहेस गं तू दीदी?''

अपू पुन्हा एकदा तसाच दीदीच्या शोधासाठी बाहेर पडला.

भुवन मुखर्जींच्या आवारात मुलं लपंडाव खेळत होती. अपू तिथून पुढे निघाला. त्याला पाहताच रानू धावतच आली आणि म्हणाली, ''हे पाहा, आता अपूसुद्धा आलाय, तो आमच्या बाजूला आहे. ये रे अपू.''

परंतु हातानेच नकार दर्शवत अपू म्हणाला, "नको, आज मी खेळणार नाही गं रानूदी. तुला माझी दीदी कुठे दिसली का?"

"दुर्गा? नाही. मला नाही दिसली ती कुठे. बकुळीच्या झाडाखाली बघितलंस का?"

अपूच्या ते लक्षातच आलं नव्हतं. बऱ्याच वेळा ती बकुळीच्या झाडाखाली जाऊन बसायची. तिची ती नेहमीची आणि आवडती जागा होती. तिथं ती बकुळीच्या हलत्या पानांचा खेळ पाहत बसायची.

अपू बकुळीच्या झाडाकडे निघाला. एव्हाना संध्याकाळच्या गर्द सावल्या अधिकच झाकोळून आल्या होत्या. ते विशाल बकुळीचं झाड, त्याच्या त्या विस्तीर्ण फांद्या, एकंदरीत तो सगळाच परिसर फार भयावह वाटत होता. बकुळीच्या झाडाखाली तर आता चांगलंच अंधारून आलं होतं आणि तिथं कोणीही दिसत नव्हतं. काय सांगावं, कदाचित ती पलीकडच्या बाजूला असेल, असा विचार करून त्यानं मोठ्यानं हाक दिली, "दीदी...! अगं ए दीदी!"

घरट्यांमध्ये दडून बसलेल्या बगळ्यांनी पंखांचा फडफडाट केला. तो आवाज ऐकून अपूला भीतीच वाटली. जवळच तळ्याकाठी काही खजुराची झाडे होती. या दिवसांत अर्धवट पिकलेले खजूर खाली पडलेले असतात; त्यामुळे दुर्गा कदाचित तिथंही असू शकेल असं त्याला वाटलं. म्हणून मग त्याने तिथूनच हाक मारली; परंतु काहीच उत्तर आलं नाही. त्या झाडांजवळ जायचं मात्र त्याचं धाडस होईना. त्याने पुन्हा एकदा बकुळीच्या झाडाजवळ जाऊन मोठ्यानं हाक मारली.

त्या आवाजानं दचकलेले काही प्राणी तळ्याकडे पळून गेले. नाइलाजानं अपू परत फिरला; पण परत फिरला न फिरला तोच दचकून जागीच उभा राहिला. ते रायवळ आंब्याचं झाड एखाद्या महाभयंकर राक्षसाप्रमाणे रस्त्यातच पाय पसरून उभं होतं. का कुणास ठाऊक; त्या झाडाची अपूला नेहमीच फार भीती वाटायची. आता अशा अंधारून आलेल्या संध्याकाळच्या वेळी त्या झाडाखालून एकटं जावं लागणार या विचाराने त्याला फार भीती वाटू लागली. या झाडाखालून जाताना आपल्याला एवढी कशाची भीती वाटते, हे त्याचं त्यालाही कळत नसे; परंतु त्या झाडाचा तो अवाढव्य विस्तार, त्याच्या त्या विशाल फांद्या, त्याच्या आजूबाजूला पसरलेली दाट झाडंझुडपं हे सारं पाहून त्याला फार भीती वाटायची एवढं मात्र खरं...

बाप रे! रस्त्यातच उभ्या असलेल्या या झाडाला टाळून आता घरी जायचं तरी कसं? अपूला मोठाच प्रश्न पडला. दुर्गाच्या काळजीनं इतका अस्वस्थ झाला नसता, तर अशा करकरीत तिन्हीसांजेला तो इकडे फिरकलासुद्धा नसता. क्षणात त्यांच्या सर्वांगातून भीतीची लहर सरसरत गेली. पाय लटलटू लागले.

थोडा वेळ अंधारात बुडत चाललेल्या त्या झाडाकडे पाहत तो तसाच उभा

राहिला आणि चट्कन बाजूला वळला. होता... घराकडे जायला दुसरा रस्ता होता; पण तो थोडा लांबचा होता. त्यासाठी अगदी पलीतांच्या घराला वळसा घालून जावं लागणार होतं; पण त्यामुळे त्या झाडाखाली दडून बसलेल्या अनामिक भीतीपासून तरी सुटका होणार होती.

पलीतआजी नातवंडांना गोष्ट सांगत व्हरांड्यात बसली होती. पलीतबाई स्वयंपाक करीत होत्या. दारात लावलेल्या लाकडी जाळीजवळ उभी असलेली विधू कोळीण माशांचे पैसे मागत होती. तिथं येताच अपू म्हणाला, ''आज्जी, मी केव्हापासून माझ्या दीदीला शोधतोय. आताच बकुळीच्या झाडाखाली गेलो होतो...''

''दुर्गाला शोधतोयस? का रे बाबा? ती तर आत्ताच घराकडे गेली. पळत गेलास तर ती तुला रस्त्यातच भेटेल.'' आजी म्हणाली.

अपू तत्काळ घराकडे धावला. ''अपू, उद्या खेळायला ये बरं का. उद्या गंगा-जमना हा खेळ खेळायचाय. निंबाच्या झाडाखाली आम्ही त्याचं मैदानही तयार केलंय. दुर्गालाही सांग बरं का...'' राजी मोठमोठ्याने ओरडून सांगत होती...

घराजवळ येताच अपूचा वेग एकदम मंदावला. पाहिलं तर दुर्गा मोठमोठ्यानं रडत - ओरडत घराबाहेर पडत होती आणि संतप्त झालेली आई तिचा पाठलाग करीत मागून येत होती. तिच्या हातात काहीतरी दिसत होतं. दुर्गा जी पळाली, ती सरळ त्या रायवळ आंब्याच्या झाडाकडे गेली. दुर्गा पळून गेल्याचे पाहून सर्वजया दारातच थबकली आणि मोठ्याने ओरडली, ''जा, कायमची निघून जा. पुन्हा घरी आलीस तर खबरदार! तू मेलीस तर या घरातली पीडा तरी कायमची जाईल. तुला आम्ही आनंदानं स्मशानघाटावर पोहोचवून येऊ.''

बाप रे! स्मशानघाट! स्मशानघाटाचं नाव ऐकताच अपूचं शरीर एकदम थिजल्यासारखं झालं. व्हरांड्याच्या भिंतीवर ठेवलेला मातीचा दिवा घेऊन सर्वजया आत वळली आणि तेवढ्यात अपू घाईघाईने घरात शिरला. अपू समोर दिसताच सर्वजया ओरडली, ''आणि तू रे? कुठे होतास इतका वेळ? आजच तापातून उठला आहेस ना? मग? इतका वेळ बाहेर भटकायची काय गरज होती?''

अपूच्या डोक्यात पुन्हा कित्येक प्रश्नांची चक्रं गरगरू लागली. दीदीला पुन्हा का बरं मार मिळाला असेल? इतका वेळ ती होती तरी कुठे? दुपारी तिनं काही खाल्लं असेल का? पुन्हा तिनं काही चोरी तर केली नसेल? क्षणभर त्याला वाटलं की... आईला विचारावं... पण नकोच... त्याला फार भीती वाटली.

सर्वजया म्हणाली, ''जा आणि अभ्यास करत बस.'' एखाद्या किल्ली दिलेल्या बाहुलीप्रमाणे अपू आतल्या खोलीत गेला आणि दिव्याची वात पुढे करून त्याने पुस्तकांचा गठ्ठा समोर ओढला.

तिसऱ्या इयत्तेपर्यंतची काही पुस्तकं सोडली तर ती सगळी पुस्तकं त्याच्या

आकलनशक्तीबाहेरची होता; परंतु ती पुस्तकं म्हणजे त्याचा अमूल्य खजिना होता. लोकांना नको असलेली पुस्तकं मागून आणून त्याने हा खजिना गोळा केला होता. त्या सगळ्या पुस्तकांवर त्याचं एवढं प्रेम होतं की, रोज एकदा तरी ती सगळी पुस्तकं हाताळून पाहिल्याशिवाय त्याचं समाधान होत नसे.

त्याच्या या ग्रंथालयात दोन जाडजूड इंग्रजी पुस्तकंसुद्धा होती. अपूला त्यातलं एक अक्षरही कळणं शक्य नव्हतं. एका पुस्तकात आयुर्वेदिक औषधांची माहिती छापलेली होती, तर दुसरं असंच कशाचं तरी होतं. दासू रे यांनी लिहिलेल्या भक्तिगीतांची फाटकीतुटकी गाथा आणि पन्नास वर्षांपूर्वीचं एक जुनाट पंचांगसुद्धा त्याच्याकडे होतं. विचारात हरवलेला अपू थोडा वेळ तसाच भिंतीवरच्या सावल्या पाहत बसला. मग त्याने पुन्हा एकदा दिव्याची वात पुढे सरकवली आणि तो दासू रे यांच्या गाथेची पानं चाळू लागला...

तेवढ्यात सर्वजया दुधाचा कटोरा घेऊन त्याच्या जवळ आली आणि म्हणाली, "हे घे, पिऊन टाक बघू."

मुकाट्यानं कटोरा हातात घेऊन अपूनं दुधाचा घोट घेतला. नेहमी एकाच दमात सगळं दूध संपवून टाकणाऱ्या अपूच्या घशातून आज मात्र दुधाचा एकही घोट खाली उतरायला तयार नव्हता. कसेबसे चार घोट घेतल्यावर अपूनं दुधाचा कटोरा बाजूला केला आणि सरळ खाली ठेवून दिला.

सर्वजया म्हणाली, "हे काय? सगळं दूध पिऊन टाक. अरे, जर तू दूध प्याला नाहीस तर शक्ती कशी येईल? सांग बरं?"

काही न बोलता अपूनं पुन्हा तो कटोरा उचलून तोंडाला लावला. त्यानं कटोरा तोंडाला लावला असला तरी तो दूध पीत नाहीये हे सर्वजयाच्या लक्षात आलं. कटोरा धरलेला अपूचा हात थरथर कापत होता. थोडा वेळ त्याने तो कटोरा तसाच तोंडाजवळ धरून ठेवला आणि मग काय झालं कुणास ठाऊक! त्याने तो कटोरा एकदम खाली ठेवून दिला आणि आईकडे पाहत तो ओक्साबोक्शी रडू लागला.

आश्चर्यचकित झालेली सर्वजया म्हणाली, "आता काय झालं? बोल ना. जीभ चावली की काय?"

सर्वजयाच्या तोंडून हे शब्द बाहेर पडताच अपूच्या डोळ्यांतून अश्रूंच्या धारा वाहू लागल्या. हुंदके देत तो म्हणाला, "दीदी, मला दीदीची आठवण येतेय."

सर्वजया गप्पच झाली. अपूला जवळ घेऊन त्याच्या पाठीवरून मायेनं हात फिरवत ती म्हणाली, "रडू नकोस रे बाळ. या वेळी असं रडू नये. ती पलोतांच्या घरी नाहीतर नेराकडे असेल. अशा अंधाऱ्या रात्री ती जाईल तरी कुठे? पण ती फार उनाड झाली आहे. दुपारी जी बाहेर गेली, ती दिवसभर तिकडेच! अंघोळ नाही की जेवण नाही. दिवसभर ती गावाबाहेर पलीतांच्या बागेत होती. तिथं तिने कच्च्या

कैऱ्या आणि कच्ची बोरं खाल्ली असणार. मी तिला बोलावून आणायला लावते; पण तू असा रडू नकोस. अशानं तुला परत ताप येईल बरं.''

भरून आलेले डोळे सर्वजयानं पुसून घेतले आणि ती पुन्हा अपूला राहिलेलं दूध प्यायचा आग्रह करू लागली. ''हं. आ कर बघू बाळ. तुझे बाबा आले की, तिला घेऊन येतील. वेडा रे वेडा! माझा हा वेडा मुलगा कुठून आलाय कुणास ठाऊक! हं! आता आणखी एकच घोट. झालं... शाब्बास...''

रात्री झोपायला बराच उशीर झाला. अपू आणि दुर्गा लाकडी फळ्यांवर टाकलेल्या अंथरुणावर झोपले होते. अपूच्या शेजारची आईची जागा मोकळीच होती. तिचं स्वयंपाकघरातलं काम अजून आटोपलं नव्हतं. हरिहर आपलं जेवण आटोपून पुढच्या खोलीत हुक्का ओढत बसला होता. कामावरून परत आल्यावर त्यानेच दुर्गाला शोधून घरी आणलं होतं.

घरी परतलेली दुर्गा कुणाशीही काहीच बोलली नाही. मुकाट्यानं जेवली आणि अंथरुणावर जाऊन पडली. हळूच दुर्गाच्या अंगावर हात ठेवत अपूने विचारलं, ''दीदी, संध्याकाळी आईनं तुला का मारलं गं? तिने पुन्हा तुझे केस उपटले का?''

दुर्गा काहीच बोलली नाही. दुर्गा काहीच बोलत नाही असं पाहून अपूनं पुन्हा विचारलं, ''तुला माझा राग आलाय का गं दीदी? पण मी काय केलंय?''

''काहीच केलं नाही?'' दुर्गा खेकसली. ''तर मग तो हार माझ्या पेटीत आहे हे त्या सतूला कुणी सांगितलं?''

आपली बाजू मांडण्यासाठी अपू एकदम उठून बसला. ''नाही! खरंच नाही गं दीदी. मी नाही सांगितलं. शप्पथ! तो हार तुझ्या पेटीत आहे हेसुद्धा मला माहीत नव्हतं. तिसऱ्या प्रहरी सतू आपल्या घरी आला होता. आम्ही त्याची ती लाल रिंग खेळत होतो ना. त्या वेळी त्याने तुझी पेटी उघडली होती. तिच्यात तो काहीतरी पाहत होता. मी त्याला पेटीला हात लावू नकोस, माझी दीदी मला रागावेल म्हणून सांगितलंसुद्धा! बहुतेक त्याच वेळी त्याने तो पाहिला असेल.''

एवढं बोलून तो दीदीच्या अंगावरून हळुवारपणे हात फिरवू लागला. ''फार लागलं का गं दीदी? कुठे मारलं गं तुला.'' त्यानं विचारलं.

''तिनं माझ्या कानामागे मारलं. रक्त आलंय बघ. अजून दुखतंय.'' असं म्हणत अपूचा हात हातात घेऊन, त्याची बोटं दुखऱ्या जागेवर ठेवत ती म्हणाली, ''हे बघ या इथं. आलं ना लक्षात? हे इथं...''

''इथं होय? हो गं हो. जखम झालीये वाटतं. तिच्यावर घालायला दिव्यातलं थोडं तेल आणू का?''

''नको. काही गरज नाही.'' दुर्गा म्हणाली. ''हे बघ, मी काय सांगतेय ते ऐक.

उद्या तिसऱ्या प्रहरी आपण पलीतांच्या बागेत जाऊ. तिथं आंबे मस्त पाडाला आलेत. बोरं तर इतकी छान पिकलीत की विचारू नकोस; पण कोणाला सांगू नकोस हं. गुपचूप जाऊ या. फक्त आपण दोघंच! आज मी दोन आंबे तोडून खाल्ले. अगदी साखरेसारखे गोड आहेत.''

लपलेला खजिना

दुसरा दिवस उगवला, तो आशा-निराशांची मालिका सोबत घेऊनच!

वडिलांनी सांगितल्याप्रमाणे अपूनं ताडाच्या पानांवर सात वेळा बाराखडी गिरवून काढली. ते काम आटोपल्यावर तो दीदीच्या शोधात बाहेर पडला. आईच्या धाकानं दुर्गा आज लवकर उठली होती आणि अंघोळ आटोपून कुमारिकांच्या प्रार्थनाविधीत रंगून गेली होती. अंगणाच्या आतल्या बाजूला काही दिवसांपूर्वीच खोदून ठेवलेल्या आणि आता पाण्याने भरलेल्या पवित्र कुंडाशेजारी एका पपईच्या झाडाखाली ती बसली होती. कुंडाच्या आजूबाजूला आधीच रोवून ठेवलेल्या बिया चांगल्या रुजलेल्या दिसत होत्या आणि त्यांना इवले इवले अंकुरही फुटले होते. कुंडाच्या चारही बाजूंना केळीची चार खोडं लावलेली होती. अपू तिथं गेला, तेव्हा ती कमळवेल, पक्षी, उगवता सूर्य अशा रांगोळ्या काढत होती.

"थोडा थांब हं." दुर्गा म्हणाली. "माझी एवढी पूजा संपू दे. मग आपण की नाही, एका नव्या ठिकाणी जाऊ."

"कुठं जायचं दीदी?"

"थांब की जरा. तिथं गेल्यावर तुला दिसेलच. तोपर्यंत थोडा धीर धर."

एवढं बोलून दुर्गानं पूजाविधी सुरू केला आणि दीर्घ श्वास घेऊन ती प्रार्थना म्हणू लागली.

प्रार्थना ऐकत अपू तिथंच उभा होता. त्याला हसताना पाहून दुर्गा थांबली आणि हसू दाबत म्हणाली, "तू का हसतोयस ते? तुझं इथं काही काम नाही. जा बघू... "

अपू पुन्हा हसला आणि तिची नक्कल करत तिथून निघून गेला. त्याला ती सगळी गंमतच वाटली.

प्रार्थना पूर्ण झाल्यावर अपूला हाक मारून दुर्गा म्हणाली, "चल, आपण ना, आता खंदकाच्या तलावाकडे शिंगाडे काढायला जाऊ. चल, लवकर."

वेळूबन आणि आमराईतून वाट काढत ते निघाले. खूप वर्षांपूर्वी गावातल्या

श्रीमंत मुजुमदारांचं घराणं गावापासून बऱ्याच दूर असलेल्या त्या वाड्यात असायचं. चोर, दरोडेखोरांपासून रक्षण व्हावं म्हणून त्यांनी वाड्याच्या चारही बाजूंनं खंदक खोदला होता. त्याचा बराचसा भाग आता जवळपास बुजून गेला होता. तरीही त्याच्या थोड्या खोलगट भागात वर्षभर पावसाचं पाणी साचलेलं असायचं आणि तेवढ्यामुळे लोक त्या तलावाला खंदकाचा तलाव म्हणायचे. वाड्याचे अवशेषसुद्धा आता फारसे उरले नव्हते. तलावाचं पाणी कायम अनेक प्रकारच्या पाणवेलींनी झाकलेलं असे. त्यात वाढलेले शिंगाडे लोकांना दिसत; पण ते काढण्यासाठी सहसा कोणी धजावत नसे.

"अपू, एक चांगलीशी काठी मोडून आण. इथून हात पोहोचणं शक्य आहे." दुर्गा म्हणाली.

अपू बांबूची काठी शोधू लागला. शोधता शोधता त्याने वळून दुर्गाकडे पाहिलं तर ती कसलं तरी लाल रंगाचं फळ खात होती.

"काय खातेस गं दीदी? ते फळ तर फक्त पक्षीच खातात."

"वेडपटच आहेस! मी हे नेहमी खाते. मधासारखी गोड लागतात ही फळं." असं म्हणत तिनं आणखी एक फळ पिळून तोंडात कोंबलं.

"मी एक खाऊ? पण कोणीतरी सांगत होतं की, हे फळ खाल्लं तर माणूस वेडा होतो म्हणे. दे की मला एक."

दीदीनं दिलेलं ते फळ खाऊन होताच तोंड कडवट करीत अपू म्हणाला, "शीऽऽऽ, खाऊन झाल्यावर कडू लागतंय."

आणखी चार-पाच फळे तोंडात कोंबत दुर्गा म्हणाली, "हूं. खाऊन झाल्यावर कसं लागतं ते कोण पाहतं? ते पहिल्यांदा कसं लागतं ते महत्त्वाचं. पहिल्यांदा कसं अगदी गोड मधासारखं लागतं."

दुर्गा मोठ्या आनंदानं ती फळं खात होती. तसं पाहिलं तर गोड गोड पदार्थ खायला कोणाला आवडत नाही? मुलांना तर ते फारच आवडतात; परंतु मिठाई खरेदी करून मुलांना खाऊ घालणं ही गोष्ट दुर्गाच्या आई-वडिलांना का परवडण्यासारखी होती? निश्चंडीपूरच्या रानात जणू निसर्गानंच तिच्यासाठी मिठाईचं दुकान उघडलं होतं. जंगलात विखुरलेला हा रानमेवा ती मनसोक्त खायची. कोणतं फळ कोणत्या ऋतूत कसं लागतं हे तिच्या जिभेला अचूक माहीत असायचं. चवीचे अनेक प्रकार तिनं नव्यानेच शोधून काढले होते.

अपू म्हणाला, "पण दीदी, ते वेल तर पाण्यात खूप दूर आहेत. ते हाताला कसे गं लागतील?"

खरोखरच पाण्यावर तरंगणारे ते वेल खूप दूर होते. दुर्गानं बांबूच्या साहाय्याने त्यांना ओढून घेण्याचा प्रयत्न केला; परंतु त्याचा काहीच उपयोग झाला नाही. ती

म्हणाली, ‘‘खंदकाचा हा काठ इकडून फारच निसरडा आहे. मी जराशी जरी पुढे गेले तर मी या खोल पाण्यात घसरूनच पडेन. आता काय करावं बरं? अरे हो, अपू, तू मला थोडी मदत कर. हे घे, माझ्या साडीचं हे टोक घट्ट पकड. मी ही काठी घेऊन पाण्यात उतरते.’’

तेवढ्यात एक गोड लकेर अपूच्या कानावर आली. एक पिवळा पक्षी झाडाच्या डहाळीवर बसून गोड गात होता. अपूचं लक्ष त्या पक्ष्याकडे वेधलं गेलं. उत्सुकतेनं तो म्हणाला, ‘‘तो कोणता पक्षी आहे गं दीदी?’’

‘‘मरू दे तो पक्षी! माझ्या साडीचं टोक घट्ट पकड. नाहीतर मी घसरून पाण्यात पडेन. पाणी खोल असेल तर बुडून मरेन.’’

हळूहळू दुर्गा पाण्यात उतरली. पाण्यात काठी रोवत-रोवत, पाण्याची खोली मोजत जिथपर्यंत जाता येत होतं तिथपर्यंत ती जात होती. कपड्यांसह पूर्ण भिजली तरीही ती अजून वेलापर्यंत पोहोचू शकली नव्हती. तशातही ती आणखी पुढे गेली. अगदी आपल्या बोटांमध्ये काठी धरून आणि अगदी एकाग्रतेने हात लांबवून ती वेल ओढण्याचा प्रयत्न करू लागली. अपू मात्र मागे किनाऱ्यावर दुर्गाच्या पदराचं टोक धरून उभा होता. त्याच्या हातातला पदर सारखा निसटत होता. थोड्याच वेळात त्याला कळून चुकलं की, आता पदर धरून ठेवणं शक्य नाही. शेवटी त्याने पदर सोडून दिला आणि तो मोठमोठ्यानं हसू लागला. त्याच्या या आगाऊपणामुळे दुर्गाचा आधार सुटला आणि ती धडपडू लागली; पण लगेच तिने स्वतःला सावरलं. तशातही शिंगाड्यांचा एक वेल जवळ ओढून घेण्यात ती यशस्वी ठरली होती.

‘‘तू नुसता बिनकामाचा आहेस बघ. बरं जाऊ दे, आपण परत प्रयत्न करू या. माझा पदर घट्ट धर.’’ शेवटी मोठ्या कष्टानं ती त्या शिंगाड्यांचा वेल जवळ खेचण्यात यशस्वी झाली. वेल हातात घेऊन, दुर्गानं हावऱ्यासारखं त्याचं निरीक्षण केलं आणि तो काठावर फेकून देत ती म्हणाली, ‘‘हे अगदीच कच्चे आहेत. त्यांच्यात अजून अजिबात दूध भरलेलं नाहीये. पुन्हा एकदा प्रयत्न करू या. पदर जरा घट्ट धर.’’

अपूनं पुन्हा दुर्गाच्या साडीचा पदर धरला; परंतु ती पुढे सरकली, तेव्हा मात्र त्याला स्वतःचाच तोल सावरणं अवघड जाऊ लागलं आणि हळूहळू तो स्वतःच पाण्यात घसरू लागला. आता तोही भिजून चिंब झाला होता. आता मात्र त्याने तो नादच सोडून दिला आणि पाण्याबाहेर येऊन हसत उभा राहिला. अपूला हसताना पाहून दुर्गासुद्धा हसू लागली. बहीण-भावांच्या त्या हसण्यानं तळ्याकाठचं ते शांत वेळूबन आनंदानं जणू भरून गेलं. मोठमोठ्यानं हसत दुर्गा म्हणाली, ‘‘थोडीशी तरी शक्ती आहे का तुझ्या अंगात? तू तर नुसता वाळलेल्या काडीसारखा आहेस!’’ असं म्हणत दुर्गा पुन्हा पाण्यात उतरली आणि पुन्हा शिंगाडे काढण्याचा प्रयत्न करू लागली.

दुर्गानं सांगितल्याप्रमाणे अपू काठावर उभा होता. अचानक त्याचं लक्ष शेजारच्या झुडपांकडे गेलं आणि तिकडे बोट दाखवत तो मोठ्याने म्हणाला, ''दीदी! ते काय आहे गं?''

''कुठे काय आहे?'' दुर्गानं विचारलं.

अपू उत्सुकतेनं धावतच त्या ठिकाणी गेला आणि काठीनं खोदू लागला. दुर्गा पाण्याबाहेर येईपर्यंत अपूला काहीतरी सापडलं होतं आणि ती वस्तू तो आपल्या शर्टाला घासून पुसून काढत होता. ती वस्तू सापडल्यानं त्याला फारच आनंद झालेला दिसत होता.

''हे बघ गं दीदी!'' तो ओरडला आणि ती वस्तू दुर्गाला दाखवीत म्हणाला, ''हे बघ, किती चमकतंय बघ. काय असेल गं हे?''

दुर्गानं उत्सुकतेनं ती वस्तू हातात घेतली. ती एक गोल आकाराची आणि पैलू असलेली चमकदार वस्तू होती. तिनं ती इकडून-तिकडून काळजीपूर्वक पाहिली आणि अचानक तिच्या मनात एक कल्पना चमकून गेली. त्या कल्पनेच्या विचारानंच तिचा चेहरा उजळून निघाला. इकडेतिकडे नजर फिरवून आपल्याला कुणी पाहत नाही याची खात्री करून घेत, ती हळूच कुजबुजली, ''अपू, मला वाटतंय की, हा हिरा आहे.''

''हिरा?''

''शूऽऽ, ओरडू नकोस की माकडा!''

दुर्गानं ती वस्तू पुन्हा एकदा काळजीपूर्वक पाहिली. अपूनं चकार शब्दही काढला नाही. तो फक्त तिच्याकडे पाहत उभा होता.

ते धावतच घरी आले, तेव्हा सर्वजया कुठे दिसत नव्हती. ती घरी आली, तेव्हा ते दोघे दारातच उभे होते. दुर्गा हळूच सर्वजयाजवळ जाऊन कुजबुजली, ''आई, आम्हाला काहीतरी सापडलंय. आम्ही खंदकाच्या तलावात शिंगाडे काढायला गेलो होतो ना, तिथं जंगलात हे पुरून ठेवलेलं होतं.''

''ते मलाच पहिल्यांदा दिसलं बरं का गं आई'' अपू पुढे येत म्हणाला. ''आणि मीच मग दीदीला सांगितलं.''

दुर्गानं पदराला बांधलेली गाठ सोडून ती वस्तू बाहेर काढली आणि आईच्या हातावर ठेवत ती म्हणाली, ''हे बघ आई, काय आहे गं ते?''

सर्वजयानंही ते खालून वरून चारही बाजूंनी निरखून पाहिलं. दुर्गा कुजबुजली, ''आई, हा खरोखरचा हिरा आहे, हो ना?''

हिऱ्याविषयी दुर्गा आणि अपू जेवढे अनभिज्ञ होते तेवढीच सर्वजयासुद्धा अनभिज्ञ होती. साशंकतेनेच ती म्हणाली, ''कशावरून हा हिरा आहे असं तुम्हाला वाटतं?''

"अगं, ते मुजुमदार लोक श्रीमंत होते. खरं की नाही? आणि बरं का गं आई, लोकांना त्यांच्या त्या वाड्याच्या जवळपास सोन्याची नाणी सापडतात. आपली इंदिराआत्या नेहमी त्यांच्याविषयी सांगायची. आम्हाला पण हा हिरा त्या तलावाच्या जवळच जंगलात पुरलेला आढळला. त्याच्यावर ऊन पडलेलं होतं आणि त्यामुळेच तो झगमगत होता. आई, मला तर वाटतं, तो खरोखरचा हिरा आहे."

सर्वजया म्हणाली, "थांबा, तुमचे बाबा आले की, त्यांना दाखवू या. ते काय म्हणतात ते पाहू."

दुर्गा आनंदानं धावतच अंगणात गेली आणि अपूला म्हणाली, "बरं का रे अपू, तो जर का खरोखरचा हिरा असेल ना, तर आपण खूप श्रीमंत होऊ."

हिरा काय असतो, त्याची किंमत काय असते त्याबद्दल काहीच माहीत नसलेल्या अपूनं हसत हसत आनंदानं मान डोलवली.

मुलं गेल्यावर सर्वजया पुन्हा एकदा त्या वस्तूकडे बारकाईनं पाहू लागली. चारही बाजूनं पैलू पाडलेले असल्यानं हा काही नुसताच काचेचा तुकडा नाही याबद्दल तिची खात्रीच पटली. शिवाय एखाद्या लोलकाप्रमाणे तो आतून रंगीत होता. असा पैलू पाडलेला आणि आतून रंगीत असलेला काचेचा मणी तिनं कधीच पाहिला नव्हता. सर्वजया विचारात पडली. काय असेल बरं हे? तिच्या हृदयाचे ठोके जलद पडू लागले. छाती धडधडू लागली. रक्तवाहिन्यांमधील रक्त वेगात धावू लागलं. मनात आलेल्या त्या विचारानं उचल खाल्ली. खरंच! हा हिरा तर नसेल...?

हिरा काय किंवा किमयागाराच्या हातातला परीस काय या सगळ्या गोष्टी सर्वजयाच्या कल्पनेपलीकडच्या होत्या. असला तर अतिश्रीमंत लोकांकडेच कदाचित लहानसा हिरा सापडेल. गरीब लोकांना तर तो कधी स्वप्नातही दिसणार नाही...

त्यानंतर थोड्या वेळाने हरिहर घरी आला.

"अहो, इकडे या." सर्वजया म्हणाली, "हे बघा बरं, काय आहे ते?" हरिहरनं ती वस्तू हातात घेतली आणि तो म्हणाला,

"तुला कुठं मिळालं हे?"

"अहो, दुर्गा आज खंदकाच्या तलावात शिंगाडे काढायला गेली होती. तिथंच तिला काहीतरी पुरलेलं दिसलं. खोदल्यावर हे निघालं. काय आहे हो हे?"

हरिहरनं ती वस्तू हातात घेऊन अगदी बारकाईने बघितली आणि अगदी शांतपणे तो म्हणाला, "काही कळत नाही, हा एक काचेचा तुकडा असावा. कदाचित तो विशिष्ट प्रकारचा दगडही असेल. शिवाय तो एवढा लहान आहे की निश्चितपणे काही सांगणं कठीणच आहे."

सर्वजयाच्या हृदयात पुन्हा एकदा आशेच्या लाटा उचंबळून आल्या. तो नुसता काचेचा तुकडा असता तर हरिहरनं लगेच ओळखला असता आणि उलट सर्वजयाच्या

मूर्खपणाला त्याने दोषही दिला असता.

सर्वजया हळूच कुजबुजली, "काय सांगताय? हा हिरा नाहीये? दुर्गा तर म्हणत होती की, बऱ्याच लोकांनी त्या मुजुमदारांच्या घराशेजारी असलेल्या त्या खंदकाच्या तलावाजवळून अनेक वस्तू खोदून नेल्यात म्हणून. मला तर वाटतं की, तो त्यांच्या खजिन्यातला एखादा हिराच असावा. तुम्हाला नाही का वाटत तसं काही असेल म्हणून?"

"हो, हो, वाटतंय तर; पण अगं, जर का हिरे असे रस्त्यावर सापडले असते, तर मग लोकांना कुठल्याच गोष्टीची काळजी करावी लागली नसती. म्हणे, हा हिरा आहे का? हिरे काय असे रस्त्यावर पडलेले असतात होय? काय बाई आहेस गं तू तरी !"

तो एक काचेचा तुकडा आहे असंच हरिहरला वाटत होतं; पण नंतर मात्र त्याचा संशय बळावला. त्याला वाटलं, काय सांगावं? मुजुमदार श्रीमंत होते. शक्य आहे, एखादवेळी त्यांच्या ढीगभर दागिन्यांपैकी एखाद्या दागिन्यातला हिरा निखळून पडला असावा आणि तो तिथंच जमिनीत दाबला गेला असावा. असं म्हणतात की, दैवयोगाने हातात गुप्त खजिना आलेला असूनसुद्धा ज्याला तो ओळखता येत नाही तो सगळ्यात कमनशिबी असतो. नंतर मग तोच म्हणाला, "ठीक आहे. मी गांगुलीकडे जाऊन त्यांना तो खडा दाखवतो. बघू या, ते काय म्हणतात ते."

तो खडा काळजीपूर्वक गाठीला बांधून हरिहर बाहेर पडला. सर्वजया घरकामाला लागली. एकीकडे ती स्वयंपाक करत होती आणि त्याच वेळी सारखा त्या खड्याचाही विचार करत होती. मनातल्या मनात देवाची प्रार्थना करत ती म्हणत होती, "देवा रे! किती लोकांनी तिथल्या गोष्टी उचलल्यात. आम्ही किती गरिबीत दिवस काढतो आहोत ते बघतोयस ना? तुला माझ्या मुलांची तरी दया येऊ दे. देवा रे, एवढं ऐक रे बाबा माझं. तो खरोखरचा हिरा निघू दे... "

तेवढ्यात दुर्गा आनंदाने उड्या मारतच घरात आली.

"आई, बाबा घरी आले का गं?"

त्याच वेळेला हरिहरने घरात प्रवेश केला. तो म्हणाला, "मला वाटत होतं तसंच झालं. गांगुलींचा जावई सत्यबाबू नुकताच कलकत्त्याहून आलाय. त्यानं सांगितलं की, हा झुंबरामध्ये वापरले जातात तशा प्रकारचा एक काचेचा लोलक आहे. एका विशिष्ट प्रकारच्या काचेपासून ते तयार केले जातात एवढंच! अगं, हिरे का असे रस्त्यात पडलेले असतात? तू तरी कमालच करतेस."

अरे संसार संसार

उन्हाळ्याचे दिवस होते. सर्वजया सकाळी नेहमीप्रमाणे स्वयंपाकात मग्न होती. जवळच फुलांची परडी पडली होती. कधी काळी फुलांशी असलेला तिचा संबंध आता पूर्णपणे संपला होता. सध्या ती भाजीपाल्याची आणि मसाले ठेवायची टोपली म्हणूनच वापरली जात होती. मसाल्यांची पिशवी घेण्यासाठी म्हणून सर्वजयानं टोपलीत हात घातला तर ती जागेवर नव्हती.

"आता माझी मसाल्यांची पिशवी घेऊन कुठे पळालास? अपू, तू मला फार दमवतोस रे बाबा. आज तू मला स्वयंपाक करू देणार आहेस की नाही? मला माहीत आहे, आता थोड्याच वेळात तू आई मला भूक लागली म्हणून ओरडत येशील."

पण अपू कुठं दिसत नव्हता.

"आण बरं ती पिशवी. किती त्रास देशील? किती उशीर झालाय ते तुला दिसतं ना? चल, आण बरं लवकर."

तिथंच दाराआड लपलेल्या अपूनं डोकावून पाहिलं. आई रागावली आहे असं दिसताच, काहीतरी धोका आहे असं जाणवताच गोगलगाय आपलं तोंड शंखात खेचून घेते त्याप्रमाणे अपू मागे दडला.

सर्वजया म्हणाली, "आता काय करावं या पोराला? दे, दे मला ती पिशवी. मला फार छळतोस हं तू. बघ, सूर्य अगदी डोक्यावर आलाय. आता तरी मला स्वयंपाक करू दे."

खोडकरपणे हसत, अपूनं पुन्हा एकदा दाराआडून डोकावून पाहिलं.

"हो, तू कुठे लपलायस ते मी पाहिलंय. आता पुन्हा लपायची काही गरज नाही. आण ती पिशवी."

सर्वजयाला आठवलं, अपू दीड वर्षांचा होता, तेव्हाही त्याला हा लपाछपीचा खेळ फार आवडायचा. त्या दिवसांत न्हाऊमाखू घालून सर्वजया त्याच्या डोळ्यांत काजळ भरायची. कपाळावर दोन भिवयांच्या मधोमध काजळाची टिकली लावायची.

त्याच्याशी बोबडे बोबडे बोलत त्याला कुशीत घेऊन कुरवाळायची किंवा मांडीवर घेऊन थोपटायची. संध्याकाळच्या वेळी त्याला अंगाई म्हणायची. त्याच्यासाठी हातांचा पाळणा करायची... अपूही आपल्या मोठमोठ्या डोळ्यांनी आईकडे पाहायचा. मग त्याला काय वाटायचं कोणास ठाऊक! अचानकपणे तो आईला घट्ट बिलगायचा. बिनदातांचं छोटंसं तोंड उघडून मोठमोठ्यानं हसायचा आणि तिच्या पाठीमागे लपायचा.

आनंदानं हसत सर्वजया म्हणायची, "कुठे आहे माझा बाळ? कुठे लपलाय बरं? मला तर काही दिसत नाही." आणि मग मागे वळून ती अपूला पकडायची. अपू पुन्हा आईमागे लपायचा. असा हा खेळ बराच वेळ चालायचा. सर्वजया थकली तरी अपू मात्र मुळीच थकायचा नाही.

नुकतंच जगात आलेलं ते मूल हातचं काही राखून न ठेवता जणू आनंदाची उधळण करत होतं. त्याला आवरता आवरता सर्वजया अगदी दमून जायची. खेळून खेळून दमल्यावर तोही मग जांभया देऊ लागायचा. त्याच्या तोंडासमोर चुटक्या वाजवत सर्वजया म्हणायची, "झोप आली का माझ्या बाळाला? आता झोप हं बाळा."

त्याचे डोळे मिटू लागल्यावर सर्वजया त्याच्या नाजूक चेहऱ्याकडे, गोडगोबऱ्या गालांकडे, काजळ घातलेल्या डोळ्यांकडे आणि त्याच्या कपाळावरील त्या टिकलीकडे मंत्रमुग्ध होऊन पाहतच राहायची. त्याचे मुके घेत म्हणायची, आता फक्त दीड वर्षाचा आहे; पण किती खोड्या आहेत याच्या अंगात. पण मी म्हणते, झोपण्यापूर्वी थोडं दूध घेतलं असतं तर काही बिघडलं असतं का? म्हटलं, संध्याकाळ होते आहे. थोडं दूध गलम कलावं. माझ्या अपू बालाला द्यावं; पण ते नाही. आता ही झोपायची वेळ आहे का बलं?"

...अपू आता आठ वर्षांचा झाला आहे; परंतु सर्वजयाला वाटतं, अजूनही जणू तोच लहानगा अपू आईशी त्याचा आवडता लपाछपीचा खेळ खेळतो आहे. जणू अजूनही त्याचं मन भरलं नाही. अजूनही तो तसाच भोळा आहे आणि अशा ठिकाणी लपतो की, आंधळासुद्धा सहज शोधून काढेल. तरीही सर्वजया म्हणते, "कुठे आहे अपू? मला तर काही सापडत नाही. हरले मी." आणि मग अपू हसत हसत बाहेर येतो. आई किती भोळी आहे, तिला आपण खरंच सापडलो नव्हतो असंच त्याला वाटतं; त्यामुळे आईशी खेळायला त्याला फार आवडतं. असा हा खेळ कधीकधी दिवसभरसुद्धा चालतो.

"ठीक आहे. राहू दे हा स्वयंपाक तसाच! आता तू जेवायला तर माग; मग सांगते-" सर्वजया ओरडली.

दाराआड लपलेला अपू हसत हसत बाहेर आला. त्याने मसाल्यांची पिशवी

मुकाट्याने आईसमोर ठेवली.

"आता जा. थोडा वेळ बाहेर खेळ. दुर्गा कुठे आहे ते पाहा. अंगणातून तिला हाक मार. आज तिच्या अंघोळीचा दिवस आहे. मी एकटी तिला कुठे कुठे शोधू? जा तिला शोधून आण पाहू. गुणाचा आहे माझा अपू बाळ."

परंतु गुणाचा बाळ होण्याचं अपूचं कुठलंही लक्षण दिसत नव्हतं. आता त्याने दुसरंच काहीतरी सुरू केलं होतं.

"हूं... हूं..."

कसला आवाज येतोय म्हणून सर्वजयानं पाहिलं, तर अपूनं एक जुनाट पोतं डोक्यापासून पायापर्यंत ओढून घेतलं होतं आणि हूं हूं असा आवाज काढत तो सर्वजयाला भीती दाखवत होता.

"तो अजिबात ऐकणार नाही! अरे बाळा, फेक बरं ते पोतं. माझे हात तिखटाचे झालेत म्हणून. नाहीतर मीच तुला त्या पोत्यातून ओढून काढलं असतं. वेडा कुठला."

पण अपू कुठला ऐकतोय? टुणटुण उड्या मारत तो दोन पावलं आणखी पुढे आला. आता मात्र सर्वजया जोरात ओरडली, "जवळ येऊ नकोस. घाणेरडा कुठला. मी स्वयंपाक करतेय ना? शिवशील मला. अरे, नको, नको रे बाळा. भ्याले ना मी. एकदम भ्याले. वाघ रे वाघ."

समाधानाने हसत अपूनं अंगात घातलेलं पोतं बाहेर काढलं. डोक्यापासून पायापर्यंत तो पूर्णपणे धुळीने माखला होता. नाका-तोंडात आणि डोळ्यांतही धूळ गेली होती.

"आता काय करू या बदमाश पोराला! अरे, तू कसा भुतासारखा दिसतोयस बघ बरं. कसली ती धूळ. वेडा कुठला."

सर्वजयाच्या मनात एवढं वात्सल्य उचंबळून आलं की, अपूला कडकडून मिठीत घ्यावं असंच तिला वाटलं; परंतु अजून त्याची अंघोळ व्हायची होती आणि ती स्वतः मात्र अगदी शुचिर्भूत होऊन स्वयंपाकाला लागली होती.

"हे घे फडकं आणि झटकून टाक बरं ती सगळी धूळ. काय म्हणावं तरी काय तुला."

अपूला स्वयंपाकखोलीच्या दारात थांबायला सांगून सर्वजया जवळच्या विहिरीवर पाणी आणायला निघाली. ती बाहेर पडते न पडते तेवढ्यात दुर्गा घरात शिरली. उन्हात भटकल्यामुळे तिचं तोंड लाल झालं होतं. विस्कटलेले केस नेहमीप्रमाणे अस्ताव्यस्तपणे उडत होते. पायांवर बरीच धूळ साचली होती. त्यातूनही तिनं पायाला लावलेला अळिता स्पष्ट दिसत होता.

आईची अशी समोरासमोर अनपेक्षित भेट होताच दुर्गा गोंधळली. दोन आवंढे

गिळत आणि पदरात बांधून आणलेले आंबे दाखवत ती म्हणाली, ''राजीकडे गेले होते गं. आमच्या त्या पूजेसाठी तिच्याकडून रोपं आणायची होती ना? तिथं राजीच्या मावशीनं हे दिले. त्यांच्या बागेतल्या झाडाचे आहेत वाटतं.''

''छान! पण तुझा अवतार तरी पाहा. डोक्यात आणि अंगावर नुसता कोंडा झालाय. केस तर काही विचारू नकोस. आता पूजेचा नाद धरलाय. त्या काळजीनं रात्र रात्र जागतेस.'' आणि दुर्गाच्या पायांकडे पाहून सर्वजया पुढे म्हणाली, ''पुन्हा माझ्या टोपलीतून अळिता लांबवलास वाटतं.''

दुर्गाला रागच आला. साडीच्या पदरानं तोंड पुसत आणि तोंडावर येणारे केस मागे वळवत ती म्हणाली, ''तुझ्या टोपलीतून लांबवायची मला काय गरज? बाजाराच्या दिवशी मी बाबांना अळित्यासाठी एक पैसा दिला नव्हता का? तो अजूनही शिल्लक आहे. पाहिजे तर पाहा माझ्या बाहुलीच्या पेटीत.''

पाणी आणून झाल्यावर सर्वजया पुन्हा आपल्या कामाला लागली. तेवढ्यात हरिहर हुक्का पेटवण्यासाठी लागणारा विस्तव घेण्यासाठी म्हणून स्वयंपाकखोलीच्या दाराजवळ आला.

त्याला पाहून सर्वजया खेकसलीच. म्हणाली, ''तासातासाला तुम्हाला विस्तव कुठला आणू? जळण पाहिलं तर हे असलं. बांबूचा विस्तव तरी कुठे होतो? आणि पाहावं तेव्हा तुमचा आपला हुक्का सुरूच असतो.'' आणि असं म्हणत हातातली पितळी पळी तिनं चुलीत खुपसली. विस्तव काढून तो हुक्क्यावर ठेवलेल्या मातीच्या कपात टाकला.

''मग तुम्ही काय ठरवलंय म्हणते मी.'' आवाजात शक्य तेवढं मार्दव आणत सर्वजया म्हणाली.

''ते सगळं ठीक आहे गं. तो गृहस्थ माझं पौरोहित्य स्वीकारायला पूर्णपणे तयार आहे यात कुठलीही शंका नाही; पण मध्येच काही अडचणी उद्भवल्या आहेत. महेश विश्वासनं सासऱ्याच्या मालमत्तेसाठी दावा लावलाय. तीच एक मोठी अडचण झालीय; त्यामुळे साऱ्याच गोष्टी लांबणीवर पडल्यात. माझ्या बाजूनं म्हणशील तर मलाही एक अडचण दिसते. येत्या जुलैपासून ग्रहमान फारसं अनुकूल नाही.''

''ते आपल्याला तिथं राहायला जागा देणार होते, त्याचं काय झालं?''

''तेही सगळं अवघडच आहे. पौरोहित्य स्वीकारण्याच्या गोष्टीच जिथं लांबणीवर पडल्या आहेत तिथं जागेचा विषय तरी कसा काढायचा, हा प्रश्नच आहे.''

आजवर त्याबाबत अगदी आशावादी असलेली सर्वजया एकदम निराश झाली. ''ठीक आहे. तिथं नाही तर नाही, मग दुसरीकडे कुठेतरी जाऊ. नव्या जागी तरी बरे दिवस येतील. इथं कसं चाललंय ते पाहताय ना? आहे का कोणाला आपली

काही काळजी? आंब्या-फणसाचे दिवस आहेत; पण एक तरी फळ डोळ्याला दिसतंय का? आज कोणास ठाऊक कुठून ती मुलगी दोन अर्धवट कुजलेले आंबे घेऊन आलीये.'' आणि कुंपणापलीकडच्या आंब्याच्या बागेकडे पाहून ती पुढे म्हणाली, ''ते लोक आपल्या दारावरून टोपल्या भरभरून आंबे नेतात आणि माझी मुलं नुसती पाहत राहतात. मेलं, या आमच्या दुर्दैवाला काय म्हणायचं?''

बागेचा विषय समोर येताच दीर्घ निःश्वास टाकून हरिहर म्हणाला, ''माणसं किती कारस्थानी असतात बघ. अवघ्या पाच रुपयांमध्ये पंचवीस रुपयांचे उत्पन्न देणारी बाग त्यांनी बळकावलीये. मी त्यांच्या किती विनवण्या केल्या. म्हटलं काका, माझ्या घरात दोन खाणारी पोरं आहेत. तुम्हाला अजून दोन बागा आहेत. कितीतरी माड आहेत. एवढी ही बाग मला देऊन टाका. पाहिजे तर मी नीलमणीचं कर्ज भागवतो; तर तो काय म्हणाला माहीत आहे? नीलमणी हयात असताना त्याने तीनशे रुपये घेतले होते. त्याचं व्याजच अजून फिटायचं आहे. तू असं कुठे ऐकलं तरी होतंस का? ऊठसूट भुवन मुखर्जींसमोर हात जोडायला नीलमणी का इतका दरिद्री होता? खरं म्हणजे नीलमणीची बायको फार साधी आहे. तिच्या स्वभावाचा ते असा गैरफायदा घेताहेत.''

''साधी कुठली? तीही काही कमी नाही! तीसुद्धा काय म्हणाली माहीत आहे? म्हणाली, भाऊबंद आहेत तिथंच बरे आहेत. बाग त्यांच्या ताब्यात गेली तर आम्हाला काहीही मिळणार नाही. काहीच न मिळण्यापेक्षा थोडे तरी पैसे मिळताहेत तेच बरं आहे.''

''जसं काही मी तिला काहीच दिलं नसतं! बाग कधी दिली गेली, हेही मला समजलं नाही. खरं सांगू का? अगदी गुप्तपणे ते कारस्थान शिजलंय. गोडगोड बोलून त्यांनी नीलमणीच्या बायकोला करारावर सही करायला लावली.''

जारे जारे पावसा...

त्या दिवशी तिसऱ्या प्रहरी अचानक आलेल्या ढगांनी आकाश अंधारून गेलं आणि वाराही जोरजोरात वाहू लागला. पाहता पाहता त्याने वादळाचं स्वरूप धारण केलं. अंगणातलं वेळूचं बेट वाऱ्याच्या प्रखर झोतामुळे एकदा इकडे, तर एकदा तिकडे झुकत होतं. धूळ, माती, वेळूची आणि फणसाची पानं तसेच पाला-पाचोळा सोबत घेऊन वारा भोवऱ्यासारखा गरगरत होता. सगळं अंगण पालापाचोळ्यानं भरून गेलं.

वादळानं खाली पडलेल्या कैऱ्या वेचण्यासाठी दुर्गा तातडीने घराबाहेर पडली. अपूही तिच्यासोबत होताच. ते पळतच निघाले. दुर्गा म्हणाली, ''चल, लवकर. हे बघ, तू असं कर, तू सिंदूरकोट्याखाली जा. तोवर मी सोनामुखीकडे जाते. जा, जा चट्कन, पळ...!''

जिकडेतिकडे नुसती धूळ पसरली होती. ती मोठमोठी झाडं वादळामुळे वाकली होती आणि पानं झडून गेल्यामुळे फारच ओकीबोकी वाटतं होती. जोराचा वारा जणू त्यांना झोडपून काढत होता आणि ती झाडंही जणू दुःखानं करकरत होती. त्यांच्या वाळलेल्या फांद्या कडकडा मोडून पडत होत्या. वाळलेल्या वेळूच्या फांद्या जणू सोलून निघत होत्या आणि वाऱ्याबरोबर गरगरा फिरत होत्या. वाळलेली बांबूची पानं आकाशात चक्राकार फिरत होती. त्यात पांढरी फुलंही कापसाच्या पुंजक्यांप्रमाणे गरगरत होती. वाऱ्याच्या त्या आवाजाने कानठळ्या बसत होत्या.

सांगितल्याप्रमाणे अपू सिंदूरकोटा आंब्याखाली गेला. तिथे खाली पडलेल्या कैऱ्या पाहून त्याला इतका आनंद झाला की, तो इकडून तिकडे धावत मोठमोठ्याने ओरडू लागला, ''दीदी, ही पाहा एक इथं पडलीय आणि तिकडेसुद्धा!'' परंतु कैऱ्या वेचण्यापेक्षा अपूचं ओरडणंच जास्त चाललं होतं. तशातच आता वाऱ्याचा वेग आणि आवाज इतका वाढला होता की, कैऱ्या पडल्या तरी त्यांचा आवाज येणं शक्य नव्हतं आणि त्या कुठे पडल्यात हे सांगणं तर त्याहून अशक्य होतं. एवढी सगळी धावपळ आणि आरडाओरडा करून अपूनं अवघ्या दोनच कैऱ्या वेचल्या

होत्या. मोठ्या उत्साहानं त्या दीदीला दाखवत तो म्हणाला, "हे पाहा गं दीदी, मला केवढ्या मोठ्या कैऱ्या सापडल्यात!" दुर्गानं तोवर आठ-नऊ कैऱ्या गोळा केलेल्या होत्या.

तेवढ्यात त्यांना कैऱ्या वेचण्यासाठी बाहेर पडलेल्या भुवन मुखर्जींच्या मुलांचा आवाज ऐकू आला. त्यांना पाहताच सतू ओरडला, "अरे, ते पाहा, दुर्गा आणि अपू आपल्या कैऱ्या वेचताहेत."

सर्वजण धावतच सोनामुखी आंब्याखाली आले. सतू म्हणाला, "तुम्ही आमच्या बागेतल्या कैऱ्या का वेचताय? तुम्हाला त्या दिवशी आईनं सांगितलं नव्हतं का? बघू किती कैऱ्या वेचल्यात ते?" दुर्गाकडे किती कैऱ्या आहेत ते पाहून घेत तो तुनूला म्हणाला, "तुनू, पाहिलंस? यांनी आपल्या सोनामुखीच्या किती कैऱ्या वेचल्यात ते? दुर्गादी, आता तू ताबडतोब घरी जा. इथं थांबू नकोस. तू गेली नाहीस तर मी आईला सांगेन."

तेवढ्यात रानूदी मध्येच म्हणाली, "तू त्यांना का जायला सांगतोयस सतू? असू दे की. खूप कैऱ्या पडल्या आहेत. आपल्या सर्वांना पुरतील एवढ्या आहेत."

परंतु सतू म्हणाला, "तू तिला थांबू दिलंस तर ती सगळ्या कैऱ्या वेचून नेईल, तेव्हा ती इथे नकोच! दुर्गादी, तू जा बरं. मी काही तुला आमच्या बागेत थांबू देणार नाही."

दुसरा एखादा प्रसंग असता तर दुर्गानं इतक्या सहजासहजी हार पत्करली नसती; पण या वेळी तिची भांडण्याची इच्छा असूनही ती भांडू शकत नव्हती, कारण याच मुलांच्या तक्रारीमुळे तिला आईच्या हातचा खूप मार खावा लागला होता; त्यामुळे अगदी नाइलाजाने तिने माघार घेतली आणि काहीशा खचलेल्या आवाजात ती अपूला म्हणाली, "चल रे अपू, चल इथून. ते आपल्याला इथं थांबू देत नाहीयेत ना, असू दे. काही बिघडत नाही, आपण ना दुसरीकडे जाऊ. तुला माहिती आहे का कुठे ते? तिथं ना इथल्यापेक्षा खूप मोठमोठ्या कैऱ्या आहेत. त्या वेचायला खूप मज्जा येईल. चल, चल लवकर."

आपल्याला इथून घालवलं गेलं ते उलट चांगलंच झालं असं भासवत दुर्गानं अपूचा हात धरला आणि ती चट्कन पसार झाली.

रानू म्हणाली, "काय रे सतूदा, तू त्यांना का घालवलंस? खरंच तू फार हलकट आहेस. दुर्गाचा नाराज चेहरा आठवून रानूला फार वाईट वाटत होतं.

दुसरीकडे जायचं म्हणजे कुठं जायचं हे मात्र अपूला मुळीच समजलं नव्हतं. कैऱ्या गोळा करायला दुसऱ्या ठिकाणी जायचंय एवढंच त्याच्या ध्यानात आलं होतं. रस्त्याच्या पलीकडे गेल्यावर तो दुर्गाला म्हणाला, "ती मोठ्या कैऱ्या असलेली बाग कुठाय गं दीदी?"

दुर्गाला तरी ते कुठे माहीत होतं? थोडा विचार करून ती म्हणाली, ''आपण ना त्या खंदकाजवळच्या रानात जाऊ. तिथं मोठमोठ्या कैऱ्या असलेली बरीच झाडं आहेत.''

दोन्ही बाजूंनी दाट झाडी असलेल्या अरुंद वाटेवरून सुमारे पंधरा मिनिटे चालल्यावर ते दोघे खंदकाच्या तलावाजवळ पोहोचले. हे मात्र खरंच होतं की, तिथं बरीच आंब्याची आणि फणसाची झाडं होती; परंतु ती झाडं खूप जुनी होती आणि त्यांच्या खाली बरीच छोटी-मोठी काटेरी झुडपं अस्ताव्यस्त पसरली होती. तसं पाहिलं तर या ठिकाणी क्वचितच कोणी कैऱ्या काढण्यासाठी आलं असेल. खरंतर कोणी इकडे फिरकतसुद्धा नसे, कारण ती जागा खूपच एकाकी आणि भयावह होती. तिथल्या झाडांवर दोरखंडासारख्या जाडजूड आणि मोठमोठ्या वेली लोंबत होत्या.

त्या झाडाखाली माजलेल्या दाट झुडपांतून आणि पालापाचोळ्यातून खाली पडलेल्या कैऱ्या शोधून काढणं हे सोपं काम नव्हतं. त्यात भर म्हणजे ढगांनी झाकोळून आलेल्या आभाळामुळे आणि झाडांच्या काळ्या गर्द सावल्यांमुळे तिथं सगळंच कसं अंधारून आलं होतं. तरीही दुर्गानं चिकाटी सोडली नाही. तशाही परिस्थितीत तिनं आठ-दहा कैऱ्या शोधून काढल्याच.

तेवढ्यात अचानकपणे दुर्गा ओरडली, ''अरे अपू! पाऊस येणाराय वाटतं.'' तोच जोरात वाहत आलेला वारा आपल्यासोबत काही थेंब घेऊन आलाच. उन्हानं भाजलेल्या जमिनीवर ते थेंब पडताच मातीचा सुवास दरवळला आणि मग झाडांच्या पानांवर टप टप करत पावसाचे थेंब कोसळू लागले.

दुर्गा म्हणाली, ''अपू चल, आपण या झाडाखाली थांबू. इथं पाऊस नाही लागणार.'' तिच्या तोंडून हे शब्द बाहेर पडतात न पडतात तोच मुसळधार पाऊस कोसळू लागला. पावसाच्या धारा झाडांना जणू झोडपून काढू लागल्या. सर्वत्र मातीचा ओला सुवास पसरला. सगळीकडे इतकं अंधारून आलं की, आसपासचं काहीही दिसेनासं झालं. पाऊस सुरू असताना मंदावलेल्या वादळानं पुन्हा जोर धरला. वादळ नसतं तर कदाचित ते एवढे भिजलेही नसते; परंतु पूर्वेकडून येणाऱ्या वाऱ्याचा जोर' एवढा प्रचंड होता की, त्याच्यासोबत येणाऱ्या तुषारांनी ते पार भिजून गेले.

आपण घरापासून इतक्या दूर आलेलो आहोत याची जाणीव होताच अपूला फार भीती वाटू लागली. तो हळूच म्हणाला, ''दीदी, किती गं हा पाऊस.''

त्यावर दुर्गा म्हणाली, ''मला चिकटून उभा राहा.'' आणि असं म्हणत तिनं अपूला जवळ ओढून घेतलं आणि आपल्या साडीचा पदर त्याच्या भोवती गुंडाळला. अपूची समजूत घालत ती म्हणाली, ''भिऊ नकोस. हा पाऊस काही जास्त वेळ चालणार नाही. हा बघ कमी कमी होत चाललाय. उलट पाऊस आला ते बरंच

झालं. आपण पुन्हा सोनामुखीकडे जाऊ. तुला काय वाटतं?''

त्यानंतर एकीकडे भीती वाटत असतानाही मनाचं धैर्य टिकून राहावं म्हणून ते दोघे गाऊ लागले...

''जा... रे... जारे पावसा
जा... रे... जारे पावसा''

तेवढ्यात विजेचा प्रचंड कडकडाट झाला आणि क्षणभर सर्वत्र लख्ख प्रकाश पसरला. उंच उंच झाडांच्या फांद्या क्षणभर स्पष्ट दिसल्या आणि पुन्हा सगळं जंगल गर्द अंधारात बुडून गेलं. विजेच्या त्या प्रचंड कडकडाटाला भिऊन दीदी, दीदी म्हणत अपू दुर्गाला अधिकच घट्ट बिलगला.

मग त्याला धीर देत दुर्गा म्हणाली, ''भिऊ नकोस, देवाचं नाव घे. म्हण, राम... राम... राम... काहीही भिण्यासारखं नाही. मला अगदी चिकटून उभा राहा हं.''

दोघं आता पूर्ण भिजले होते. डोक्यावरून ओघळणाऱ्या धारा सर्वांगातून निथळत होत्या. तेवढ्यात पुन्हा एकदा ढगांचा गडगडाट झाला.

''दीदी, पाऊस पुन्हा येतोय वाटतं.''

''अरे, त्यात भिण्यासारखं काहीही नाही अपू. अजून थोडा माझ्याकडे सरक. तुझं डोकं बघ किती भिजलंय?''

झाडांच्या पानांवर आणि फांद्यांवर कोसळणाऱ्या मुसळधार पावसाचा आवाज, वादळी वाऱ्याचे फूत्कार आणि ढगांचा गडगडाट याशिवाय काहीही ऐकू येत नव्हतं.

''दीदी, हा पाऊस थांबला नाही तर...?'' अपू कुजबुजला.

काळ्याकुट्ट आकाशात पुन्हा एकदा विजेची अग्निजिव्हा लकाकली आणि क्षणार्धात अदृश्य झाली. त्यापाठोपाठ राक्षसी हास्याप्रमाणे ढगांचा गडगडाट झाला. निसर्गाचं ते भयावह तांडव पाहून ती दोन्ही असहाय भावंडं पुरती गोंधळून गेली. अपू तर इतका भेदरला की, त्याने डोळे गच्च झाकून घेतले. त्याला आजूबाजूला पाहायचीदेखील भीती वाटू लागली.

दुर्गाचा घसा भीतीनं कोरडा पडला. आता या झाडावरच वीज कोसळते की काय या भीतीनं तिनं आभाळाकडे पाहिलं.

पूर्ण भिजल्यामुळे अपू इतका कुडकुडत होता की, भीतीनं आणि थंडीनं त्याचे दात वाजत होते. दुर्गानं त्याला पुन्हा एकदा आपल्या जवळ ओढून घेतलं आणि त्याला भीती वाटू नये म्हणून ती मोठमोठ्याने गाऊ लागली...

“जा... रे... जारे पावसा
जा... रे... जारे पावसा”

पण हे गाताना तिचा आवाज चांगलाच थरथरत होता.

बऱ्याच वेळानं पावसाचा जोर थोडा कमी झाला. आता जवळपास संध्याकाळ होत आली होती. थोड्याच वेळापूर्वी वादळही शांत झालं होतं. मुलांची वाट पाहत सर्वजया अंगणात उभी होती. राजकृष्ण पलीत यांची मुलगी आशालता रस्त्यावर साचलेल्या पाण्यात पाय आपटत तलावाकडून घराकडे निघाली होती. तिला पाहून सर्वजयानं विचारलं, “काय गं आशालता? तुला तिकडे दुर्गा आणि अपू दिसले का बाळ?”

“नाही गं मावशी, मला नाही दिसले. कुठं गेलेत ते?” असं म्हणत आशालता हसली आणि पुढे म्हणाली, “काय तो पाऊस! सगळीकडे नुसतं पाणीच पाणी झालंय. आता सगळी बेडकं आनंदानं डराव डराव करत बाहेर पडतील.”

सर्वजया म्हणाली, “अगं, वादळ सुरू होण्यापूर्वी ते दोघं कैऱ्या वेचायला म्हणून जे बाहेर पडलेत ते अजून आलेले नाहीत. वादळ थांबून बराच वेळ झाला आणि आता तर अंधारसुद्धा होत आलाय. कुठं बरं गेले असतील ते? मला फार काळजी वाटते गं.”

तशाच काळजीग्रस्त मनःस्थितीत सर्वजया घरात गेली आणि आता काय करावं याचा विचार करू लागली. तेवढ्यात त्या दोघांनी मागचं दार ढकलत अंगणात प्रवेश केला. दुर्गाच्या हातात भलामोठा नारळ होता, तर तिच्या मागोमाग येत असलेला अपू नारळाची झावळी ओढून आणत होता. ती दोघं नखशिखांत भिजली होती. सर्वजया धावतच त्यांच्याजवळ गेली.

“देवा रे देवा, आता काय करायचं? तुम्ही दोघं तर चिंब भिजलाय.” काळजीनं सर्वजया म्हणाली. आपल्या हातानं अपूचं डोकं पुसत ती म्हणाली, “पाहिलंस, तुझ्या केसातून किती पाणी गळतंय ते?”

तेवढ्यात दुर्गाच्या हातातल्या नारळाकडे नजर जाताच सर्वजयाचा चेहरा उजळला. “काय गं, कुठं मिळाला हा नारळ तुला?” सर्वजया आनंदानं म्हणाली.

“शूऽऽ...” दुर्गा आणि अपू कुजबुजले. दुर्गा म्हणाली, “अगं आई, ती सेजाबहू बागेतच थांबलीये. त्यांचा तो माड तुला माहीतच आहे. तिथंच तो पडला होता. आम्ही नारळ घेऊन निघालो, तेवढ्यात ती घराबाहेर आली. बहुतेक तिनं अपूला पाहिलं असणार. कदाचित तिनं मलाही पाहिलं असेल; पण तुला सांगू का, हा नारळ त्या माडाखालीच पडला होता. पहिल्यांदा मला तो दिसलाच नाही. आम्ही

सोनामुखीखाली कैऱ्या सापडतात का ते बघायला गेलो होतो. तिथं ही नारळाची झावळीसुद्धा पडलेली होती. मीच अपुला म्हटलं, घे ती झावळी. आईला खराटा करायला कामाला येईल. मला माहीत आहे तुला एक खराटा हवाय ते. तर झालं काय की, झावळी उचलताच तिच्या खालीच असलेला हा नारळ दिसला. खरंच, किती मोठा नारळ आहे, नाही का गं आई?'' दुर्गा मोठ्या आनंदानं सांगत होती. अपूसुद्धा दुर्गाची री ओढत मोठ्या गर्वानं म्हणाला, ''आणि बरं का गं आई, मी झावळी उचलली आणि पळालोच...''

''खरंच खूप मोठा नारळ आहे. '' आनंदानं मान डोलवीत सर्वजया म्हणाली ''पण अजून तो थोडा कच्चा आहे. त्याला वळचणीखाली ठेवून द्या. नंतर मी तो धुऊन घेईन.''

ओठ लांबवीत हट्टीपणे अपू म्हणाला, ''सारखी म्हणत होतीस, घरात नारळ नाही, नारळ नाही. आता आम्ही आणला बघ. आता मला खोबऱ्याच्या वड्या करून दे. आज मी तुझं काहीही ऐकणार नाही.''

त्या दोघांचे गोड चेहरे पावसानं भिजलेल्या फुलांप्रमाणे टवटवीत दिसत होते. थंडीत काकडल्यामुळे ओठांवर निळसर झाक आली होती, तर ओले झालेले केस वेलींप्रमाणे कुरळे झाले होते. सर्वजया म्हणाली, ''आता आधी इकडे या. तुम्हाला कोरडे कपडे देते; मग पाय धुऊनच आत या.''

त्यानंतर थोड्या वेळाने सर्वजया पाणी आणण्यासाठी म्हणून भुवन मुखर्जींच्या अंगणातल्या विहिरीकडे निघाली. दोर-बादली आणि घागर घेऊन ती त्यांच्या मागच्या दारापर्यंत पोहोचते न पोहोचते तेवढ्यात तिला सेजाबहूचा ओरडा ऐकू आला. घराचं छप्पर उडून जाईल एवढ्या आवाजात सेजाबहू किंचाळत होती. ''त्या बागेसाठी आम्ही किती खर्च केलाय ते आम्हालाच माहीत; पण मेली साधी गवताची काडीसुद्धा हाताला लागत नाही. त्या मेल्या दरिद्री चोरट्यांच्या हातून काही वाचलं तर ना? आज त्यांनी काय काय केलं माहीत आहे? आताच पाऊस थांबला, तेव्हा म्हटलं जरा बागेत जाऊन यावं आणि तिथं जाऊन पाहते तर काय? माझ्यासमोर - अगदी माझ्या डोळ्यांसमोर त्या पोरीनं हा एवढा मोठा नारळ पळवला. या संध्याकाळच्या वेळी मी त्यांना शाप देते. त्यांना कधीही नारळ खायला न मिळो. त्याऐवजी ते स्मशानघाटावर जावोत.''

मुखर्जींच्या मागील दारात उभी असलेली सर्वजया ते सारं ऐकत होती. स्मशानघाटाचं नाव ऐकताच ती एकदम भेदरली. आपल्या लेकरांचे गोड गोंडस चेहरे तिच्या डोळ्यांसमोर येऊन गेले. त्यांच्यावर असा भयंकर शाप पडलेला पाहून भीतीनं तिचा थरकाप झाला.

''काय भयंकर बाई आहे ! मेलीची जीभच विषारी आहे. तिचा हा शाप माझ्या

मुलांना बाधला तर...? पण आता करावं तरी काय?' सर्वजया विचारात पडली.

ती शापवाणी कानावर पडताच सर्वजया इतकी भ्याली होती की, तिच्या हातापायातलं त्राणच जणू ओसरलं होतं. ती तशीच परत फिरली... आपण तो नारळच परत केला तर?... सर्वजया विचार करू लागली... तसं केलं तर तो शाप निश्चितच विफल होईल. नाही तर काय? ज्याची वस्तू त्याला परत केल्यावर मग राहिलंच काय?...

घरात पाय ठेवताच ती दुर्गाला म्हणाली, "दुर्गा, तो नारळ सतूच्या घरी देऊन ये."

अपू आणि दुर्गा आईकडे आश्चर्यानं पाहतच राहिले.

"आत्ताच्या आत्ता?" दुर्गानं विचारलं.

"हो, आत्ताच्या आत्ता जा. त्यांचा मागचा दरवाजा उघडाच आहे. त्यांना म्हणावं, मी तो घेतला होता; पण आता तुमचा तुम्हाला परत करतेय..."

दुर्गा म्हणाली, "बाहेर किती अंधार पडलाय. अपूला सोबत घेऊन जाऊ का? चल रे अपू..."

मुलं बाहेर पडताच सर्वजयानं देवापुढे दिवा लावला आणि पदराचा शेव गळ्याभोवती गुंडाळून घेऊन ती देवाची करुणा भाकू लागली... "देवा रे, माझ्या मुलांनी तो नारळ घेतला, तेव्हा त्यांच्या मनामध्ये कुठलंही पाप नव्हतं. कृपया, त्यांना तो शाप लागू देऊ नकोस. देवा रे, एवढी भीक घाल मला. माझ्या लेकरांवर तुझी कृपादृष्टी असू दे... त्यांना सुखाचे दिवस दिसू दे. मला आणखी काहीही नको..."

निश्चंडीपुरातील शाळा आणि तेथील गुरुजी

निश्चंडीपुरातील शाळेचे गुरुजी प्रसन्न हे शाळेसोबतच किराणा मालाचे दुकानही चालवायचे. तसं पाहिलं तर शाळा म्हणजे त्या दोन खोल्या होत्या; पण त्या खोल्यांना विभागणारी कोणतीही भिंत तिथं नव्हती. एक वेताची छडी सोडली, तर त्या शाळेमध्ये इतर कुठलंही शैक्षणिक साहित्य असल्याचा दावा करता आला नसता. शिकवताना तिचा अत्यंत सढळ हाताने वापर केला जात असे. एवढंच नव्हे तर कुठलीही विद्या शिकवण्याचं छडी हेच परिणामकारक आणि एकमेव माध्यम असतं यावर पालकांचा आणि शिक्षकांचाही पूर्ण विश्वास होता. ''छडी लागे छम् छम्, विद्या येई घम् घम्'' हेच एकंदरीत धोरण असल्याने शिक्षकांनी पाहिजे तेवढी छडीचा वापर करावा अशी पालकांचीच सूचना होती. त्यांचं म्हणणं एवढंच होतं की, पाहिजे तेवढी छडी वापरा, पोरांना फक्त लुळे, पांगळे किंवा आंधळे करू नका म्हणजे झालं.

एके दिवशी सकाळी अपू सूर्योदयाची वाट पाहत अंथरुणात लोळत पडला होता. थंडीचे दिवस होते म्हणून त्याने अंगाभोवती गोधडी लपेटून घेतली होती. तेवढ्यात सर्वजया त्याच्या जवळ येऊन म्हणाली, ''अपू, चल ऊठ लवकर, आज तुझं नाव शाळेत घालायचं आहे. तुला पाटी आणि भरपूर पुस्तकं मिळतील. जा पट्कन. तोंड धू, तुझे बाबा तुझ्याबरोबर येतील.''

शाळेचं नावं ऐकल्याबरोबर अपूनं आपले पेंगुळलेले डोळे सताड उघडले आणि तो आश्चर्यानं आईकडे पाहू लागला. जणू त्याचा कानांवर विश्वासच बसत नव्हता. फक्त खोडकर, आई-वडिलांचे न ऐकणारी किंवा भावंडांशी भांडणारी मुलंच तेवढी शाळेत पाठवली जातात असं त्याला वाटायचं. त्यानं तर असं कधीच काही केलं नव्हतं. मग आपल्याला शाळेत पाठवायचं कारणच काय? अपूला प्रश्न पडला.

जरा वेळाने पुन्हा सर्वजया अपूला उठवायला गेली, ''ऊठ रे अपू. जा, तोंड धू जा. मी तुला खायला खुसखुशीत गोड पोहे बांधून देते. ते तू मधल्या सुट्टीत खा

हं. चल तर मग, ऊठ बरं बाळ. ऊठ रे माझ्या सोन्या.''

''हं!'' अपू काहीशा अविश्वासानं उद्गारला. त्यानं जीभ बाहेर काढली. डोळे गच्च मिटून घेतले आणि चेहरा असा काही केला की, जणू सर्वजया काय सांगते आहे यावर त्याचा मुळीच विश्वास बसत नाहीये. एकंदरीत त्याचं अंथरुणातून उठण्याचं कुठलंही चिन्ह दिसत नव्हतं.

शेवटी त्याला उठवायला वडीलच आले, तेव्हा मात्र त्याच्या कुठल्याही युक्त्या कामी आल्या नाहीत. त्याला उठावंच लागलं. त्याला वाटलं की, हे सगळं आईमुळेच घडलं आहे; त्यामुळे त्याला आईचा फारच राग आला. तिनं न्याहरीचा डबा त्याच्या हातात ठेवला, तेव्हा हुंदके देत तो म्हणाला, ''आता तू पाहाच, आता मी कधीच घरी येणार नाही...''

''वा, वा! किती छान, माझ्यावर कित्ती उपकार होतील! येऊच नकोस! अरे बाळा, असं बोलू नये...'' असं म्हणत सर्वजयानं त्याची हनुवटी हातात घेऊन त्याचा मुका घेतला आणि ती पुढे म्हणाली, ''चांगला शिकलास तर शहाणा होशील, मग मोठा झालास की, तुला चांगली नोकरी मिळेल आणि मग तुला भरपूर पगार मिळेल. अरे, त्यामध्ये एवढं भिण्यासारखं काय आहे?'' आणि मग हरिहरकडे वळून ती म्हणाली, ''गुरुजींना सांगा बरं का, माझ्या बाळाला मारूबिरू नका म्हणावं.''

शाळेत पोहोचल्यावर हरिहर अपूला म्हणाला, ''आता तुझी शाळा सुटल्यावर मी येईन. बैस हं, गुरुजी सांगतील ते ऐक आणि हो, खोडकरपणा करू नकोस.'' एवढं सांगून हरिहर निघून गेला. कोपऱ्यावर वळून हरिहर दिसेनासा होईपर्यंत अपू त्याच्याकडे पाहत राहिला.

हरिहर गेल्यानंतर अपूला फारच एकाकी वाटू लागलं. त्याला इतकी भीती वाटत होती की, बराच वेळ तो नुसता जमिनीकडे बघत बसला. बऱ्याच वेळानं त्यानं नजर उचलून पाहिलं, तेव्हा गुरुजी गिऱ्हाइकाला देण्यासाठी म्हणून सैंधव मिठाचं वजन करत होते. काही मोठी मुलं घरून आणलेल्या गवती चटयांवर बसलेली होती. ती आपल्या कर्कश आवाजात काहीतरी पाठ करत होती. पाठांतर करताना त्यांची शरीरं मागेपुढे हलत होती. तिथं त्याच्याहून वयाने लहान असलेला एक मुलगा भिंतीला टेकून बसलेला होता आणि खरं म्हणजे लिहायला म्हणून हाती घेतलेलं ताडाचं पान तो दातात धरून चावत होता. गालावर चामखीळ असलेला आणखी एक मोठा मुलगा तिथं बसलेला होता. तो अभ्यास करण्याऐवजी गुरुजींकडे एकटक पाहत होता. अपूसमोरच बसलेली दोन मुलं पाटीवर कसलातरी खेळ खेळत होती. त्यांच्यातला एक मुलगा कुजबुजला, ''ही माझी फुली.'' दुसरा म्हणाला, ''हे माझं वर्तुळ.'' अधूनमधून तिरप्या नजरेनं गुरुजींकडे पाहून घेत त्यांचा

तो खेळ निश्चिंतपणे चालला होता.

अपू मोठमोठ्या अक्षरांत पाटीवर बाराखडी गिरवू लागला. थोड्याच वेळात गुरुजींच्या आवाजानं तो दचकलाच. ''फणी, पाटीवर कसला खेळ चाललाय?'' गुरुजी ओरडत होते. तत्काळ त्या दोन मुलांनी पाट्या लपवल्या; पण गुरुजींच्या गरुडदृष्टीतून काहीही सुटलेलं नव्हतं. ते म्हणाले, ''सतीश, फणीची पाटी इकडे घे.'' गुरुजींच्या तोंडातून हे शब्द बाहेर पडतात न पडतात तोच गालावर चामखीळ असलेल्या एका बलदंड मुलानं फणीवर झडप घातली आणि त्याची पाटी हिसकावून घेऊन गुरुजींसमोर ठेवली.

''अस्सं! खेळ चालला होता तर! खरं की नाही? सतीश, कानाला धरून त्यांना माझ्याकडे आण बरं!''

पुन्हा त्या बलदंड पोराने झडप घालून त्यांना पकडलं आणि कानाला धरून त्यांना तो फरफटत नेऊ लागला. ते सारं पाहून अपूला फारच गंमत वाटली. त्याला नकळत हसू फुटलं. त्याने हसण्याची ती उबळ दाबण्याचा प्रयत्न केला; पण त्याचा काहीच उपयोग झाला नाही. थोडं हसू बाहेर पडायचं ते पडलंच!

''कोण हसतंय ते?'' गुरुजी ओरडले. ''काय रे बारक्या, का हसतोयस तू? हे काय नाटकाचं थेटर वाटलं की काय? काय म्हणतोय मी?''

अपूला थेटर म्हणजे काय असतं हे अजिबात माहीत नव्हतं; पण मास्तरांच्या रागावलेल्या चेहऱ्याकडे बघून त्याच्या चेहऱ्यावरचा रंग मात्र उडाला.

''सतीश, आता त्या विटा आण पाहू. हं, त्या चिंचेच्या झाडाखाली पडल्यात बघ.'' गुरुजी म्हणाले.

अपू हादरलाच. त्याचा घसा कोरडा पडला; पण जेव्हा विटा आल्या, तेव्हा त्या आपल्यासाठी नसून त्या दोन मुलांसाठी आहेत हे पाहून त्यानं सुटकेचा निःश्वास टाकला. कदाचित नव्यानं शाळेत आलेला हा मुलगा अगदीच लहान होता म्हणून म्हणा किंवा त्याची ही पहिलीच वेळ होती म्हणून म्हणा गुरुजींनी दयाळू होऊन त्याच्याकडे दुर्लक्ष केलं असावं.

असेच काही महिने निघून गेले. अपूची शाळा आता तिसऱ्या प्रहरी भरू लागली. शाळेत सर्व मिळून आठ-दहा विद्यार्थी हजर असत. प्रत्येकजण घरून आपापली लहान चटई घेऊन येत असे. अपूजवळ चटई नसल्याने तो सतरंजीचा एक तुकडा घेऊन येत असे. दुकानापुढच्या मोकळ्या जागेत सर्वजण रांगेत बसत आणि आपापला अभ्यास करत.

शाळेच्या चारही बाजूंना दाट जंगल माजलं होतं. त्यामागे गुरुजींची लिंबे आणि पेरूंची वडिलोपार्जित बाग होती. जवळपास फारशी घरं नसल्याने तो सगळा भाग बराचसा निर्जनच वाटत असे. तिथं शेजारीच जवळच्या जंगलाकडे जाणारी एक

अरुंद पायवाट होती. तिसऱ्या प्रहराचं ऊन झाडांच्या फांद्यांमधून झिरपत येऊन शाळेच्या जमिनीवर रांगू लागे. विद्यार्थी मागेपुढे हलत घोकंपट्टीत रंगून गेलेले असत आणि अचानकपणे गुरुजींची गर्जना कानावर येई. ''ए अतिशहाण्या, त्याच्या पाटीवरचं का पाहतोयस? पुन्हा असं केलंस तर, कान मुळापासून उपटून हातात देईन. ए नत्थू, पाटी पुसायचं ते फडकं किती वेळा भिजवणार आहेस? पुन्हा तसं केलंस तर पाहा.''

गुरुजी नेहमी बांबूच्या चौथऱ्यावर ताडपत्रीचं आसन मांडून पाठीमागच्या भिंतीला रेलून बसलेले असत. त्यांच्या त्या तेलकट केसांमुळे भिंतीवर भलं मोठं ऋळकट वर्तुळ तयार झालं होतं. तिसऱ्या प्रहरी राजू रे किंवा दिनू पलीत न चुकता तिथं गप्पा छाटायला यायचे. अपूला त्याच्या अभ्यासापेक्षा या लोकांच्या गावगप्पाच अधिक आवडायच्या. राजू रे आपण तरुणपणी अशरफूच्या बाजारात हुक्का आणि तंबाखूचं दुकानं कसं थाटलं होतं, याचं वर्णन करत राहायचा. अपू भारावल्यागत ते सगळे ऐकायचा... राजू रे आपल्या छोट्याशा दुकानाचं दार उघडून बसायचा आणि चाकूनं तंबाखूच्या पानांचा चुरा करायचा. रात्री नदीवर जाऊन अंघोळ केल्यावर मातीच्या भांड्यात माशांचा रस्सा आणि भात करून खायचा. कधीकधी दिव्याच्या मंद उजेडात वडिलांच्या काळापासून चालत आलेली महाभारताची जीर्ण प्रत वाचत बसायचा. त्या काळात आपण काय काय करायचो याचं अगदी साग्रसंगीत वर्णन तो करायचा. पावसाळी रात्र. बाहेर धो धो कोसळत असलेला पाऊस, सर्वत्र काळाकुट्ट अंधार. आसपास कोणीही नाही. फक्त झोपडीच्या मागच्या तळ्यात बेडकांचं कर्कश ओरडणं सुरू आहे आणि छपरावरून टप् टप् पाणी गळतंय... वा! छान...! अपू मोठा होईल, तेव्हा तोही हुक्का-तंबाखूचं दुकानच थाटणार हे निश्चित!

कधीकधी गावच्या दुसऱ्या टोकाला राहणारा राजकृष्ण सान्यालसुद्धा या बैठकीला हजेरी लावायचा. तो आला म्हणजे त्यांच्या गप्पांमधील कविकल्पनांना अधिकच ऊत येई. गोष्ट कितीही घासून गुळगुळीत झालेली असो ती अगदी जिवंतपणे सांगायची हातोटी सान्यालला साधलेली होती. सान्यालला भटकंती करत फिरायचा भलताच नाद होता. कधी द्वारका, कधी सावित्रीच्या टेकड्या, तर कधी चंद्रनाथ असा त्याचा दौरा असायचा. शिवाय त्याला एकट्याला फिरायला मुळीच आवडायचं नाही. तो नेहमी सगळा कुटुंबकबिला सोबत घ्यायचा आणि खिशातले सगळे पैसे संपेपर्यंत बाहेर भटकायचा. खिशातली शेवटची दिडकी संपल्यावर त्याला घराची आठवण यायची.

राजकृष्ण हा एक विचित्रच माणूस आहे. आज तो तुम्हाला दाराला लागून असलेल्या वाडवडिलांच्या समाधीजवळ बसून आरामात हुक्क्याचे झुरके घेत असताना

दिसेल. ते चित्र पाहून तुम्हाला वाटेल की, या माणसाला घराबद्दल किती प्रेम आहे किंवा हा माणूस खेड्यातल्या अगदी अशा म्हाताऱ्यांसारखा आहे की, ज्यांनी त्यांचं सगळं आयुष्य त्यांच्या घराच्या ओट्यावर बसून घालवलंय; पण उद्याच तुम्हाला असं दिसेल की, घराच्या पुढच्या दरवाजाला कुलूप आहे आणि तिथं कोणाचा मागमूसही नाही. सान्याल पुन्हा एकदा आपला कुटुंबकबिला सोबत घेऊन विंध्य पर्वताला किंवा चंद्रनाथाच्या सहलीला गेला आहे. बरेच दिवस घराला कुलूपच असेल आणि तिथं आसपास चिटपाखरूही नसेल आणि मग बऱ्याच दिवसांनी शेजाऱ्यांना बैलगाडीचा आवाज ऐकू येईल, कारण सान्याल आपल्या कुटुंबकबिल्यासह परत आलेला असेल. थोड्याच वेळात हाका मारमारून तो लोकांना गोळा करेल, कारण घरात शिरायचं तर अंगणात माजलेली झाडंझुडपं साफ केली पाहिजेत ना? ते लोकांच्या मदतीशिवाय कसं करणार?

तर असा हा सान्याल हातात जाडजूड सोटा घेऊन तिथं यायचा आणि म्हणायचा, "हा, मी आलोय बरं का. प्रसन्न, तुझं कसं चाललंय? तुझं जाळं किती पसरलंस? किती माशा मिळाल्या?"

अपू पाटीवर गुणाकार सोडवत असायचा. सान्यालला पाहताच त्याचा चेहरा आनंदानं उजळायचा आणि मोठ्या उत्सुकतेनं पुढे सरकून तो सान्यालजवळ जाऊन बसायचा. आता आजची शाळा संपली, असं समजून तो आपलं दप्तरसुद्धा आवरून ठेवून द्यायचा. सान्यालच्या गोष्टी सुरू झाल्या की, अपूकडे पाहावं. त्याचे डोळे अपेक्षेने विस्फारलेले असत. जणू एखाद्या अधाशी भिकाऱ्यासारखा सान्यालच्या गोष्टीतला शब्दन्शब्द गिळून टाकण्यासाठी तो आसुसलेला असे.

"बरं का प्रसन्न..." सान्याल आपली गोष्ट सुरू करायचा. "खूप जुनी गोष्ट आहे. खूप म्हणजे खूपच जुनी. ते नालटकुटी गावापलीकडचं मैदान आहे की नाही? एकदा तिथं तो मोती हाजराचा भाऊ चंद्रा झाडे तोडायला गेला होता. पावसाळ्याचे दिवस असल्याने जिकडेतिकडे नुसता चिखल माजलेला होता आणि काय सांगू तुला, चंद्राचं नशीबच चांगलं! तिथंच त्याला जमिनीमध्ये पुरलेला पितळी घडा दिसला. त्याने तो उकरून घरी नेला आणि पाहतो तर काय घडा चांदीच्या नाण्यांनी काठोकाठ भरलेला!"

अशा बऱ्याच गोष्टी राजकृष्ण सान्यालच्या अगदी डोळ्यांसमोर घडलेल्या असत. कधीकधी त्याचा मोर्चा त्याने केलेल्या रेल्वेप्रवासात घडलेल्या गोष्टींकडे वळायचा. सावित्रीच्या टेकड्या चढताना त्याच्या बायकोला कसा त्रास झाला; तसेच नाभिगया इथं गेल्यावर पूर्वजांना पिंडदान करताना तिथल्या पुजाऱ्यांशी कसं भांडण झालं अशा गोष्टीही तो सांगायचा. कुठल्यातरी गावी सान्यालनं कुठलीतरी 'पेढा' नावाची मिठाई खाल्ली होती. मिठाईचं ते चमत्कारिक नाव ऐकूनच अपूला हसू

आलं होतं आणि त्याच वेळी त्यानं ठरवलं होतं की, मोठा झाल्यावर ती मिठाई खाऊन पाहायचीच.

असंच एकदा सान्यालला वडाच्या झाडाखाली बसलेला फकीर भेटला होता. त्या फकिराला म्हणे, कोणी गांजाची चिलीम दिली की, तो खूप खूश व्हायचा आणि तो त्या माणसाला विचारायचा, 'तुला कोणतं फळ आवडतं?' आणि त्या माणसाने त्याच्या आवडत्या फळाचं नाव सांगितलं की, तो समोरच्या झाडाकडे बोट दाखवून म्हणायचा, 'जा, त्या झाडावर तुला तुझे आवडतं फळ मिळेल.' आणि गंमत अशी की, जर त्या माणसाने डाळिंब आवडतं, असं म्हटलेलं असेल तर ते झाड आंब्याचं का असेना त्याच्यावर डाळिंबं लटकलेली दिसत आणि जर का फकिरानं पेरूच्या झाडाकडे बोट दाखवलेलं असेल आणि त्या माणसानं केळी आवडतात म्हणून सांगितलेलं असेल तर त्या पेरूच्या झाडाला केळीचा घड लटकलेला दिसे.

मला तरी वाटतं, निश्चितच त्याच्याकडे काहीतरी जादू असली पाहिजे... सान्याल सांगायचा.

त्यावर राजू रे म्हणायचा, "असे रहस्यमय चमत्कार घडवणं ही काही सामान्य गोष्ट नाही बरं! एकदा माझे काका..."

तेवढ्यात दिनू पलीत त्याला अडवत म्हणायचे, "आता जादूटोणा आणि मंत्रतंत्राच्या गोष्टी निघाल्याच आहेत म्हणून मीसुद्धा एक गोष्ट सांगतो. ही अगदी सत्य घटना आहे बरं का. अगदी मी माझ्या डोळ्यांनी पाहिलेली; पण त्याच्याआधी मला एक सांगा की, तुमच्यापैकी कोणी बुधोला पाहिलं आहे का? तोच तो, आपला बेलदंगाचा गाडीवान हो... तो वारला, तेव्हा तो शंभर वर्षांचा होता आणि आज त्याला जाऊन पंचवीस वर्षे झाली. आम्ही तरुण असूनही त्याच्या पासंगालाही पुरत नव्हतो. काय ताकद होती त्याची! एकदा, खूप वर्षांपूर्वीची गोष्ट आहे ती, तेव्हा मी पुरता एकोणीस वर्षांचासुद्धा नव्हतो. त्या दिवशी आम्ही सर्वजण गंगास्नान आटोपून परत येत होतो. बुधोचीच गाडी होती आणि गाडीमध्ये मी, आमची मावशी आणि राम - तोच हो अन्नदा मुखर्जींचा पुतण्या; तो सध्या इथं राहत नाही, खुलन्याला असतो. असे तिघेजण होतो. झालं असं की, वाटेत संध्याकाळ झाली आणि वाट तर जंगलातून जात होती. आधीच निर्जन रस्ता, तशात संध्याकाळ झालेली आणि गाडीत आमच्यासोबत एक स्त्री, शिवाय सोबत बरेच पैसेही होते. खरं म्हणजे आम्ही फारच अस्वस्थ झालो होतो. बऱ्याच वेळानं आम्ही एका खेड्याजवळ आलो; पण काय सांगायचं, तिथं माणसांचं काहीच चिन्ह दिसेना. आता तुम्हीच कल्पना करा की, काय घडलं असेल? थोडं पुढे गेल्यावर झालं असं की, चार काळीकभिन्न, उघडीवाघडी माणसं अगदी आमच्या अंगावरच धावून आली. एका बाजूनं दोन आणि दुसऱ्या बाजूनं दोन असेच ते आले. त्यांच्या हातामध्ये

दोन लांबलचक बांबू होते. ते बांबू आडवे लावून त्यांनी आमची गाडी चक्क अडवलीच. आम्ही तर भीतीने अर्धमेलेच झालो होतो; पण तरीही तसेच गाडीत बसून राहिलो. नंतर लक्षात आलं की, गाडी तर चालूच आहे, ती माणसंसुद्धा बांबू तसेच आडवे धरून गाडीसोबत चालली आहेत आणि बुधो आपल्या तिरक्या नजरेनं त्यांच्याकडे पाहत तसाच गाडी चालवतो आहे. त्याने हळूच आम्हाला शांत बसण्याचा इशारा केला आणि सगळं काही सुरक्षित असल्याचं आश्वासन दिलं. गाडी हळूहळू नवाबगंजच्या पोलीस स्टेशनकडे सरकू लागली; ते पाहून ती चारही माणसं बुधोला म्हणाली, 'उस्तादजी, आम्हाला माफ करा. आमचं चुकलं. आज तुम्ही आम्हाला चांगलाच धडा शिकवलात. आम्ही कुणाची गाडी लुटायला निघालो होतो याची आम्हाला कल्पनाच नव्हती. माफ करा; आम्ही जातो.' पण बुधो म्हणाला, 'दुष्टांनो! का म्हणून सोडू? आता मी तुम्हाला पोलीस कस्टडीतच घालणार आहे.' हे ऐकल्यावर ते अधिकच गयावया करू लागले. शेवटी मग बुधोच म्हणाला, 'ठीक आहे, या वेळी सोडून देतो; पण पुन्हा कधी असं करू नका.' बुधोची परवानगी मिळाल्याबरोबर त्यांनी बुधोला नमस्कार केला आणि शक्य होईल तेवढ्या वेगाने ढुंगणाला पाय लावून ते पळून गेले. तुम्हाला सांगतो, हे सगळं मी प्रत्यक्ष माझ्या डोळ्यांनी पाहिलं आहे. निश्चितच बुधोकडे काहीतरी जादू असली पाहिजे किंवा त्यानं काहीतरी असा मंत्र मारला असला पाहिजे की, ज्यामुळे ते सर्वजण बुधोच्या हातातले बाहुले बनले असावेत... मग जादूमंत्राची करामत कशी असते पाहिलंत ना?''

अशा गोष्टी रंगत चालल्या की, वेळ कसा उडून जाई तेही कळत नसे. मग सर्वत्र सायंकाळचे तांबूस ऊन पसरू लागे. मावळतीची सोनेरी किरणं झाडांमागून फांद्या-फांद्यातून डोकावू लागत. त्या प्रकाशानं शाळेची जमीन जणू उजळून निघायची. फणसाच्या झाडांवर चढलेल्या वेलींवर शिंपी पक्षी आनंदानं झोके घेत असायचे. हवेमध्ये अनेक प्रकारचे सुवास दरवळू लागत. ताडाची चटई, जुनी फाटकी पुस्तकं, जमिनीचा मातकट वास, त्यातूनच येणारा तंबाखूचा दर्प आणि निरनिराळ्या वनस्पतींचे वास एकमेकांत मिसळून गेलेले असत.

अशा वेळी गर्द सावल्यांनी झाकोळलेल्या रस्त्यातून अपू घराकडे निघालेला असे. बरेच वेळा दुर्गाच अपूला आणण्यासाठी येत असे. अपू दुर्गाच्या मागेमागे पुस्तकांची चळत काखेत घट्ट धरून चालायचा. त्याचे कपडे जुने आणि अनेक ठिगळं लावलेले असत. आईनं मोठ्या प्रेमानं विंचरलेले त्याच्या छोट्याशा डोक्यावरचे मऊ मऊ केस वाऱ्यावर भुरभुर उडत असत. त्याच्या मोठमोठ्या डोळ्यांमध्ये सतत एक आश्चर्याचा आणि जिज्ञासेचा भाव दडलेला असे. जणू काही ते डोळे पहिल्यांदाच उघडलेले होते आणि जगातली प्रत्येक गोष्ट त्यांच्यासाठी नवीन होती.

शाळेमध्ये येण्यापूर्वी घर आणि घराच्या आसपासचा परिसर एवढंच त्याचं जग होतं. तिथली झाडंझुडपं आणि वेली हेच जणू त्याचे सवंगडी होते. तिथं त्याची आई त्याला स्वतःच्या हातानं भरवायची, त्याचे केस विंचरायची आणि त्याची दीदी त्याला कपडे घालायला मदत करायची; परंतु या छोट्याशा परिघाबाहेर फार मोठं आणि अपरिचित असं विश्व पसरलेलं होतं आणि अपूला ते आता हळूहळू परिचित होऊ लागलं होतं.

चालताना अपूच्या मनात अनेक विचार गर्दी करीत. वेळूबनाशेजारून जाणाऱ्या एका अरुंद पायवाटेकडे अपू नेहमी पाहत राही आणि मग त्याला वाटे, कुठं जात असेल बरं ही वाट? एक मन म्हणायचं, जर तू या वाटेवरून असाच पुढे चालत गेलास तर कदाचित तुला जंगलातल्या तलावाच्या काठाशी दडलेला तो खजिना मिळेल. तिथंच त्या ठिकाणी पावसाच्या माऱ्यानं त्या प्रचंड वृक्षाच्या मुळ्या उघड्यावर आलेल्या असतील आणि त्याच ठिकाणी तो जुन्या काळच्या सोन्याच्या नाण्यांनी भरलेला खजिना दडलेला असेल. दाट जंगल आणि हिरव्यागार झाडीनं वेढल्यामुळे अंधारात दडलेली ती जागा अजून कोणालाही माहीत नाही...

त्या दिवशी शाळेत एक वेगळंच प्रकरण घडलं. अपूच्या दृष्टीनं तो एक नवीनच अनुभव होता. तिसरा प्रहर उलटला तरी गुरुजींना भेटायला अजून कोणीही आलं नव्हतं. आज सगळी शांतता होती; त्यामुळे अपू नाइलाजाने पुस्तक उघडून बसला होता. तेवढ्यात मास्तर ओरडले, ''पाट्या काढा आणि मी काय सांगतो ते लिहून घ्या.''

पुस्तक न पाहताच मास्तर उतारा सांगू लागले. अपू सवयीनं लिहून घेऊ लागला. त्याला माहीत होतं की, उतारा पाहायला गुरुजींना पुस्तक उघडायची गरज नाही. त्याला जशी दासू रे यांची भक्तिगीतं तोंडपाठ होती, त्याप्रमाणे गुरुजींना रामायण-महाभारतातले कितीतरी उतारे तोंडपाठ होते.

अपू ऐकू लागला तसतशी ती सौंदर्यपूर्ण गुंफण त्याच्या मनावर फार मोहिनी टाकून गेली. काही अपरिचित आणि लांबलचक शब्दांमुळे त्याला सर्व काही समजलं असं नाही; पण त्यातलं नादमाधुर्य त्याच्या मनाला फार भावलं. आज त्याला शब्दांच्या सामर्थ्याचा एक नवाच साक्षात्कार झाला होता. कदाचित सगळं न समजल्यामुळे त्याच्या डोळ्यांसमोर अस्पष्ट असं काहीतरी चित्र उभं राहिलं...

''जनस्थानातील अरण्याच्या मध्यभागी उंचच उंच शिखरांच्या पर्वतरांगा पसरल्या आहेत. त्या उंच शिखरांनी वाऱ्याने इकडून तिकडे सरकणाऱ्या काळ्या ढगांचे किरीट परिधान केले आहेत. संपूर्ण परिसर वृक्षवेलींनी, त्यांच्या मंदमंद सुवासाने आणि सुखद वायुलहरींनी भरून गेला आहे. पर्वताच्या पायथ्याशी गोदावरीचा

विशाल प्रवाह स्वच्छ स्फटिकशुभ्र धबधबा होऊन, प्रचंड गर्जना करीत कोसळतो आहे...''

डोळ्यांसमोर दिसणारं ते अस्पष्ट असं चित्र अपूला शब्दांत मांडता येत नव्हतं; पण त्याच्या मनाला ते समजत होतं. अनेकदा त्याला वाटायचं की, आपण कुठल्यातरी दूर देशात जाऊन पोहोचलो आहोत. दोन वर्षांपूर्वी जेव्हा तो वडिलांबरोबर निळकंठ पक्ष्याच्या शोधात रानात गेला होता, त्या वेळीही असंच घडलं होतं... रस्त्याच्या पलीकडच्या बाजूला कधीही न पाहिलेले पक्षी, झाडं आणि वेली त्या दिवशी पाहायला मिळाल्या होत्या. त्या दिवशी त्या अरुंद रस्त्याकडे तो बराच वेळ पाहत राहिला होता आणि त्याच्या मनात एक प्रश्न उगवला होता... 'कुठं जात असेल बरं हा रस्ता?' पण खूप विचार करूनही त्या प्रश्नाचं उत्तर काही त्याला मिळालं नव्हतं.

त्याचे वडील म्हणायचे की, हा रस्ता माधवपूरला जातो; पण अपूला असं वाटायचं की, तो रस्ता जिथं रामायण-महाभारतातल्या गोष्टी घडल्या, तिथंच जात असणार. आपण वडाच्या झाडावरील त्या उंचच उंच फांदीवर चढून पाहिलं तर कदाचित तो प्रदेश आपल्याला दिसेलही...

गुरुजी उतारा सांगत होते आणि अपूला दोन वर्षांपूर्वी पाहिलेला तो रस्ता आठवत होता... त्याला वाटलं, त्या रस्त्यापलीकडे दूर जनस्थानात कुठेतरी एक उंच पर्वत आहे. तिथं सर्वत्र झाडांचा आणि सुगंधी वनस्पतींचा सुवास पसरला आहे. जणू ती एक स्वप्नभूमी आहे; परंतु त्याच्याकडे त्या प्रदेशाचे वर्णन करण्यासाठी शब्द नाहीत. त्या पर्वतावर काळे ढग ओथंबून आले आहेत आणि वाऱ्याच्या झोताबरोबर ते इकडून तिकडे जात आहेत... अपू जेव्हा मोठा होईल, तेव्हा तो निश्चितच तो प्रदेश पाहून येईल. त्याशिवाय त्याच्या मनाला समाधान लाभणार नाही...

कल्हईवाला

दुर्गा अपूच्या शोधात हिंडत होती; परंतु त्याचा कुठेच पत्ता लागेना. अन्नदा रे यांच्या घराजवळ आल्यावर त्याला शेवटचं म्हणून इथेही पाहावं आणि शक्य झालं तर मावशीशीही थोड्या गप्पागोष्टी करून पुढे जावं, असा विचार तिने केला. अंगणात प्रवेश करताच भांडणाचा मोठा गोंगाट तिच्या कानावर पडला. अन्नदा रे यांची बहीण सखी अंगणात उभी राहून मोठमोठ्यानं किंचाळत होती.

"तिला कशाकशाची पर्वा म्हणून नाही. असली निगरगट्ट आणि उद्धट बाई मी आयुष्यात पाहिली नव्हती. तिच्यापुढे मी तर नुसते हात टेकलेत. तिचा नवरा पाहिला तर नुसता सैतान आहे. चिडला तर तिला चांगलं ठेचूनच काढतो. मग समजून उमजून वागायला नको? पण नाही! मुद्दाम उलट वागते आणि सांगायला गेलं तर एका कानाने ऐकते आणि दुसऱ्या कानाने सोडून देते. भात वाळत घाल, भात वाळत घाल म्हणून तो तीन दिवसांपासून ओरडतोय; पण ती ऐकेल तर शप्पथ! आता शेतकऱ्याचं घर म्हटल्यावर ही कामं करायला नकोत? की राजाच्या राणीसारखं नुसतं नटूनथटून बसायचं? माझी इतकी वर्षं गेली; पण मेलं असलं कधी पाहिलं नव्हतं की ऐकलं नव्हतं."

हे सगळं ऐकल्यावर अन्नदा रे यांची सून आपल्या रडवेल्या आवाजात घरातूनच म्हणाली, "राजाच्या राणीसारखं नटूनथटून बसते म्हणे! कुठे बसले होते हो मी? काल दिवसभरात वीस शेर मसूर भाजले ते? माझे ते कष्ट तुम्हाला दिसले नाहीत? जेवल्याजेवल्या बसले ते पाच वाजले तरी काम संपलं नव्हतं. दोन मोठ्या टोपल्या भरून मसूर निवडले, स्वच्छ केले, भाजले आणि व्यवस्थित साठवून ठेवले. इतकी थकले की, अंग अंग मेलं अजूनही दुखतंय नुसतं. रात्री तर अंगात तापसुद्धा होता. मान आणि पाठसुद्धा दुखतेय; पण देतंय का कुणी लक्ष? कुणाला आहे माझी काळजी? ते तर राहिलंच. उलट आज सकाळी सकाळी काहीही कारण नसताना चार दणके मात्र मिळाले..."

घरात सूनबाईंचा ओरडा सुरू असायला आणि अन्नदाबाबूंचा मुलगा गोकूळ

अंगणात यायला एकच गाठ पडली. त्याच्या हातात हिरव्यागार बांबूचा भला मोठा वासा दिसत होता. तो अंगणातूनच ओरडला,

''तुझं अजून संपलं नाही वाटतं? मला वाटतं, तुला अजून मार पाहिजे आहे. हे बघ, सकाळी सकाळी माझं मस्तक तापवू नकोस तू. गेले तीन दिवस भात वाळत घाल, भात वाळत घाल म्हणून मी बोंबलतोय. उद्या पावसानं भाताला अंकुर फुटले तर तुझा बाप वाचवायला येणार आहे का? मग वर्षभर काय खायचं?''

इतका वेळ रडत असलेली गोकूळची बायको एकदम थांबली. संतापानं उसळून ती म्हणाली, ''माझ्या वडिलांचं नाव काढायची गरज नाही. त्यांनी तुमचं काय घोडं मारलंय म्हणून त्यांचा असा उद्धार करताय?''

तिचं बोलणं संपतं न संपतं तोच हातातला बांबू खाली टाकून गोकूळ, तिच्यावर झेपावला. ''आज एकतर तू तरी मरशील नाही तर मी तरी मरेन. तुझ्यासारख्या लाडावलेल्या पोरींचा जीवच घेतला पाहिजे.''

संभाव्य रक्तपाताचा धोका ओळखून शेतात काम करणारा त्यांचा एक कामगार धावतच पुढे आला. ''ठाकूरदादा, ठाकूरदादा, अहो हे काय करताय ठाकूरदादा.'' असं म्हणत तो गोकूळला आवरण्याचा प्रयत्न करू लागला.

ते सगळं पाहून दुर्गानं तिथून धूमच ठोकली. सखी ठाकूरनसुद्धा घरात निघून गेली. गोंधळ आणखी वाढला. गोकूळची बायको भीतीनं भिंतीला चिकटून उभी होती. तिचे डोळे भीतीनं विस्फारले होते.

''अहो, जाऊ द्या हो ठाकूरदादा. असं करू नका. जाऊ द्या. जाऊ द्या.'' असं म्हणत त्या कामगारानं गोकूळला ओढत - ढकलत बाजूला नेलं. आधीच मलेरियानं दुर्बल झालेला गोकूळ त्या कामगाराच्या पकडीतून सुटणार नव्हताच; तरीही तो उगीचच आपला सोडा मला, सोडा मला, म्हणत ओरडत होता.

मावशीचा मार टळला म्हटल्यावर दुर्गानं सुटकेचा निःश्वास टाकला. बाप रे! काय माणसं आहेत! अशा वेळी बोलणार तरी काय आणि गप्पागोष्टी तरी कुठल्या होणार म्हणून कुणाशीही काहीच न बोलता दुर्गा अन्नदाबाबूंच्या अंगणातून लगेच बाहेर पडली.

पंचू बॅनर्जीच्या घराजवळ असलेल्या जांभळाच्या झाडाखाली एक माणूस जुनी भांडी आणि तवे दुरुस्त करीत बसला होता. आसपासच्या लोकांनी त्याला इतकी भांडी आणून दिली होती की, त्याच्या भट्टीतला कोळसा चांगलाच धगधगत होता. ठेंगण्याशा दिसणाऱ्या त्या माणसाचं तोंड वाळलेल्या बोरासारखं सुरकुतलेलं होतं. त्याचं वय किती असावं ते सांगणंही तसं कठीणच होतं. तो तिशीचा किंवा चाळिशीचा असावा. वैष्णवपंथी लोक घालतात, तशी तुळशीच्या मण्यांची तिहेरी माळ त्याने गळ्यात घातली होती. त्याच्या गालावर चाकूने झालेल्या जखमेचा एक

व्रण होता, तर त्याच्या मनगटावरील नसा दोरीसारख्या स्पष्ट दिसत होत्या. त्याच्या कमरेचं धोतर बरंच घाणेरडं आणि मळकट होतं. आसपासची बरीच पोरं गंमत बघायला म्हणून तिथं गोळा झालेली होती; त्यामुळे साहजिकच दुर्गाही त्यांच्यात सामील झाली.

दुर्गाला पाहून कल्हईवाला म्हणाला, "काय गं पोरी?"

"काही नाही, असंच पाहते आहे." दुर्गा म्हणाली.

घरी गेल्यावर दुर्गानं आज काय काय घडलं ते सगळं आईला सांगितलं. ती म्हणाली, "आई, अगं, त्या गोकूळनं मावशीला किती मारलं ते माहीत आहे?"

सर्वजया म्हणाली, "तो मेला, नुसता टोणगा आहे. गरीब गाय त्याच्या तावडीत सापडली आहे. काय बिचारीचं दुर्दैव म्हणून ती अशा घरात पडलीय. रोज उठताबसता नुसता मार खाते आहे."

"मला ती फार आवडते गं. काही चांगलं केलं ना तर माझ्यासाठी राखून ठेवते बघ. आज तिला रडताना पाहून फार वाईट वाटलं गं मला. सखी आजीसुद्धा तिला फार जाच करते."

त्यानंतरचे तीन-चार दिवस दुर्गा सारखी जांभळाच्या झाडाखाली गंमत पाहायला म्हणून जात होती. कल्हईवाला तिला उगीच काहीतरी विचारायचा. तू कुठे राहतेस? तुझ्या वडिलांचं नाव काय? इत्यादी इत्यादी. एके दिवशी तो म्हणाला, "बाळ, तुझ्या घरी जुनी भांडी नाहीत का? असतील तर आणत का नाहीस? दुरुस्त करून देतो. मोड असेल तर त्या बदल्यात नवी भांडी देतो."

दुर्गानं घरी जाऊन ते सगळं आईला सांगितलं आणि म्हणाली, "खरंच गं आई. आपली जुनी, गळकी भांडी तू दुरुस्त का करून घेत नाहीस? तो माणूस फार चांगला आहे. तो तिथं जांभळाच्या झाडाखाली बसूनच काम करतो."

त्याने सांगितल्याप्रमाणे त्याचं नाव पितम होतं आणि जातीनं तो कासार होता. रोज भट्टी पेटवताना तो 'जय राधे, जय राधे, जय गोविंद' असं मोठ्यानं ओरडत असायचा किंवा एखादं भक्तिगीतसुद्धा म्हणायचा. उठल्याबसल्या त्याचं हेच चाललेलं असायचं. जवळपासचे रिकामटेकडे लोक अगदी सकाळपासूनच तिथं गंमत पाहायला जमलेले असायचे. जमलेले ग्रामस्थ चिलीम ओढायला घेत, तेव्हा त्यांच्या चिलमीवर भट्टीतला एखादा धगधगता निखारा ठेवत, पितम अगदी नम्रपणे त्यांना म्हणायचा, "घ्या मंडळी. निवांत ओढा. आमचं काय... आम्ही सगळं देवाला अर्पण केलंय..." बोलता बोलता जर कुणी नारळाच्या गोष्टी काढल्या, तर तो म्हणायचा, "नारळ होय? नारळाचं तेवढं नाव काढू नका बघा. अहो, गेल्या वर्षी मी डझनानं माड लावले आणि काय सांगायचं? बेडकांनी त्यावर असा काही हल्ला केला की, त्या माडांची मुळेही शिल्लक राहिली नाहीत. सगळा पैसा अक्षरशः

पाण्यात गेला...'' सकाळी लवकर येणाऱ्यांमध्ये मुखर्जी सगळ्यात पुढे असत. कल्हईवाल्याशी गोड गोड बोलून, आपला फुटका तांब्या फुकटात दुरुस्त करून घ्यायचा त्यांचा डाव होता. चिलीम ओढून झाल्यावर चर्चेमध्ये सहभागी होत ते म्हणाले, ''परसात खूप माड लावावेत, असा माझाही विचार होता; पण मध्यंतरी मला मलेरिया झाला, ते बरंच झालं म्हणायचं. अहो कारागीर, (आज सकाळपासून ते कल्हईवाल्याला कारागीरच म्हणत होते.) तुमच्या भागामध्ये मलेरियाचं कसं काय?''

''मलेरिया होय? त्या मलेरियाचं तेवढं नाव काढू नका बघा. अहो, फार भयानक; मला मलेरियाचा एवढा त्रास झालाय की, तो आता अगदी माझ्या अंगात मुरलाय. हां, हे घ्या, तुमचा तांब्या झाला बघा. फक्त सहा पैसे द्या.''

तांब्या हातात घेऊन झट्कन उभे राहत मुखर्जी म्हणाले, ''अरे? एवढ्याशा कामाचे पैसे द्यावे लागतील असं वाटलं नव्हतं. माझ्यासारख्या श्रेष्ठ ब्राह्मणाचा तांब्या आहे हा आणि तोही या दिवसांत तुझ्याकडे दुरुस्तीला आलाय. खरंतर तू अशा पुण्यपर्वात पैशाची अपेक्षाच धरायला नको होती!''

पितमनं चट्कन मुखर्जींच्या हातातला तांब्या ओढून घेतला आणि नेहमीच्या नम्रतेने तो म्हणाला, ''तसं नाही हो. कृपा करा. मोफत दुरुस्त करून देणं मला कसं परवडेल? तुम्हीच सांगा. तशात ही भवानीची वेळ आणि अशा वेळी फुकट काम करायचं म्हणजे अपशकुनच की हो! आता असं करा. हा तांब्या राहू द्या इथंच. घरी जा आणि कुणाला तरी पैसे देऊन पाठवा. मग तर झालं ना?''

दुर्गाचं सगळं ऐकून घेतल्यावर सर्वजया म्हणाली, ''नवलच आहे, जुनी भांडी घेऊन ती माणसं नवी करून देतात? जरा विचारून ये बघू.''

दुर्गाचा प्रस्ताव पितमनं तत्काळ मान्य केला. त्यानंतर बऱ्याच खेपा घालून दुर्गानं घरातली सगळी भांडी त्याला आणून दिली. त्या दिवशी ती दिवसभर त्याच्या भट्टीजवळच बसून राहिली. पितमनं तिला एक तांब्याची अंगठी आणि काही भांडी मोफत दुरुस्त करून देण्याचं वचन दिलं. सर्वजयाला जेव्हा हे समजलं, तेव्हा ती म्हणाली, ''किती चांगला माणूस आहे! पुढच्या बुधवारी अपूचा वाढदिवस आहे. दुर्गा, त्याला घरी बोलाव. एवढं तो आपल्यासाठी करतोय, तर मी त्याला डाळ-भाताचं जेवण देईन म्हणते.''

दुसऱ्या दिवशी सकाळी दुर्गा जांभळाच्या झाडाखाली आली; पण आज कल्हईवाला कुठं दिसत नव्हता. तिनं आसपासच्या लोकांना विचारलं, तर त्यांनी सांगितलं की, पितमनं काल संध्याकाळीच भट्टी बंद केली आणि तो निघूनही गेला. तिथं आता फक्त कोळशाच्या राखेचा ढीग आणि भट्टी पेटवण्यासाठी जमिनीत

केलेला खड्डा एवढ्याच गोष्टी शिल्लक होत्या. दुर्गानं सर्वत्र शोध घेतला. भेटेल त्याला ती पितमबद्दल विचारत होती; पण तो कुठे गेला ते कोणालाही माहीत नव्हतं. तिचा चेहरा आता भीतीनं पांढराफटक पडला. आईला हे सगळं कळल्यावर ती काय म्हणेल? घरातली निम्म्याहून अधिक भांडी त्याच्याकडे दिली होती. एकदा बोलता बोलता जिरारहाटीच्या बाजारात आपली भांडी तयार करायची भट्टी आहे, असं तो म्हणाला होता हे तिला आठवलं. आपण आपल्या भावाला निरोप पाठवला असून, तो एक-दोन दिवसांत नवी भांडी घेऊन येणार आहे आणि तीच भांडी जुन्या भांड्याच्या बदल्यात मी देणार आहे, असंही तो म्हणाला होता; पण तोच कुठे दिसत नव्हता, तर त्याचा तो भाऊ तरी कुठे सापडणार होता? दुर्गा वेड्यासारखं ज्याला त्याला विचारत होती; पण कोणालाच काही माहीत नव्हतं. त्यात वाईट म्हणजे फक्त त्यांचीच तेवढी भांडी गेली होती. इतर लोकांनी एवढी सावधगिरी बाळगली होती की, त्यांचा तांब्याचा एक तुकडादेखील गेला नव्हता.

दुर्गानं तो सगळा दिवस तिथंच घालवला; परंतु संध्याकाळी तिला घरी जावंच लागलं. आई तिची वाटच पाहत होती. काय घडलं आहे ते सांगताना दुर्गाच्या डोळ्यांतून अश्रूंच्या धारा वाहत होत्या. हरिहर घरी नसल्यानं त्या माणसाला शोधून काढायचं म्हटलं तरी कोण जाणार? सर्वजया तर अगदी हतबलच झाली. ती म्हणाली, ''असं घडल्याचं कधी ऐकलं नव्हतं. आता असं कर. तुझ्या अन्नदा काकांकडे जा आणि ते काय म्हणतात ते पाहा.''

हरिहर घरी आला, तेव्हा त्यानेही थेट जिरारहाटीच्या बाजारात जाऊन खूप शोध घेतला; परंतु त्याला पितम नावाचा कोणीही माणूस तिथं सापडला नाही की त्याने सांगितलं होतं, तसलं दुकानही आढळलं नाही.

अतुरी चेटकीण

त्यानंतर बरेच महिने गेले. तिसऱ्या प्रहराची वेळ होती. अपूला आवडतात म्हणून सर्वजयानं पोह्यांना फोडणी द्यायचं ठरवलं होतं. त्याच्यासोबत ती खमंग हिरवे हिरवे चणेही भाजणार होतीच!

आता अशा वेळी नेमका कोणता निर्णय घ्यावा तेच अपूला समजत नव्हतं. खेळायला जावं की घरीच थांबावं? घरात आई त्याला आवडणारा खाऊ बनवणार होती हे खरं; पण तिकडे निलूच्या अंगणात सर्वजण त्याचीच वाट पाहत असतील त्याचं काय? आणि आता खेळ तर चांगलाच रंगात आला असणार. अशा वेळी घरी थांबायचं म्हणजे...

तेवढ्यात स्वयंपाकखोलीतून आईची हाक आलीच. "अपू, ए अपू, कुठे निघालास तू? आता कुठे जाऊ नकोस. मी तुझ्यासाठी फोडणीचे पोहे आणि भाजलेले हिरवे चणे करतीये. थांब एवढ्यात तयार होतीलच."

परंतु आईची ती हाक कानावर पडण्यापूर्वीच अपू तिथून निसटला होता.

तेवढ्यात पुन्हा आईची हाक आली, "तर तू निघालायेस का? काय म्हणावं या पोराला, अरे, आता जाऊ नकोस. हे बघ मी अंघोळ करून आले की, लगेच पोहे फोडणीला टाकते. मग तू गरम गरम पोहे आणि चणे खाऊनच खेळायला जा. अपू, अरे ए अपू!"

आई अपूला हाका मारत होती; पण त्या हाका ऐकायला अपू जागेवर होता कुठं? तो तर कधीच पसार झाला होता आणि सुसाट धावत निलूच्या अंगणात जाऊन पोहोचला होता. तिथं आवारात बरीच मुलं खेळायला जमलेली होती; परंतु अपू तिथं पोहोचला, तेव्हा त्यांचा खेळ संपला होता. अपूला पाहून निलू म्हणाला, "चल रे, अपू आपण कुरणात जाऊ. तिथं घरट्यांमध्ये पंख फुटलेली पिलं पाहायला मिळतील."

अपू तयारच होता. लगेच ते दोघे उड्या मारत कुरणाकडे निघाले. भराभर साळीची शेतं ओलांडत ते नवाबगंजकडे असलेल्या कुरणात पोहोचले. अपू घरापासून

इतक्या लांबवर प्रथमच आला होता. जणू आजवर त्याला माहीत असलेल्या जगाच्या सीमा ओलांडून तो खूप दूर आला होता. सगळा दिवस हुंदडण्यामध्ये कसा गेला कळलंही नाही; परंतु नंतर तो अगदी अनोळखी परिसर आणि मावळतीकडे झुकत चाललेली सूर्यकिरणं पाहून अपू निलूला म्हणाला, "निलूदा, चल आपण घरी जाऊ या, नाहीतर आई मला रागावेल. आता लवकरच अंधार होईल आणि मला ना त्या आंब्याच्या झाडाखालून जायची भीती वाटते. चल बाबा, मला घरी घेऊन चल."

नाइलाजाने ते परत फिरले; परंतु आता निलू रस्ता चुकला. बराच वेळ भटकल्यानंतर त्यांना एक रस्ता सापडला, तर तो एका आंब्याच्या बागेजवळून जात होता. अजून संध्याकाळ झाली नव्हती; पण आकाशात काळे ढग गोळा झालेले होते आणि त्यामुळे अंधारून आलं होतं.

चालता चालता निलू अचानक थबकला आणि त्याने अपूलाही त्याचं कोपर धरून ओढलं, "अरे बाप रे, अपू!" निलूच्या आवाजात भीती दाटून आलेली होती आणि बोलताना तो अगदी समोर पाहत होता.

निलू कशाला एवढा भितो आहे हेच अपूला कळेना. "काय झालं निलू?" त्यानं विचारलं. अपूनं समोर पाहिलं तर रस्ता संपत होता तिथंच कुणाचं तरी कुंपण दिसत होतं आणि कुंपणापलीकडच्या आवारात एका ताडाच्या झाडाखाली एक लहानशी झोपडी होती. तिथंच एक बेलाचं झाडही दिसत होतं.

अपू पुढे काही विचारणार तेवढ्यात भीतीनं थरथरत्या आवाजात निलूच म्हणाला, "ती... ती... त्या... चेटकिणीची, अतुरीची झोपडी आहे!"

"अरे बाप रे, चेटकीण?" चेटकीण म्हणताच अपूही पुरता भेदरून गेला. कुठं येऊन पोहोचलोय आपण! आणि तेही अशा तिन्हीसांजेला! चेटकीणीची बेलफळं चोरायला गेलेल्या त्या कोळ्याच्या मुलाची गोष्ट गावातील सर्वांना चांगलीच माहीत आहे. अतुरीनं म्हणे, त्याला पकडून, त्याचे प्राण शोषून घेतले होते आणि त्यानंतर त्याला वेलींच्या पानांमध्ये गुंडाळून नदीमध्ये फेकून दिलं होतं. त्याचं ते मृत शरीर नदीतल्या माशांनी खाऊन टाकलं होतं. अतुरीची बेलफळं चोरल्याबद्दलच त्याला ती क्रूर शिक्षा मिळाली होती. त्यानंतर मात्र तिची बेलफळं चोरायचं कोणाचंही धाडस झालं नव्हतं. तिनं मनात आणलं तर ती नुसत्या नजरेनंसुद्धा मुलांचं रक्त शोषून घेते आणि त्यांना सोडून देते हेही गावातल्या लोकांना चांगलंच माहीत आहे. ज्याचं रक्त शोषलं जातं, त्याला काय घडतं आहे ते मुळीच समजत नाही. घरी आल्यावर जेवून-खाऊन झोपी गेला की, तो म्हणे कायमचा झोपी जातो. हिवाळ्यातल्या कित्येक रात्री अंगाभोवती गोधडी गुंडाळून घेऊन अतुरी चेटकिणीच्या कितीतरी गोष्टी अपूने दुर्गाच्या तोंडून ऐकल्या आहेत. त्या गोष्टी ऐकता ऐकता अपू

म्हणायचा, ''दीदी, रात्रीच्या वेळी अशा गोष्टी मला सांगत जाऊ नकोस गं. मला भीती वाटते. त्यापेक्षा मला परीराणीची गोष्ट सांग...''

अवतीभोवती पसरलेल्या धूसर संधिप्रकाशात तो डोळे फाडून पाहू लागला. झोपडीत कोणी दिसतं का ते पाहण्याचा प्रयत्न करू लागला आणि त्याला समोर जे दिसलं, ते पाहून त्याचं शरीर जणू थंडच पडलं. बांबूच्या कुंपणाजवळील फाटकाशी कोणीतरी उभं होतं. ते दुसरंतिसरं कोणी नसून ती स्वतः अतुरीच होती आणि सरळ त्याच्याकडेच पाहत होती आणि तेही अगदी एकटक पाहत होती! तो जिला भीत होता अशी ती एकमेव स्त्री होती आणि ती समोर दिसताच त्याचे पाय जणू जमिनीला चिकटले. त्याच्या पायातली शक्तीच जणू कोणीतरी काढून घेतली होती. त्याला तसूभरही इकडे किंवा तिकडे हलता येईना.

कुणीतरी अनोळखी मुलं दिसतात म्हणून, अतुरी किंचित मान पुढे झुकवून आणि डोळे बारीक करून पाहत होती. नकळत तिचा दंतविहीन जबडा हलला. ही मुलं आहेत तरी कुणाची हे पाहण्यासाठी म्हणून एक एक पाऊल उचलत ती पुढे येऊ लागली...

बाप रे! आता सापडलो! पुरता सापडलो! अपू समजून चुकला. आता सुटणं केवळ अशक्य आहे...! का कुणास ठाऊक; पण ती फार संतापलेली दिसते. आता कोणत्याही क्षणी ती आपले प्राण शोषून घेईल आणि आपला निष्प्राण देह वेलीच्या पानांमध्ये गुंडाळून...

आपल्यावर हे संकट का कोसळलं ते क्षणात त्याच्या लक्षात आलं. एकदा नव्हे; दोनदा, तीनदा, कितीतरी वेळा आई हाका मारीत होती आणि तरीही तिच्या हाकांना जराही दाद न देता, पुढे आलेल्या अन्नाचा अपमान करून तो पळून आला होता.

आई हाका मारत होती... खाल्ल्याशिवाय जाऊ नकोस म्हणून सांगत होती... आणि तरीही आपण निघून आलो. आईचं ऐकलं नाही. उलट तिला वाईट वाटेल असं वागलो... त्या मूर्खपणाची ही शिक्षा आहे...

त्याने असहायपणे इकडेतिकडे पाहिलं आणि तो एकदम किंचाळलाच, ''अहो मावशीबाई, मला काहीही माहीत नाही. मी काहीच केलेलं नाही. मी यानंतर इकडे कधीच येणार नाही. एकदा, फक्त एकदाच मला क्षमा करा. मला सोडून द्या मावशी!''

भेदरलेला निलूही आता अगदी रडण्याच्या बेताला आलेला होता आणि अपू तर इतका भ्याला होता की, त्याचे डोळे भीतीनं कोरडे पडले होते.

''अरे बाळांनो, कशासाठी मला एवढं भिताय म्हणते मी? एवढं भिण्यासारखं काहीही झालेलं नाही रे.'' ती म्हातारी म्हणाली आणि एखादा विनोद झाल्याप्रमाणे

आपल्याच बोलण्यावर खुदकन हसली. तुम्हाला काय वाटलं? मी तुम्हाला पकडून खाऊन टाकीन? या, माझ्या घरी या. मी तुम्हाला कैरीच्या वाळलेल्या फोडी चाखायला देते.''

''कैरीच्या वाळलेल्या फोडी? बाप रे! म्हातारी चांगलंच फसवायला बघतेय. जर का आत गेलो तर संपलंच सगळं! रक्त पिणाऱ्या या चेटकिणी असंच फसवून लोकांना जाळ्यात पकडतात. अशा कितीतरी गोष्टी आईनंच नाही का सांगितल्या होत्या!

पण आता काय करायचं? यातून सुटायचं तरी कसं? ती म्हातारी हळूहळू त्यांच्या दिशेने पुढे येत होती. जवळ येत ती म्हणाली, ''बाळांनो, अरे, भिण्यासारखं काहीही नाही. मी कोणालाच काही सांगणार नाही. तुम्ही का म्हणून मला एवढे भिताय?''

''नाही! यानंतर मुळीच नाही!'' अपू स्वतःशीच उद्गारला. आईचं न ऐकल्याबद्दल झाली तेवढी शिक्षा पुरेशी होती. आता कोणत्याही क्षणी ती म्हातारी राक्षसराणीच्या गोष्टीतल्याप्रमाणे भुतासारखं भयंकर हसत, अक्राळविक्राळ रूप धारण करणार होती. तिचा सुरकुतलेला हात पुढे करून अपूला धरणार होती आणि लगेच त्याचे प्राण शोषून घेऊन... त्याला पानांमध्ये गुंडाळून...

अपू इतका भ्याला होता की, त्याच्या घशातून आवाजही फुटेना. अजगराच्या तावडीत सापडलेल्या शावकाचे पाय गळून जातात, त्याप्रमाणे त्याचे पाय जमिनीला जखडले होते. खरोखरच चेटूक झाल्याप्रमाणे तो त्या म्हातारीकडे एकटक पाहत होता. थरथरत्या आवाजात अपू म्हणाला, ''मावशीबाई, माझी आई फार रडेल हो. मला काही करू नका. मी तुमची बेलफळं चोरायला आलो नव्हतो हो.''

---अपू भीतीनं अक्षरशः निळा पडला होता. तो रस्ता, ती झोपडी, ती चेटकीण, तिचं ते घर आणि तिच्या आवारामधलं ते बेलफळाचं झाड हे सारं अपूच्या डोळ्यांपुढे गरागरा फिरू लागलं. ते सारं पाहूनच घाबरलेला निलूही काहीतरी अस्पष्ट बडबडत होता. आसपास कुणाही माणसाचं चिन्ह दिसत नव्हतं. फक्त अपू, निलू आणि ती अतुरी चेटकीण. अशा या भयाण वेळी अपू त्या चेटकिणीसमोर उभा होता आणि ती चेटकीण डोळ्याला डोळे भिडवून त्याच्याकडेच पाहत होती... तेवढ्यात दूर कुठूनतरी आईची हाक ऐकू आली... आई त्याला फोडणीचे पोहे आणि भाजलेले गरम गरम हिरवे चणे खायला बोलावत होती. ''अपू... ए... अपू...''

आणि अचानक काय झालं कुणास ठाऊक! तशा त्या कठीण वेळेला एकदम अपूच्या ठिकाणी धैर्य उफाळून आलं. त्याने एकच किंकाळी ठोकली आणि तो भोवतालच्या साकळलेल्या अंधारातून पायाखाली येणारी झुडपं आणि गवत तुडवत

वाट फुटेल तसा धावत सुटला. अपूला पळताना पाहून निलूही त्याच्यामागे पळू लागला.

दोन्ही मुलं वासरांसारखी अशी अचानक उधळलेली पाहून म्हातारी गोंधळलीच. ती का म्हणून एवढी भ्याली आहेत तेच तिला समजेना. ''नवलच आहे! बिचारी कशाला एवढी भ्याली असतील बरं? मी तर त्यांना हातही लावला नव्हता. कोवळी मुलं ती. बिचारी, मलाच भ्याली की काय? पण माझी एवढी भीती वाटायचं कारण तरी काय? नवलच आहे! कुणाची बरं मुलं असतील ती?'' म्हातारी स्वतःशीच म्हणत राहिली...

चुलीतली राख आणि ताडगोळे

अपू घरी पोहोचला, तेव्हा संध्याकाळ उलटून जवळपास रात्र झाली होती. चुलीशी बसलेली सर्वजया काही ताडगोळे भाजायला घेत होती. तिच्या शेजारी बसलेली दुर्गा ताडगोळे घासून त्यांच्यातलं पाणी पिळून काढत होती. अपूला पाहताच सर्वजया म्हणाली, "कुठं होतास रे इतका वेळ? पत्ता काय तुझा? भूक नाही का लागली? काही खाऊनही गेला नव्हतास तू..."

आज जे घडलं, ते आईला सांगण्यासाठी अपू फार उतावीळ झाला होता. हे सांगू का ते, असं त्याला झालं होतं. घडलेल्या सगळ्या गोष्टी जणू एकदमच बाहेर यायला धडपडत होत्या; पण शेवटी घडलं असं की, तो काहीही सांगू शकला नाही. त्यानं काही बोलण्याचा प्रयत्न केला, तेव्हा तो म्हणाला, "आई, मी हे कपडे बदलू? सकाळपासून असेच अंगावर आहेत."

नंतर अपू पुन्हा स्वयंपाकखोलीत आला, तेव्हा त्याला फार आश्चर्य वाटलं आणि त्याचबरोबर फार वाईटही वाटलं. त्याला फोडणीचे पोहे आणि त्याचे ते आवडते हिरवे चणे पाहिजे होते; पण आई त्याविषयी काहीच बोलायला तयार नव्हती. त्याऐवजी ती ताडगोळ्यांचे पाणी घट्ट आहे की पातळ आहे ते पुनःपुन्हा चाखून बघत होती. ते काम संपल्यावर ती दुर्गाला म्हणाली, "दुर्गा, हे बघ, मला एक-दोन गोळे दे बघू भाजायला आणि हो, त्या खाटेखाली तांदळाचं पीठ असेल; त्यातलं थोडंसं घेऊन ये." सर्वजयाची स्वयंपाकघरातली धांदल चालू असतानाच अपू उठून उभा राहिलाय हे तिच्या लक्षात आलं. ती अपूला म्हणाली, "थांब थोडंसं, मी तुला ताडगोळे भाजून देते."

पण अपू म्हणाला, "आई, ते फोडणीचे पोहे आणि हिरवे चणे कुठं आहेत गं? मला ते दे ना थोडे."

"ते होय? अरे ते तर मी तुझ्यासाठीच केले होते; पण तर तू न खाताच पळालास. मी तुला कितीदा हाका मारल्या. मग ते सगळं थंड होईल म्हणून मी दुर्गाला दिलं. दुर्गानं ते संपवलंही; पण जाऊ दे. हे ताडगोळे झालेच बघ. आता तेच

मी तुला देते.''

दुपारी अपू घरातून बाहेर पडला होता, तेव्हापासून आणि मुख्य म्हणजे त्या चेटकिणीच्या तावडीतून सुटला होता, तेव्हापासून तो स्वतःशीच म्हणत होता, ''आईचं किती प्रेम आहे माझ्यावर... दुपारपासून मी घरात नाहीये म्हटल्यावर तिला काळजी वाटत असेल! स्वतःशीच म्हणत असेल, माझा लाडका अपू कसा बरं घरी आला नाही अजून? त्याच्या आवडीचे फोडणीचे पोहे आणि हिरवे चणे करायचे म्हणून मी गडबडीनं अंघोळ करून आले; पण माझं ते पोर काही न खाताचं पळालं. बिच्चारं!'' खरंच! आईचे ते शब्द त्याला स्पष्टपणे ऐकू येत होते... वाटत होतं, खरंच आईला किती काळजी आहे माझी! पण इथं तर तसं काहीच दिसत नव्हतं. उलट त्याला आवडणारे ते फोडणीचे पोहे आणि हिरवे चणे आईनं मोठ्या प्रेमानं दुर्गाला देऊन टाकले होते. म्हणजे उलट तोच तेवढा काळजी करत होता आणि तीही उगाचच.

दुर्गा म्हणाली, ''लवकर आटप गं आई. ते सगळे गोळे एकदमच भाजायला टाक. आभाळ ढगाळून आलंय. जर पाऊस पडायला लागला, तर ते भाजताही येणार नाहीत. आधीच आपलं छप्पर गळकं आहे. नाहीतर त्या दिवशी झालं तसं होईल.''

बाहेर पाहिलं तर काळे ढग संपूर्ण आकाशभर पसरले होते; परंतु अजून पावसाला सुरुवात झाली नव्हती.

हे असंच असतं. प्रचंड ढग जमलेले पाहून लोकांना वाटतं, आता काही खरं नाही. हा राक्षसी पाऊस कोसळला, तर जलप्रलयच होणार; परंतु तसं काही होत नाही. पाऊस येतो आणि जातो; परंतु जलप्रलय काही होत नाही. सगळं पुन्हा आहे तसं चालत राहतं; पण मनातली भीती का कुठे जाते? ती पुनःपुन्हा डोकं वर काढतेच!

अस्वस्थ झालेली दुर्गा छपराला पडलेल्या भोकांमधून पलीकडे पाहत होती आणि त्या काळ्याकुट्ट अंधारामध्ये पडलेल्या पावसाचा अदमास घेण्याचा प्रयत्न करत होती.

थोडे ताडगोळे भाजून तयार झाल्यावर त्यांतलं तेल निरपून काढत सर्वजया म्हणाली, ''दुर्गा, हे घे आणि त्या थाळीत घालून अपूला दे. त्याला फार भूक लागली असेल. दुपारपासून त्याने काहीही खाल्लेलं नाही.''

झालं! अपूला तेवढंच निमित्त पुरलं. आतापर्यंत त्याने स्वतःचा राग कसाबसा आवरून धरला होता; पण आईच्या त्या प्रेमळ शब्दांनी त्याचा बांध फुटला. त्याचा संताप इतका उफाळून आला की, सर्वजयानं दिलेली ती ताडगोळ्यांची थाळी अंगणात भिरकावून देऊन, हुंदके देत तो म्हणाला, काही नकोत मला तुझे ते

ताडगोळे, अजिबात नकोत!''

सर्वजया थक्क होऊन अपूकडे पाहू लागली. तिसऱ्या प्रहरी ती पोहे करून देत होती, तेव्हा त्याने ते खाल्ले नव्हते आणि आता पाहावं तर त्याने ताटच भिरकावून दिलं होतं. मुलांना दोन वेळेला घासभर अन्न मिळावं, म्हणून काय काय करावं लागतं हे सर्वजया चांगलंच जाणून होती आणि जे अन्न मिळवण्यासाठी तिला हजार खटपटी कराव्या लागत होत्या, ते अन्न या दुष्ट मुलाने असं वाया घालवलं होतं.

अपूनं केलेलं हे कृत्य पाहून तिचा संताप एकदम उफाळून आला. दुःखाने आणि संतापाने ती म्हणाली, ''अरे, तुला झालंय तरी काय? मला वाटतं, तुझ्या नशिबात चुलीतली गरम गरम राख खायचंच दिसतंय. जा खा ती.''

आईचे ते कठोर शब्द ऐकून मग अपूचाही संताप उफाळून आला. त्यानं आजवर आईला कधीही इतकं कठोर बोलताना ऐकलं नव्हतं. खरं म्हणजे त्याला वाटलं होतं की, आई आपल्याला जवळ बसवून घेईल. मायेनं विचारपूस करील. मग आजच ती का बरं एवढी कठोर झाली?

तो ताड्कन उठून उभा राहिला आणि तणतणत बोलू लागला, ''खराय! मला माहितीये की, मी माझे फोडणीचे पोहे आणि चणे खाल्ले नाहीत; पण तुला काय वाटलं? मला काहीच वाटलं नाही? आज दिवसभर मी तोच विचार करत होतो. जा; आता मी तुझ्या घरात पुन्हा कधीच पाय ठेवणार नाही. तू म्हणालीस ना की चुलीतली राख खा म्हणून. मी का म्हणून खाऊ? चांगलं खायला केलं की, दीदीला देतेस. तिलाच का म्हणून देतेस? जा मी कधीच घरी येणार नाही. लक्षात ठेव... कधीच येणार नाही...''

आणि असं म्हणत, रागाच्या भरात त्याने व्हरांड्यातून अंगणात उडी घेतली आणि आजच संध्याकाळी त्या चेटकिणीपासून दूर जाण्यासाठी तो ज्या वेगाने पळाला होता, त्याच वेगाने तो अंधारात अदृश्य झाला. चहुबाजूंनी दाटून आलेला अंधार, पायाखाली येणारी काटेरी झुडपं आणि तो ज्याला भीत असे ते आंब्याचं झाड यापैकी कशाचीही पर्वा त्याने केली नाही.

अपूचा तो संताप, त्याचे अधिकच मोठमोठे झालेले ते डोळे, त्याचं ते तणतणत बोलणं, थरथरणारे आणि लांबलेले ओठ हे सारं पाहून दुर्गाला फारच गंमत वाटली.

''हे पोरगं ना, अगदी खुळचटच आहे गं आई. काय म्हणत होता तो?'' आणि त्याची नक्कल करत ती पुढे म्हणाली, ''खराय! मला माहीत आहे की, मी माझे फोडणीचे पोहे आणि चणे खाल्ले नाहीत...'' दुर्गाला इतकं हसू येत होतं की, तिला बोलताही येत नव्हतं. तरीही अपूची नक्कल करत ती पुढे म्हणाली, ''पण तुला काय वाटलं? मला काहीच वाटलं नाही? या पोराचं डोकं ना पुरतं कामातून

गेलंय... खुळं कुठलं...'' आणि एवढं बोलून झाल्यावर ती अपूला हाका मारत बाहेर आली. ''अपू, अपू रे... ऐकतोयस ना? अपूऽऽ!''

अपू धावत निघाला, तो सरळ घरामागील वेळूच्या बेटांनी गजबजलेल्या जंगलात जाऊन पोहोचला. आकाश अजूनही ओथंबून आलेल्या ढगांमुळे अंधारलेलं होतं; त्यामुळे आधीच गर्द झाडीमुळे पसरलेला अंधार अधिकच गडद वाटत होता. खरं म्हणजे अशा अवेळी तो स्वप्नातदेखील अशा ठिकाणी आला नसता; पण त्याला रागच असा आला होता की, इथं येताना ही जागा किती अंधारी आणि एकाकी आहे, त्याचप्रमाणे जवळच ते भुतानं झपाटलेलं आंब्याचं झाड आहे हेही तो विसरून गेला होता. तो स्वतःशीच म्हणाला, ''नाही! मी आता कधीही घरी जाणार नाही! निदान जिवंत असेपर्यंत तरी मुळीच नाही!''

परंतु जसजसा रागाचा पारा उतरू लागला, तसातसा अपूचा आत्मविश्वास डळमळू लागला. तिथून थोडं लांब असलेल्या त्या झपाटलेल्या आंब्याच्या झाडाकडे त्याने भीत-भीत पाहिलं; पण तरीही तो स्वतःशी म्हणाला, ''मी नाही भीत कशाला! जरी ते भूत येऊन मला झाडाच्या शेंड्यावर घेऊन गेलं तरीही नाही! आणि तसं झालं तर बरंच होईल. आईला चांगली शिक्षा होईल. ती मला शोधत येईल आणि रड रड रडेल. मग आपण काय बोललो होतो त्याची तिला चांगली आठवण होईल. म्हणेल, देवा रे! मी त्याला चुलीतली राख खाशील असं का बरं म्हटलं असेल? त्यामुळेच तर माझ्या बाळाला इतका राग आला आणि तो अशा अंधाऱ्या पावसाळी रात्री मला सोडून कुठे तरी निघून गेला. पुन्हा परत म्हणून आला नाही.''

भुतानं आपल्याला ठार केलं तर आईचा किती संताप होईल, तिला किती यातना होतील, या विचारानंच अपूला सुडाचं आसुरी समाधान मिळू लागलं; परंतु त्याची ती मनःस्थिती काही फार काळ टिकली नाही. हळूहळू तो घराकडे चालू लागला आणि थोड्याच वेळामध्ये तो घरासमोरील रस्त्यावर आला. खरं म्हणजे तो आता चांगलाच भेदरला होता. तेवढ्यात त्याला वेळूच्या बेटातून काहीतरी खसफसल्याचा आवाज आला. तशाच भेदरलेल्या मनःस्थितीमध्ये त्याने तिकडे पाहिलं. तोच आई आणि दुर्गा रानूदीच्या घराच्या दिशेनं त्यालाच हाका मारत येत आहेत असं त्याला दिसलं.

''अपूऽऽ अपूऽऽऽ'' त्या हाका मारत होत्या. तेवढ्यात पुन्हा वेळूच्या बेटातून तोच खसफसल्याचा आवाज आला. आता मात्र त्याला फारच अस्वस्थ वाटू लागलं; पण कोणी मन वळवल्याशिवाय घरी कसं परतणार? शेवटी स्वाभिमान नावाची काही गोष्ट आहे की नाही?

तेवढ्यात दुर्गा रानूच्या घराच्या मागच्या दरवाजातून बाहेर पडते आहे असं त्याला वाटलं. म्हणून तो पळाला आणि भिंतीला चिकटून उभा राहिला. त्याचा शोध

घेत येत असलेल्या दुर्गाचं लक्ष अगदी अचानकपणे त्याच्याकडे गेलं आणि ती ओरडली, ''अगं आई, हा बघ इथं आहे. तो, तो बघ तिथं भिंतीजवळ.''

धावत जाऊन दुर्गानं त्याचा हात गच्च पकडला. खरं म्हणजे त्याची काही गरज नव्हती, कारण तो आता कुठंही पळून जाणार नव्हता.

दुर्गा म्हणाली, ''बदमाश! इथं काय करतोयस? आम्ही एवढ्या हाका मारत होतो, तर ओ का दिली नाहीस? आम्ही तुला किती शोधलं? पाहा गं आई, तुझा लाडका मुलगा इथं कसा लपलाय ते?''

आणि मग त्या दोघींनी त्याला घट्ट पकडून जवळपास ओढतच घरात नेलं.

रेल्वेलाइन

हरिहर दरवर्षीप्रमाणे आपल्या दौऱ्यावर निघाला. या वर्षी अपूलाही सोबत घेऊन जायचं त्यानं ठरवलं होतं. तो सर्वजयाला म्हणाला, "अपूला घरी पुरेसं खायला मिळत नाही, लोक मला दुधातुपाचं वाढतात. माझ्याबरोबर त्यालाही मिळेल; त्यामुळे त्याची तब्येत तरी सुधारेल."

घरापासून दूर जायची अपूची ही पहिलीच वेळ होती. आपला गाव आणि नदीकाठ त्याला माहीत होता; पण नवाबगंजकडे जाणारा पक्का रस्ता अजून त्याने पाहिलेलासुद्धा नव्हता. एप्रिल आणि मे महिन्यात फार उकाडा असायचा आणि फारच कंटाळवाणं वाटायचं, तेव्हा कधीकधी त्याची आई आणि दुर्गा त्याला थंड आणि मोकळी हवा खायला मिळावी म्हणून नदीकाठी घेऊन जायच्या.

नदीची पैलथडी पिवळ्या फुलांनी बहरलेल्या बाभळीच्या झाडांनी जणू आच्छादून गेलेली असायची. शेतांतून आणि कुरणांतून गाईंचे कळप चरत असायचे. गुराख्यांनी गुरं पाण्यावर आणलेली असत. तिथंच कुठंतरी एखाद्या धीवरानं हातात भलं मोठं जाळं घेऊन आपली नाव प्रवाहात लोटून दिलेली असे. नदीकाठावर सर्वत्र रानफुलांचा सुवास दरवळत असे. दूरवर कुरणांच्या पलीकडे पाहिलं तर आकाश जणू जमिनीवर झुकलेलं आहे असं वाटे. क्षितिजापर्यंत पसरलेलं ते विराट आकाश पाहून अपू एकदम अस्वस्थ होऊन जाई. पिंजऱ्यात सापडलेल्या ससाण्याप्रमाणे त्याच्या मनाची तडफड, तगमग होई; परंतु आपल्याला काय वाटतंय हे तो कोणाला सांगूही शकत नसे. कदाचित आपल्या दुर्गादीलाच आपल्या भावना समजतील असं वाटून एकदा दूरवर बोट दाखवत तो तिला म्हणाला होता, "दीदी, ते पाहिलंस? त्या झाडाच्या पलीकडे पाहा. ते किती दूर दूर आहे, नाही?" त्यावर दुर्गा हसून म्हणाली होती, "दूर दूर काय आहे? तू मला काय दाखवतोयस? वेडाच आहेस."

अपू आज पहिल्यांदाच आपल्या निश्चंडीपूरच्या सीमेबाहेर पाऊल टाकत होता. बाहेरगावी जायचं म्हणून तो कधीपासूनच एक-एक दिवस मोजत होता. एवढंच नव्हे, तर तो एवढा हुरळून गेला होता की, त्याला रात्री नीट झोपसुद्धा येत नव्हती.

शेवटी खूप प्रतीक्षा केल्यानंतर बाहेरगावी जाण्याचा तो मोठ्या आनंदाचा दिवस आज उगवला होता.

निश्चंडीपूर हे एका कच्च्या रस्त्याने बाहेरच्या जगाशी जोडलेलं होतं. त्या रस्त्याने डावं वळण घेताच नवाबगंजकडे जाणारा रुंद रस्ता सोडून ते दुर्गापूरकडे जाणाऱ्या कच्च्या रस्त्याने पुढे चालू लागले.

चालता चालता पुढे ते पुन्हा पक्क्या रस्त्याला लागले, तेव्हा अपूनं विचारलं, "रेल्वेलाइन कुठाय बाबा? ती इथून कोणत्या बाजूला आहे?"

"असंच सरळ चालत गेल्यावर ती आपल्याला दिसेल. ती ओलांडूनच आपल्याला पुढे जावं लागतं."

अपूला आठवलं, एकदा त्यांच्या लाल गाईचं वासरू कुठेतरी भरकटत गेलं होतं आणि शेवटी हरवलं होतं. अपूनं आणि दुर्गानं सतत तीन दिवस त्याचा शोध घेतला होता; पण ते सापडलंच नव्हतं. शेवटी ते त्याला शोधण्यासाठी गावाच्या दक्षिणेकडील मोठ्या कुरणाकडे गेले होते. हिवाळ्याचे दिवस असल्याने ऊन उबदार लागत होतं. शेताशेतांतून शेंगांच्या हिरव्यागार वेली बहरल्या होत्या. दुर्गा मधूनच शेंगांचा एखादा छानसा झुबका तोडायची आणि चट्‌कन तोंडात टाकायची. तसंच आणखी पुढे गेल्यावर त्यांना नवाबगंजकडे जाणारा रुंद रस्ता दिसला होता. गूळ आणि खारकांनी भरलेल्या बैलगाड्यांची भलीमोठी रांग त्यावरून अशरहूच्या बाजारपेठेकडे निघाली होती.

दुर्गा बराच वेळ धुक्यातून दूरवर काहीतरी बघत राहिली होती आणि अचानकपणे ती ओरडली होती, "अपू, चल आपण रेल्वेलाइन पाहायला जाऊ या. खरंच जाऊ या."

तिच्याकडे आश्चर्याने पाहत अपू म्हणाला होता, "रेल्वेलाइन? पण ती तर खूपच दूर आहे. आपण तिथपर्यंत कसे जाणार?"

"कोणी सांगितलं तुला दूर आहे म्हणून? अरे इथं हा नवाबगंजकडे जाणारा रस्ता आहे ना? त्याच्या पलीकडेच आहे."

त्यावर अपू म्हणाला होता, "ती इतकी जवळ आहे, तर रस्त्यावरूनच दिसेल की. चल तर. जाऊ या."

परंतु जेव्हा ते रुंद रस्त्यावर येऊन पाहू लागले, तेव्हा त्यांना काहीच दिसलं नव्हतं. मग दुर्गाच म्हणाली होती, "मला वाटतं, खूप दूर असेल ती. मला नाही वाटत ती आपल्याला दिसेल."

परंतु तिचे तहानलेले डोळे दूरवर पाहत होते. तिला जावसं तर वाटत होतं पण मनातून थोडी भीतीही वाटत असावी. अपूही दुर्गा पाहत होती तिकडेच पाहत होता, त्याला काहीच दिसत नव्हतं; परंतु आता इथूनच परत फिरलो, तर पुन्हा अशी संधी

मिळणं कठीणच होते. मात्र, तसेच पुढे गेलो आणि परतीचा रस्ता सापडला नाही तर? दूरवर असलेली रेल्वेलाइन पाहायची उत्सुकता अपूच्या डोळ्यांतून जणू ओसंडत होती. खरंच, ते धाडस करावं असं वाटत होतं खरं; पण त्याच वेळी मनातून भीतीही वाटत होती.

अचानक सगळी भीती गिळून टाकत दुर्गा म्हणाली होती, ''त्यात एवढं भिण्यासारखं काय आहे? चल, जाऊ या. असून असून ती किती दूर असेल? आपण दुपारपर्यंत परत येऊ. कदाचित आपल्याला आगगाडीसुद्धा पाहायला मिळेल आणि उशीर झालाच तर आपण आईला सांगू की, आम्ही आपलं वासरू शोधायला गेलो होतो म्हणून.''

रस्त्यावर आल्यावर त्यांनी आपल्याला कोणी पाहिलं तर नाही ना याची खात्री करून घेतली होती. मग मातीच्या भरावावरून घसरत जाऊन ते खाली दलदलीने भरलेल्या पाणथळ प्रदेशात उतरले होते. शेण, दलदल, चिखल, पाणी, गवत आणि धूळ तुडवत ते दुपारपर्यंत अक्षरशः पळतच होते. नवाबगंजकडे जाणारा तो पक्का रस्ता कधीच मागे पडला होता.

अपूकडे पाहत हसत हसत दुर्गा म्हणाली होती, ''आईला कळलं ना, तर ती आपली पाठच सोलून काढेल.''

त्यावर अपूनंही हसून दाद दिली होती. नंतर काय होणार याची काळजी करतोय कोण? तेव्हाचं तेव्हा पाहता येईल; परंतु ही मजा का पुन्हा येणार होती? ते दोघे बेधडकपणे नुसते पळत होते. आज आयुष्यात त्यांना पहिल्यांदाच इतकं अनिर्बंध स्वातंत्र्य मिळालं होतं; त्यामुळेच उधळलेल्या वासरांप्रमाणे ते आनंदाने पळत होते.

पण त्यानंतर जे घडलं, ते फारसं आनंददायक नव्हतं. पुढचा सगळा रस्ता उंचच उंच जाड्याभरड्या गवतानं, दलदलीनं आणि काटेरी झुडपांनी भरलेला होता. आपण कुठं आलोय तेही दुर्गाला समजत नव्हतं. खरं म्हणजे ते दोघे पूर्णपणे हरवले होते. तिथे जवळपास कुठलं खेडं किंवा एखादं घरही दिसत नव्हतं. फक्त भाताची शेतं, दलदलीची जमीन आणि त्यामुळे पोसलेली वेळूची बेटं सर्वत्र पसरली होती. त्या अस्ताव्यस्त वाढलेल्या वेळूच्या बेटांतून कसाबसा रस्ता काढत ते चालत होते. अधूनमधून त्यांचे पाय दलदलीत फसत होते. आकाशात सूर्य चांगलाच तळपत होता आणि थंडीचे दिवस असूनही त्यांचे चेहरे घामानं अगदी डबडबून आले होते. दुर्गाची साडी तर बऱ्याच ठिकाणी फाटली होती आणि अपूला आपल्या पायातले काटे काढण्यासाठी सारखंच थांबावं लागत होतं. आता रेल्वेलाइनपर्यंत कसं पोहोचायचं हा प्रश्न महत्त्वाचा नव्हता, तर घरचा रस्ता कसा शोधायचा हाच प्रश्न होता. आता तर ते फारच लांब आले होते. मुख्य रस्ताही खूपच मागे पडला होता. शेवटी पुन्हा मागे फिरून सगळी दलदल तुडवत ते मुख्य रस्त्यावर आले,

तेव्हा दुपार उलटली होती. शेवटी ते कसेबसे घरी पोहोचले, तेव्हा जवळपास संध्याकाळ होत आली होती. दुर्गानं एक लांबलचक गोष्ट तयार करून आईला सांगितली होती खरी; परंतु त्या गोष्टीवर मुळीच विश्वास न ठेवता तिनं त्या दोघांची चांगलीच खरडपट्टी काढली होती.

तीच ही रेल्वेलाइन. आज ती कोणत्याही अडथळ्याशिवाय पाहता येणार होती. आता घाई करायचं काहीही कारण नव्हतं. आज रस्ता चुकण्याची भीती नव्हती की कोणी खरडपट्टी काढील याची काळजी नव्हती. किती मज्जा आहे...!

थोडं पुढे गेल्यावर आणखी एक रस्ता दिसताच अपूला आश्चर्य वाटलं. तो रस्ताही नवाबगंजकडे जाणाऱ्या रस्त्यासारखाच पक्का होता. तो रस्ता खेड्यातल्या रस्त्यांसारखा नव्हता, तर अगदी व्यवस्थित तयार केलेला होता. त्याच्या दोन्ही बाजूंनी लाल विटा रोवलेल्या होत्या. अधूनमधून काही अंतरावर पांढऱ्या रंगाने रंगवलेले खांब उभे केलेले होते आणि ते खांबही एकमेकांना जाडसर दोरांनी बांधलेले होते.

''बघ रे बाळा, ती बघ तुझी रेल्वेलाइन.'' हरिहर म्हणाला.

अपू उड्या मारतच रेल्वेलाइनजवळ आला आणि आपल्या मोठमोठ्या डोळ्यांनी रेल्वेचे रूळ पाहू लागला. ती रेल्वेलाइन आणि तिच्या आसपासच्या सगळ्या गोष्टी मनात साठवून घेऊ लागला... पण हे रूळ असे एकमेकांशेजारी का टाकलेले असतात? त्यांच्यावरूनच का रेल्वे जाते? पण ती यांच्यावरूनच कशी काय जाते? ती घसरून पडत कशी नाही? आणि ते काय आहे? अच्छा...! त्या टेलिग्राफच्या तारा दिसतात; पण त्यांच्यातून असा कुजबुजल्यासारखा आवाज कसला येतोय? हो, त्या तारांमधून संदेश जात असतील... हे संदेश पाठवणारी माणसं कोण असतील बरं? आणि ते कसा संदेश पाठवत असतील? आं... त्या तिथं रेल्वेचं स्टेशन आहे की काय? पण कुठाय ते? ते रुळाच्या या बाजूला आहे की त्या? असे कित्येक प्रश्न त्याच्या लहानशा डोक्यात उड्या मारत राहिले. शेवटी तो म्हणाला,

''बाबा, मला आगगाडी पाहायचीय. ती केव्हा येईल?''

''अरे बाबा, आता या वेळी तुला आगगाडी कशी बरं दिसेल? आता दुपारपर्यंत एकही गाडी नाही आणि रेल्वेगाडी पाहायची म्हटलं तर दोन तास उन्हात थांबायला पाहिजे.''

''मग काय हरकत आहे? मला बघायची आहे. मी कधीही आगगाडी पाहिली नाही. बाबा, थांबा ना. पाहू द्या ना मला आगगाडी.''

''तमाशा करू नकोस. म्हणून मी तुला कुठे सोबत नेत नाही. आता या वेळी

तुला आगगाडी कशी दिसणार? तेवढ्यासाठी आपल्याला भर उन्हात बारा-एकपर्यंत थांबावं लागेल. चल. पळ, परत येताना दाखवतो तुला आगगाडी, चल आता.''

अपूचे डोळे अश्रूंनी भरून आले. काहीही न बोलता तो वडिलांच्या मागोमाग ओढल्यासारखा चालू लागला...

...तुम्हा मोठ्या माणसांना काय कळतं?...'' अपू विचार करत होता... आम्हा मुलांना प्रत्येक गोष्ट नवीनच असते. हा वारा, खळखळ वाहणारा तो लहानसा झरा यांसारख्या गोष्टी माझ्यासाठी नव्याच आहेत; पण तुम्हाला हे कुठलं कळायला? म्हणूनच तर तुम्ही मोठी माणसं बालपणातला तो निरागस आनंद हरवून बसलेले असता...

ठिकठिकाणी लहानसहान झोपड्यांचे पुंजके दिसत होते. शेतात स्त्रिया काम करत होत्या, तर काहीजणी गुरांसाठी गवत कापत होत्या. कित्येक ठिकाणी ताग वाळायला घातला होता. कुरणांच्या हिरव्यागार गालिच्यावर आणि पाणथळीशेजारी पाणपक्षी आणि बगळे हिंडत होते. शेतांतून पसरलेल्या पाण्यात विस्तीर्ण निळ्या आकाशाचं छान प्रतिबिंब उमटलं होतं.

हळूहळू संध्याकाळ होत गेली, तसतसं क्षितिज सोनेरी होत गेलं. त्या सोनेरी प्रकाशात अपूसमोर जणू एक नवीच स्वप्नभूमी साकार होत गेली. ते प्रचंड सोनेरी ढग म्हणजे राजपुत्रांच्या गोष्टीतले सोनेरी राजमहाल आहेत असंच त्याला वाटू लागलं. तिथं रूपसुंदर राजकन्या राहतात. त्यांच्या प्राप्तीसाठी शूर आणि धाडसी राजपुत्र असामान्य पराक्रम करतात... अपू जणू काही त्या स्वप्नसृष्टीमध्ये हरवून गेला.

उशीर होत चाललेला पाहून हरिहर म्हणाला, ''तू आ वासून असा रेंगाळत रेंगाळत का चालतोयस? दिसणारी प्रत्येक गोष्ट पाहिलीच पाहिजे असं कुठे आहे? चल, बरं लवकर... जरा पाय उचल...''

संध्याकाळी बऱ्याच उशिरा ते हरिहरचे आश्रयदाते लक्ष्मण महाजन यांच्या घरी पोहोचले. लक्ष्मण महाजन हे तसे खाऊनपिऊन सुखी गृहस्थ होते. स्वतःची शेती असल्याने त्यांचं उत्तम चाललं होतं. मोठ्या आदरानं त्यांनी हरिहरचं स्वागत केलं. आपल्या घराजवळच असलेली एक स्वतंत्र खोली त्यांना राहायला दिली.

छोटी बहू

दुसऱ्या दिवशी, अगदी पहाटे लक्ष्मण महाजन यांच्या छोट्या भावाची बायको बोधू अंघोळीसाठी तळ्याकडे निघाली होती. तळ्याकाठी आल्यावर तिला आजवर तिथं कधीही न पाहिलेला एक मुलगा दिसला. तो समोरच केळीच्य बागेत पाण्याकाठी खेळत होता. हातातली छडी तलवारीसारखी गरगरा फिरवत आणि तोंडातल्या तोंडात काहीतरी बडबडत, तो इकडून तिकडे वेड्यासारखा पळत होता. हातातली घागर खाली ठेवून बोधू त्याच्याकडे गेली आणि तिनं विचारलं, "कोण आहेस रे बाळ तू? कुठे राहतोस?"

आईसमोर खूप बडबडणाऱ्या अपूची जीभ परक्या माणसांसमोर जणू उचलत नसे. छोट्या बहूनं विचारल्याबरोबर खरंतर एकदम पळून जावं असंच त्याला वाटलं; परंतु शेवटी लाजत लाजत तो म्हणाला, "त्या तिथं, त्या घरी."

"असं होय? म्हणजे आमच्या मोठ्या दिरांच्या घरीच की. म्हणजे तू आमच्या आचार्यांचा मुलगा आहेस तर."

आणि मग ती अपूला तिथं जवळच तळ्यापलीकडे असलेल्या आपल्या घरी घेऊन गेली.

छोट्या बहूनं त्याचं मन एवढं जिंकून घेतलं की, त्याचा लाजाळूपणा कुठल्या कुठे पळून गेला. तिच्या घरी गेल्यावर प्रत्येक गोष्टीकडे तो नव्या दृष्टीनं आणि आवडीनं पाहू लागला आणि खरंच तिथं कितीतरी पाहण्यासारख्या नवनवीन गोष्टी होत्या. अपूच्या घरी असलेल्या गोष्टींपेक्षा त्या खूपच वेगळ्या होत्या. त्याला वाटलं, हे लोक निश्चितच फार श्रीमंत असले पाहिजेत. त्या घराच्या भिंतीवर रंगीत कवड्यांची वेलबुट्टी काढलेली होती. अनेक कप्पे असलेलं एक छानसं कपाट, अपूनं कधीही न पाहिलेलं झगमगतं झुंबर, इकडून तिकडे झोके घेणारा वेलबुट्टी केलेला एक लोकरी पक्षी तसेच चिनी मातीच्या आणि काचेच्या अनेक बाहुल्या, मातीची खेळणी अशा बऱ्याचशा नवनव्या वस्तू तिथं दिसत होत्या. त्यानं एक-दोन वस्तू उचलल्या आणि त्या आपल्या हातून फुटणार तर नाहीत ना अशा बेताने

हाताळून पाहिल्या.

अपूला पाहून, तो अजून किती अजाण आणि निरागस आहे हे सूनबाईच्या लक्षात आलं. त्याचा चेहरा पाच वर्षांच्या मुलासारखा कोमल आणि निरागस होता आणि त्याचे ते डोळे! बापरे! तिने इतके सुंदर आणि निरागस डोळे असलेला मुलगा कधीच पाहिला नव्हता. त्याचप्रमाणे तो किती उजळ आहे, त्याची शरीरयष्टी किती सडपातळ आहे आणि त्याचा छोटासा चेहरा किती गोड आहे हेही तिला जाणवलं. सगळ्यात तिला आवडले ते त्याचे मोठमोठे निरागस डोळे. एखाद्या चित्रकाराने रेखाटलेले असावेत तसे मोठे आणि सुंदर डोळे. अशा या छोट्या पाहुण्यासाठी तिच्या मनात खूप वात्सल्यभाव उचंबळून आला.

खाली बसून अपूने छोट्या बहूशी खूप गप्पागोष्टी केल्या. त्यातल्या सर्वाधिक गोष्टी खास करून काल पाहिलेल्या रेल्वेलाइनविषयीच होत्या. थोड्या वेळानं तिनं अपूसाठी मोहनभोग नावाची मिठाई तयार केली आणि त्याला कटोरा भरून खायला दिली. मिठाईत इतकं तूप घातलेलं होतं की, ती खाताखाता त्याची बोटं माखून निघाली. सुरुवातीला त्यानं अगदी थोडसंच खाऊन पाहिलं... परंतु त्या पहिल्याच घासात त्याला कळून चुकलं की, इतकी चवदार मिठाई आपण आजवर कधीही खाल्लेली नाही. तिच्यात सुके मनुकेसुद्धा होते. आई घरी मोहनभोग करते, तेव्हा त्यात कधीही तूप किंवा मनुके टाकत नाही.

घरी तो आईला सारखा विनवत असतो. ‘‘आई, आई गं, आज मला मोहनभोग करून दे ना.’’ त्यावर ती म्हणते, ‘‘बरं बाबा. दुपारी करीन हं.’’ आणि मग ती गव्हाचा जाडा भरडा रवा तव्यावर परतून काढते. त्यानंतर तो शिजवून घेतल्यावर त्यात गूळ वगैरे इतर पदार्थ मिसळून तयार झालेला मोहनभोग नावाचा लिबलिबीत पदार्थ मोठ्या प्रेमाने त्याला वाढते. आजवर तोच मोहनभोग अपू मोठ्या आवडीनं खात होता. मोहनभोग या पदार्थाची चव त्यापेक्षा काही वेगळी असते हे त्याला माहीतच नव्हतं; परंतु आजचा हा मोहनभोग आणि आई करते तो मोहनभोग यांच्यात फार मोठं अंतर आहे, हे मात्र त्याला पुरतं कळून चुकलं आणि ते कळून चुकताच त्याच्या मनात आईविषयी अपार करुणा आणि सहानुभूती दाटून आली. कदाचित मोहनभोग कसा करावा हे आईला माहीत नसेल... पण नाही, असा मोहनभोग करणं तिला शक्य होत नसेल. बिचारी... माझी आई... आत कुठंतरी त्याला आपल्या परिस्थितीची जाणीव झाली. खरंच, आम्ही गरीब आहोत ना... असं चांगलं अन्न आम्हाला कुठलं मिळणार...?

छोट्या बहूकडे खेळायचे पत्ते होते; पण तो एकाच रंगाचा जोड म्हणता येईल असं काही नव्हतं. वेळोवेळी हाती आलेल्या अनेक रंगाच्या पत्त्यांमधून तिनं आपल्याला पाहिजे तसा जोड तयार केला होता. अपू तो सारखा पिसत होता.

रानूदीच्या घरी रोज तिसऱ्या प्रहरी पत्ते खेळले जात आणि अपू नेहमी तो खेळ पाहायला जायचा. राजा, राणी आणि गुलाम! पत्ते खेळताना पाहायला किती मजा यायची! फारच मजा!

अपूला अजून पत्ते खेळता येत नव्हते. त्याची आई आणि दुर्गालाही ते जमत नसे. एक-दोनदा त्याच्या आईने खेळात भाग घ्यायचा प्रयत्न केला; पण तिला कोणीही सहभागी करून घेतलं नाही, कारण बाकीचे म्हणाले की, तुम्हाला काही येत नाही...

...खरंच आपल्याकडे जर असा जोड असता तर आपणही दुपारचं जेवण झाल्यावर आई आणि दुर्गासह एकत्रितपणे पत्ते खेळत बसलो असतो...

त्या दिवशी संध्याकाळी अपूला छोट्या बहूकडे जेवायचं निमंत्रण होतं. जेवायला बसल्यानंतर तिथली सगळी व्यवस्था आणि प्रत्येक पदार्थ खाण्यासाठी वापरलेल्या निरनिराळ्या वाट्या हे सारं पाहून तो फारच प्रभावित झाला. साधं मीट आणि लिंबूसुद्धा स्वतंत्र वाटीत वाढायची काय गरज? घरी आई सगळं एकाच ताटात वाढते; परंतु इथं प्रत्येक पदार्थासाठी स्वतंत्र वाट्या होत्या आणि त्याही किती! आणि मोठ्या कोळंबीचं ते डोकं! खरंच का हे त्याच्यासाठीच आहे?

...जणू काहीतरी जादू झाली होती. दीदीसह पाहिलेली नदीतटापलीकडची धुक्यात लपलेली पऱ्यांची ती निळसर स्वप्नभूमीच जणू समोर साकार झाली होती...

परंतु ते स्वादिष्ट अन्न खाताना त्याला सारखी आपल्या दीदीची आठवण येत होती... मनातल्या मनात तो म्हणत होता... माझ्या दीदीला आयुष्यात कधीही असं स्वादिष्ट अन्न जेवायला मिळालेलं नाही. ती आज इथं असती तर कित्ती छान झालं असतं!

अमला

एके दिवशी अपूला शेजारच्या एका ब्राह्मण कुटुंबाकडे जेवायला बोलावलं होतं. दुपारच्या वेळी त्या घरातली एक मुलगी त्याला बोलवायला आली. तिनं त्याला आपल्या घरी नेऊन पाटावर बसवलं आणि त्याच्या पुढ्यात पाणी शिंपडलं. तिचं नाव अमला होतं. ती एक उजळ कांतीची सुंदर मुलगी होती. तिचे डोळेही तिच्यासारखेच सुंदर आणि मोठे होते. ती जवळपास दुर्गाच्या वयाची असावी. अमलाच्या आईनं अपूला जेवायला वाढलं आणि जेवण होईपर्यंत ती त्याच्याजवळच बसून राहिली. त्याचं जेवण झाल्यावर तिनं स्वतः तयार केलेली किसलेल्या नारळाची मिठाई मोठ्या प्रेमानं अपूला वाढली. तो घरी निघाला, तेव्हा अमला त्याला सोबत करीत सोडायला आली होती.

त्याच दिवशी तिसऱ्या प्रहरी खेळता खेळता अपूच्या टाचेला बांबूचं धसकट लागलं आणि ते इतकं धारदार होतं की, त्याच्या टाचेतून चक्क रक्त वाहू लागलं. त्याच वेळी त्या ठिकाणी आलेल्या अमलानं अपूला मदत केली नसती तर ते धसकट जास्त खोलवर जाऊन आणखी त्रास झाला असता. त्याला तर चालणंही अशक्य झालं होतं. मग अमलानंच त्याला शेजारच्या शेतातील झोपडीपर्यंत नेलं होतं आणि कसलासा झाडपाला कुटून त्याच्या जखमेवर बांधला होता. आता बाबा खरडपट्टी काढतील म्हणून त्या दिवशी जे घडलं, त्याविषयी अपूनं कोणालाच काही सांगितलं नाही.

त्या दिवशी रात्री झोप लागली, तेव्हा त्याला स्वप्नात फक्त अमलाच दिसत होती. अमला आपल्याला घेऊन निघाली आहे, कितीतरी वेळ ती आपल्याजवळ बसून आहे, आपल्याशी खेळते आहे; आपली जखम बांधते आहे... एवढंच नाही तर अमलासह आपण रेल्वेलाइन पाहायला निघालो आहोत... अशी कितीतरी स्वप्नं त्याला पडत होती. अगदी रात्रभर झोपेत अमलाचा तो गोड हसरा चेहरा त्याची सोबत करत होता.

दुसऱ्या दिवशी सकाळी उजाडल्याबरोबर अजून अमला का आली नाही,

याबद्दल आश्चर्य व्यक्त करीत अपू तिच्या शोधात बाहेर पडला. इतर मुलं आली आणि त्यांनी खेळायला सुरुवातही केली; परंतु अजूनही अमलाचा पत्ता नव्हता. सकाळ उलटली. छोट्या बहूनं अपूला बोलावून, जेवून घे म्हणून सांगितलं. (छोटी बहू रोजच त्याचं जेवण तयार करायची आणि स्वतःच्या हातानं त्याला वाढायची.) जेवण झाल्यावर त्याची घराकडे परतण्याची वेळ झाली, तरीही अमला कुठे दिसत नव्हती. म्हणून मग त्यानेच सकाळी अमला येऊन गेली होती का ते विचारलं; परंतु छोट्या बहूने नाही म्हणून सांगितलं. बऱ्याच उशिरा खेळही संपला. त्यानंतर त्याच्या वडिलांनी त्याला अंघोळीसाठी हाक मारली, तरीही अमलाचा पत्ता नाही म्हटल्यावर अपूला तिचा रागच आला. "आम्ही इतकी वाट पाहतोय आणि हिचा पत्ता नाही म्हणजे काय? ठीक आहे. नाही आली तर नाही आली. इथं कोणाला पर्वा आहे? आणि आता ती आली तरी मी तिच्याशी बोलणारच नाही." अपू स्वतःशीच म्हणाला.

तिसऱ्या प्रहरी खेळ पुन्हा सुरू झाला. एक अमला सोडली तर सगळेच खेळायला हजर होते. जवळपास अर्धा डझन तरी मुलं आणि मुली अपूशी खेळत होत्या; परंतु अपूला वाटत होतं की, ज्यांच्याशी मनापासून खेळावं असं यामध्ये कुणीही नाही. तरीसुद्धा अमलाची वाट पाहत पाहत थोडा वेळ तो खेळत राहिला; परंतु आज त्याचं खेळामध्ये मनच लागेना आणि एवढं झालं तरी अमला कुठेही दिसत नव्हती.

दुसऱ्या दिवशी मात्र ती आली; परंतु अपू तिच्याशी एक अक्षरही बोलला नाही की, तिच्या जवळही गेला नाही. ती एका जागी बसली तर तो मुद्दामच दुसरीकडे जाऊन बसायचा; पण आपल्याला तिचा चांगलाच राग आलेला आहे आणि त्यामुळेच आपण तिच्याशी फटकून वागत आहोत हे तिच्या लक्षात आलं आहे की नाही, हे जाणून घेण्यासाठी तो अधूनमधून तिरक्या नजरेने तिच्याकडे पाहून घेत होता. खरं सांगायचं म्हणजे काय घडलंय ते अमलाच्या लक्षातच आलं नव्हतं; परंतु नंतर अपूचं ते वागणं पाहून त्याचं काहीतरी बिघडलं आहे हे तिच्या लक्षात आलं. म्हणून मग अपूजवळ जाऊन ती म्हणाली, "अपू, अरे झालंय तरी काय तुला? तू माझ्याशी बोलत का नाहीयेस? काय झालंय?"

आता अशा वेळी कसं वागावं ते अपूला मुळीच माहीत नव्हतं. नकळत त्याचे ओठ लांबले. रडवेला होऊन तो म्हणाला, "काहीच कसं झालं नाही? तुला काय वाटलं? काल का आली नाहीस तू?"

क्षणभर काय घडलंय तेच अमलाच्या लक्षात आलं नाही; परंतु नंतर मात्र तिच्या डोक्यात चांगलाच प्रकाश पडला. ती म्हणाली, "अच्छा! म्हणजे मी काल आले नाही त्याचं होय? म्हणूनच का तुला इतका राग आलाय?"

"हो, म्हणूनच राग आलाय." होकारार्थी मान हलवीत अपू म्हणाला.

मोठमोठ्याने हसत अमलानं अपूचा हात पकडला आणि ती त्याला ओढत घरात घेऊन गेली. झालेला सगळा प्रकार ऐकून छोटी बहूसुद्धा मोठमोठ्यानं हसू लागली; पण ती मौज मनातच ठेवत खोट्या खोट्या गांभीर्याने ती म्हणाली, ''अमला, अगं असं असेल तर तू आता कधीही घरी जाऊ शकत नाहीस. तू आता एक कर. तू जावं अशी अपूची इच्छा नसेल तर तू इथंच थांब आणि शक्य असेल तर...''

छोट्या बहूला काय म्हणायचं आहे ते लक्षात येताच अमला गोंधळलीच! खोटं खोटं रागावत ती म्हणाली, ''हे काय बहूदी! तुम्ही अशी थट्टा करणार असाल तर आम्ही तुमच्या घरी येणारच नाही जा.''

त्यानंतर थोड्या वेळाने अमला अपूला आपल्या घरी घेऊन गेली. आपलं कपाट उघडून तिनं अपूला युरोपियन पोशाख घातलेली एक मोठी चिनी बाहुली, मेणापासून तयार केलेला पक्षी, झाड अशा कितीतरी वस्तू दाखवल्या. एवढी सगळी खेळणी कुठून आणली म्हणून अपूनं विचारल्यावर ती कालीगंजच्या जत्रेतून आणली असल्याचं तिनं सांगितलं. त्यातली काही खेळणी तर इतकी वेगळी होती की, अपूनं तसली खेळणी कधीच पाहिली नव्हती. तुम्ही कोणत्याही दिशेला गेलात तरी तुमच्याकडे पाहून डोळे मिचकावणारं एक रबराचं माकडसुद्धा तिथं होतं. एक बाहुली तर अशी होती की, तुम्ही तिच्या पोटाला बोट लावायचा अवकाश! ती हातातल्या झांजा वाजवू लागायची; परंतु सगळ्यात मजेदार गोष्ट कोणती असेल तर, ती म्हणजे पत्र्याचा एक घोडा. रानूदीच्या घड्याळाला होती तशी त्याला एक किल्ली होती. तुम्ही त्याला नुसती किल्ली दिलीत की, तो घोडा पुढचे दोन्ही पाय उचलून मागच्या दोन पायांवर उड्या मारत धावायचा आणि खूप दूर जायचा. तो घोडा पाहून तर अपू पुरता मंत्रमुग्धच झाला. तो घोडा उचलून घेऊन त्याने पुनःपुन्हा पाहिला आणि तो म्हणाला, ''फार मजेदार घोडा आहे. कुठं मिळाला गं तुला? केवढ्याचा आहे?''

त्यानंतर अमलानं तिचा कुंकवाचा करंडा उघडून त्याला दाखवला. त्यात लालसर रंगाचं काहीतरी दिसत होतं. त्याला वाटलं, तो सोन्याचा मुलामा दिलेला पत्रा असावा, ''तो कसला पत्रा आहे?'' अपूनं विचारलं.

''पत्रा?'' अमला हसून म्हणाली, अरे तो पत्रा नाही काही. तू यापूर्वी कधी घडवलेलं सोन्याचं पान पाहिलेलं नाहीयेस का?

खरंच त्याने असं घडवलेलं सोन्याचं पान पाहिलेलंच नव्हतं. त्याला वाटलं, शक्य आहे, सोन्याचं घडवलेलं पान असं लालसरच दिसत असावं. हळुवारपणे हातामध्ये घेऊन त्याने ते चांगलं निरखून पाहिलं. अच्छा! म्हणजे सोनं असं असतं तर!

अमलासह तो जेव्हा घराकडे परतला, तेव्हा त्याच्या मनात फक्त दीदीविषयीचे विचार घोळत होते... माझ्या गरीब दीदीला असं एकही खेळणं कधी मिळालं नाही. बिच्चारी! रानातून आपणच गोळा करून आणलेल्या फळांच्या वाळलेल्या बिया आणि सागरगोट्यांशी ती खेळत असते. एकदा तिनं कोणाची तरी बाहुली चोरून आणली होती आणि त्याबद्दल भरपूर मार खाल्ला होता. दीदीच्या वयाच्या मुलींजवळ इतकी खेळणी असू शकतात हे आजवर अपूला माहीतच नव्हतं. हा विचार मनात येताच अपूच्या मनात आपल्या दीदीविषयी अपार सहानुभूती दाटून आली. माझ्याकडे पैसे असते तर...? अपू स्वतःशीच म्हणाला, 'माझ्या दीदीसाठी मी तसला तो किल्लीचा घोडा आणि ते डोळे मिचकावणारं माकड विकतच घेतलं असतं.'

दुसऱ्या दिवशी सकाळी पुन्हा खेळ सुरू झाला. अमला आलेली दिसताच अपू धावतच तिच्याकडे गेला आणि तिचा हात धरून म्हणाला, "अमलादी आणि मी एका बाजूला आणि तुम्ही सगळे दुसऱ्या बाजूला."

अमलाची इच्छा होती की, अपूऐवजी बिशूच आपल्या बाजूला असावा; परंतु अपूच्या हे नंतर लक्षात आलं. खरी गोष्ट अशी होती की, अपू हा काही उत्तम खेळाडू नव्हता; परंतु हे त्याला माहीतच नव्हतं; त्यामुळे तो ज्याच्या बाजूला असेल त्याची हार होणार हे ठरलेलंच होतं. बिशू हा उत्तम खेळाडू असल्यामुळे तो कुणाच्या हाती लागत नसे आणि त्यामुळे तो ज्या बाजूला असे, ती बाजू क्वचितच हरत असे. अपूचा तो हट्टीपणा पाहून अमलादीला रागच आला. त्यावर मग अपूनेही तिला खूश करण्यासाठी खूप चांगलं खेळण्याचा प्रयत्न केला; पण त्याचा काहीच उपयोग झाला नाही. त्यांना पुन्हा हार पत्करावी लागली.

पुढच्या वेळी खेळगडी ठरवताना अमला बिशूच्या बाजूला गेली. झालं! अपूचे डोळे अश्रूंनी भरून आले. आता त्या खेळामध्ये त्याला मुळीच रस वाटेना. अमला बिशूला सूचना देत हसतखिदळत होती. सगळी मुलंही त्यांच्या भोवतीच खेळत होती. थोड्या वेळाने काहीतरी कारण निघालं, म्हणून बिशूला घरी जावं लागलं. त्यावर अमलानं त्याला काम झाल्यावर लगेच परत ये, म्हणून पुनःपुन्हा सांगितलं. ते ऐकून अपूला त्याचा फारच मत्सर वाटला. आजची सकाळ आणि तो खेळ सगळंच त्याला अगदी निरर्थक वाटू लागलं. बिशू गेला, तेव्हा पुरेशा खेळाडूंअभावी खेळ पुढे सुरू ठेवणं शक्य होणार नाही म्हणून अमलानं त्याला लवकर परत यायला सांगितलं होतं. मीही गेलो तर? अपू स्वतःशीच म्हणाला, "मीही जातो म्हटलं तर ती माझीही तशीच मनधरणी करील..." निमित्त काय कसलंही काढता येईल... असा विचार करून अपू म्हणाला, "बराच उशीर झालाय. आता मला गेलं पाहिजे. माझ्या अंघोळीची वेळ झाली." पण ते ऐकून अमला एकही शब्द बोलली नाही. फक्त नरुगोपाल तेवढा म्हणाला, "तिसऱ्या प्रहरी पुन्हा ये बरं का. विसरू नकोस."

थोडं पुढे गेल्यावर अपूनं मागे वळून पाहिलं. अपू खेळ सोडून निघालाय याबद्दल कोणालाही काहीही वाटलेलं दिसत नव्हतं. खेळ तसाच पुढे सुरू होता. त्याच्यावाचून काहीही अडलं नव्हतं. अमला मोठ्या आनंदानं भोज्याच्या ठिकाणी उभी होती. तिला अपूकडे पाहायलाही वेळ नव्हता. अमलाचं ते वागणं पाहून अपूला फार दुःख झालं. आता घरी गेल्यावर कोणाशी काही बोलायचं नाही. ठीक आहे... सगळंच संपलं. तिची पाहायची इच्छा नसेल तर ठीक आहे. इथं कोणाचं काय अडलंय?

त्यानंतर दोन दिवसांनी अपू वडिलांसोबत आपल्या गावी परत आला.

अपूचा टेलिग्राफ

खरं म्हणजे ते बापलेक थोड्याच दिवसांसाठी बाहेरगावी गेले होते; परंतु सर्वजयाला घरात मुलाशिवाय अजिबात करमत नव्हतं. दुर्गालाही खेळताना पहिल्यासारखी मजा वाटत नव्हती. अपू गावाला गेला, त्याच्या आधी एकदा ते होड्या म्हणून खेळायचे त्या भोपळ्यांच्या वाळलेल्या भकलांवरून ती अपूशी भांडली होती आणि त्यानंतर काही दिवस त्यांनी अबोला धरला होता. आता तिच्याकडे तशी भाराभर भकलं जमा झाली होती; परंतु होड्यांचा खेळ खेळायचा उत्साहच उरला नव्हता. 'मी का बरं त्याच्याशी भांडले असेन?' दुर्गा म्हणत होती... आणि स्वतःलाच दोष देत होती. 'तो सगळा मूर्खपणाच झाला. मी मेलीनं त्याचे कानदेखील उपटले होते. तो आता परत येईल ना, तेव्हा मी त्याच्याशी कध्धी कध्धी म्हणून भांडणार नाही. त्याला पाहिजेत तेवढी भकलं घेऊ दे. मला एकही नसलं तरी चालेल.'

घरी आल्यावर पंधरा दिवस आपल्या सहलीतल्या गमतीदार गोष्टी सांगण्याखेरीज अपूने दुसरं काहीही केलं नाही. त्या थोड्या दिवसांत त्याने खूप खूप आश्चर्यकारक गोष्टी पाहिल्या होत्या. जिच्यावरून खरोखरची रेल्वे धावते अशी रेल्वेलाइन त्याने पाहिली होती. अगदी खरोखरची वाटावी अशी मातीची सीताफळं, पपई, टरबुजं, काकड्या अशा अनेक वस्तू त्याने पाहिल्या होत्या. शिवाय पोटाला स्पर्श करताच झांजा वाजवणारी बाहुली, तो उड्या मारत धावणारा घोडा आणि त्याची आवडती अमलादी. जणू काही तो खूप दूरचा प्रवास करून आला होता. तिकडे कमळांनी भरलेली तळी होती, कधीही न पाहिलेली गावं होती आणि तिकडचे रस्तेही रुंद आणि ऐसपैस होते. एके ठिकाणी रस्त्याच्या कडेला ते पाणी पिण्यासाठी थांबले होते. ते एका लोहाराचं दुकान होतं. तो लोहार त्यांना आत घेऊन गेला होता; परंतु पाणी घेतल्यावर त्याने जेव्हा अपूला दुधाचा कटोरा भरून दिला, तेव्हा वडील त्या लोहारावर का ओरडले ते मात्र अपूला अजिबात कळलं -नव्हतं; त्यामुळे त्या घटनेबद्दल तो काहीच सांगू शकला नाही. तो सांगत असलेल्या रेल्वेविषयीच्या अनेक गोष्टी ऐकून तर दीदी इतकी प्रभावित झाली की, ती सारखं त्याला विचारत

होती, ''अपू, तू पाहिलेल्या आगगाड्या किती लांबीच्या होत्या रे? स्टेशनं टेलिग्राफच्या तारांनी जोडलेली असतात का? खरंच तू आगगाडी पाहिलीस का रे?''

खरं म्हणजे अपूला आगगाडी दिसलीच नव्हती. तेवढी एकच गोष्ट पाहायची राहून गेली होती आणि त्यासाठी मात्र त्याचे वडीलच जबाबदार होते. रुळांवरून धावणारी आगगाडी पाहण्यासाठी जास्तीतजास्त चार ते पाच तास थांबावं लागणार होतं; पण तेवढा वेळ थांबायची त्यांची अजिबात इच्छा नव्हती. या मोठ्या माणसांना एखाद्या गोष्टीचं महत्त्व कळत नाही हेच खरं!

तिसरा प्रहर उलटून गेला होता आणि अशा वेळी सर्वजया घाईघाईने घरात शिरली. घराच्या दारात पाय ठेवताच कसल्याशा बारीक दोरीचा स्पर्श झाला आणि तट्कन ती दोरी तुटलीच. दोरी तुटताच अंगणात दोन काठ्या पडल्याचाही आवाज आला. काय घडतं आहे हे कळण्याच्या आतच सगळं घडून गेलं होतं.

थोड्या वेळानं अपू आला. दारात पाय ठेवताच अंगणाकडे त्याचं लक्ष गेलं आणि तो थबकलाच. त्याचा डोळ्यांवर विश्वासच बसेना. ''अरे देवा, काय हे! माझ्या टेलिग्राफची तार कोणी तोडली?'' थोड्याच वेळापूर्वी अपूनं ती तार अंगणात घेतली होती.

थोड्या वेळाने रागाचा पारा उतरल्यावर त्याला भिजलेली पावलं उमटलेली दिसली. ती अगदी नुकतीच उमटलेली होती. नक्कीच ती दुसऱ्या तिसऱ्या कुणाचीही नसून आईचीच होती. निश्चित! आईनेच हे कृत्य केलंय याबद्दल त्याची खात्रीच पटली. अपूनं आत डोकावून पाहिलं, तर ती चुलीजवळ बसून निवांतपणे फणसाच्या बिया धूत होती. क्षणभर तो थांबला आणि त्याने पाहिलेल्या जत्रेतील नाटकात अभिमन्यू ज्याप्रमाणे पुढे वाकून बोलायचा, त्याप्रमाणे अगदी नाट्यपूर्ण रीतीने आईपुढे येऊन तारस्वरात तो म्हणाला, ''चांगलं आहे! संपूर्ण जंगल तुडवून आणि झाडंझुडपं धुंडाळून या काठ्या आणि वेली गोळा करताना मला काहीच त्रास झाला नसेल असं का तुला वाटतं?''

आश्चर्याने त्याच्याकडे वळून सर्वजया म्हणाली, ''कसल्या काठ्या आणि कसल्या वेली? तू कशाबद्दल बोलतोयस?''

''म्हणजे तुला वाटतं की, मला काहीच त्रास झालेला नाही. या वस्तू गोळा करताना माझ्या हातापायांना खरचटून चांगले ओरखडे पडलेत त्याचं काय?''

''तू कशाबद्दल एवढा ओरडतोयस? एवढं झालंय तरी काय?''

''काय झालंय ते वरून मलाच विचार! एवढी मेहनत घेऊन मी टेलिग्राफची तार लावली आणि आता पाहतोय तर ते सगळं मोडून पडलंय.''

''सदान्कदा तू काहीतरी वेडपट उद्योग करत असतोस. रस्त्यातच काहीतरी

बांधून ठेवलेलं होतं. मला काय माहीत ती तुझी टेलिग्राफची तार आहे म्हणून? मला नाही माहीत तुझे गिराफ आणि जिराफ. तशात मी माझ्या घाईत. लागला धक्का आणि तुटली ती तार. त्याला मी काय करू?'' आणि एवढं बोलून ती पुन्हा आपल्या कामाकडे वळली.

काय हा निर्दयपणा! अपूला वाटायचं, आई आपल्यावर किती प्रेम करते; पण नाही! आई इतकी दगडासारखी कठोर असेल असं त्याला स्वप्नातसुद्धा कधी वाटलं नव्हतं!

कालचा संपूर्ण दिवस त्याने नीलमणी काकांच्या शेतात, पलीतांच्या आंब्याच्या बागेत आणि त्याच्या प्रसन्न गुरुजींच्या वेळूबनात घालवला होता. अत्यंत भयावह अशा जंगलातून त्याला एकट्याने वाट काढावी लागली होती. त्याचप्रमाणे टेलिग्राफच्या तारांसाठी म्हणून लांबलचक वेली गोळा करताना त्याला खूप त्रास सहन करावा लागला होता. ते सगळे साहित्य गोळा झाल्यावर आज दिवसभर खपून त्याने अंगणात काठ्या रोवल्या, वेली बांधल्या आणि अशा रीतीने आगगाडीच्या खेळाची अगदी जय्यत तयारी केली होती; पण अरेरे! ते सगळं व्यर्थ ठरलं होतं आणि तेही केवळ आईमुळे...!

त्याला वाटलं, आईला काहीतरी बोलावं, अगदी कठोर असं, अगदी तिचं मन दुखावेल असं; परंतु त्याला शब्दच सापडले नाहीत; त्यामुळे तो थोडा वेळ तसाच उभा राहिला आणि मोठ्याने किंचाळला, आज मी जेवणार नाही जा... आणि नंतरही नाही... कधीच नाही...''

आई म्हणाली, ''बरं झालं. नाही जेवायचं तर नको जेवूस. तू काय माझ्यावर उपकार म्हणून जेवतोस की काय? तू जेवलास तर मला जसं राजाचं राज्यच मिळणार आहे. रोज तुला तव्यावरून भाकरी उतरेपर्यंत धीर नसतो. तुला जेवायचं नाही ना? मग थांबलास कशाला? जा भूक लागल्यावर तुला कोण खायला घालतं तेच बघते मी.''

सगळं संपलं होतं. क्षणात अपूचे मोठमोठे डोळे भरून आले आणि तत्क्षणी त्याने निर्णय घेतला. सर्वजयानं पुन्हा फणसाच्या बिया धुवायचं काम हाती घेतलं होतं. सहज म्हणून तिनं वर पाहिलं तर अपू जागेवर नव्हताच. तो कापरासारखा कधीच अदृश्य झाला होता. तेवढ्यात घरात आलेल्या दुर्गाला टाळून तो वाऱ्यासारखा पळत सुटला होता. त्याला असं पळताना पाहून दुर्गा चकितच झाली आणि त्याच्यामागे धावत जाऊन ओरडू लागली, ''अरे अपू, तू असा पळत का सुटलायस? काय झालंय? इकडे ये. मला सांग तरी...'' माय-लेकाचं काहीतरी भांडण झालं आहे आणि नेहमीप्रमाणे आता आपल्यालाच पुन्हा शांतिदूताची भूमिका वठवावी लागणार आहे हे दुर्गाच्या लक्षात आलं.

तेवढ्यात सर्वजयाच म्हणाली, ''हद्द झाली. तुम्ही दोघं आणि तुमचे ते नाना प्रकारचे उद्योग! तुमच्यापुढे मी आता हात टेकले. त्याने अंगणात कसली तरी तार बांधून ठेवली होती. माझा धक्का लागून ती तुटली. त्याला मी काय करू? मी का ती मुद्दाम तोडली? त्याचाच त्याला एवढा राग आलाय. माझं तर अगदी डोकं फिरायची वेळ आलीय. म्हणतो कसा, 'मी जेवणार नाही, कधीही जेवणार नाही.' बरंच झालं. नाही जेवायचं तर नको जेवूस म्हणावं. तुम्हाला वाटतं की, मी जसा तुम्हा दोघांना खायला घालण्यासाठीच जन्म घेतलाय.''

तसं हे नेहमीचंच झालं होतं. माय-लेकाचं भांडण झालं की, दुर्गाला मध्ये पडून ते मिटवावं लागायचं. दुर्गा अपूच्या शोधात बाहेर पडली. दुपारी दोनच्या सुमारास रे यांच्या बागेत उन्मळून पडलेल्या आंब्याच्या खोडावर कोरड्या डोळ्यांनी आणि निराश मनाने बसलेला अपू तिला दिसला. कशीबशी त्याची समजूत घालून दुर्गानं त्याला ओढतच घरी आणलं.

एवढं सगळं घडल्यावरही तुम्ही जर का त्या दिवशी तिसऱ्या प्रहरी अपूच्या घरी गेला असतात, तर दुपारी आईशी भांडण करून गेलेला अपू तो हाच का असा प्रश्न तुम्हाला पडला असता, कारण घरातलं सगळं वातावरणच बदलून गेलेलं होतं.

अंगणात या बाजूपासून त्या बाजूपर्यंत टेलिग्राफची तार बांधण्यात आलेली होती आणि ती कुठं तुटूबिटू नये म्हणून अपू तिच्यावरची नजरही हटू द्यायला तयार नव्हता. आज जणू त्याने मोठाच चमत्कार घडवला होता. ती तार अगदी रेल्वेलाइनलगतच्या टेलिग्राफच्या तारेसारखीच दिसत होती!

त्यानंतर सतूकडे जाऊन अपू म्हणाला, ''सतूदा, मी की नाही, आमच्या अंगणात टेलिग्राफची तार लावली आहे. तू आमच्याकडे ये. आपण आगगाडीचा खेळ खेळू. येतोस ना सतूदा?''

''कोणी लावली तार?''

''मी, मीच लावली. दीदीनं मला त्यासाठी लागणाच्या काही वस्तूसुद्धा आणून दिल्या.''

''तू खेळ जा. मला आता वेळ नाही.'' सतू म्हणाला.

सतूदासारख्या मोठ्या मुलांना खेळायला आणणं फार अवघड आहे हे अपू जाणून होता. कोणी आपलं ऐकून घेईल असं त्याला वाटत नव्हतंच. तरीही थोडा वेळ तो सतूसमोर तसाच उभा राहिला आणि पुन्हा मोठ्या आशेने म्हणाला, ''ये ना सतूदा. माझी दीदीपण आहे. आपण तिघे खेळू. हे बघ, मी तिकिटांसाठी म्हणून डाळिंबाची पानंसुद्धा गोळा केलीत'' आणि असं म्हणत दोन्ही हात पसरून किती पानं गोळा केलीत तेही त्याने दाखवलं.

“नाही.” सतू पुन्हा तेच म्हणाला. शेवटी अपूला निराश होऊन मुकाट्याने परतावं लागलं. सतूने स्पष्टपणे नाही म्हटल्यावर मग तोही काही म्हणाला नाही. अपूला इतकं वाईट वाटलं की, त्याला अक्षरशः रडू फुटलं. खरं म्हणजे त्याने सतूच्या किती विनवण्या केल्या होत्या; पण त्याने अपूचं अजिबात ऐकून घेतलं नव्हतं.

अपूचं दुकान

दुसऱ्या दिवशी सकाळी अपूनं आणि दुर्गानं दुकान लावण्यासाठी म्हणून आधी विटाबिटा लावून जागा आखून घेतली. त्यानंतर ते दुकानात विकायच्या वस्तू गोळा करायला निघून गेले. त्या वस्तू जंगलामध्ये कुठे कुठे शोधायच्या हे दुर्गाला चांगलंच माहीत होतं. आधी ठरवल्याप्रमाणे त्यांनी बऱ्याच वस्तू गोळा केल्या. खाण्याच्या पानासाठी म्हणून सीताफळाच्या झाडाची पानं, बटाटे म्हणून गोलगोल कंद, मासे म्हणून राधावेलीची चमकदार फुलं अशा बऱ्याच वस्तू त्यात होत्या. शेंगदाणे म्हणून विकायला वाळलेल्या झुडपांवरील रानशेंगांच्या बिया होत्याच. सैंधव मीठ म्हणून त्यांना विशिष्ट प्रकारचं लाल मातीचं ढेकूळसुद्धा सापडलं. या सगळ्या आणि अशा प्रकारच्या आणखी अनेक वस्तू त्यांनी गोळा केल्या होत्या. घरी आल्यावर त्यांना बराच वेळ आधी दुकानाची मांडणी करण्यातच खर्च करावा लागला.

अपू म्हणाला, ''अगं पण दीदी, साखरेचं काय करायचं?''

''काही काळजी करू नकोस. वेळूबनाच्या वाटेवर पांढऱ्या वाळूचा मोठ्ठा ढीग पडलाय. आई तांदळाच्या लाह्या करायला तीच वाळू वापरते. तीच आणू या. ती अगदी साखरेसारखीच दिसते!''

वाळू आणायला बाहेर पडल्यावर वेळूबनाकडे जाता जाता ते सहजच पुन्हा जंगलात शिरले, तर एका उंच झाडाला लपेटलेल्या वेलींमध्ये त्यांना लाल रंगाची मोठमोठी आणि अगदी चमकदार अशी फळं दिसली. बराच वेळ प्रयत्न केल्यावर वेलीचा तेवढा भाग खाली खेचण्यात ते यशस्वी झाले. वेल खाली येताच तिच्यावरची फळेही खाली पडली. दोघेही ती फळे वेचण्यासाठी पुढे धावले; परंतु त्यातली फक्त तीनच फळे पिकलेली निघाली. गिऱ्हाइकांचं लक्ष वेधून घेण्यासाठी म्हणून ती फळं त्यांनी दुकानाच्या दर्शनी भागात ठेवली.

दुकान सुरू झालं, तेव्हा ते अगदी जोरात चालू लागलं. दुर्गानं आणून ठेवलेली सगळी पानं कधीच संपली. हा खेळ बराच वेळ सुरू होता. तेवढ्यात अपूला पुढच्या

दारातून सतू आत येताना दिसला. सतू दिसताच अपूला अतिशय आनंद झाला. उत्साहानं त्याचं स्वागत करीत तो म्हणाला, ‘‘सतूदा, अरे ये ना, बघ आम्ही कसं छान दुकान थाटलंय ते. ही फळं बघ, मी आणि दीदीनं आणलीत. तुला माहिताय का हे कसलं फळ आहे ते?’’

‘‘याला मेकल म्हणतात. आमच्या बागेत असली खूप फळे आहेत.’’ सतू म्हणाला.

सतू आल्यामुळे अपूचा आनंद द्विगुणित झाला होता. खरं म्हणजे सतू क्वचितच त्यांच्या घरी यायचा. शिवाय तो मोठ्या मुलांचा म्होरक्या होता. सतू आल्यामुळे अपूचा खेळ आता अगदीच काही पोरकट राहिला नव्हता.

खरेदी-विक्रीत बराच वेळ गेल्यावर दुर्गा अपूला म्हणाली, ‘‘अहो, मला दोन पौंड साखर द्या बघू आणि चांगली द्या हे. उद्या माझ्या बाहुलीचं लग्न आहे आणि बरेच पाहुणे यायचे आहेत.’’

‘‘मग आम्हाला बोलावणार की नाही?’’ सतूनं विचारलं.

त्यावर दुर्गा म्हणाली, ‘‘का नाही बोलावणार? आम्ही तुम्हाला उद्या सकाळी आमंत्रण द्यायला येऊ आणि मिरवणुकीनं वाजतगाजत इकडे घेऊन येऊ आणि बरं का रे सतूदा, रानूदीला म्हणावं आज रात्रीच चंदनाची उटी तयार करून ठेव. आम्ही ती उद्या सकाळी तिच्याकडून घेऊ...’’

दुर्गा अजूनही काहीतरी सांगतच होती; पण तेवढ्यात सतूनं हळूच हात लांबवून दुकानातलं काहीतरी उचललं आणि तो दरवाजाला धडक देऊन वेगानं पसार झाला. तत्क्षणी अपूही त्याच्यामागे धावला. ‘‘अगं दीदी, त्यानं ते घेतलं बघ.’’ त्याला शक्य होईल तेवढ्या मोठ्या आवाजात अपू किंचाळला आणि सतूचा पाठलाग करण्यासाठी धावत सुटला.

दुर्गा आश्चर्यानं थक्कच झाली. काय घडतं आहे हे कळायच्या आत सतू आणि अपू दाराबाहेर पडले होते. तिनं दुकानाकडे नजर टाकली तर तिथली ती लाल रंगाची तीनही फळं गायब झाली होती.

ते पाहून दुर्गाही दरवाजाकडे धावली. ते दोघेही त्या आंब्याच्या झाडाकडे पळत जाताना तिला दिसले. सतू पुढे आणि काही अंतर सोडून अपू त्याच्या मागे. सतू नुसता वयानेच मोठा नव्हता, तर शरीरयष्टीनंही चांगलाच शक्तिशाली आणि दणकट होता. त्याच्या तुलनेत अपू म्हणजे नाजूकच म्हणायचा. साहजिकच अपू ती शर्यत जिंकेल अशी अपेक्षा नव्हतीच; पण नाही! काही क्षणांतच मधलं अंतर कापून अपू सतूजवळ पोहोचला. त्याचं एकमेव कारण म्हणजे सतू चोरासारखा धावत होता, तर अपू जिवावर उदार होऊन बेभानपणे धावत होता.

दुर्गा एकटक ती शर्यत पाहत होती. पळता पळता सतू खाली वाकला आणि त्याने एकदम वळण घेतलं. तिथवर पोहोचलेला अपूही एकदम तिथंच थबकला. दुसऱ्याच क्षणी सतू तिथून वेगानं धावत सुटला आणि पाहता पाहता नजरेआड झाला.

दुर्गा पळतच अपूजवळ गेली. सतूनं अपूला चकवा दिला आहे हे तिच्या लक्षात आलं होतं. अपूचे डोळे बंद होते आणि आपल्या दोन्ही हातांनी तो डोळे चोळत उभा होता.

"काय झालं रे अपू?" दुर्गानं विचारलं.

डोळे चोळत मोठ्याने ओरडून अपू म्हणाला,

"सतूदानं माझ्या डोळ्यांत माती फेकली. मला काहीच दिसत नाहीये. अजिबात दिसत नाहीये."

दुर्गानं त्याचे डोळ्यांवरचे हात चट्कन बाजूला ओढून काढले आणि ती म्हणाली, "बघू, आधी डोळे चोळायचं थांबव आणि माझ्याकडे पाहा बरं."

अपूनं पुन्हा डोळे चोळायला सुरुवात केली. "अगं दीदी, फार आग होतेय. मला वाटतं... मी आंधळा झालोय." अपू फारच भेदरला होता.

"अरे, मला बघू तरी दे... आणि डोळे चोळू नकोस. आधी डोळ्यांवरचे हात काढ बघू..." असं म्हणत तिनं आपल्या साडीच्या पदराचा बोळा तोंडात धरून गरम केला आणि त्याच्या डोळ्यांवर ठेवला. असं बराच वेळ केल्यावर थोड्या वेळानं अपूनं डोळे उघडले. त्याला आता थोडं थोडं दिसू लागलं होतं. त्यानंतर तिनं त्याच्या पापण्या उचलल्या आणि त्यावर पुनःपुन्हा फुंकर घातली. मग ती म्हणाली, "तुला आता दिसतंय ना? चल, तर मग घरी. मी सतूच्या घरी जाऊन त्याच्या आईला आणि आजीला सगळं सांगते. मला रानूलाही निरोप द्यायचा आहे. तो सतू ना, फार गुंड झालाय. तू पुढे जा. मी आलेच."

दुर्गा रानूच्या घराच्या मागच्या दारापर्यंत गेली खरी; पण घरात जाण्याचं धैर्य तिच्याकडे नव्हतं, कारण तिला सेजाबहूची भीती वाटत होती. काय करावं या विचारात थोडा वेळ ती तिथंच रेंगाळली आणि शेवटी तशीच मागे फिरली.

ती घरी आली, तेव्हा अपू दारामागे उभा राहून मूकपणे रडत होता. खरं म्हणजे स्वभावानं तो रडका नव्हता. कधीकधी रागानं तो बेभान व्हायचा, संतापायचा; पण शक्यतो कधी रडत नसे. मात्र, आज त्याला किती वाईट वाटलं आहे हे दुर्गालाही जाणवलं. आपली आवडती लाल रंगाची फळं चोरीला गेली यापेक्षाही असं डोळ्यांमध्ये माती फेकून आपल्याला चकवलं गेलं, याचं त्याला अधिक दुःख झालं होतं.

अपूला रडताना पाहून दुर्गाला फार वाईट वाटलं. ती वेदना जणू तिच्या

हृदयापर्यंत पोहोचली. आपल्या भावाचा हात हातात घेऊन त्याची समजूत घालत ती म्हणाली, ‘‘रडू नकोस रे अपू. चल घरात. माझ्या सगळ्या कवड्या तुला घे. अजूनही तुझ्या डोळ्यांची आग होतेय का? बघू? आणि हे बघ तुझे कपडे, किती फाटलेत...’’

वरदान

दुपारचं जेवण झाल्यावर आज कुठे बाहेर जाण्याऐवजी अपू घरातच बसून होता. कधी काळी विटांनी बांधलेली ती खोली सध्या पार मोडकळीला आलेली होती. त्यात भर म्हणजे तिच्यात बरंचसं जुनं लाकडी सामान पडलेलं होतं. जुन्या पद्धतीचा एक मोठ्ठा पेटारा, जुनाट झाल्यामुळे तांबूस झालेली बांबूची बुट्टी, शंख-शिंपले भरलेलं जुनं लाकडी कपाट असं बरंच साहित्य तिथं खच्चून भरलेलं होतं. याशिवाय अपूनं कधीही उघडून पाहिली नव्हती अशी काही खोकीही तिथं पडली होती. वर फळीवर बरीचशी मातीची आणि पितळी भांडी ठेवलेली होती. त्यात काय काय भरून ठेवलं आहे तेही अपूला माहीत नव्हतं.

आता एवढ्या भाराभर वस्तू एकाच खोलीत भरून ठेवल्यावर तिथं कुबट वास पसरलेला असणार यात काय नवल? अपूला तो वास चांगलाच परिचित होता; पण तो कसाही असला तरी त्या वासामुळे त्याला जुने दिवस आठवत असत. तो त्या जुन्या काळात जाऊ शकत नव्हता; पण कवड्या आणि शंख-शिंपल्यांनी भरलेलं ते कपाट, आजोबांची ती बांबूची टोपली आणि तो भला मोठ्ठा लाकडी पेटारा या वस्तूंच्या रूपाने तो जुना काळ त्याच्या समोर उभा राहत असे. पिवळी फुलं येणाऱ्या आवारातल्या विशाल वृक्षाखाली त्यांच्या मालकीचं एक मंदिर होतं. आसपासची बरीच मुलं तिथं खेळायला गोळा व्हायची; पण त्या गोष्टीही आता जुन्या झाल्या. काळाबरोबरच त्या सगळ्या आठवणीसुद्धा आता भूतकाळात विरून गेल्या आहेत.

सर्वजया अंघोळीसाठी निघून गेली, तेव्हा अपूला घरात फारच एकटं एकटं वाटू लागलं. अशा वेळी त्या पेटाऱ्यामध्ये आणि बांबूच्या बुट्टीत काय दडलं आहे ते एकदा दिवसाउजेडी पाहावंच अशी फार मोठी उत्कंठा त्याच्या मनात निर्माण झाली. तुळईवर असलेल्या एका भल्या मोठ्या लाकडी फळीवर काही ताडपानांच्या पोथ्या आणि जुने कागद ठेवलेले दिसत होते. ते सगळं साहित्य आजोबा रामचंद्र तर्कालंकार यांचं आहे असं एकदा वडिलांनी सांगितलं होतं. आजोबा त्यांच्या काळातले फार मोठे नावाजलेले विद्वान होते. अपूचे हात त्या फळीपर्यंत पोहोचले

असते तर त्याला त्या पोथ्या खाली काढून त्यांची पानं चाळायला फार आवडलं असतं. कधीकधी खिडकीशी बसून जंगलाकडे पाहत पाहत तो काशीदासाच्या महाभारताची जीर्ण झालेली प्रत वाचत बसायचा. आता तो अगदी छान वाचायला शिकला होता; त्यामुळे पूर्वीसारखी दुसऱ्या कोणाकडून गोष्ट वाचून घ्यायची गरज आता उरली नव्हती. तो आता अगदी सहजपणे वाचत असे आणि त्या गोष्टींचा अर्थही त्याला समजत असे. तसं पाहिलं तर अपू हा हुशार आणि बुद्धिमान मुलगा होता. अपूचे वडील तिसऱ्या प्रहरी त्याला अनेकदा गांगुलीच्या आवारात असलेल्या मंदिरामध्ये सोबत घेऊन जात. तिथं गावातली वृद्ध माणसं जमलेली असत. अशा वेळी हरिहर अपूला रामायण किंवा पांचाली या काव्यग्रंथातील उतारा वाचून दाखवायला सांगायचा. म्हणायचा, ‘‘मोठ्यानं वाच बाळ, या मंडळींनी तुझ्या तोंडून हे ऐकावं असं मला वाटतं.’’

अपूचं निरूपण ऐकून ती वृद्ध माणसंही कौतुक करीत. एकदा दिनू चटर्जी म्हणाले, ‘‘आता हेच पाहा ना, माझा तो नातू तुमच्या या मुलाच्याच वयाचा आहे. दुसरी-तिसरी शिकलाय; पण तुम्ही जर त्याला वाचताना ऐकलंत तर तो खरंच काय शिकलाय याविषयी तुम्हाला शंका येईल. मी आहे, तोवर ठीक आहे. एकदा का माझे डोळे मिटले की, त्यांना शेतामध्ये राबायचीच वेळ येणार आहे. पूर्वजांची विद्वतेची परंपरा पुरती धुळीला मिळणार...’’ आणि असं म्हणताना त्यांची मान निराशेने हलत होती.

वाडवडील आणि मुलाविषयीच्या अभिमानानं हरिहरची छाती फुलून आली होती. तो स्वतःशीच म्हणाला होता, ‘‘शेवटी हे असंच आहे... अरे, तुम्ही असाल मोठे जमीनदार आणि सावकार. तुमचं आयुष्य त्यातच गेलं. आम्ही भले गरीब असू; पण आमचं घराणं पंडितांचं आहे. आमच्या वाडवडिलांनी ताडांच्या पानांवर ग्रंथ लिहून ठेवले ते काय उगीच? माझा मुलगा त्या परंपरेचा वारसा घेऊन आला आहे. तो वारसा सहजासहजी वाया जाणार नाही. माझे वडील रामचंद्र रे तर्कालंकार होते, माहीत आहे?’’

अपू बसायचा त्या खिडकीपासून कुंपणाची भिंत फार लांब नव्हती. त्या भिंतीनंतर पुढे जंगल सुरू व्हायचं. खिडकीतून पाहिलं तर समोर हिरव्या रंगाचा समुद्र पसरला आहे आणि ती हिरवीगार झाडी म्हणजे त्याच्यावर लहरणाऱ्या लाटा आहेत असं वाटत राहायचं. ते जंगल एका बाजूनं जिथं कधी काळी तो निळीचा कारखाना होता, तिथपर्यंत आणि दुसऱ्या बाजूनं नदीपलीकडेही दूरवर पसरलेलं होतं; तर असं हे जंगल कुठेच संपत नाही असंच अपूला वाटायचं. दीदीबरोबर तो अनेक वेळा त्या जंगलामध्ये भटकला होता; पण त्याचा शेवट त्याला कधीच दिसला नव्हता.

जंगलात कुठेतरी आता जवळपास पार आटून गेलेलं एक जुनं तळं आहे. त्याला लागूनच विशालाक्षी देवीच्या जीर्ण मंदिराचे अवशेष उभे आहेत. आज ज्याप्रमाणे पंचानन ठाकूर यांची पूजा केली जाते, त्याप्रमाणे एके काळी तिथल्या विशालाक्षी देवीची ग्रामदेवता म्हणून पूजा केली जात असे. गावचं पुढारीपण करणाऱ्या मुजुमदारांनीच त्या देवीची प्रतिष्ठापना केलेली होती; पण एकदा देवी कोपली आणि तिनं मुजुमदारांच्या स्वप्नात येऊन दृष्टान्त दिला की, आपण देऊळ सोडून जात असून पुन्हा कधीही परत येणार नाही, कारण त्यांच्यातल्याच एका मुजुमदाराने नवस फेडण्यासाठी म्हणून देवीसमोर मनुष्यबळी दिला होता; पण त्याही गोष्टी आता जुन्या झाल्या.

आज हयात असलेल्या कोणाही व्यक्तीनं विशालाक्षी देवीचा उत्सव झालेला कधीही पाहिलेला नाही. तिचं मंदिर जवळपास पूर्णपणे नष्ट झालं आहे आणि मुजुमदारांच्या जीर्ण वाड्यामध्ये पूर्वजांची आठवण म्हणून साधा दिवा लावायलासुद्धा कुणी उरलेलं नाही.

हीसुद्धा फार जुनी गोष्ट झाली. एकदा निश्चंडीपूरचे स्वरूप चक्रवर्ती यांना गावाहून घरी परत येताना वाटेत नदीच्या घाटावर एक सोळा वर्षे वयाची लावण्यवती स्त्री उभी असलेली दिसली. त्या वेळी संध्याकाळ होत आलेली होती. अशा आडवेळी नदीकाठच्या जंगलात अशी लावण्यवती स्त्री उभी असलेली पाहून स्वरूप चक्रवर्ती दचकलेच. ते काही बोलणार तेवढ्यात तीच बोलू लागली... तिचा आवाज मधुर पण अधिकारयुक्त होता... ''मी विशालाक्षी, या खेड्याची ग्रामदेवता! थोड्याच दिवसांत पटकीची साथ सुरू होईल. गावात जाऊन लोकांना सांगा... वद्य चतुर्दशीच्या दिवशी पंचानन मंदिरातील कालीमातेची पूजा करा. तिला एकशे आठ कोहाळे अर्पण करा...'' एवढं सांगून ती धूसर होत गेली आणि स्वरूप चक्रवर्तींच्या भ्यालेल्या डोळ्यांसमोरून अवतीभोवती पसरलेल्या गडद हिवाळी धुक्यात हळूहळू अदृश्य झाली... झालंही तसंच! त्यानंतर थोड्याच दिवसांनी पूर्वी कधीही आली नव्हती अशी पटकीची भयंकर साथ सुरू झाली.

अपूने लोकांकडून अशा खूप गोष्टी ऐकल्या होत्या. जेव्हा जेव्हा तो खिडकीजवळ उभा राहायचा, तेव्हा त्याच्या मनात हमखास देवीचा विचार यायचा... वाटायचं, आपल्यालाही ती देवी दिसावी... किमान एकदा तरी...

नाहीतरी अपूच्या कल्पनासृष्टीत अशा कितीतरी गोष्टी रोजच घडायच्या...

क्षणात जणू तो खिडकीतून जंगलात उतरला आणि पाहता पाहता जंगलात हरवून गेला. आणि त्याला खरोखरच विशालाक्षी दिसलीसुद्धा! त्याने आजवर जेवढ्या गोष्टी वाचल्या होत्या, त्यातल्या किंवा आईने सांगितलेल्या गोष्टींमधील नायिकांपेक्षाही ती कित्येक पटींनी सुंदर होती. तिच्या अंगावर लाल काठाचं पातळ

होतं, गळ्यात आणि हातांवर दागिने लखलखत होते. साक्षात दुर्गादेवीच जणू अपूसमोर उभी होती.

"तू कोण आहेस बाळ?" देवीनं विचारलं.

"मी अपू."

"तू फार गोड मुलगा आहेस. तुला काय वरदान हवंय ते माग."

अपू रोज तिसऱ्या प्रहरी अंथरुणावर पडल्या पडल्या अशी कित्येक दिवास्वप्नं पाहायचा. डोळा लागला, तरीही त्याला अशीच स्वप्नं पडायची. जाग यायची, तेव्हा संध्याकाळच्या किरमिजी सूर्यकिरणांमध्ये चमकणारी वेळूची बेटं सोडली तर संपूर्ण जंगलावर सायंकाळच्या कृष्णछाया पसरू लागलेल्या असत...

सुरुवातीची पानं गहाळ झालेलं एक बरंच जुनं पुस्तक त्या संग्रहात होतं. ते पुस्तक नेमकं कशाविषयीचं आहे आणि त्याचा लेखक कोण आहे तेच अपूला समजत नव्हतं; पण ती एक साहसकथा होती हे मात्र निश्चित! अत्यंत काव्यात्म भाषेत लिहिलेली ती उदात्त साहसकथा अपूला फार आवडायची. बेभान होऊन पानांमागून पानं उलटताना त्याचे डोळे आसवांनी भरून येत आणि ऊर जणू भावनांनी भरून येई.

पण हरिहर घरी असला तर अपूला हा आनंद मुळीच लुटता येत नसे.

"अपू, तुझी अभ्यासाची पुस्तकं आण पाहू." हरिहर म्हणायचा.

"हो बाबा."

आणि मग अपूचा अभ्यास सुरू व्हायचा. अगदी संध्याकाळपर्यंत हा अभ्यास चालायचा. संध्याकाळी बाहेर वेलीवर शिंपी पक्षी इकडून तिकडे उड्या मारत असायचा आणि झाडांचे शेंडे मावळतीच्या सूर्यप्रकाशात झळाळू लागायचे, तरीही हा अभ्यास संपायचा नाही. अपू एकीकडे घोकंपट्टी करत असायचा; पण त्याचं नाक मात्र रागानं फुरफुरत असायचं आणि मग अभ्यास संपला रे संपला की, तो सगळी पुस्तकं कोपऱ्यामध्ये फेकून द्यायचा आणि आनंदानं उड्या मारत खेळायला बाहेर पळायचा.

अळंबीची भाजी

सर्वजया सायंकाळचा स्वयंपाक करत होती. अपू ओट्यावर चटई टाकून बसला होता. बराच अंधार झाला होता आणि रातकिड्यांचं अखंड गायन आतापासूनच सुरू झालं होतं.

''आई, दुर्गापूजेला अजून किती दिवस आहेत गं?'' अपूनं विचारलं.

''बावीस. नाही का गं आई?'' अळंबी चिरता चिरता दुर्गा म्हणाली.

दुर्गाचा हिशेब अगदी बरोबर होता. बाहेरगावी गेलेले वडील दुर्गापूजेपूर्वी घरी येतील आणि येताना खेळणी, पातळ, अळिता असं बरंच काही आणतील हे तिला माहीत होतं.

खरंच दुर्गापूजेचे दिवस सर्वांना किती आनंदाचे वाटतात! घरोघर स्त्रियांचे चेहरे सुखा-समाधानाने जणू उजळून निघालेले असतात.

दुर्गा आता मोठी झाली होती. अगदी जवळची, शेजारपाजारची निमंत्रणं सोडली तर तिची आई तिला दूरच्या ठिकाणी जेवायला पाठवत नसे. पौर्णिमेच्या रात्री वेळूबनातील रस्ता अंधारात ओवलेल्या पांढऱ्या धाग्यासारखा दिसत असताना ती सगळं गाव हिंडून यायची. घरी येताना तिच्या ओच्यात मिठाई आणि थोडाफार तांदूळ असे. घरोघर शंख वाजत असायचे आणि अनेक चविष्ट पदार्थांचा घमघमाट सुटलेला असे. दुर्गाला फार आशा वाटायची... कधीतरी तसे पदार्थ आपल्याही घरी प्रसाद म्हणून पाठवले जातील...

दुर्गानं भिक्षेच्या रूपाने आणलेलं अन्न त्या तिघांना फारतर दोन दिवस पुरायचं; परंतु एके दिवशी तो आनंदही संपुष्टात आला, कारण एके दिवशी सेजाबहू सर्वजयाला म्हणाली, ''दुर्गासारख्या एका घरंदाज मुलीनं मूठभर भातासाठी एखाद्या दरिद्री शेतकऱ्याच्या मुलीसारखं असं दारोदार भटकणं ठीक नाही. ते अजिबात चांगलं दिसत नाही. मी जर तुमच्या जागी असते, तर तिला मुळीच असं जाऊ दिलं नसतं.''

झालं; तेव्हापासून दुर्गाची मुक्त भटकंती एकदम बंदच झाली.

भाजी चिरून झाल्यावर दुर्गा म्हणाली, ''आई, आपण पत्ते खेळू या का?''

''चालेल. जा, तिथून पत्ते घेऊन ये. खेळू या...''

अंधाराच्या भीतीमुळे दुर्गानं अपूकडे पाहिलं. हसून तो म्हणाला, ''ठीक आहे. चल, मी येतो तुझ्याबरोबर.''

तेवढ्यात सर्वजया म्हणाली, तुम्हाला कशाची एवढी भीती वाटते, तेच मला समजत नाही. अख्खा दिवस वाट्टेल तिकडे भटकत असता आणि रात्र झाली की, अंधाराला एवढे भिता की, एका खोलीतून दुसऱ्या खोलीत जाण्याचीही तुम्हाला भीती वाटते.''

वडिलांसोबत परगावी गेलेला असताना निरोपाच्या वेळी छोट्या बहूनं आठवण म्हणून दिलेला निरनिराळ्या अनेक पानांनी मिळून तयार झालेला तोच पत्त्यांचा जोड अपूकडे होता. खरं म्हणजे त्या तिघांपैकी कुणालाही पत्ते कसे खेळावेत हे माहीत नव्हतं. अपूलाही ते पुरेसं येत नव्हतं. कधीकधी तो पत्ते काढून बसायचा आणि एखादं पान दाखवून आईला म्हणायचा, ''आई, हे कुठलं पान आहे, जरा सांग बरं?''

विशेषतः दुर्गाला आज खूपच आनंद झाला होता. साधारणपणे ते संध्याकाळी ताजा स्वयंपाक करतच नसत. सकाळचा उरलेला भात आणि पालेभाजी यावरच ते निभावून नेत; पण आज मात्र सर्वजयानं भात शिजायला टाकला होता आणि थोड्या वेळानं अळंबीची भाजीही तयार होणार होती. दुर्गाला आनंद व्हायला एवढंही पुरेसं होतं. तिच्या दृष्टीनं आजचा दिवस जणू सणासुदीचा होता.

अपू आईला म्हणाला, ''आई, पत्ते खेळताना ती गोष्ट सांग ना, ती... ती... श्यामलंकाची.'' पण आईनं दुर्लक्ष केलेलं पाहून अपूनं तिच्या मांडीवर डोकं ठेवलं आणि तिचे गाल कुरवाळत गोष्ट सांगण्यासाठी तिची मनधरणी करू लागला.

हातातले पत्ते खाली टाकत दुर्गा म्हणाली, ''अपू, पत्ते खेळताना गोष्टबिष्ट काही नाही बघ.''

विषय बदलत सर्वजया म्हणाली, ''अगं दुर्गा, तू ही अळंबी आणलीस तरी कुठून?''

''अगं आई, तुला ती गोस्वामींची बाग माहीत आहे ना? अपू, तुला आठवतं का रे? आपण एकदा तिथं आपली तांबडी गाय शोधायला गेलो होतो? अगं आई, तिथं खूप अळंबी आहे हे कुणालाच माहीत नाही. मला वाटतं, तिथं एवढी दाट झाडी वाढलीये ना त्यामुळेच! नाहीतर लोकांनी ती कधीच साफ केली असती.''

''तू तिथं गेली होतीस? अगं, पण ते तर जंगल आहे!'' अपू म्हणाला.

सर्वजया तिच्या कुशीत शिरलेल्या अपूकडे पाहत होती. पाहता पाहता तिच्या डोळ्यांत वात्सल्याचे गडद गहिरे भाव उचंबळून आले. 'हाच का तो माझा छोटासा

अपू?' ती स्वतःशीच म्हणाली. "तो लहान असताना मी म्हणायची, येरे येरे चांदोबा, येरे येरे चांदोबा, बाळाच्या कपाळावर चंद्रखूण ठेवून जारे चांदोबा, मी बोट दाखवायची तिकडे कसा डोकं उचलून बघायचा. तोच आता पत्ते खेळण्याइतका मोठा झालाय!" सर्वजयाचा जणू तिच्या डोळ्यांवर विश्वासच बसेना.

सर्वजयाची विचारशृंखला तोडत आणि गालातच हसत दुर्गा म्हणाली, "बरं का गं आई, आज काय झालं ते माहीत आहे?"

"दीदी, सांगितलंस तर पाहा बरं!" अपू म्हणाला. "तू सांगितलंस तर मी कधीही तुझ्याशी बोलणार नाही."

"मी नाही भीत जा. बरं का गं आई, ऐक बरं का. तुझ्या या वेड्या मुलाला ना खसखससुद्धा माहीत नाही. आज सकाळी आम्ही राजीकडे गेलो होतो. तिथं खसखस वाळत घातलेली होती. राजीला यानं विचारलं, "राजीदी, हे काय आहे गं?" तर ती म्हणाली, "ते होय? तो तर ज्येष्ठमध आहे. पाहिजे तर खाऊन पाहा ना." आणि याने खरंच ती खसखस खाऊन पाहिली. आहे की नाही वेडपट?"

तुझ्याशी बोलणार नाही म्हणून अपूने तिला धमकी दिली होती खरी; पण खरोखर त्याच्या मनात तसं काही नव्हतं. त्या दिवशीची ती सकाळ तो कधीही विसरू शकणार नाही. सतूनं त्याची लाल रंगाची मेकलची फळे पळवून नेल्यानंतर तो संपूर्ण दिवस त्याची दीदी त्या फळांसाठी रानात भटकत होती. त्या फळांचा ढीग ओच्यात बांधून घेऊनच ती संध्याकाळी घरी परतली होती आणि ती सगळी फळं त्याच्यापुढे ओतत ती म्हणाली होती, "एवढी पुरेशी आहेत ना? की आणखी हवीत? सकाळी फार रडलास तू. नाही का?" त्या दिवशी फळं मिळाली म्हणून नव्हे, तर दीदीचे ते मोठमोठे डोळे आनंदभरल्या हास्यानं चमकलेले पाहून अपू खूप सुखावला होता.

अपू म्हणाला, "दीदी, ती फुलं कशाची आहेत गं? किती छान वास येतोय ना."

सर्वजया म्हणाली, "तुमच्या काकांच्या घरामागे ते झाड आहे ना, त्याची ती फुलं आहेत. सध्या त्यांच्या बहराचा काळ आहे."

ते ऐकून उत्सुकतेने दोघे म्हणाले, "तू मागे ज्या झाडाविषयी एक गोष्ट सांगितली होतीस, तेच का हे झाड? एक वाघ असतो..."

"अगं बाई भात!" भात करपल्याचा वास येताच हातातले पत्ते खाली टाकून सर्वजया घाईघाईने उठली आणि म्हणाली, "मला वाटतं, भात जळाला. मला वास आला बघ. थांब. मी तो चुलीवरून उतरवून घेते आणि मग तुम्हाला ती गोष्ट सांगते."

थोड्या वेळाने ते जेवायला बसले. जेवताना दुर्गा म्हणाली, "ओ हो खरंच,

किती चवदार आहे! आईच्या हातची अळंबीची भाजी म्हणजे मेजवानीच असते.'' आणि असं म्हणताना तिचा चेहरा आनंदानं उजळून निघाला होता.

आईचं कौतुक करण्यात अपूही मुळीच मागे नव्हता. तो म्हणाला, ''खरंच! कित्ती चवदार! जसं काही अगदी मटणच! नाही का गं दीदी? मला शेतात एकदा भरपूर अळंबी दिसली होती; परंतु मी तिला हातही लावला नाही. मला वाटायचं की, त्या कुत्र्याच्या छत्र्या आहेत.''

दोघा मुलांना भाजी आवडली आहे असं पाहून सर्वजयाचं हृदय आनंदानं भरून आलं. निःश्वास टाकून ती स्वतःशीच म्हणाली, ''मला याहून चांगल्या भाज्या मिळाल्या असत्या तर! कुठे काही मेजवानी असली तर लोक त्या सेजाबहूला बोलावतात. मला एकदा बोलावून पाहा म्हणावं. मग दाखवते चांगला स्वयंपाक कसा असतो ते. खरंच की...'' पण आपल्याला कोणीच बोलावणार नाही हे तिला चांगलंच माहीत होतं.

सर्वजया म्हणाली, ''दुर्गा, तोंड धुण्यासाठी अपूच्या हातावर पाणी घाल. अगं बाई! पाहिलंस? हात आणि तोंड धुवायला तो किती लांब गेलाय ते? अरे अपू, तसं नाही करायचं. असा वाटेतच काय हात धुतोस?''

पण अपू कोणत्याही परिस्थितीत एक पाऊलसुद्धा पुढे जाणार नव्हता. बाहेर जणू हात लावून पाहता येईल इतका गर्द अंधार दाटून आला होता आणि कुंपणाच्या पडक्या भिंतीला एक मोठं भगदाड पडलेलं होतं. त्या पलीकडे अंधारात बुडालेलं वेळूबन आणि आसपासची झाडी फारच भयंकर वाटत होती. तिथंच पलीकडे नीलमणी रे यांचं ते ओसाड घर होतं. आणखीही बऱ्याच भीतिदायक गोष्टी त्या अंधारात दडलेल्या होत्या.

त्यानंतर थोड्याच वेळात घरातली खुडबुड शांत झाली आणि ते झोपी गेले. ती एक गर्द काळोखी रात्र होती. हवा दमट होती आणि तिला हिवाळी गारव्याचा स्पर्श होता. याखेरीज तिच्यात सुगंधी रानफुलांचा गंधही मिसळला होता. मध्यरात्रीच्या सुमारास वेळूबनाच्या शेंड्यांवरून चंद्रबिंब आभाळात वर सरकलं. दवानं चिंब झालेली वेळूची थरथरती पानं त्या फिकट चंद्रप्रकाशात उजळून निघाली.

कधीकधी अशा वेळी अपूला जाग यायची. अशी जाग आली म्हणजे त्याच्या मनात हमखास ग्रामदेवता विशालाक्षीचा विचार यायचा... बहुतेक देवी विशालाक्षी गावातून फेरफटका मारायला निघाली आहे,' म्हणूनच तर चंद्रप्रकाश इतका उजळ भासतोय. त्याला वाटायचं... आज कोणीही देवीची प्रार्थना करत नाही. कोणीही तिला फुलं वाहत नाही. सगळे जणू तिला विसरले आहेत; परंतु देवी विशालाक्षी मात्र आपल्या गावाला विसरलेली नाही. आताही कदाचित ती इच्छामतीच्या काटाकाठानं फिरत असेल...

...तिच्या स्पर्शानं फुलं फुलतात... घरट्यातली पिलं शांत होतात आणि मधाची पोळी मधानं भरून जातात. अशा चांदण्या रात्री संपूर्ण जंगल तिच्या अस्तित्वानं जणू उजळून निघतं; परंतु सकाळ होताच ती कुठं अदृश्य होते ते कोणालाही कळत नाही. कोणालाही... अगदी स्वरूप चक्रवर्ती यांनाही त्यानंतर ती कधी दिसली नाही... परंतु ती सर्वांचे रक्षण करते आहे... दीर्घ निःश्वास टाकून अपू कूस बदलायचा आणि पुन्हा झोपी जायचा...

अन्नदा रे आणि त्यांची जमीनदारी

सध्या ग्रामीण भागामध्ये सर्वत्र सरकारी भूमिनिरीक्षक आलेले होते आणि त्यामुळे जमीनदार लोकांमध्ये मोठीच भीतीची लाट पसरली होती. एकमेकांच्या किंवा सरकारी जमिनी गिळंकृत करण्याचा कित्येक वर्षांपासून सुरू असलेला त्यांचा उद्योग या निमित्ताने उघडकीस येणार होता. काही लोक दहा एकर जमिनीचा शेतसारा भरत होते आणि पण प्रत्यक्षात मात्र बारा एकर जमीन लागवडीखाली आणत होते. काहींनी तर एखाद्या अजगराप्रमाणे गरीब अल्प भू-धारकांच्या जमिनी गिळंकृत केल्या होत्या आणि त्यांच्या गेल्या कित्येक पिढ्या त्यावर आनंदाने जगत होत्या.

पूर्वी एवढं कुणी पाहत नसे; परंतु काळ बदलला तसे कायदे बदलले. त्याचाच परिणाम म्हणून इच्छामतीच्या काठी भूमिनिरीक्षकांचे तंबू पडू लागले.

गावचे जमीनदार अन्नदा रे हे मात्र सध्या वेगळ्याच विवंचनेत होते. त्यांचा एक दूरचा नातेवाईक खूप दिवसांपूर्वी पूर्वेकडील प्रांतात निघून गेला होता. त्याच्या बागेचं आणि जमिनीचं सगळं उत्पन्न अन्नदाबाबूच घेत होते. बऱ्याच वर्षांपासून हेच सुरू असल्याने भूमिनिरीक्षकांना हाताशी धरून, त्याची सगळी जमीन, बाग आणि घर वगैरे इतर मालमत्तासुद्धा आपल्याच नावावर करून घ्यावी, असा डाव त्यांनी आखला होता; पण कुणा विघ्नसंतोषी माणसानं त्यांच्या या हेतूवर चांगलंच पाणी फिरवलं होतं. कुणीतरी त्या नातेवाइकाला सविस्तर पत्र लिहून अन्नदाबाबूंचा हा कुटिल डाव कळवला होता; त्यामुळे झालं असं की, त्या नातेवाइकाचा मोठा मुलगा निरेन ताबडतोब गावात दाखल झाला होता. तो अन्नदाबाबूंचा हेतू पूर्णपणे हाणून पाडणार यात शंकाच नव्हती.

अन्नदा रे राहायचे तो वाडाही अगदी जुना होता. कित्येक पिढ्या तिथं एकत्रितपणे नांदल्या. त्यांचा तो दूरचा नातेवाईकही त्याच वाड्यात राहायचा. वाड्यातली त्याची खोली सर्वांत सुंदर होती. साहजिकच गेल्या वीस वर्षांपासून तीही अन्नदाबाबूंच्याच ताब्यात होती. त्यांचं ते आलिशान शयनगृह होतं.

कायद्याचा विद्यार्थी असलेला निरेन हा आधुनिक विचारांचा शहरी मुलगा होता. त्याला झोपण्याची खोली आणि अभ्यासाची खोली निरनिराळी पाहिजे होती; त्यामुळे अन्नदाबाबूंना आपलं आलिशान शयनगृह रिकामं करावं लागलं. शिवाय जिथं त्यांच्या कागदपत्रांची म्हणजे सावकारीच्या खरेदीखतांची भली मोठी ट्रंक होती, ती खोलीही त्यांना मोकळी करावी लागली. एकंदरीत निरेन आल्यापासून त्यांच्या काळजीमध्ये चांगलीच भर पडली होती आणि वरून आता हे भूमिनिरीक्षक टपकले होते.

तिसऱ्या प्रहराची वेळ होती. दिवाणखान्यात आसपासचे अनेक लोक गप्पागोष्टी करत बसले होते. खरंतर ही त्यांची रोजची द्यूत खेळायची वेळ होती; पण आजची कामं अजून आटोपली नव्हती. अन्नदाबाबू अजूनही कर्जाऊ दिलेल्या रकमेच्या हिशेबातच मग्न होते. त्यांचा कारकून हरिहर खतावणी मांडून, त्यांच्यासमोरच बसला होता. ते दोघेही एकापाठोपाठ एक असं एकेक खातं तपासत होते. मुद्दल... व्याज...

व्हरांड्याशेजारीच खाली अंगणात आपल्या लहानशा मुलासह एक शेतकरी स्त्री बसली होती. पदराच्या शेवानं तिनं आपला चेहरा झाकून घेतला होता. ते दोघं बऱ्याच वेळापासून तिथं बसले होते.

शेवटची खतावणी पाहून होताच अन्नदाबाबू उठून उभे राहिले. आता बोलायला हरकत नाही या विचाराने मनाचा निर्धार करून ती स्त्री उठली आणि अन्नदाबाबूंसमोर येऊन उभी राहिली.

नाकावर ठेवलेल्या चष्म्यावरून तिच्याकडे पाहत अन्नदाबाबू गरजले, ''कोण तू? आता कशाला आलीस इथं?''

आणखी एक पाऊल पुढे येऊन पदराला बांधलेली गाठ सोडत अगदी अजिजीनं ती स्त्री म्हणाली, ''खरंतर फार अवघड होतं; पण कसंतरी करून एवढे पैसे आणलेत. हे पाहा, घ्या एवढे आणि आता तरी आमच्या धान्याच्या कोठीचं दार उघडा. माझा मुलगा उपाशी आहे हो बाबूजी. कृपा करा. तेवढी कोठीची किल्ली द्या बाबूजी.''

अन्नदाबाबू एकदम भडकलेच. म्हणाले, ''हरी, ते पैसे मोजून घे आणि तिचं खातं काढ. तिच्याकडे अजून किती व्याज येणं आहे ते पाहा...''

त्या स्त्रीनं पदराच्या गाठीत बांधून आणलेले पैसे हरिहरसमोर ठेवले. ते मोजून घेत तो म्हणाला, ''पाच रुपये.''

''फक्त पाच रुपये? असू दे. ते तिच्या नावावर लिहून ठेव आणि आता राहिलेल्या पैशांचं काय?''

ती स्त्री म्हणाली, ''आता द्यायला माझ्याकडे एवढेच होते. मला रोजंदारी

करावी लागली तरी चालेल; पण मी तुमचे राहिलेले सर्व पैसे चुकते करीन. म्हणूनच म्हणते, तूर्त एवढे घ्या आणि आमच्या कोठीचं दार उघडा. माझ्या लाडक्या बाळाची उपासमार मला पाहवत नाही हो बाबूजी. आमचं घरसुद्धा पार पडायला आलंय; पण ते नंतर...''

ती इतक्या निश्चिंतपणे बोलत होती की, कोठीची किल्ली जणू तिच्या हातातच आलेली होती; पण अन्नदा रे हा काय लायकीचा माणूस आहे हे तिला अजून कळायचं होतं.

तिला पुढे काहीही बोलू न देता तो कडाडला, ''मूर्ख कुठली! तुझं पोर उपाशी मरतंय तर त्याला मी काय करू? तुला अजून व्याजासह चाळीस रुपये फेडायला पाहिजेत आणि वरून मोठी आलीय सांगायला. हे पाच रुपये आणलेत आणि आता चट्कन जाऊन कोठीचं दार उघडून द्या. उद्धट कुठली. हे खालच्या जातीचे लोक असलेच! काही न करता सगळं फुकट मिळतं असंच त्यांना वाटतं. ही दरिद्री बाई पाच रुपये घेऊन आलीये आणि म्हणते, कोठीचं दार उघडा. चल, निघून जा इथून. आधीच उशीर झालाय. तुझ्यासाठी वाया घालवायला माझ्याकडे वेळ नाही.''

दिवाणखान्यात बसलेल्या अनेकजणांपैकी काही लोक त्या स्त्रीला चांगले ओळखत होते. दृष्टीनं काहीसे अधू असलेले दिनू भट्टाचार्य म्हणाले, ''अन्नदा, कोण आहे हो ती?''

''ती होय? अहो, त्या तांबटाची बायको. चार दिवस झाले तिचा नवरा मेलाय. तो माझे व्याजासह चाळीस रुपये देणं लागत होता; त्यामुळे तो मेला, त्याच दिवशी मी त्याच्या धान्याच्या कोठीला कुलूप ठोकलं आणि आता ही मूर्ख स्त्री ते कुलूप काढा म्हणून सांगायला आलीय. ऐकलं ना? कोठीची किल्ली द्या, हे करा... ते करा... माझ्या पैशांचं काय?''

पायाखालची जमीन दुभंगली असती तर त्या स्त्रीला मुळीच आश्चर्य वाटलं नसतं. संभाव्य संकटाची जाणीव होताच भीतीने तिचा थरकाप झाला; पण तशाही स्थितीत तिने स्वतःला सावरलं. दोन पावलं पुढे जाऊन ती म्हणाली, ''असं म्हणू नका बाबूजी. पै पै साठवून मी तुमचे पैसे फेडीन. माझ्या बाळाच्या कमरेला सोन्याचा करदोडा होता. गेल्याच वर्षी मोठ्या हौसेनं केला होता. तोच करदोडा सोनाराला विकून मी ते पाच रुपये आणले होते. माझ्या बाळाच्या अंगावर तेवढा एकच दागिना होता. तो विकायची माझी मुळीच इच्छा नव्हती; पण पोटासाठी ते करावं लागलं. दुसरा कुठलाच इलाज नव्हता बाबूजी. मनाला म्हटलं, तुमच्या आशीर्वादानं पुन्हा चांगले दिवस दिसले तर माझ्या बाळाला दुसरा करदोडा करीन. दया करा बाबूजी. द्या तेवढी ती किल्ली.''

''नाही म्हणजे नाही! चल नीघ तू इथून. तुला काय वाटलं? इथं येऊन रडलं

म्हणजे पैसे फिटले? अशानं धंदा होत नाही. तुझ्यासारख्या बायकांना ते कळणारही नाही. तुझा नवरा जिवंत असता तर त्याला थोडंफार कळलं असतं. चल, नीघ इथून. तमाशा करू नकोस. ते पाच रुपये मी तुझ्या नावावर लिहून ठेवलेत. आता राहिलेले पैसे घेऊन ये; त्यानंतर काय करायचं ते पाहता येईल.''

आणि एवढं बोलून डोळ्यांवरचा चष्मा काढून डबीत ठेवत अन्नदाबाबू आत निघाले. तेवढ्यात ती बिचारी विधवा स्त्री त्यांच्याकडे पाहात कळवळून रडू लागली आणि म्हणाली, ''असे जाऊ नका बाबूजी. निदान माझ्या मुलाकडे तरी पाहा. तुम्ही असं केलंत तर मी त्याला काय खायला घालू बाबूजी? त्याला घासभर अन्न देईन म्हटलं तर माझ्याकडे एक पैसादेखील नाही...'' आणि एकदम किंचाळून ती पुढे म्हणाली, ''धान्याची कोठी उघडून देणार नसाल तर निदान माझे तेवढे पाच रुपये तरी मला परत करा बाबूजी.''

वस्कन तिच्या अंगावर ओरडत अन्नदा रे म्हणाले, ''तोंड बंद कर तुझं आणि चल, चालती हो आधी इथून. माझ्या दारात येऊन काय म्हणून ही वटवट लावलीयेस? ते पैसे माझेच होते; पण त्याचं तुला काहीच नाही. तू फक्त एकच घेऊन बसलीयेस. माझ्या कोठीची किल्ली द्या... माझे पैसे परत करा... आता तूच सांग... तुझा कोणता खजिना दडलाय गं त्या दरिद्री कोठीत? किडलेल्या भाताची चार पोती! ते विकलं तर किती पैसे येतील? तेवढ्याने कर्ज फिटेल का? ते पाच रुपये मी तुझ्या खात्यावर जमा केलेत, हे मी तुला सांगितलंय. मला व्याजाचा विचार करायला नको का? म्हणे माझ्या बाळाला मी आता काय खायला घालू? ते मी काय सांगू? चल, नीघ इथून. पाहिजे असेल तर जा कोर्टात आणि कर तुझे पाच रुपये वसूल आणि झालंच तर तुझी कोठीही उघडून घे जा.''

अन्नदा रे घरात गेल्यावर निर्माण झालेल्या स्तब्धतेचा भंग करीत दिनू भट्टाचार्य त्या स्त्रीला म्हणाले, अगं बहू, मी काय म्हणतो... ''किती दिवस झाले? काय झालं होतं? काहीच कळालं नाही म्हणून म्हटलं.''

''गेल्या बुधवारी ते घडलं बाबा ठाकूर. त्यांनी बाजारातून मासे आणले होते. मी कांदे घालून छान भाजी केली होती. नंतर त्यांना जेवायला वाढलं. अगदी व्यवस्थित जेवले हो. जेवण झाल्यावर म्हणाले की, फार थंडी वाजतेय. माझ्या अंगावर काहीतरी टाक. त्याप्रमाणे मी त्यांच्या अंगावर पांघरूण घातलं. दुसऱ्या दिवशी भल्या पहाटे त्यांना कसं वाटतंय म्हणून पाहायला गेले, तर ते बोलू शकत नव्हते की काही हालचालही करू शकत नव्हते. शेवटी दुपार होण्याच्या आत सगळं काही संपलं. आता माझं आणि माझ्या बाळाचं या जगात कोणीही नाही.'' बोलता बोलता तिचा कंठ भरून आला आणि ती हुंदके देऊ लागली. दिनू भट्टाचार्य यांची विनवणी करत ती म्हणाली, ''माझ्यावर कृपा करा, बाबा ठाकूर. फार वाईट

दिवस आलेत हो माझ्यावर. माझ्यासाठी एक शब्द खर्च करा. माझ्या कोठीची किल्ली तेवढी मला मिळवून द्या. पै पै साठवून मी त्यांचे पैसे फेडीन. अगदी कोणत्याही परिस्थितीत...''

फिरायला म्हणून बाहेर गेलेला निरेन त्याच वेळी अंगणात आला. निरेनला पाहून सगळे एकदम गप्पच झाले.

दिनू भट्टाचार्य म्हणाले, ''अरे वा निरेन तू? माळावर फिरायला गेला होतास वाटतं? छान! हे तुझ्या पूर्वजांचं आपलं साधं खेडं आहे बरं. तुला आवडलं की नाही?''

निरेननं हसून प्रतिसाद दिला आणि तो आपल्या खोलीत निघून गेला. एकवीस ते बावीस वर्षांचा निरेन अगदी देखणा आणि व्यक्तित्त्वसंपन्न तरुण होता. स्वभावानं काहीसा शांत आणि एकलकोंडा वाटणारा निरेन सध्या कलकत्ता विद्यापीठात कायद्याचा अभ्यास करत होता. खरंतर वडिलांनी त्याला आपला जमीनजुमला पाहायला पाठवलं होतं; परंतु त्या कामाकडे त्याचं लक्षच नव्हतं. मुळात त्यातलं त्याला फारसं कळतही नव्हतं. कादंबऱ्या वाचणे आणि इकडेतिकडे भटकणे यातच त्याचा वेळ खर्च व्हायचा. याशिवाय त्याला नेमबाजीचीही आवड होती. पाहावं, तेव्हा त्याच्या खांद्याला बंदूक लटकलेली दिसे.

निरेन आपल्या खोलीत शिरला, तर तिथं गोकूळची बायको खाली जमिनीवर वाकून काहीतरी वेचत होती. तिचं ते काम अगदी काळजीपूर्वक चाललं होतं. त्याने पाहिलं तर ती काचा वेचत होती. निश्चितच तिनं आपला काचेचा दिवा पेटवायचा प्रयत्न केला असणार आणि त्या प्रयत्नात हा प्रकार झाला असणार हे त्याने ओळखलं.

निरेनची चाहूल लागताच गोकूळची बायको दचकलीच आणि चोरी करताना पकडलं गेल्याप्रमाणे दीनपणे निरेनकडे पाहू लागली.

काहीच घडलं नाही असं दाखवीत निरेन म्हणाला, ''माझा दिवा फोडलात वाटतं बहूदी. आता तुम्ही चांगल्या सापडलात. हा काय पुरावासुद्धा इथेच आहे. केस अगदी स्पष्ट आहे. आता तुमची सुटका नाही. मी कायद्याचा विद्यार्थी आहे हे विसरू नका; पण ते जाऊ द्या. शिक्षा म्हणून तुम्ही ताबडतोब खाली ज आणि छानपैकी एक कप चहा करून आणा. पाहू या बरं, तुम्ही किती चट्कन चहा करू शकता ते. थोडं थांबा, मी जरा दिवा लावतो. माझ्याकडे दुसरी काच आहे ना.''

''काडेपेटी आणू का?'' ओशाळलेली बहूदी म्हणाली.

''अरे! तुमच्याकडे काडेपेटी नव्हती, तर दिवा लावायला गेलातच कशाला?'' बहुदीची चेष्टा करत निरेन म्हणाला.

यावर गोकूळची बायकोही मनापासून हसली. तिच्या मनावरचं दडपण आता बरंच कमी झालं होतं. ती म्हणाली, ''काच काळी झालेली दिसली. म्हणून म्हटलं पुसून ठेवावी. उचलायला गेले आणि... मला नाही बाई माहीत, या इंग्रजी वस्तू कशा असतात ते...'' आणि पुन्हा तेच ओशाळवाणं हसत ती खाली निघून गेली.

निरेनला इथं येऊन फारतर दहा-बारा दिवस झाले असावेत. इतक्या दिवसांत गोकूळच्या बायकोशी आज प्रथमच तो इतका मोकळेपणी बोलला होता. शहरी राहणीची सवय असलेल्या निरेनला खेड्यात फारच कंटाळवाणं आणि एकटं वाटायचं. इथे कोणी बोलायलाही नव्हतं. संध्याकाळी घडलेल्या त्या प्रसंगाने त्या दोघा तरुण मनांमध्ये एक अतूट असं जिव्हाळ्याचं नातं निर्माण झालं. दररोज सकाळचा आणि संध्याकाळचा चहा ही दोघांसाठी हास्यविनोदाची आणि आनंदाची जणू पर्वणीच असायची.

गोकूळची बायको

दुपारची वेळ होती. गोकूळची बायको स्वयंपाकखोलीत आहे असं पाहून तिथं डोकावत दुर्गा म्हणाली, "कसला स्वैपाक करतेस गं मावशी?"

"दुर्गा? अगं ये ना. हे बघ, मला थोडी मदत कर. खूप काम पडलंय गं." गोकूळची बायको म्हणाली.

दुर्गा नेहमीच तिला मदत करायची. "हे खेकडे तुला कुठे मिळाले मावशी? हे खेकडे खाऊ नयेत." दुर्गा म्हणाली.

"का खाऊ नयेत म्हणतेस? वेडीच आहेस. आताच ती विधू कोळीण देऊन गेली. सगळ्यांनाच ते आवडतात म्हणून सांगत होती."

"म्हणजे तू स्वतः विकत घ्यायला गेलीच नव्हतीस तर!"

"नाही; पण म्हणून काय झालं? अगं त्या विधूनं एवढे सगळे खेकडे फक्त पाच पैशांना देऊन टाकले."

यावर मग दुर्गा काहीच बोलली नाही. तिनं सगळं मनातच ठेवलं. बोलणार तरी काय? तिची ही मावशी स्वभावानं फार चांगली होती; परंतु तेवढीच भोळसट होती; त्यामुळेच लोक तिला हातोहात फसवत आणि वरून तिचा स्वभाव किती चांगला आहे म्हणून तोंडदेखली भलावणसुद्धा करत. बिचारी मावशी... एके दिवशी गोकूळनं तिला लाकडी तळाच्या बुटांनी मारलं होतं. डोक्यातून इतकं रक्त वाहिलं होतं की, सगळे केस डोक्याला चिकटून बसले होते. त्यानंतर कितीतरी दिवस जखमा चिघळतील म्हणून डोक्यावरून पाणी घेणं तिला शक्य झालं नव्हतं.

तिची ती अवस्था पाहून एकदा म्हाताऱ्या रे आजींनी विचारलं, "बहूदी, अगं... आज तू डोकं का भिजवलं नाहीस?" त्यावर आपल्याला आज बरं वाटत नसल्याचं मावशीनं सांगितलं होतं; परंतु त्यावर विश्वास ठेवायला रे आजी का एवढी कच्ची होती? तिला सगळं माहीत होतं. मावशीला मार बसलाय हे तिलाच काय सगळ्यांनाच माहीत होतं. एवढं माहीत होतं तर मग विचारायची काय गरज होती?

मावशीची पाठ वळताच इतर बायकांकडे तोंड करून रे आजी म्हणाल्या होत्या, "बिचारीच्या डोक्याला किती लागलंय ते पाहिलंत का? केस डोक्याला जसे चिकटून बसलेत. तो गोकूळ तिला फार मारतो गं बाई. मेल्याला लाज कशी वाटत नाही, म्हणते मी?"

खेकडे साफसूफ करून आणि ते चिरूनबिरून दिल्यावर दुर्गा जायला उठली. जाताना ती हळूच कुजबुजल्यासारखं म्हणाली, "मावशी तुझ्याकडे थोडे पोहे आहेत का गं? अपूसाठी आईला पाहिजे होते. या वर्षी आम्हाला भात खरेदी करणं जमलंच नाही म्हणून म्हटलं."

ते ऐकून दुर्गापेक्षाही मावशी अधिक भ्याली. इकडेतिकडे पाहत, श्वास घेऊन ती म्हणाली, "तिसऱ्या प्रहरी येशील?" हळूच व्हरांड्याकडे बोट दाखवीत आणि कानाला हात लावून झोपल्याचा मूकाभिनय करत ती पुढे म्हणाली, "सासूबाई झोपलेल्या असतील ना, तेव्हा ये." बिचारी सूनबाई सुंदरबनातल्या सगळ्या वाघांपेक्षा आपल्या सासूबाईलाच अधिक भ्यायची.

"मावशी, तुमच्या इथं कोण राहायला आलंय हो? मी अजून त्यांना एकदाही पाहिलेलं नाही." दुर्गा म्हणाली.

"तू अजून आमच्या नव्या पाहुण्यांना भेटली नाहीस होय? ते आता घरी नाहीत. कुठेतरी फिरायला गेलेत वाटतं. तू असं कर. संध्याकाळी ये. तेव्हा तुझी निश्चित भेट होईल." आणि एवढं बोलून गालातच हसत मावशी पुढे म्हणाली, "तुमची जोडी अगदी शोभून दिसेल बघ."

"काहीतरीच काय मावशी!" मावशीच्या त्या बोलण्यावर दुर्गानं नाराजी दाखवली खरी; परंतु ती इतकी लाजली की, तिचा सावळा चेहरा अक्षरशः लालबुंद झाला.

दुर्गाच्या हनुवटीला तर्जनी लावत मावशी म्हणाली, "काहीतरीच काय म्हणे! मी काय चुकीचं बोलले? आमची दुर्गा आहेच किती सुंदर! आहे की नाही? तुझा चेहरा अगदी दुर्गादेवीसारखाच गोड आहे. वडील गरीब आहेत. ते फार मोठा हुंडा देऊ शकणार नाहीत; पण म्हणून काय बिघडलं?"

दुर्गा झट्कन उठून उभी राहिली आणि तोंडातल्या तोंडात काहीतरी पुटपुटत बाहेर पळाली. "खरंच गं मावशी! तू ना अगदी म्हणजे अगदी वेडीच आहेस बघ!"

दुर्गा बाहेर पडते ना पडते तेवढ्यात शर्नो गवळण दूध काढायला आली. तिला पाहताच गोकूळची बायको म्हणाली, "थोडी थांब ग शर्नो; मी जरा कामात आहे. वासरू झाडाला बांधलंय बघ. दुधाचं भांडंही तिथं ओट्यावरच आहे."

थोड्याच वेळात आपली पूजा-अर्चा आटोपून सखी ठाकूरन देवघरातून बाहेर आली आणि कालीमातेच्या देवळाकडे पाहत हात जोडून, सगळ्या गावाला ऐकू जाईल एवढ्या मोठ्या आवाजामध्ये करुणा भाकू लागली... "दया कर देवीमाते.

तुझ्या कृपेने चांगले दिवस येऊ देत. हा भवसागर तरून जायची शक्ती आम्हाला दे. तूच आमचा आधार आहेस. तुझा कृपाशीर्वाद असाच राहू दे माते. दया कर माते. दया कर...'' असं म्हणत, ती पुनःपुन्हा हात जोडत होती. पुनःपुन्हा तीच प्रार्थना करत होती.

आणि एकाएकी काय झालं कोणास ठाऊक! सखी ठाकूरन एकदम किंचाळून उठली, ''बहू, इकडे ये बरं आधी. हे काय झालंय ते पाहा बरं जरा.''

तो आवाज ऐकताच गोकूळची बायको इतकी भेदरली की, काही विचारू नका. सखी ठाकूरन ही एकच व्यक्ती अशी होती की, तिला घडवताना देवाने प्रेम, दया, क्षमा, शांती या गोष्टी अजिबात वापरल्या नव्हत्या.

सकाळपासून राबराबून बिचाऱ्या बहूनं सगळी भांडी घासून काढली होती; परंतु त्याच भांड्यांच्या ढिगाऱ्याकडे बोट दाखवत सखी ठाकूरन किंचाळत होती. ''पाहा, पाहा, जरा तुझ्या डोळ्यांनी पाहा. सगळ्या भांड्यांवर पाण्याचे कसले डाग पडलेत. त्या शर्नोनंसुद्धा यातलंच एक भांडं घेतलंय. तिनं सगळी भांडी विटाळली आणि तूसुद्धा त्यातलीच काही भांडी स्वयंपाकघरात नेलीस. आता सगळं घर विटाळलं. जात-पात, कशाचा काही विधीनिषेध, धरबंधच राहिलेला नाही. सत्यानाश, सत्यानाश झालाय सगळा!'' आणि असं म्हणत सखी ठाकूरन धाड्कन जमिनीवर कोसळली. जणू काही तिच्या मृत्यूची घटिकाच जवळ आली होती.

घाबरून जाऊन एखाद्या दगडाच्या मूर्तीप्रमाणे जागीच खिळलेली गोकूळची बायको मनातल्या मनात स्वतःलाच दोष देत होती... मी का म्हणून त्या शर्नोला दुधाचं भांडं घे म्हटलं असेल बरं...? मी स्वतःच दिलं असतं, तर किती बरं झालं असतं...?

दरम्यान, सखी ठाकूरननं पुन्हा ओरडायला सुरुवात केली होती... असल्या दरिद्री पोरी- सुना म्हणून घरात आणल्यावर हे असंच होणार. थोरामोठ्यांच्या घरातल्या पद्धती त्यांना कुठल्या माहीत असायला? ''तू भांडी घासली होतीस तर त्यांना विटाळ होऊ नये म्हणून काळजी घ्यायला नको?'' आता जवळपास तिसरा प्रहर होत आलाय. अजून मी पाण्याचा थेंबसुद्धा तोंडात घेतलेला नाही; पण देवा रे! तेच किती बरं झालं म्हणते मी. हे असले दिवस पाहण्यापेक्षा मेलेलं काय वाईट? ''तू आता तिथं का उभी आहेस? घाणेरडी मेली. जा. फेक ती भांडी बाहेर; पुन्हा घासून काढ ती सगळी. सगळं घर स्वच्छ कर आणि शेणाने सारवून काढ आणि ते सगळं झाल्यावर नदीवर जाऊन अंघोळ कर.''

बाहेर सूर्य आग ओकत होता आणि घरात सखी ठाकूरन शिव्याशाप ओकत होती. ''सगळा सत्यानाश मांडलाय. असल्या मेल्या दळभद्र्या पोरी घरात आल्यावर दुसरं काय होणार?''

सगळी कामं यथासांग पार पडेपर्यंत तिसऱ्या प्रहराची ती वेळ कधीच उलटून गेली. सकाळपासून तिच्या पोटात अन्नाचा कणही गेला नव्हता; परंतु तशाही अवस्थेत नदीवर अंघोळ करून येणं भागच होतं. तहान-भुकेनं व्याकूळ झालेली गोकूळची बायको नदीकडे निघाली, तेव्हा तिचा तो गोड चेहरा अगदी कोमेजून गेला होता.

इच्छामतीच्या पात्रावर झाडांच्या सावल्या पसरू लागल्या होत्या. दूर क्षितिजावर सूर्यही आता मावळतीकडे झुकला होता. त्याचे सोनेरी किरण झाडांच्या शेंड्यांवर झगमगत होते. नदीच्या पात्रात दूर वळणांवर एक लहानशी होडी वेगानं निघाली होती. तिच्या सुकाणूजवळ उभा असलेला माणूस वाऱ्यावर कपडे वाळवत होता; त्यामुळे होडीवर जणू एखादा ध्वजच लावला आहे की काय असं वाटत होतं. नदीच्या मध्यधारेत एक देवमासा मधूनच डोकं वर काढत होता आणि मधूनच फुरफुर करत पाणी उडवत होता. पलीकडच्या काठावर बगळे ध्यानस्थ बसले होते. त्याचप्रमाणे मासेमारी करणारे काही लोकही गळ टाकून निवांत बसले होते.

अशा या निवांत वेळी तिला हमखास आपले बालपणातले दिवस आठवले. शाळेत शिकलेली ती गाणी, आईचा तो चेहरा आणि आणखी अशाच कितीतरी गोष्टी... आई फार लवकर गेली... खरंच, ते का तिचं जाण्याचं वय होतं? आता माया लावील असं कोणीही उरलेलं नाही. कोणाचा प्रेमाचा शब्द नाही की कोणाची सहानुभूती नाही. वडीलही कधीच गेले. एक भाऊ तेवढा आहे; पण तोही पुरता व्यसनाधीन झाला आहे. तो कुठे भटकतोय, कुठे राहतोय; कोणालाच काही माहीत नाही. गेल्या वर्षी दुर्गापूजेच्या दिवसांत चार दिवसांसाठी तो आला होता. त्याच्या खर्चाला होतील म्हणून तिनंच मग पै पै करून साठवलेली चार नाणी त्याला दिली होती. चार दिवसांनी तो आला तसा निघून गेला. थोडे दिवस गेल्यावर त्याने गोकूळच्या नावावर बाजारातून शाल खरेदी केली असल्याचं उघडकीला आलं होतं. झालं! तेवढ्यावरून घरात एवढा मोठा तमाशा झाला की, काही विचारू नका. गोकूळच्या बायकोला भरपूर शिव्याशाप मिळाले. अपमान सहन करावे लागले. तिची बाजू घ्यायला तिचं होतंच कोण? बिचारी तोंड दाबून बुक्क्यांचा मार सहन करत राहिली; पण ज्याच्यासाठी एवढं केलं तो भाऊ कुठे गेला याचा काहीच ठावठिकाणा लागला नव्हता.

रोज संध्याकाळी तिचं अंतःकरण आपल्या त्या दुर्दैवी भावासाठी तिळतिळ तुटतं. आता या वेळी तो कुठे असेल? कदाचित, पायांखालच्या अंतहीन रस्त्यावरून तो असाच कुठेतरी भटकत असेल. एकाकी, अनाथ... डोकं टेकावं असं घर नाही. कोणी विचारपूस करील असं मायेचं माणूस नाही. तिच्या मनात भावनांचे कढ

उचंबळून आले. डोळ्यांतून अश्रुधारा वाहू लागल्या.

इच्छामतीचा किनारा, ध्यानस्थ बसलेले बगळे, प्रवाहातून धावणाऱ्या बोटी ही सगळी दृश्यं डोळ्यांतील आसवांमध्ये अस्पष्ट होत गेली आणि पाहता पाहता पुसली गेली...

कवड्यांचा खेळ

दुपार उलटल्यानंतर अपूनं कवड्यांची पिशवी काखोटीला मारली आणि तो सरळ धीवरांच्या वस्तीकडे निघाला. तिथंच त्याला त्याचे खेळगडी सापडणार होते. सर्वप्रथम तो तिनकोडी धीवराच्या घरी गेला. पाहिलं तर तिनकोडीचा मुलगा बांका बांबूच्या कामट्या काढत बसला होता.

"कवड्या खेळायला येणार का?" अपूनं त्याला विचारलं.

कवड्या खेळायला मिळाल्या तर बांकाला ते पाहिजेच होतं; पण नाइलाज असल्याप्रमाणे तो म्हणाला, "मला मासेमारीसाठी जावं लागणार आहे."

शिवाय त्याच्या बापालाही ते आवडणार नव्हतंच. त्याचा नाद सोडून अपू रामचरणकडे गेला. तिथं गेला तर सरळ रामचरणशीच गाठ पडली. तो आपला शांतपणे हुक्का ओढत बसला होता.

"हृदय घरी आहे?" अपूनं विचारलं.

"हृदयशी काय काम काढलं छोटे पंडित महाशय? कवड्या खेळायला बोलावताय वाटतं? पण हृदय घरी नाही हो."

अपू आणि काही ठिकाणी गेला; पण त्याला एकही भिडू सापडला नाही; पण मग जेव्हा तो चिंचेच्या झाडाखाली आला, तेव्हा त्याचा चेहरा आनंदानं उजळून निघाला. तिथं झाडाखाली कवड्यांचा खेळ अगदी रंगात आलेला होता. एक पोतू सोडला, तर सगळी कोळ्यांची पोरं तिथं जमली होती. खरं म्हणजे पोतू ब्राह्मणवाडीमधला; पण त्याचं घर अपूच्या घरापासून खूप लांब असल्यामुळे अपूशी त्याची जास्त ओळख नव्हती; तसेच तो अपूपेक्षा वयानं थोडा लहानच होता. त्याची आणि आपली पहिली दृष्टिभेट शाळेच्या पहिल्या दिवशीच झाली होती आणि त्या वेळी तो शांतपणे ताडाचं पान चावत बसला होता हे अपूला आठवलं. अपूनं मग पोतूजवळ जाऊन त्याच्याकडे किती कवड्या आहेत ते विचारलं. जवळ असलेल्या छानशा बटव्याची लाल दोरी सोडून दाखवत पोतू म्हणाला, "या बघ माझ्याकडे सतरा कवड्या आहेत आणि त्यातल्या सात सोनेरी आहेत आणि जर का मी हरलोच

तर मग नंतर आणखी जिंकेन.'' त्यानंतर हसून आपला बटवा दाखवत तो म्हणाला, ''कसा आहे माझा हा बटवा? छान आहे की नाही? यामध्ये ऐंशी कवड्या मावतात.''

खेळ पुन्हा सुरू झाला. सुरुवातीला पोतू हरला; परंतु नंतर नशिबानं त्याला साथ द्यायला सुरुवात केली. आपल्याला या खेळामध्ये चांगली गती आहे हे अलीकडेच पोतूला कळून चुकलं होतं आणि ते खरंच निघालं. संपूर्ण खेड्यात उत्कृष्ट कवड्या खेळाडू म्हणून आपली प्रसिद्धी व्हावी या उद्देशानं तो अधिकाधिक मेहनत घेत होता. खेळाच्या नियमाप्रमाणे छोट्या कवड्यांना मारण्यासाठी ते मोठ्या वजनदार कवड्या वापरायचा. जेव्हा तो शत्रुपक्षाच्या कवडीला मारायचा आणि ती कवडी गरगरा फिरत रिंगणातून बाहेर फेकली जायची, तेव्हा त्याच्या चेहऱ्यावर विजयाचं हास्य झळकायचं. जिंकलेल्या कवड्या चट्कन वेचून तो आपल्या बटव्यात कोंबायचा आणि ते करता करता बटव्यामध्ये अजून किती कवड्या मावतील हेही पाहून घ्यायचा. केव्हा एकदा तो बटवा भरेल, असं त्याला झालं होतं. खेळामध्ये तो इतका रंगून गेला होता की, त्याला खेळताना पाहणं हाही एक आनंदाचाच भाग होता.

शत्रुपक्षातील सर्व खेळाडूंनी आपसात काहीतरी मसलत केली. त्यांच्यापैकी एकजण पोतूला म्हणाला, ''हे बघ, तुझा नेम फार चांगला आहे. तू अजून थोडा मागे जाऊन कवडी मार.''

''का? का म्हणून?'' त्याला आव्हान देत पोतू म्हणाला, ''माझा नेम बरोबर बसतो हा काही माझा दोष नाही. तुम्हाला शक्य असेल तर तुम्हीही जिंका. मी काही अडवणार नाही.''

धीवर वस्तीतली सगळी मुलं आता पोतूभोवती गोळा झाली होती. पोतू विचार करू लागला... 'यापूर्वी मी कधीही एवढ्या कवड्या जिंकल्या नव्हत्या. आता थांबलेलं बरं... नाहीतर ही पोरं या जिंकलेल्या कवड्या घेऊन सुखासुखी मला घरी जाऊ देणार नाहीत... थोडा मागे जाऊन कवडी मार म्हणे... जिंकलेलं सगळं गमावण्याची वेळ येईल...'

आपला बटवा घेऊन मोठ्यानं ओरडत पोतू म्हणाला, ''हे बघा, आता खेळ पुरे. मला उशीर होतोय. मी घरी निघालो...''

विरुद्ध पक्षातली मुलं खवळलेल्या नजरेनं पोतूकडे पाहू लागली. ते लक्षात येताच पोतूच्याही नकळत त्याची बटव्यावरील पकड एकदम घट्ट झाली.

त्यांच्यातला एकजण पुढे येऊन पोतूला दरडावत म्हणाला, ''कवड्या जिंकून, पळून जातोस काय? आम्ही तुला तसा जाऊ देणार नाही.'' आणि असं म्हणत त्याने अचानकपणे पोतूचा बटवा असलेला हात पकडला. पोतूनं हात सोडवून घेण्याचा प्रयत्न केला; परंतु त्याची शक्ती कमी पडली.

''सोड, सोड माझा हात.'' निराश होऊन तो किंचाळला.

तेवढ्यात कुणीतरी त्याला मागून ढकललं. पोतू धाड्कन तोंडावर जाऊन पडला; परंतु त्याने हातातला बटवा मुळीच सोडला नाही. त्यांना फक्त कवड्याच नव्हे तर बटवाही हवा आहे हे त्याने पुरतं ओळखलं होतं. म्हणूनच तो बटवा त्याने पोटाशी घट्ट धरून ठेवला होता; पण पोतू वयाने लहान होता आणि त्या मुलांच्या मानाने पुरेसा सशक्तही नव्हता. परिणाम व्हायचा तो झाला. त्या मुलांसमोर पोतूला हार मानावी लागली. हिसकाहिसकीत त्याचा बटवा फाटला आणि सगळ्या कवड्या इकडेतिकडे विखुरल्या.

पोतूच्या बाबतीत हे असं घडताना पाहून अपूला फार संताप आला. खरं म्हणजे पोतूनं त्याच्याही कवड्या जिंकल्या होत्या; परंतु पोतूला अशी मारहाण होतेय आणि कोणीही त्याच्या मदतीला गेलेलं नाही हे पाहून अपूला फार वाईट वाटलं. एकदम पुढे जाऊन तो त्या हल्लेखोरांमध्ये घुसला आणि ओरडला. "त्याला का मारताय तुम्ही? सोडा त्याला. अरे तो लहान आहे. सोडा."

जमिनीवर पडलेल्या पोतूला कसंबसं सावरून त्याने उभं केलं; परंतु तेवढ्यात अपूच्या डोक्यात कोणीतरी एवढा जोरदार प्रहार केला की, क्षणभर त्याच्या डोळ्यांसमोर सगळं जग गरागरा फिरलं. भानावर येण्यापूर्वीच तो जमिनीवर कोसळला. अपूही आता चांगलाच मार खाणार होता. त्याच वेळी तिथून जाणाऱ्या निरेनबाबूंनी पुढे होऊन धीवरांच्या मुलांना अडवलं नसतं तर तेच घडणार होतं. निरेनला पाहताच धीवरांच्या मुलांनी तत्काळ माघार घेतली.

निरेननं पोतूला उचलून उभं केलं. धुळीने माखलेलं त्याच तोंड पुसलं. त्याचे चुरगळलेले कपडे ठाकठीक केले. अशा वेळी थेट धीवर वस्तीकडे येऊन खेळल्याबद्दल त्याने त्या दोघांनाच दोष दिला आणि वरून उद्यापासून मी सुरू केलेल्या शाळेत या अशी कडक सूचनाही दिली.

परंतु पोतूच्या डोक्यातून त्याच्या कवड्या जायला तयार नव्हत्या. तशाही परिस्थितीत तो आपल्या कवड्या शोधू लागला. धुळीत विखुरलेल्या एक-दोन कवड्या सोडल्या तर सगळ्या कवड्या अदृश्य झाल्या होत्या आणि त्याचा तो मौल्यवान बटवाही नाहीसा झाला होता. कवड्या गेल्या, त्यापेक्षाही बटवा नाहीसा झाला हे दुःख फार मोठं होतं. पोतूला पुढे खेळायचं नव्हतं म्हणून त्यांचं काय जात होतं? गुंड कुठले!

"अपूदा, तुला फार लागलं का रे?" पोतूनं विचारलं. तो अजूनही आपल्या कवड्यांचा आणि बटव्याचाच विचार करत होता.

"खरंच, किती छान होता माझा बटवा; पण आता तो गेला." दुःखानं पोतू म्हणाला आणि तशाच जड मनानं निरेनच्या संरक्षणाखाली घराची वाट चालू लागला...

त्या अनपेक्षित वळणावर

एके दिवशी सर्वजया म्हणाली, "अपू, हे बघ, तुझ्या नव्या गुरुजींना म्हणावं आमच्याकडे जेवायला या."

हे नवे गुरुजी म्हणजे अर्थातच निरेनबाबू हेच होते. त्यांनी मोठ्या आनंदानं यायचं मान्य केलं. दुसऱ्या दिवशी अपू निरेनसोबत जेवायला बसला, तेव्हा तो इतका आनंदात होता की, विचारू नका. जेवणाचा बेतही अगदी खास होता. कच्च्या पपईची पातळ भाजी, हिरव्या अंजिरांची कोरडी भाजी, कोळंबी, केळ्याची शिकरण आणि तांदळाची खीर अशी ती मेजवानी होती. स्वतः अपूहो इतकं स्वादिष्ट अन्न आपल्या घरात याआधी जेवला नव्हता. जेवताना तो सारखा कधी हा तर कधी तो पदार्थ मागत होता आणि निरेनलाही आग्रह करत होता.

मेजवानीचा बेत पाहून निरेनला मात्र मनातून फार वाईट वाटलं. काय ही परिस्थिती...! निरेन स्वतःशीच म्हणाला. त्याच्या जिभेला तो भात फारच जाडाभरडा आणि बेचव लागत होता. भाज्यांमध्ये पुरेसं लोणी किंवा तेल नव्हतं की स्वादिष्ट आणि सुगंधी मसाले वापरलेले नव्हते. शिकरणीमध्ये साखर नव्हती आणि खीर तर अगदीच पातळ होती.

दुर्गा वाढायचं काम करत होती; पण परक्या माणसासमोर वाढताना तिला फारच अवघडल्यासारखं झालं होतं. अपू मात्र निरेनला सारखा आग्रह करत होता... "थोडी खीर घ्या. नाहीतर थोडी शिकरण तरी..."

निरेन खोलीवर परतला, तेव्हा पुढे येऊन हसत हसत गोकूळची बायको म्हणाली, "कसं काय भाऊजी? आवडली की नाही आमची दुर्गा? छान आहे की नाही? पण ते गरीब आहेत. हुंडा द्यायला त्यांच्याकडे काहीही नाही. कुठे बिचारीचं लग्न होणार आहे कोणास ठाऊक! हुंडा द्यायला पैसा नाही म्हणून तिला आयुष्यभर छळच सोसावा लागणार की काय तेच समजत नाही. भाऊजी, तुम्हीच का दुर्गाशी लग्न करत नाही? त्यांचं घराणं तुमच्या संबंधांतलंच आहे. ती दोघं भावंडं किती छान आहेत नाही? अगदी जशा चिनी बाहुल्याच."

त्यानंतर एके दिवशी संध्याकाळी निरेन गावामागील आमराईतून वाट शोधत निघाला होता; पण काय झालं तेच समजलं नाही. त्याला रस्ता चुकल्यासारखं वाटू लागलं. वाट शोधता शोधता त्याने पाहिलं तर समोरून एक मुलगी येत होती. ती अपूची बहीण दुर्गा आहे हे त्याने पट्कन ओळखलं.

"ही बाग तुमची आहे वाटतं?" त्याने आपलं सहज म्हणून विचारलं.

दुर्गाने निरेनकडे पाहिलं खरं; पण ती इतकी लाजली की, ती काहीच बोलू शकली नाही. निरेनला पुढे जाता यावं म्हणून ती कडेला उभी राहिली.

"नको... नको... तू जा ना." निरेन म्हणाला, "मला वाटतं, मी रस्ता चुकलोय. मी कुठे आहे हेच समजेनासं झालंय. तुमच्या गावाला एवढं जंगल आहे की बस... माणूस हमखास रस्ता चुकतो."

चालता चालता दुर्गा जागीच थबकली आणि मान वळवून उत्सुकतेने निरेनकडे पाहू लागली; परंतु त्या प्रयत्नात असताना नकळत तिच्या ओटीतून कसलं तरी एक फळ निसटलं आणि घरंगळत जमिनीवर पडलं.

"अरे, अरे... ते काय पडलं बघा. कसलं फळ आहे ते?"

ते उचलून दुर्गा म्हणाली, "ते फळ नाही काही. तो एक रानकंद आहे."

"रानकंद? अरे! तुम्ही तो खाता की काय? तो वेलीला असतो की झाडाला लागतो?"

निरेनच्या त्या प्रश्नाचं दुर्गाला फारच आश्चर्य वाटलं. गावातल्या पाच वर्षांच्या मुलालाही हा रानकंद म्हणजे काय, तो कुठे असतो हे माहीत असतं. आणि हा चष्मा घातलेला एवढा शहाणासुरता तरुण मात्र असं वेड्यासारखं विचारत होता.

"ते खात नाहीत काही. ते कडू असतात."

"मग ते कशासाठी?"

"ते, ते खेळण्यासाठी..." ओशाळून दुर्गा म्हणाली.

ज्या चष्मेवाल्या तरुणावरून गोकूळची बायको सारखी आपल्याला चिडवत असते, तो हाच असून तो नेमका दिसतो तरी कसा याची दुर्गाला फार उत्सुकता लागली होती. त्या दिवशी तो जेवायला घरी आला होता; पण तेव्हा ती त्याच्यासमोर येऊ शकली नव्हती आणि आजही नेमकं तसंच घडलं, त्याचा चेहरा तिला नीट पाहताच आला नाही.

"अपूला म्हणावं, उद्या येऊन पुस्तक घेऊन जा. आठवण राहील ना? विसरू नकोस." निरेन म्हणाला.

चालता चालता दुर्गा होकारार्थी मान हलवीत होती. थोडं पुढे गेल्यावर एका पायवाटेकडे बोट दाखवत ती निरेनला म्हणाली, "त्या वाटेनं गेलात तर तुम्ही

सरळ घरी पोहोचाल.''

निरेन म्हणाला, ''हो आता आलं माझ्या लक्षात; पण तू... एकटी कशी जाशील? मी सोबत येऊ का?''

आपल्या घराकडे बोट दाखवत दुर्गा म्हणाली, ''हे काय इथंच तर आहे. मी जाईन. मी जाईन की एकटी. तुम्ही कशाला?''

ज्याप्रमाणे दुर्गानं निरेनला जवळून पाहिलेलं नव्हतं, त्याप्रमाणे निरेननंसुद्धा दुर्गाला पाहिलेलं नव्हतं. तरीही तिचे निरागस डोळे त्याला फारच आवडले. अपूचे डोळेही अगदी तसेच होते. अवतीभोवतीच्या निसर्गाचं सौंदर्य आणि त्याची रम्य शांतता त्या डोळ्यांमध्ये जणू साठवलेली होती.

काहीतरी सांगायचं म्हणून दुर्गा खोळंबली आहे असं निरेनला वाटलं; म्हणून मग तोच म्हणाला, ''थांब हं, मी तुझ्यासोबत येतो. तुमचं घर जवळ आलं की, मी माझ्या रस्त्यानं निघून जाईन.''

दाताखाली ओठ दुमडून गालातल्या गालात हसत दुर्गा तशीच ओठंगून उभी होती. निरेनला वाटलं, तिला काहीतरी सांगायचंय; परंतु नकारार्थी मान हलवत निरेननं आपल्यासोबत येऊ नये, हेच दुर्गानं सुचवलं आणि ती चट्कन घराकडे निघून गेली.

त्या अनाथ भावासाठी

तिसऱ्या प्रहरी गोकूळची बायको वरच्या मजल्यावर गेली. निरेनच्या खोलीत डोकावून पाहिलं तर उकाड्यामुळे झोप येत नसल्यामुळे त्याने जमिनीवर चटई अंथरली होती आणि तो शांतपणे पत्र लिहीत बसला होता. नेहमीप्रमाणे चेष्टेने हसत गोकूळची बायको म्हणाली, ''भाऊजी, झोपला नाहीत? मला वाटलं, तुम्ही तर झोपला असाल. आज रानकेळीची भाजी का खाल्ली नाहीत? आवडली नाही वाटतं? परवाची ती भाजी मात्र सगळी संपवली होती.''

''या, या ना बहूदी... अहो, मी ती भाजी कशी खाणार? किती तिखट! डोळ्यांतून नुसत्या धारा लागल्या आणि भाजीतून मिरची कशी वेगळी काढणार? तुम्ही पूर्व बंगाली लोक फार तिखट खाता बुवा!''

गोकूळची बायको आत आली. तिच्या नेहमीच्या सवयीप्रमाणे ती साडीचा पदर दातात धरून भिंतीशी उभी राहिली आणि म्हणाली, ''काय हो भाऊजी, तुमच्याकडे उन्हाळा कसा असतो?''

''फार भयंकर, तुम्ही कल्पनाही करू शकणार नाही. एप्रिल महिन्यात आम्ही घरात झोपू शकतो म्हणता? अहो, काय सांगायचं... आधी सगळं घर भिजवावं लागतं. चांगलं थंड होऊ द्यावं लागतं. मगच तुम्ही घरात झोपू शकता.''

''असं? बरं, तुमचं गाव इथून किती लांब आहे?''

''इथून बघा, रेल्वेने बरोबर दोन दिवस लागतात.''

''पण काय हो भाऊजी, गया-काशीला जाताना रेल्वे म्हणे जमिनीखालून जाते!''

''जमिनीखालून नाही हो. ते बोगदे असतात बहूदी.''

''मग ते पडत कसे नाहीत?''

तिच्या निरागस खेडूत मनाला असे अनेक प्रश्न पडत. सांगोवांगी कानावर आलेल्या अशा बऱ्याच गोष्टींची ती निरेनकडून खात्री करून घ्यायची आणि निरेनसुद्धा कधी चेष्टामस्करी करीत, तर कधी गंभीरपणे तिला पाहिजे असलेली

माहिती सांगायचा. अशा बऱ्याच गप्पागोष्टी चालत. तिचा निरागस साधेपणा आणि आनंदी वृत्ती निरेनला फार आवडायची. तिच्याकडे विनोदबुद्धी होती तसाच हजरजबाबीपणासुद्धा होता.

''तुम्ही कधी प्रवास वगैरे करत नाही का?'' असंच एकदा निरेन म्हणाला.

''प्रवास? काहीतरीच काय भाऊजी? मग शेतातली कामं कोण करील?''

आणि इतका वेळ हसतखिदळत बोलत असलेली गोकूळची बायको आवाज खाली आणत म्हणाली, ''भाऊजी, माझ्यासाठी एक काम कराल?''

''आधी काम काय आहे ते सांगा.''

''आधी वचन द्या, कराल म्हणून!''

''तसं नको. आधी काम सांगा. मी कोऱ्या कागदावर सही करणार नाही, कारण मी कायद्याचा विद्यार्थी आहे. सांगा बघू.''

पदराला बांधलेली गाठ सोडून दोन कर्णफुलं निरेनच्या हातावर ठेवत गोकुळची बायको म्हणाली,

''यांच्या बदल्यात मला पाच रुपये द्याल?''

''का हो बहूदी?''

''मला एकाला पाठवायचेत. हा पाहा पत्ता; इंग्रजीत आहे.''

पत्ता वाचत निरेन म्हणाला, ''तुमचा भाऊ आहे वाटतं. हो ना?''

''शूऽऽऽ त्यांच्या कानावर पडेल. त्याने पाच रुपये मागवलेत. आता एवढे माझ्याजवळ कुठले? माझी परिस्थिती तुम्हाला माहीतच आहे, म्हणून मग शेवटी ही कर्णफुलंच विकायचं ठरवलं. मला फक्त पाच रुपये द्या. त्या बिचाऱ्याचं या जगात माझ्याशिवाय कोणीही नाही.'' हे बोलता बोलता तिचा गळा भरून आला आणि डोळ्यांत अश्रू ओथंबून आले.

''मी तुम्हाला पाच काय दहा रुपये देतो. ते तुम्ही पाहिजे, तेव्हा परत करा; पण मी तुमची ही कर्णफुलं घेणार नाही.''

क्षणात अविश्वासाने हसत; परंतु तरीही चेष्टेने गोकूळची बायको म्हणाली, ''असं नाही चालणार... तुम्हाला ती घेतलीच पाहिजेत. तुमचं हे कर्ज न फेडता मी मेले तर मला ते फेडण्यासाठी दुसरा जन्म घ्यावा लागेल. म्हणून म्हणते ते घ्या. आता मला गेलं पाहिजे.'' आणि असं म्हणत घाईघाईने ती निघाली. जाण्यापूर्वी पुन्हा एकदा कुजबुजल्यासारख्या आवाजात ती म्हणाली, ''हे कुणालाही सांगू नका बरं का भाऊजी. अगदी कोणालासुद्धा...'' आणि असं म्हणून ती चट्कन निघून गेली.

सुदर्शन

"अपू, अपू रे..." गोधडीखालून अपूला बिलगत दुर्गा म्हणाली.

अपू जागाच होता; परंतु झोपच अशी आली होती की, त्याला काहीही बोलावंसं वाटत नव्हतं. गोधडीत तोंड खुपसत तो म्हणाला, "दीदी, ती खिडकी बंद कर गं! थंड वारा येतोय."

उठून खिडकी लावत दुर्गा म्हणाली, "अपू, तुला माहीत आहे का? लवकरच रानूदीचं लग्न होणार आहे. इंग्रजी बॅन्डसुद्धा येणार आहे म्हणे! तू कधी पाहिलायेस?"

"हो, त्यांच्या डोक्यावर हॅट असतात आणि ते फिलूट वाजवतात. आपल्या बाबूंच्या बासऱ्यांसारख्या नाही काही. त्यांचा आवाज एकदम भारी असतो."

तोवर दुर्गा दुसऱ्याच एका विचारात गुंग झाली होती. काल संध्याकाळी ती गोकूळच्या बायकोकडे गेली होती. बऱ्याच गप्पागोष्टी झाल्यावर दुर्गाला तिनं विचारलं होतं, "दुर्गा, तुझी आणि निरेन भावजीची कुठे भेट झाली होती गं?" त्यावर मग दुर्गानंही जे काही घडलं होतं, ते सगळं सविस्तर सांगितलं होतं. ती म्हणाली होती, "मावशी, माझा तर अजिबात विश्वास बसत नाही बघ. अगं, ते रानात हरवले होते." मोठी माणससुद्धा हरवू शकतात हे पाहून तिला हसू आवरलं नव्हतं.

ते ऐकून गोकुळची बायकोही खूपच हसली होती आणि पुढे म्हणाली होती, "मी किनई त्यांच्याशी तुझ्याबद्दल बोलले. हेही सांगितलं की, ते लोक गरीब आहेत. तुम्हाला द्यायला त्यांच्याकडे काहीही नाही; पण म्हणून काय झालं? तुम्ही दुर्गाशीच लग्न करा. मला वाटतं, तेही हाच विचार करताहेत. गेले तीन दिवस मीही तोच विचार करतेय. मला वाटतं, माझ्या सासऱ्यांशी बोलावं. म्हणजे ते तुझ्या वडिलांकडे हा विषय काढतील."

गोठ्यात वासरू का हंबरतंय ते पाहायला म्हणून दुर्गा उठली. दुर्गा काम करत होती खरी; पण आज तिचं कामामध्ये लक्षच लागत नव्हतं. ती सारखी इकडेतिकडे भटकत होती. रस्त्यावरून... पायवाटांवरून... गावाच्या या टोकापासून अगदी त्या

टोकापर्यंत... तशातच आज वारा अगदी हळुवार वाहत होता. गार हवेमध्ये हवाहवासा उबदारपणा जाणवत होता. सर्वत्र लिंबाच्या बहराचा सुवास दरवळत होता. काहीतरी वाटत होतं खरं; पण काय वाटत होतं, तेच नेमकं तिला समजत नव्हतं.

घरातून बाहेर पडून ती रानूदीकडे गेली. भुवन मुखर्जी हे संपन्न गृहस्थ असल्याने आणि त्यांच्या घरातलं हे पहिलंच लग्न असल्याने त्यांनी भरपूर थाटामाट करायचं ठरवलं होतं.

फटाक्यांची आतषबाजी करणारा गृहस्थ त्यांच्याशी व्यवहाराची घासाघीस करत बसला होता. सुप्रसिद्ध सनईवादक सीतानाथ यांना आगाऊ रक्कम दिली जाणार होती. आसपासचे नातेवाईक हळूहळू वाड्यात गोळा होऊ लागले होते. आवारात माणसांची वर्दळ चालली होती. सगळं वातावरण विवाह समारंभाच्या आनंदानं भरून गेलं होतं.

ते सगळं पाहून दुर्गा रोमांचित झाली. थोड्याच दिवसांत तिला इथं फटाक्यांची आतषबाजी पाहायला मिळणार होती. यापूर्वी तिला फक्त एकदाच आतषबाजी पाहायला मिळाली होती. काय ते फटाके! एकदम जणू थेट स्वर्गापर्यंत जातात आणि तिथून जणू एखादा तारा कोसळावा, त्याप्रमाणे जमिनीवर परत येतात. ते पाहून अपू म्हणाला होता, ''दीदी, अगं, ते रॉकेट होतं रॉकेट!''

तिसऱ्या प्रहरी सर्वजयानं विश्रांतीसाठी अंग टाकलं आहे असं पाहून दुर्गा हळूच बाहेर निसटली. मार्च महिना असल्यानं ऊन चांगलंच तापू लागलं होतं. तापलेला वारा रानूदीच्या बागेतील लिंबाच्या झाडांची पानं सुकवीत होता. ती पानं खाली तापलेल्या जमिनीवर गळत होती. आजूबाजूला कोणीही नव्हतं. सर्वच नीरव शांतता पसरली होती. नेराच्या घराकडे कोणीतरी पत्रा ठोकत होतं; तेवढा आवाज मात्र कानावर येत होता.

''भिंगऽऽ भिंगऽऽ''

दुर्गा मान वळवून इकडेतिकडे पाहू लागली. कसला बरं हा आवाज? दुर्गा विचार करू लागली. पाहिलं तर तो सुदर्शन किड्याचा आवाज होता. खरंच किती शुभ गोष्ट आहे! सुदर्शन म्हणजे विष्णूच्या हातातील चक्र. त्या चक्रासारखा फिरतो म्हणून त्याला सुदर्शन म्हणतात. दुर्गाच्या मनात भक्तिभाव उचंबळून आला. तो किडा नव्हता, तर जणू प्रत्यक्ष ईश्वराचा दूत होता. तिनं चट्‌कन खाली बसून, त्याला नमस्कार केला. हात जोडून ती म्हणाली, ''देवा, माझ्या अपूला, माझ्या आईला, माझ्या वडिलांना आणि माझ्या मावशीलासुद्धा (गोकूळची बायको) सुखात ठेव.'' नकळत त्यात तिने निरेनबाबूंचाही समावेश केला. ती म्हणाली, ''देवा, निरेनबाबूंनाही सुखी ठेव. त्यांच्याशीच माझं लग्न ठरू दे आणि माझ्या लग्नात

रानूदीच्या लग्नात आहे तसाच बॅन्ड वाजू दे आणि फटाक्यांची आतषबाजी असू दे...''

सुदर्शन किड्यानं आपले लाल पांढरे ठिपके असलेले पंख पसरले आणि तो गिरक्या घेत भिंगऽ भिंगऽ करत उडू लागला. गुडघे टेकून जमिनीवर बसलेली दुर्गा हळूच उभी राहिली आणि पावलांचा आवाज होऊ न देता चालू लागली.

झाडाझुडपांनी वेढलेल्या पायवाटेवरून दुर्गा निघाली होती. झाडांच्या फांद्यांमधून दिसणाऱ्या गर्द निळ्या आकाशाचं प्रतिबिंब नदीच्या पात्रात पडलं होतं. झुळझुळ वाहणारा वारा मनमोहक सुगंध वाहून आणत होता. दूर कुठेतरी झाडावर कोकीळ गात होता.

दुर्गा बोरं शोधत होती; पण बोरांचे दिवस तर कधीच संपले होते. हिवाळ्याच्या दिवसांत पाहावं तर झाडांखाली जसा बोरांचा नुसता सडा पडलेला असतो. झाडांखाली किलबिलाट करत बसलेला पक्ष्यांचा थवा दुर्गाची चाहूल लागताच भुरकन उडून गेला.

...एका अनामिक आनंदाच्या जाणिवेनं दुर्गाला जणू वेढून टाकलं होतं... आता लवकरच रानूदीचं लग्न होणार. त्या दिवशी मोठा सोहळा होईल. सगळ्या करवल्या मिळून गाणी म्हणतील. ती गाणी ऐकताना किती कित्ती मजा येईल... तिचं मन पिसासारखं हवेवर तरंगू लागलं... तिला वाटलं, आज आपल्याला पंख असते तर! परंतु पंख नाहीत म्हणून काय झालं? पाय आहेत... तिला वाटलं असंच पळत सुटावं... इथून तिथंपर्यंत... शक्य झालं तर दूर दूर क्षितिजापर्यंत...

पक्ष्याने पंख पसरावेत त्याप्रमाणे दुर्गाने हात पसरले आणि ती स्वतःशीच गिरक्या घेत पुढे धावू लागली. वाळलेल्या पानांचा पाचोळा तुडवीत ती धावत होती. पायाखांली येणारा पाचोळा चुरचुर वाजत होता.

थोडं पुढे गेल्यावर सोनारदंगा गावाकडे जाणारी वाट दिसली. तिच्यावरून जाणाऱ्या एका बैलगाडीनं दुर्गाचं लक्ष वेधून घेतलं. त्या गाडीला कामट्या लावून आच्छादन केलेलं होतं आणि लाल रंगाचा पडदा लावलेला होता. गाडीतून कोणा तरुण मुलीच्या रडण्याचा आवाज येत होता. निश्चितच ती कोणी सासुरवाशीण असावी आणि आपलं माहेर सोडून सासुरवाडीला निघाली असावी. दुर्गा काहीशी गोंधळून; परंतु तरीही काहीशा उत्सुक मनःस्थितीत त्या गाडीकडे पाहत राहिली... लग्नानंतर तिलाही असंच आई, बाबा आणि अपू यांना सोडून दूर जावं लागणार आहे... पण या गोष्टींचा तिने कधी विचारच केला नव्हता. खरंच... फळाफुलांनी बहरलेल्या या बागा, ते मोहोरलेले वृक्ष, जिच्यावर तिचं अत्यंत प्रेम आहे ती तांबडी गाय, वाळलेल्या पानांचा सुवास, नदीकडे जाणारी ही हिरवीगार पायवाट हे सारं सारं सोडून तिला जावं लागणार आहे. दुर्गाला वाटलं, पडद्याआड बसलेली सासुरवाशीण कदाचित... कदाचित... याच गोष्टींसाठी रडत असावी...

तुझं माझं जमेना

संध्याकाळी दुर्गा तिचा मौल्यवान खजिना म्हणजेच तिची बाहुलीची पेटी लावत बसली होती. दिव्यात तेल भरताना सर्वजयाच्या हातून थोडं घासलेट सांडल्यामुळे खोलीत सर्वत्र उग्र वास पसरला होता.

''दीदी, माझा छोटा आरसा का घेतलास गं?'' असं म्हणत अपू तिथं हजर झाला.

''हो घेतलाय. तो माझाच आहे. मुलांना काय करायचाय आरसा? मलाच तो पहिल्यांदा अंथरुणाखाली सापडला.''

''असं होय? म्हणून तो तुझा कसा काय झाला ते सांगा बरं? त्या तिथं राहणाऱ्या मावशींनी तो आईला दिलाय आणि मी तो आईकडून मागून घेतलाय. ते काही नाही. माझा आरसा मला परत दे.'' आणि असं म्हणत तो दुर्गाच्या पेटीजवळ बसला आणि आरसा धुंडाळू लागला.

अपूच्या गालावर एक चपराक ठेवून देत दुर्गा म्हणाली, ''हलकट कुठला. आताच मी माझी पेटी आवरली आणि तू विस्कटतोस होय?''

अपूनंही मग झेप घेऊन दुर्गाचे केस घट्ट पकडले. तिला चांगलंच ओरबाडलं आणि वरून रडवेल्या आवाजात तो म्हणाला, ''का... का... का मारलंस मला? लागलं की. आधी आरसा परत दे. नाहीतर आईला सांगतो बघ, तू तिचा अळिता चोरतेस म्हणून.''

अपूनं चोरीचा उल्लेख करताच दुर्गा आणखी चिडली. अपूचा कान घट्ट पकडून त्याच्या दोन्ही गालांवर तिनं आणखी काही थपडा ठेवून दिल्या.

''काय रे... मी चोरी करते होय? आणि तू काय करतोस? तू तिच्या टोपलीच्या कवड्या चोरतोस ते? ते सांगू का? नालायक! माकड कुठला!'' आणि असं म्हणत तिने अपूची चांगलीच धुलाई सुरू केली.

तो आरडाओरडा ऐकून सर्वजया धावतच तिथं आली आणि पाहते तर काय? अपूचे कान घट्ट पकडून दुर्गानं त्याला जमिनीवर पाडलं आहे आणि अपूनंही तिचे

केस असे काही घट्ट पकडले आहेत की, तिला डोकंही वर करता येत नाहीये.

"नाही गं आई. मी माझी बाहुलीची पेटी आवरून ठेवत होते. हाच आला आणि..."

सर्वजयानं दुर्गाच्या पाठीवर चांगले अर्धा डझन सणसणीत धपाटे ठेवून दिले आणि ती ओरडली, "एवढी मोठ्ठी घोडी झालीस. क्षुल्लक गोष्टीवरून का मारतेस गं त्याला. कळत नाही का तुला? तो किती लहान आहे. काय ती आरशाची गोष्ट! तो काय करायचा तुला? पाहावं तेव्हा त्या पोराला ओरडत असतेस. बाहुलीची पेटी काय? थांब... थांब जराशी..." आणि तिचं ते वाक्य पूर्ण होण्याच्या आत सर्वजयानं दुर्गाची ती लाडकी बाहुलीची पेटी उचलली आणि बाहेरच्या गर्द अंधारात फेकून दिली.

"एवढी मोठी घोडी झालीस. फक्त खातेस आणि दिवसभर नुसती रानात भटकत असतेस. घरात आली की, बाहुलीची पेटी, बाहुलीची पेटी! आता ते सगळं संपलं. बस्स..."

दुर्गा इतकी भेदरली होती की, ती आईला कुठलाही विरोध करू शकली नाही. तिची ती बाहुलीची पेटी म्हणजे जणू तिच्या काळजाचा तुकडा होता. दिवसातून शंभरदा ती आपली बाहुलीची पेटी उघडून तिच्यात दडलेला आपला खजिना पाहत बसायची. त्यात काय नव्हतं...? तिची बाहुली, बेगडी कागदाचा एक तुकडा, छापलेल्या कापडाचा आणखी एक तुकडा, पायाला लावायचा अळिता, रानावनात हिंडून गोळा केलेली वाळलेली बोरं, तो छोटा आरसा, सुगरणीचं एक घरटं असं बरंच काही काही त्यामध्ये साठवलेलं होतं; पण तो सगळा मौल्यवान खजिना आता कुठे बरं असेल? त्याचं काय झालं असेल? ते सगळं अंगणातल्या अंधारात कुठल्या कुठे विखुरलं असेल... हरवलं असेल. आई एवढी कठोर असेल, ती आपल्या सगळ्या वस्तू अशा निर्दयपणे फेकून देईल, असं तिला स्वप्नातही वाटलं नव्हतं.

दीदीला मिळालेली ती शिक्षा फार मोठी आहे असंच अपूलाही वाटलं. तोही एकदम गप्पच झाला होता आणि गुपचूप अंथरुणावर जाऊन पडला होता.

बरीच रात्र झाली तरी दुर्गा त्या अंधाऱ्या खोलीत घासलेटचा उग्र वास आणि डासांची भुणभुण सहन करीत मुकाट्याने बसून होती. बराच वेळ ती अंगणातील अंधाराकडे आशाळभूतपणे पाहत राहिली आणि शेवटी नाइलाजाने अंथरुणावर जाऊन पडली.

रात्री खूप उशिरा चंद्रबिंब आकाशात वर सरकलं. चंद्राचा शीतल प्रकाश खिडकीतून आत आला. मंद हवेवर अंगणातील लिंबाचा सुगंध दरवळत होता. दुर्गा उठून बसली. क्षणभर तिला वाटलं, चट्कन जाऊन अंगणातल्या आपल्या सगळ्या

वस्तू गोळा करून आणाव्यात; पण आईच्या ते लक्षात आलं तर ती पुन्हा बदडून काढेल, या भीतीने ती पुन्हा अंथरुणावर पडली.

अचानक तिला हाताचा स्पर्श जाणवला.

''दीदी...'' अपू तिलाच हाक मारत होता.

दुर्गा काहीतरी बोलणार तोच अपूनं उशीत तोंड खुपसलं आणि तो हुंदके देत रडू लागला.

''दीदी, माझ्यावर रागावू नकोस गं दीदी. मी पुन्हा तसा कधीच वागणार नाही.'' आणि बोलत बोलत तो हुंदक्यांवर हुंदके देऊ लागला.

आईने अपूचं रडणं ऐकलं तर ती पुन्हा एकदा आपल्याला बदडून काढेल, या भीतीने दुर्गा हादरलीच.

घाईघाईने ती म्हणाली, ''गप्प बस, गप्प बस! मला मुळीच राग आलेला नाही. बिलकूल रडू नकोस. आई ऐकेल. गप्प बस.''

मग अपू रडायचा थांबला. त्यानंतर दोन्ही भावंडं गप्पागोष्टींत रंगून गेली. बोलता बोलता रानूदीच्या लग्नाच्या गोष्टीही निघाल्याच. दुर्गाच्या अंगावर हात ठेवत अपू म्हणाला, ''दीदी, तुला एक गोष्ट सांगू? तुझं लग्न की नाही, निरेनबाबूंशी करायचं चाललं आहे.''

दुर्गाला लाज वाटत असली तरी तिलाही उत्सुकता होतीच; पण लहान भावाशी त्या विषयावर कसं बोलायचं म्हणून ती गप्पच राहिली.

अपू पुढे म्हणाला, ''आपली मावशी आहे ना? ती संध्याकाळी रानूदीच्या आईशी बोलत होती. निरेनबाबूही तयार आहेत म्हणे?''

ते ऐकल्यावर दुर्गाची उत्सुकता अधिकच ताणली गेली. न राहवून ती म्हणाली, ''वेडा कुठला...''

ताड्कन उठून बसत अपू म्हणाला,

''नाही गं दीदी, खरं तेच सांगतोय. शप्पथ! आज संध्याकाळचीच गोष्ट आहे. त्या वेळी मी तिथंच होतो. अगदी माझ्यासमोरच ती गोष्ट निघाली. ते बाबांना निरेनबाबूंच्या वडिलांना पत्र लिहायला सांगणार आहेत.''

''आईला माहीत आहे?''

''मी आईला विचारणारच होतो; पण विसरलो. विचारू का? बहुतेक आईला यातलं काहीच माहीत नाही. कदाचित मावशी आईला उद्या बोलावणं पाठवील.'' बोलता बोलता नकळत अपू थबकला आणि विचारात गढून गेल्याप्रमाणे पुढे म्हणाला, ''आता तुला सारखं आगगाडीमध्ये बसायला मिळणार. निरेनबाबूंचं गाव खूप दूर आहे ना...''

दुर्गा गप्पच होती. ती काहीही बोलली नाही. एकदा तिनं अपूच्या पुस्तकात

आगगाडीचं चित्र पाहिलं होतं. अनेक लोखंडी चाकं असलेली ती एक महाप्रचंड आणि लांबलचक अशी वस्तू होती. तिच्या पुढे आग आणि धूर ओकणारं इंजीन जोडलेलं होतं. ती संपूर्ण आगगाडी लोखंडाची बनवलेली असावी. तिची चाकंसुद्धा बैलगाडीसारखी लाकडाची नव्हे, तर लोखंडाची बनवलेली असावीत. आगगाडी जिथून जाते तिथं आसपास झोपड्या वगैरे काही नसतं म्हणे! आग लागून त्या पेटल्या तर? पण खरंच का आगगाडी एवढी आग ओकते? मायेनं अपूचं डोकं कुरवाळत दुर्गा म्हणाली, ''मी तुलाही माझ्यासोबत घेऊन जाईन हं अपू.''

हळूहळू अपूचे डोळे मिटू लागले; परंतु दुर्गा मात्र जागीच होती. तिच्या डोक्यात आता दुसरेच विचार चालले होते. त्या सुंदर सुदर्शन किड्यानं तिची प्रार्थना ऐकली होती... खरंच देव किती दयाळू आहे... दुर्गा मनातल्या मनात देवाची प्रार्थना करू लागली...

''रानूदीसाठी किती छान साडी आणलीय ते पाहिलंस का? तिच्या काकांनी राधाघाटहून आणलीय. कोणीतरी एक मावशी सांगत होती की, ती बलुचर साडी आहे म्हणून.'' पेंगुळलेल्या आवाजात अपू सांगत होता.

एकदम खिदळत दुर्गा म्हणाली, ''तुला आठवतं का रे अपू? आपली इंदिराआत्या बलुचर साडीचं कोडं घालायची. म्हशीच्या पारड्यांमध्ये मोराचं पिलू...''

आणि मग यावर ती दोघं भावंडं बराच वेळ खदखदा हसत राहिली...

गिधाडाचे अंडे

सध्या अपूला असं एक खास रहस्य सापडलं होतं की, जे त्याने अजून कोणालाही-अगदी त्याच्या दीदीलाही सांगितलेलं नव्हतं.

त्या दिवशी तिसऱ्या प्रहरी वडील बाहेर गेलेले असताना हळूच त्यांच्या खोलीत शिरून त्याने पुस्तकांनी खच्चून भरलेला त्यांचा लाकडी पेटारा उघडला होता. ते सगळं काम त्याने फार गुप्तपणे पार पाडलं होतं. अत्यंत उत्कंठेने तो एकामागून एक पुस्तक चाळत होता आणि त्यात कुठे पाहण्यासारखी चित्रं किंवा वाचण्यासाठी चांगली गोष्ट मिळते का ते पाहत होता. काही पुस्तकं इतकी जीर्ण झाली होती की, हात लावताच पानांचे तुकडे पडत होते.

'विश्वज्ञान संग्रह' असं त्या पुस्तकाचं नाव होतं. त्या शीर्षकाचा अर्थ काय आहे किंवा ते पुस्तक कशाबद्दल आहे हे जाणून घेण्याची त्याला काडीइतकीही उत्सुकता नव्हती. पान उलटताच त्यावर वाळवीचा पुंजका सैरावैरा धावताना दिसला आणि तो काही क्षणांत अदृश्यही झाला. अपूनं त्या पुस्तकाचा वास घेतला. त्याला जुन्या कागदांना असतो, तसा कुबट वास येत होता. पुस्तकाची पानं जाडसर आणि तपकिरी होती. जुन्या पुस्तकांचा हा वास अपूला फार आवडायचा. त्या वासासोबत वडिलांचा विचार अपूच्या मनात तरळून जाई.

वेष्टनातून निखळलेलं ते पुस्तक हातात घेऊन अपू सहज म्हणून चाळू लागला आणि चाळता चाळता वाचू लागला. वाचता वाचता तो एकदम थबकलाच. त्याला कोणी असं काही सांगितलं असतं तर त्यावर त्याचा मुळीच विश्वास बसला नसता; पण इथं तर चक्क छापलेलं होतं! अक्षरशः छापलेलं! तिथं लिहिलेलं होतं; पारा ही अशी वस्तू आहे की, तिच्यात असामान्य गुणधर्म साठवलेले आहेत. गिधाडाच्या अंड्यात पारा भरून थोडे दिवस उन्हात ठेवा. त्यानंतर ते अंडे तुम्ही तोंडात ठेवले तर आकाशात उडू शकता.

अपूचा त्याच्या डोळ्यांवर विश्वासच बसेना. त्यानं तो परिच्छेद उत्कंठेनं पुनःपुन्हा वाचला. त्यानंतर ते पुस्तक त्याने हळूच लपवून ठेवलं आणि तो विचार

करायला बाहेर पडला... तो जसजसा त्याचा विचार करायचा, तसतसा जास्तच गोंधळामध्ये पडायचा. संध्याकाळी त्याने हळूच दुर्गाला विचारलं, "दीदी, गिधाडं आपली घरटी कुठं बांधतात ते माहीत आहे का गं तुला?" पण तिलासुद्धा काहीच माहीत नव्हतं.

म्हणून मग त्याने आसपासच्या मुलांना विचारायला सुरुवात केली. सतू, निलू, किनू, पोतू आणि नेरा... सगळ्यांनाच! त्यांच्यापैकी एकजण म्हणाला, "इथं जवळपास कुठंच मिळणार नाही रे ते. गिधाडं त्यांची घरटी जंगलात, मोठमोठ्या झाडांच्या शेंड्यावर बांधतात..."

अपूची ती भटकंती पाहून एके दिवशी सर्वजया चांगलीच उखडली. म्हणाली, "उन्हातान्हाचा सारखा कुठे भटकत असतोस रे तू? जरा घरी थांबत जा की."

पण आई रागावली म्हणून अपूची शोधमोहीम मुळीच थांबणार नव्हती. वेळ उन्हाची होती म्हणून आईला उत्तर न देता अपू सरळ आपल्या खोलीत घुसला आणि झोप घेत असल्याचं नाटक करत पडून राहिला. पुस्तक उघडून तो परिच्छेद त्याने पुन्हा वाचला. "आश्चर्यच आहे! खरंतर आकाशात उडणं किती सोपं आहे! पण कुणालाच कसं हे माहीत नाही? बहुतेक बाबांशिवाय या पुस्तकाची दुसरी प्रत आणखी कुणाकडेच नसेल किंवा आजवर आपल्याखेरीज दुसऱ्या कुणाचीही नजर या विशिष्ट परिच्छेदावर पडली नसेल..."

...त्याने परत पुस्तकात नाक खुपसलं आणि त्याचा वास घेतला. तोच जुनाट, कुबट वास... अशा या पुस्तकामध्ये जे लिहिलंय ते खरं आहे की खोटं आहे याबद्दल शंका घेण्याचा प्रश्नच नव्हता.

दरम्यान, दुर्गाला एक नवीन मौज सापडली. रोज दुपारचं जेवण झालं की, थोडासा भात हातात घेऊन ती वेळूबनाकडे तोंड करून उभी राहायची आणि अपूकडे वळून म्हणायची, "आता काय गंमत होते होते पाहा हं! भुलूऽऽ, भुलूऽऽऽ"

आसपास अगदी कशाचीही चाहूल नसायची; परंतु थोड्याच वेळामध्ये झाडाझुडपातून खसफसल्याचा आवाज यायचा आणि धावतच आलेला एक कुत्रा शेपटीचा गोंडा हलवीत दुर्गासमोर उभा राहायचा. आपल्या हाकेसरशी भुलू हजर झाला, म्हणून दुर्गाला इतका आनंद व्हायचा की, ती उरलेला सगळा भात त्याला खायला घालायची.

एके दिवशी ती म्हणाली, "आज मी किनई, भुलूला हळू आवाजात बोलावते. तरीही तो येतो की नाही ते पाहू या. मला वाटतं, त्याला माझा वास येतो."

आणि आश्चर्य म्हणजे दुर्गानं अगदी हळू आवाजात बोलावूनसुद्धा भुलू धावतच आला. ते पाहून दुर्गाला इतका आनंद झाला की, बस्स! खरं म्हणजे आहे तेवढ्या अन्नातून एवढा भात एका कुत्र्याला खाऊ घालावा हे सर्वजयाला मुळीच

आवडत नव्हतं; परंतु दुर्गानं त्यावरही उपाय शोधून काढला. भुलूला देता यावा म्हणून दुर्गा कमी भात खायची आणि ताटामध्ये मुद्दामच उष्टा भात राखून ठेवायची; तोच भात मग भांडी घासायच्या वेळी भुलूला खाऊ घालायची.

अपूला मात्र तो सगळा वेडेपणाच वाटला. हाक मारल्याबरोबर तो कुत्रा धावतच हजर होतो, यात कसली आली आहे गंमत? परंतु दुर्गाचं आपलं काहीतरीच असतं. अपू मात्र सतत गिधाडाचं घरटं आणि त्याचं ते अंडं याच एका विचारामध्ये बुडून गेला होता.

पाऱ्याविषयी म्हणाल तर त्याबद्दल काहीच अडचण नव्हती. त्याला माहीत होतं की, पारा चंदेरी असतो आणि तो आरशाच्या मागे वापरला जातो. घरात एक फुटलेला आरसा पडलेला होता. त्याचा पारा खरवडून काढणं सहज शक्य होतं; परंतु गिधाडाची अंडी कुठून मिळवायची हाच खरा प्रश्न होता. शेवटी त्याला एक उपाय सापडला. गुराख्यांची पोरं गावात मजुरी म्हणून तेल आणि तंबाखू आणायला जात, तेव्हा त्यांची गुरं ते हिरू न्हाव्याच्या घरासमोरच्या फणसाच्या झाडाला बांधत. अपू त्यांच्यापैकी एकाला ओळखत होता. लगेच त्याला गाठून अपू म्हणाला, ''तू रानात सगळीकडे गुरं चारत फिरतोस म्हणून विचारतो. तू कधी गिधाडांची घरटी पाहिली आहेस का? हे बघ, जर का तू मला गिधाडाची अंडी आणून दिलीस, तर मी तुला दोन पैसे देईन.''

त्यानंतर तीन-चार दिवसांनी तो मुलगा अपूकडे आला. त्याने अपूला थोडं बाजूला नेलं आणि कमरेला खोचलेल्या बटव्यातून गडद काळसर रंगाची दोन लहानशी अंडी काढून दाखवत तो म्हणाला, ''छोटे गुरू, हे बघा, मी तुमच्यासाठी काय आणलंय!''

बघू, बघू असं म्हणत अपूनं अगदी उतावीळपणे ती अंडी हातात घेतली. सगळ्या बाजूंनी ती अंडी निरखून पाहत मोठ्या आनंदानं तो कुजबुजला, ''गिधाडाची अंडी! अगदी खरोखरची. होय ना?''

''अगदी खात्रीनं सांगतो छोटे गुरू. अहो, ही अंडी गिधाडाचीच आहेत. अहो, ती मिळवण्यासाठी मला केवढ्या उंच झाडावर चढावं लागलं माहीत आहे? गिधाडं उंच झाडांवर अगदी शेंड्याला घरटी बांधतात. तिथं हे मिळालं मला. अक्षरशः जीव धोक्यात घालावा लागला; पण तुमच्यासाठी मी ते केलं.''

सगळं रंगवून सांगितल्यावर शेवटी तो म्हणाला, ''एवढ्या सगळ्या कष्टाची किंमत दोन आणे तरी पाहिजेतच.''

त्या अंड्यांसाठी एवढी मोठी किंमत मोजावी लागणार म्हणून अपूचा चेहराच पडला. तो म्हणाला, ''मी तुला दोन पैसे देतो आणि माझ्याकडच्या कवड्यासुद्धा देतो... सगळ्या देतो. एक चांगला डबा भरून आहेत. मोठमोठ्या सोनेरी रंगाच्या.

तुला दाखवू का?"

पण तो गुराख्याचा पोर अपूपेक्षा अधिक व्यवहारी होता. रोख पैशांशिवाय ती अंडी विकायला तो अजिबात तयार नव्हता. शेवटी बराच वेळ घासाघीस झाल्यावर चार पैशांवर सौदा तुटला. अपूनं ती अंडी मिळवण्यासाठी गोड गोड बोलून दुर्गाकडून दोन पैसे उपटले. तरीही त्या गुराख्याच्या पोराने चार पैसे घेतले ते घेतले आणि वरून अपूच्या काही कवड्याही हडप केल्याच! त्या कवड्या म्हणजे अपूचा जीव की प्राण होता. एरवी कोणी त्याला अर्धं राज्य दिलं असतं किंवा राज्यासह राजकन्या जरी दिली असती त्याने तरी त्या कुणाला दिल्या नसत्या; परंतु गिधाडाची अंडी मिळवण्याचा प्रश्न तेवढाच महत्त्वाचा होता. अशा वेळी फार घासाघीस करून चालणार नव्हतं. कवड्या खेळून मिळणाऱ्या आनंदापेक्षा आकाशात उडण्याचा आनंद निश्चितच अधिक मोठा होता आणि त्यासाठी एवढा त्याग करायला काहीच हरकत नव्हती.

अंडी हातात पडल्याबरोबर अपू जसा काही अगदी हवेतच तरंगू लागला. नंतर त्याच्या मनात हळूच एक शंकेची पाल चुकचुकली; परंतु प्रत्यक्ष गिधाडाची अंडी हातात असल्यावर काय चिंता आहे? तो एकटाच नेराच्या बागेत गेला आणि आंब्याच्या बुंध्यावर बसून विचार करू लागला.

...खरंच का मी आकाशामध्ये उडू शकेन? मग आधी कुठं जायला हवं बरं? काकांच्या घरी जायचं की बाबा जिकडे गेले असतील तिकडे जावं? ही नदी ओलांडून जावं की, पाकोळीसारख्या गिरक्या घेत घेत उंच आकाशामध्ये चांदण्या असतात तिथं जावं? मी त्या चांदण्यांना हात लावू शकेन? खरंच तिथंवर जाऊ शकेन?

त्याच दिवशी संध्याकाळी की दुसऱ्या दिवशी संध्याकाळी कुणास ठाऊक; दुर्गा दिव्यासाठी वात करायला कापडाचा तुकडा शोधत होती. जुने कपडे, भांडी कोंबून ठेवली होती अशा एका फडताळात चिंधी धुंडाळत असतानाच फडताळातून काहीतरी घरंगळत आलं आणि जमिनीवर पडलं. तिथं खूप अंधार होता; त्यामुळे तिला काहीच दिसलं नाही. म्हणून तिनं ते तुकडे उचलले आणि ते कसले आहेत पाहण्यासाठी अंगणात घेऊन आली.

"आई गंऽऽ" दुर्गा किंचाळलीच. "कुठल्या मेल्या पक्ष्यानं त्या फडताळात अंडी घातली कुणास ठाऊक! कसला घाणेरडा वास येतोय."

त्यानंतर काय झालं ते न सांगितलेलंच बरं! अपूचं रडणं, ओरडणं घरातून पळून जाणं, दिवसभर उपाशी राहणं हे सगळं पुन्हा एकदा नेहमीप्रमाणे पार पडलं.

दुसऱ्या दिवशी तळ्यावर अंघोळीला जाताना सर्वजया बडबडत होती..."या माझ्या पोरानं असा उच्छाद मांडलाय म्हणते मी. असला गाढवपणा तुम्ही कधी

ऐकलाय का हो सेजा ठाकूरन? गिधाडाचं अंडं तोंडात धरलं, तर तुम्ही म्हणे आकाशात उडू शकता. ते गुराख्याचं पोर तर पक्कं हरामखोर आहे. त्यानेच मेल्याने कुठूनतरी कावळ्याची दोन अंडी हुडकून आणली आणि गिधाडाची अंडी म्हणून याच्या हातावर ठेवली आणि वरून त्यासाठी चार पैसेही मोजायला लावले. माझं हे पोरंग किती मूर्ख आहे हे तर सांगायलाच नको. त्याच्याशी कसं वागावं हेच मला कळेनासं झालंय...''

खरंच बिचाऱ्या सर्वजयाला ते कसं बरं कळणार होतं? 'सर्वदर्शन संग्रह' यासारखा ग्रंथ किंवा पाऱ्याचे गुणधर्म अशा गोष्टी प्रत्येकाला कशा कळणार?

आणि कळत नाहीत तेच किती बरं आहे! नाही तर सगळीच माणसं आकाशात भराऱ्या घेताना दिसली नसती का?

चाफ्याची फुलं

अलीकडे काही दिवसांपासून गावाच्या दुसऱ्या भागात एका छोट्या खोपटात राहणाऱ्या नरोत्तम दास यांच्याशी अपूची मैत्री जमली होती. ते एक वयस्कर वैष्णव गुरुजी होते. त्यांच्या प्रेमळ चेहऱ्यावर एक वेगळंच तेज होतं. त्यांचा स्वभाव फार चांगला होता; पण त्यांना गोंधळ मुळीच आवडायचा नाही, म्हणून ते एकांतात राहणंच पसंत करीत. हरिहरच्या जेव्हा हे लक्षात आलं की, आता अपूसुद्धा आपल्याबरोबर पायी फिरण्याइतका मोठा झालाय, तेव्हा तो अपूला घेऊन या गुरुजींना भेटायला आला होता. अगदी पहिल्या भेटीतच अपू आणि हे गुरुजी एकमेकांकडे खेचले गेले होते.

अपूला आता त्यांच्याकडे एकट्यानंच जायची परवानगी मिळाली होती. ‘‘आजोबा, तुम्ही घरी आहात ना?’’ अंगणात पाऊल टाकल्याबरोबर अपू हाक मारायचा आणि अपूची हाक ऐकल्याबरोबर हा वयस्कर माणूस धावतच बाहेर यायचा आणि ओट्यावर चटई अंथरून म्हणायचा. ‘‘या छोटे गुरुजी, या, बसा इथं.’’

इतर लोकांच्या घरात अपूला फार संकोच वाटायचा. त्याला काही बोलायलाच सुचायचं नाही; पण इथं या वृद्ध मित्राच्या घरी मात्र तो अगदी मनमोकळा व्हायचा. अगदी त्याच्या वयाच्या मुलाशी गप्पा माराव्यात, तशा गप्पा तो या मित्राशी मारायचा.

नरोत्तम दास यांना कुणीच नातेवाईक नव्हतं. त्यांच्याच जातीच्या एका वैष्णव मुलीशिवाय ते त्यांच्या घरात पूर्ण एकटे होते. ती मुलगीसुद्धा रोज ठरावीक वेळी येऊन घरातली कामं आटोपून निघून जायची. म्हणून अपूला खात्रीच असायची की, नरोत्तम दास यांचा सगळा वेळ आपलाच आहे. म्हणून तो संपूर्ण दुपार त्यांच्याकडेच घालवायच्या इराद्याने यायचा आणि सगळा वेळ त्यांच्या गोष्टी ऐकण्यात आणि आपल्या काही गोष्टी त्यांना सांगण्यात घालवायचा. नरोत्तम दास खूप वयस्कर आहेत; अगदी त्याच्या वडिलांपेक्षाही खूप मोठे आहेत ही गोष्ट त्याच्या गावीही नव्हती. बहुतेक त्यांच्या वयातलं हे फार मोठं अंतर हीच गोष्ट त्यांना जवळ

आणायला कारणीभूत ठरली असावी. अपू तिथे असला की, त्याचा सगळा लाजाळूपणा गळून पडायचा. तो अगदी मोकळेपणाने हसायचा आणि अगदी मनात येईल ते बोलायचा. इतर कुठे असं काही बोललो तर गावातले वयस्कर लोक आपल्याला उद्धट किंवा अतिशहाणा म्हणतील हे त्याला पुरतं माहीत होतं.

एकदा नरोत्तम दास त्याला म्हणाले, ''अरे बाळ, तू मला तुझ्या वयाच्या संत गौरांग प्रभू यांची आठवण करून देतोस. ते अगदी तुझ्यासारखेच सुंदर, साधे आणि निरागस असले पाहिजेत आणि त्यांच्याही डोळ्यांमध्ये तुझ्या डोळ्यांत आहेत तसे दैवी भाव असले पाहिजेत.''

इतर कोणी असं म्हटलं असतं तर अपू लाजून लाल झाला असता; परंतु आजोबांनीच असं म्हटल्यावर तो हसून म्हणाला, ''आजोबा, तुमच्याजवळच्या त्या पुस्तकातलं संत गौरांग यांचं ते चित्र मला पुन्हा एकदा पाहू द्या बरं.''

वृद्ध गुरुजींना फार आनंद झाला. ते धावतच घरात गेले आणि क्षणातच हातात पुस्तक घेऊन बाहेर आले. 'प्रेमभक्ती चंद्रिका' असं त्या पुस्तकाचं नाव होतं. हा त्यांचा खूप मोठा खजिना होता. जेव्हा ते एकांतात त्यावर मनन करीत असत, तेव्हा त्यांना जणू आपलं मानसिक उन्नयन होत आहे असे वाटे. त्या पुस्तकामध्ये फक्त दोनच चित्रं होती आणि त्यातलंच एक गौरांग प्रभूंचं होतं. अपूनं ते पुन्हा पाहायला मागितलं म्हणून त्यांना खूप आनंद झाला होता. ते म्हणाले, ''छोटे गुरू, मृत्यूपूर्वी हा ग्रंथ मी तुम्हालाच देऊन जाईन. फक्त तुम्हीच याची चांगली बडदास्त ठेवू शकाल.''

गुरुजींचा निरोप घेताना अपूनं अंगणात पडलेली मूठभर चाफ्याची फुलं वेचून घेतली. घरी आल्यावर त्यानं ती फुलं आपल्या अंथरुणावर पसरली. तोवर अंधार होत आला होता आणि सगळीकडे दिवे लागले होते. ही अपूची घरचा पाठ शिकण्याची वेळ होती. आजवर तो कधीही एका तासापेक्षा जास्त वेळ बसला नव्हता. तरीही रात्रीच्या त्या प्रहरी आजचा तो तास त्याला फारच कंटाळवाणा वाटला. पाठ संपल्याबरोबर त्याने घाईगर्दीने जेवण उरकलं आणि तो आपल्या झोपण्याच्या खोलीत शिरला. चट्कन अंथरुणावर पडून त्याने आपला चेहरा त्या मौल्यवान चाफ्याच्या फुलांवर ठेवला. त्यांचा सुवास घेत आज संपूर्ण दिवसात काय काय घडलं हे आठवू लागला... आज खेळून झालेले खेळ, आजच्या सगळ्या गमती आणि आजोबांसमवेत घालवलेले ते आनंदाचे क्षण...

वनभोजन

चंडीमातेच्या उत्सवाच्या निमित्ताने दरवर्षी सार्वजनिक जत्रा भरायची. त्या दिवशी वनभोजनाचाही कार्यक्रम असे. ही जत्रा हरिहरच्या घरासमोरून जाणाऱ्या रस्त्याच्या पलीकडे कुरणात भरायची. अपू आणि दुर्गा सकाळपासूनच तिकडे जाणाऱ्या मुलाबायकांची लगबग पाहत होते. एक प्रथा आणि देवीच्या उत्सवाचा एक भाग म्हणून सर्वजया तिथं जायची; परंतु तिनं मुलांना कधीही सोबत तिथं नेलं नव्हतं. गावातल्या प्रत्येक कुटुंबानं स्वयंपाकाचं सगळं सामान तिथं न्यायचं आणि स्वयंपाक करून जेवायचं अशी वनभोजनाची पद्धत होती. बऱ्याच श्रीमंत बायकांना तर आपण काय काय आणलंय याचं प्रदर्शन करायची ती एक संधीच वाटायची; त्यामुळे तिथं जत्रेपेक्षा प्रदर्शनच अधिक भरायचं; त्यामुळे त्या जेवणाला वनभोजनापेक्षा मेजवानीचं स्वरूप यायचं. सर्वजयाला माहीत होतं की, आपण वनभोजनाला जायचं म्हटलं तर आपल्याजवळ थोडाफार जाडाभरडा तांदूळ, डाळीच्या कण्या आणि थोडीशीच पालेभाजी आहे. अशा परिस्थितीत तिथं जाऊन त्या वस्तूंचं प्रदर्शन करण्यापेक्षा तिथं न गेलेलं आणि मुलांना - त्यातही विशेषतः अपूला - नाराज न केलेलंच बरं, असं तिला वाटायचं. सेजाबहू तिच्या मुलांना दूध-भात, केळी आणि पिवळाधमक गूळ जेवायला वाढायची. ते पाहून सर्वजयाला आपल्या मुलांची तीव्रतेने आठवण यायची. वाटायचं, अपूलाही असं जेवायला किती आवडलं असतं... परंतु त्याला तसं जेवण वाढणं सर्वजयाला शक्य नव्हतं. दीर्घ निःश्वास टाकून ती देवीच्या उत्सवात सहभागी व्हायची; पण मनातल्या मनात दुर्गा आणि अपूच्या आठवणींनी फार फार व्याकूळ व्हायची.

नेहमीप्रमाणे आजही सेजाबहू मुखर्जींच्या सर्व पिलावळीसह हमखास तिथं गेलेली असणार आणि ती आपल्या जखमेवर मीठ चोळणार याची तिला खात्रीच होती.

त्या दिवशी सकाळी सर्वजया बाहेर गेल्यावर दुर्गा अपूजवळ आली आणि म्हणाली, "अपू आपण दोघांनीच आपलं वनभोजन केलं तर?"

''मस्तच! चालेल. दीदी, जरूर करू या.'' उत्साहानं अपू म्हणाला.

सध्या ओसाड पडलेलं नीलमणी रे यांचं अंगण हे वनभोजनासाठी चांगलं ठिकाण होतं. त्या अंगणात मोठमोठं गवत आणि वेली माजलेल्या होत्या. दुर्गानं खोरं घेऊन दोघांना वनभोजनासाठी पुरेल एवढी जागा साफसूफ केली. साफसफाई करून झाल्यावर धापा टाकत ती अपूला म्हणाली, ''अपू, तू जा आणि त्या चिंचेच्या झाडाखाली उभा राहा. आई येताना दिसल्याबरोबर मला इशारा कर. तोपर्यंत मी घरात जाऊन हळूच थोडी डाळ आणि तांदूळ घेऊन येते.''

थोड्याच वेळात दुर्गा डाळ-तांदळासह एका स्वच्छ नारळाच्या करवंटीत थोडसं गोडेतेलसुद्धा घेऊन आली. तिनं ती तेलाची किटली आईच्या लपवून ठेवायच्या जागेतून शोधून काढली होती. घराचा कानाकोपरा धुंडाळून आईच्या लक्षात येणार नाही अशा पद्धतीनं एक-एक करून सगळ्या वस्तू आणल्या होत्या. आणखी एक फेरी मारून झाल्यावर तिनं अपूला हाक मारली आणि त्या सगळ्या मौल्यवान वस्तू त्याच्या हवाली केल्या.

एका सुरक्षित जागेकडे बोट दाखवीत ती म्हणाली, ''हे बघ, या सगळ्या वस्तू तिथं नेऊन ठेव आणि तिथंच थांब. नाहीतर गाय येऊन सगळं फस्त करून टाकेल.''

तेवढ्यात मोळीवाली तांबट विधवा आपलं लहानसं बाळ घेऊन अंगणात उगवली.

आत्ताच नेमकी ही कशाला टपकली म्हणून दुर्गा म्हणाली, ''इकडे कशाला आलीस गं?''

''छोटी दीदी, अगं, मोळी आणायला रानात गेले होते. तिथं ही छान छान गोड बोरं सापडली. घे ना, छोटी दीदी.''

रानात कुठल्या बोराच्या झाडाला किती बोरं लटकली आहेत किंवा कुठल्या झाडावर किती फळं लपली आहेत हे दुर्गाला चांगलं माहीत असल्याने तिला ती बोरं खरेदी करायची मुळीच गरज नव्हती. तरीही ती बोरं पुढे करीत, ती बिचारी विधवा स्त्री दुर्गाच्या विनवण्या करत होती, ''पाहा ना, किती दळदार आणि गोड गोड आहेत. घे ना. फक्त एक पैसा दे. आता तूच सांग. बाजारात जाऊन ही मोळी विकून परत यायला संध्याकाळ नाही का होणार? तोवर माझ्या बाळाला भूक लागेल गं! जवळ एखादा पैसा असला तर त्याला चुरमुरे तरी घेऊन देईन.''

दुर्गाला तिचं ते म्हणणं मुळीच मान्य नव्हतं. तरीही अपूला हाक मारून ती म्हणाली, ''अपू, तिथं कटोऱ्यामध्ये थोडे चुरमुरे असतील. ते तिच्या बाळाला देऊन टाक.''

त्या मोळीवाल्या स्त्रीला घालवून ते दोघं धावतच वनभोजनाच्या ठिकाणी

आले. अपू जळणासाठी वाळल्या काटक्या गोळा करू लागला. एवढ्या पुरेत की आणखी हव्यात म्हणून विचारू लागला.

दुर्गानं निवडलेली जागा अगदी झकास होती. आजूबाजूला उंचच उंच झाडंझुडपं आणि गवत असल्याने बाहेरून कुणाला काही दिसण्याचा प्रश्नच नव्हता. दुर्गानं एका मातीच्या वाडग्यात भात शिजवायला टाकला. हा वाडगा तिच्या खेळण्यातल्या वाडग्यापेक्षा थोडासाच मोठा होता. नंतर अपूला हाक मारून ती म्हणाली, ''अपू, हे पाहा, मला केवढे मोठमोठे रानबटाटे मिळालेत. पुंटूच्या बागेत नारळाच्या झाडाखाली असले बटाटे भरपूर आहेत. मी आता लगेचच हे भाताबरोबर शिजायला टाकते.''

अपूची एकच लगबग सुरू होती. तो सारखा हे आणू का, ते आणू म्हणून विचारत होता. हे त्याचं पहिलं वहिलं खरंखुरं वनभोजन होतं. हा काही भातुकलीचा खेळ नव्हता. अगदी खरोखरचं वनभोजन होतं. या वनभोजनात आज तो खराखुरा डाळ-भात आणि भाजी जेवणार होता. खरं म्हणजे त्याला हे सगळं स्वप्नवतच वाटत होतं. भातुकलीच्या खेळात भात म्हणून रेती आणि बटाट्याची भाजी म्हणून खडे खाल्ल्याचं नाटक करावं लागत असे; पण आजचा दिवस छान होता. जागाही सुंदर होती. त्या झुडपांच्या खालची जागा त्यांचीच होती. वसंत ऋतूच्या आगमनामुळे झाडांना नवी पालवी फुटली होती आणि ही जुनी ओसाड पडलेली बागसुद्धा रानफुलांनी फुलून गेली होती. त्याप्रमाणे काही झाडांना पांढऱ्या फुलांचे घोस लटकले होते.

दुर्गानं शिजलेल्या भाताचं भांडं खाली उतरवलं आणि एका फुटक्या वाडग्यात थोडंसं तेल ओतून भाजीला फोडणी द्यायची तयारी केली. चिरलेल्या भाज्यांच्या फोडी तापलेल्या तेलात घालताच फोडणीचा असा काही छान आवाज येऊ लागला की, दुर्गा आणि अपू आनंदाने जणू बेहोश झाले.

''दीदी, आई देते तशीच फोडणी तू दिलीस बघ!''

खरंच दुर्गानं आज प्रथमच स्वयंपाक केला होता; त्यामुळेच तर ती आज आनंदानं एवढी मोहरून गेली होती. अपूच्या गोड चेहऱ्याकडे पाहून दुर्गाच्या मनात माया उचंबळून आली. खरंच, तिचा लाडका अपू तिला कित्ती कित्ती आवडतो. खरंच तो फार साधा आहे. फार फार भोळा आहे. दुर्गाला सारखं एकच वाटतं, आज ना उद्या काहीतरी घडणार आहे एवढं खरं! काय घडणार आहे ते सांगता येत नाही; पण काहीतरी घडणार आहे एवढं खरं... कदाचित... कदाचित... तिला खूप दूर जावं लागेल, तेव्हा तिचा लाडका अपू तिच्याजवळ नसेल. अपू... गोट्या खेळणारा, सतत काही ना काही उद्योग करणारा वेडा अपू...

फोडणीचा तो चुर्रऽऽ चुर्रऽ आवाज अपू अगदीच मंत्रमुग्ध होऊन ऐकत होता.

खरंच दीदीनं अगदी आईसारखीच फोडणी दिली. अगदी खरोखरची फोडणी! खरंच... ते सगळं खरंच होतं...

तेवढ्यात अंगणातून कुणीतरी हाका मारत असल्याचा आवाज आला. दुर्गा म्हणाली, ''अपू, ऐकलंस? हा आवाज बिनीच्या आवाजासारखा वाटतोय. तू जाऊन तिला घेऊन का येत नाहीस?''

चट्कन अपू उठला आणि लवकरच दुर्गाच्याच वयाच्या एका काळ्या-सावळ्या मुलीला घेऊन आला. हीच ती बिनी. आपल्याला खरंच बोलावलंय की नाही हे न कळून बिनी कसंनुसं हसली आणि म्हणाली, ''तू काय करतेस गं दुर्गादी?''

''ये बिनी ये, बैस ना. आम्ही किनई वनभोजन करतोय.''

बिनीचे वडील कालीनाथ चक्रवर्ती खरंतर ब्राह्मण; पण खालच्या जातीच्या लोकांचं पौरोहित्य केल्यामुळे त्यांना त्यांच्या जातीच्या लोकांनी वाळीत टाकलं होतं. ब्राह्मण समाजाच्या कोणत्याही धार्मिक उत्सवात किंवा मेळाव्यामध्ये त्यांना सहभागी करून घेतलं जात नसे. ब्राह्मणांनी त्यांना गावाच्या एका टोकाला असलेल्या घरात राहायला भाग पाडलं होतं. शिवाय त्यांची परिस्थिती गरिबीचीच होती. बिनी उंच आणि सडपातळ होती. तिची साडी जुनाट, मळकट होती आणि तिच्या हातातल्या काचेच्या बांगड्याही हलक्या दर्जाच्या होत्या.

''बिनी काही काड्या-काटक्या मिळतात का ते पाहतेस? चूल काही म्हणावी तशी पेटतच नाहीये,'' दुर्गा म्हणाली.

दुर्गाला खूश करण्यासाठी काहीतरी करावं असं बिनीलाही वाटत होतंच. तिनं लगेच जाऊन काड्या-काटक्यांचा भारा गोळा करून आणला.

''एवढ्या पुरतील का दुर्गादी? का आणखी आणू?''

अपूकडे वळून दुर्गा म्हणाली, ''अपू, आता बिनी आल्यामुळे आपल्याला आणखी थोडे तांदूळ लागतील. जा बरं, घरातून थोडेसे घेऊन ये.''

बिनीचा चेहरा आनंदाने उजळून निघाला. ''आता हा भात शिजवायला पाणीही लागेल...'' स्वतःशीच विचार करत बिनी म्हणाली आणि स्वतःशीच हसत ती पाणी आणायला धावली. ती परत आली, तेव्हा ती एवढी आनंदून गेली होती की, तिला काही बोलायचंही सुचत नव्हतं.

नंतर ते केळीची पानं मांडून जेवायला बसले. साधा भात आणि परतलेली पालेभाजी; पण हीसुद्धा त्यांना मोठी मेजवानीच वाटत होती.

मुलगा असल्यामुळे अपूला मुलींच्या आधी जेवायला सुरुवात करावी लागली. आपल्या भावानं पहिला घास उचललेला पाहून दुर्गाचं हृदय उत्साहानं धडधडू लागलं.

"कसं झालंय जेवण?" अपूनं पहिला घास घेतल्याबरोबर दुर्गानं विचारलं.

"मस्तच! एकदम छान झालंय; पण मला वाटतं दीदी, तू मीठ घालायचं विसरलीस. नाही का?"

खरंच दुर्गा मीठ टाकायला विसरली होती; पण तेवढ्याने काहीच फरक पडत नव्हता. वनभोजनाची एवढी छान मजा येत असताना एवढ्याशा मिठाची बाब म्हणजे काहीच नाही. आता इतर कशाचाही विचार न करता ते मस्तपैकी जेवण फस्त करायला बसले. रानबटाटे घालून केलेला भात आणि करपलेली भाजी... दुर्गानं असा खराखुरा स्वयंपाक आधी कधीच केला नव्हता. दुर्गा आणि अपू एकमेकांकडे पाहून खळखळून हसत होते. असं हसणं केवळ त्यांच्यासारख्या आनंदी आणि निरागस मुलांनाच शक्य होतं आणि एकदा का हसणं सुरू झालं की, मग ते थांबायचं नावच घेत नव्हतं. अगदी दुर्गाच्या घशात घास अडकून ठसका लागेपर्यंत! त्यांच्या त्या गोड हास्यानं ती ओसाड बाग भरून गेली.

त्या दोघांबरोबर बिनीही जेवत होती. ती हळूच तिच्या लाजऱ्याबुजऱ्या आवाजात म्हणाली, "दुर्गादी, मला थोडं तेल मिळेल? बटाटे आणि भाताबरोबर खूप छान लागतं." दुर्गानं लगेच अपूला तेल आणण्यासाठी पिटाळलं.

"दीदी, तू आपल्या या वनभोजनाबद्दल आईला सांगणार तर नाहीस ना? आज माझं पोट तर अगदी गच्च झालंय. संध्याकाळी मी एकही घास खाऊ शकणार नाही." अपू म्हणाला.

"हट्, मी आईला काहीच सांगणार नाहीये आणि मूर्खासारखा बडबडू नकोस. खादाडा, आई संध्याकाळी परत येईपर्यंत तुला चांगलीच कडकडून भूक लागलेली असेल."

बिनीला खूप तहान लागली होती; पण पाणी प्यायला तिच्याकडे पेला नव्हता. वरच्या जातीच्या ब्राह्मणांच्या पेल्यातून पाणी प्यायला तिला मनाई होती; पण शेवटी न राहवून अपूच्या पेल्याकडे बोट दाखवून ती म्हणाली, "अपू, मला खूप तहान लागलीये. तू माझ्या तोंडात पाणी ओतशील?"

"हे घे, पी तुझं तू." तिच्या हातात पेला देत अपू म्हणाला.

बिनी संकोचून गेली; पण आता दुर्गा तिच्या मदतीला धावली, "अगं, घे गं बिनी, घे. त्यात काय एवढं?"

एकदाचं जेवण आटोपलं आणि आवराआवर सुरू झाली.

"आता या वाडग्याचं काय करू या अपू? खरंतर हा साधा मातीचा वाडगा आहे; पण... पण तो फेकावासा वाटत नाहीये. पुन्हा वनभोजन करायचं झालं तर आपल्याला लागेल. आपण असं करू या का? या झाडावर टांगून ठेवू या?" दुर्गानं विचारलं.

"नको गं दीदी! तिथं ठेवलास तर वाडगा अजिबात जागेवर राहणार नाही. ती तांबटाची बायको माहीत आहे ना? ती इथं नेहमी काड्या-काटक्या गोळा करायला येते. तिला सगळ्या लहानसहान गोष्टीसुद्धा गोळा करायचा नाद आहे. ती तो वाडगा अजिबात जागेवर राहू देणार नाही."

दुर्गाला अपूचं म्हणणं पटलं. तरीही शेवटी तिनं ते भांडं लपवायला भिंतीतलं एक भगदाड शोधून काढलंच. दुर्गाला त्या भगदाडाकडे जाताना पाहून अपू एकदम घाबरलाच. बाप रे! दुर्गा त्या भगदाडापलीकडे गेली तर? तसं झालं तर संपलंच! अपूनं तिथंच एका कोपऱ्यात सिगारेटचं पाकीट लपवून ठेवलेलं होतं. आणि त्यात एक, दोन नव्हे; तर चांगल्या चार सिगारेट्स होत्या.

झालं होतं असं की, एकदा नेराच्या घरी कलकत्त्याचे कोणीतरी पाहुणे आले होते. शहरात राहिलेली ती तरुण मुलं सारख्या सिगारेट्स ओढत होती. त्यांचं पाहून नेरा आणि अपूलाही वाटलं होतं की, आपणही जरा धूम्रपानाची मजा चाखून पाहावी. त्यातून तो प्रकार घडला. त्यांनीही धूम्रपानाची चोरटी मजा लुटली. अपूला सिगारेटची ती कडवट चव मुळीच आवडली नाही. शिवाय डोळ्यांत धूर गेल्याने त्याला फार त्रास झाला. वरून आईला तंबाखूचा वास आला, तर धडगत नाही या भीतीने त्याला खूप आंबट-चिंबट बोरं खावी लागली होती. तोंडाचा वास पूर्णपणे गेला आहे याची खात्री झाल्याशिवाय तो घरीच आला नव्हता. त्यानंतर त्याने पुन्हा कधीही धूम्रपान केलं नव्हतं; परंतु तेव्हा मागून आणलेल्या त्या सिगारेट्स त्या पाकिटात तशाच होत्या आणि त्याच त्याने तिथं लपवून ठेवल्या होत्या.

दुर्गानं ते भांडं तिथं भगदाडात लपवून ठेवलं आणि ती परत फिरली. ते पाहताच अपूचा जीव भांड्यात पडला. बाप रे! ती भिंतीच्या पलीकडे गेली असती तर?

कुंकवाचा करंडा

गावातल्या बायकांकडूनच सर्वजयाच्या कानावर त्या सगळ्या गोष्टी आल्या. निरेन आपलं सगळं चंबूगबाळं आवरून गावाकडे निघून गेला होता.

अलीकडे त्याचं आणि अन्नदा रे यांचं पटत नव्हतंच. त्यातच गावात नवीनच कुजबुज सुरू झाली होती. ती अर्थातच गोकूळच्या बायकोविषयी होती. कोणीतरी म्हणत होतं की, गोकूळच्या बायकोनं म्हणे निरेनकडून पैसे घेतले आणि ते कोणाला तरी पाठवले. मनिऑर्डरची पोचपावती परत आली, तेव्हा ते सगळं प्रकरण उघडकीस आलं. झालं होतं असं की, निरेनच्या हातानं लिहिलेली ती पोचपावती सरळ गोकूळच्या हातात पडली होती; त्यामुळे जो काही गोंधळ व्हायचा तो झालाच!

हरिमती म्हणाली, ''खरंच, कोणाची निंदा करू नये. गोकूळची बायको ही काही तसली मुलगी नाही. खरंच निरेन म्हणतो त्याप्रमाणे आम्ही सगळ्या गुलामीत जागणाऱ्या बायका आहोत. तो तर म्हणाला होता, तुम्ही फक्त एक शब्द बोला, मी गोकूळच्या बायकोला इथून घेऊन जाईन आणि स्वतःच्या आईसारखं वागवीन. मग तुम्हाला काय करायचं असेल ते करा.''

ते सगळं ऐकून सर्वजया फारच निराश झाली. तिला निरेन फारच आवडू लागला होता. त्याच्या वडिलांना अन्नदा रे यांनी पत्र लिहावं म्हणून तिनं हरिहरला त्यांच्याकडे पाठवलं होतं; पण आता ते सगळं जागीच राहिलं. आता तर तो गावी निघून गेल्याने अन्नदा रे त्याला पत्र लिहितील ही शक्यताही उरली नव्हती. आज ना उद्या आपलं स्वप्न साकार होईल असं तिला फार वाटायचं. आपली परिस्थिती गरिबीची असल्यामुळे ते शक्य नाही, याची जाणीव हरिहर तिला अनेक वेळा करून द्यायचा; परंतु तरीही सर्वजया आशावादी होती. आज ना उद्या निरेन हाच आपल्याला जावई म्हणून लाभेल, असं तिला वाटायचं; पण आता त्या सगळ्याच शक्यता धूसर झाल्या होत्या.

एकीकडे सर्वजया अशी निराशेनं ग्रासली असताना दुर्गा मात्र आनंदात होती.

ती दिवसभर शेतांमधून आणि रानावनांतून मनमुराद भटकत होती.

एके दिवशी गोकूळच्या बायकोला जाऊन भेटली आणि तिनं तिच्याकडून तो सगळा इतिहास ऐकला. ते सगळं ऐकून दुर्गाचे डोळे भरून आले आणि अश्रुबिंदू होऊन तिच्या गालांवर ओघळले.

गोकूळची बायको म्हणाली, ''माझं हे दुर्दैवी आयुष्य असंच जाणार. हा नेहमीचा आरडाओरडा आणि किंकाळ्या, हा अन्याय आणि क्रूरपणा! दुर्गा, माझं कोणीही नाही आणि तो माझा भाऊ. तो वाईट असेल; पण तोही एक माणूसच आहे ना गं? त्याने तरी कुठे जावं? त्याला ना घर, ना दार; असा तो वेड्यासारखा भटकतोय.''

मावशीचा झालेला तो अपमान पाहून दुर्गाला फारच संताप आला. तिचं मन दुःखानं भरून गेलं. संताप आणि दुःख या दोन्ही भावनांनी तिचा गळा भरून आला. तिला काय बोलावं तेच सुचेना. हुंदके दाबत कसंबंस ती म्हणाली, ''सखीआजीसुद्धा फार दुष्ट आहे मेली! तिला काय म्हणायचं ते म्हणू दे. ती तुझं काय करून घेणाराय? तू तिच्याकडे मुळीच लक्ष देऊ नकोस. हे पाहा, मी रोज तुला भेटायला येत जाईन.''

घरी आल्यावर दुर्गानं सर्वजयाला ते सगळं सांगितलं. सर्वजया म्हणाली, ''तिनं निरेनविषयी काही सांगितलं? तो परत येणार आहे का?''

आईनं चालवलेली ती चौकशी ऐकून दुर्गाला फार अवघडल्यासारखं झालं. ''ते तू तिलाच का विचारत नाहीस?'' दुर्गा म्हणाली.

''आपले नवे गुरुजी परत येणार नाहीत, असं मावशी म्हणाली का गं?'' अपूनं विचारलं.

अपूवर ओरडून दुर्गा म्हणाली, ''आता ते मला कसं माहीत असणार? ते तुझं तू पाहा.''

रानूदीचं लग्न होऊन थोडेच दिवस उलटले होते. लग्नासाठी आलेले काही पाहुणे अजूनही थांबले होते. घरात सगळीकडे मुलंच मुलं होती. त्यांच्यातलीच एक मुलगी म्हणजे तुनी. तिची आणि दुर्गाची बरीच गट्टी जमली होती. नेहमीप्रमाणे नव्या मैत्रिणीशी खेळायला म्हणून दुर्गा तिसऱ्या प्रहरी भुवन मुखर्जीकडे गेली.

सेजाबहू बाहेरच्या बाजूला असलेल्या एका खोलीत काही कामात गर्क होती आणि त्याच वेळी तुनीच्या आईने मारलेली हाक तिच्या कानावर आली.

''काय गं हसी? काय झालं?''

सेजाबहू उठली आणि काय झालंय ते पाहायला निघाली. पाहिलं तर तुनीची आई फारच काळजीत पडलेली दिसत होती. गाद्यांवरील चादरी आणि उशांच्या अभ्रांखाली ती काहीतरी शोधत होती. ते पाहून झाल्यावर ती जमिनीवर टाकलेली

चटई उलटून पाहू लागली. “माझा सोन्याचा कुंकवाचा करंडा गं...” ती म्हणाली, “तोच, सोन्याचा! तू पाहिलेलास. कुंकवासाठी मी नेहमी तोच वापरते. तो इथं माझ्याजवळ होता. पाळण्यात बाळ रडू लागलं, म्हणून त्याला घ्यायला गेले आणि येऊन पाहते तर करंडा गायब! गडबडीत ठेवायला विसरले गं. आता कुठेच सापडेना बघ.”

“अगं बाई! काय झालं म्हणायचं हे! बाळाला घ्यायला गेलीस, तेव्हा सोबत तर नेला नव्हतास ना?”

“नाही गं सेजादी. अजिबात नाही. तो इथंच होता, हे मला पक्कं आठवतं. तो इथंच, या पलंगावरच होता.”

अगदी सर्वांनी मिळून तो करंडा सगळीकडे शोधला; पण त्याचा काहीही ठावठिकाणा लागला नाही. सेजाबहूनं घरातल्या सर्व मुलांची अगदी कसून झडती घेतली. जेवायला बोलावल्यावर आपण सगळे स्वयंपाकघराकडेच गेलो आणि त्यामुळे करंड्याविषयी आपल्याला काहीच माहीत नाही, असं त्यांनी सांगितलं. सेजाबहूची लहान मुलगी तेपी तेवढी त्या प्रकरणावर थोडा प्रकाश टाकू शकली. खालच्या आवाजात ती कुजबुजली, “बरं का गं आई, आम्ही जेवायला गेलो, तेव्हा दुर्गा मागच्या दारातून गुपचूप बाहेर पडली होती आणि थोड्या वेळाने पुन्हा परत आली होती.”

इतर कोणालाही ऐकू जाणार नाही अशा पद्धतीनं सेजाबहूनं तेपीला आणखी काही प्रश्न विचारले आणि एकदम दुर्गाकडे वळून अत्यंत कठोर आवाजात ती ओरडली, “दुर्गा, इकडे ये. ताबडतोब जा आणि बऱ्या बोलाने तो करंडा मला आणून दे.”

क्षणात दुर्गाचा चेहरा इतका पडला की, तो जणू आक्रसल्यासारखा दिसू लागला. जीभ कोरडी पडून, वर टाळूला चिकटली. तशातही आपल्या घोगऱ्या आवाजात ती कुजबुजल्यासारखं काहीतरी बोलली; परंतु ते इतकं अस्पष्ट होतं की, ती काय म्हणाली ते कोणालाही ऐकू गेलं नाही.

तुनीची आई मात्र अजून एक अक्षरही बोलली नव्हती. दुर्गासारख्या एका घरंदाज मुलीवर चोरीचा आरोप यावा हे पाहून तिला धक्काच बसला होता, कारण गेल्या काही दिवसांपासून ती दुर्गाला पाहत होती. खरंच तिचा सुंदर चेहरा कितीतरी निरागस होता आणि मुलींची तर ती फारच आवडती मैत्रीण झाली होती. “नाही... ती असं करणार नाही गं सेजादी. ती का म्हणून तसं करील?” तुनीची आई स्वतःशीच म्हणाली; परंतु ते इतकं स्वतःशी होतं की, ते कदाचित तिच्याशिवाय इतर कोणालाही ऐकू गेलं नसावं.

परंतु तेवढाही शेरा सेजाबहूच्या कानावर गेल्याशिवाय राहिला नाही. तिच्या

कर्कश आवाजात ती म्हणाली, "तू आता गप्प बैस. काय करायचं ते मी पाहते. ती कसली पोरगी आहे ते तुला माहीत नाही. तिनं तो करंडा चोरला आहे की नाही ते मला चांगलं माहीत आहे."

तिथं जमलेल्या इतर बायकांपैकी एक स्त्री म्हणाली, "दुर्गा, तू चांगली मुलगी आहेस. करंडा घेतला असशील तर देऊन टाक. तेवढं केलंस की प्रश्नच मिटला. कसं? उगाच वाद वाढायला नको."

दुर्गा तर अगदी वेड्यासारखी झाली होती. भीतीनं तिची एवढी गाळण उडाली होती की, आधारासाठी भिंतीचा आसरा घेत ती म्हणाली, "मी... मी नाही घेतला तो. मला त्याबद्दल काहीही माहीत नाही हो मावशी. खरंच, मला त्याबद्दल काहीही..."

"मी तुझ्या या असल्या खोटारडेपणावर विश्वास ठेवेन असं तुला वाटतं का?" सेजाबहू किंचाळली आणि जमलेल्या इतर स्त्रियांकडे वळून ती म्हणाली, "जरा तिच्या तोंडाकडे तरी पाहा. तो करंडा तिनेच चोरलाय यात कुठलीही शंका नाही. मी तिच्याकडे पाहूनच सांगते." आणि असं म्हणून ती दुर्गावर पुन्हा एकदा कडाडून कोसळली, "हे बघ, तू जा आणि तो जिथं कुठं ठेवला असेल तिथून घेऊन ये. तसं केलंस तर फार बरं होईल. त्याबद्दल मी कोणाला काही सांगणार नाही. कोणत्याही परिस्थितीत मला तो करंडा पाहिजे. बस संपलं."

जमलेल्या स्त्रियांपैकी एक स्त्री पुन्हा म्हणाली, "खरंच ती एक घरंदाज मुलगी आहे. तिच्यासारखी मुलगी आणि चोरी? कल्पनाही सहन होत नाही. मी तर असं कधी ऐकलंही नव्हतं. ते इथं शेजारीच राहतात म्हणे. खरंय ना?"

"घरंदाज म्हणे!" कुचेष्टा करत सेजाबहू म्हणाली. तिची नजर अजूनही तशीच दुर्गावर रोखलेली होती. "तू बऱ्या बोलानं सांगणार नाहीस हे मला पक्कं माहीत आहे. तुला काय वाटलं? माझ्या घरात येऊन चोरी करणं इतकं सोपं आहे? तुला दाखवतेच..." असं म्हणत दुर्गाचा हात घट्ट पकडून सेजाबहूनं तिला भिंतीपासून बाजूला खेचलं आणि गदगदा हलवीत थप्पडांचा वर्षाव करायला सुरुवात केली. त्याच वेळी तिच्या तोंडाचा पट्टाही वेगात सुरू होता. "सांगणार आहेस की नाही? तू लहान आहेस आणि तुला त्याविषयी काहीच माहीत नाही... नाही का? असल्या गोष्टींवर माझा विश्वास बसेल असं का तुला वाटतं? आता आणखी उशीर करू नकोस. तो करंडा कुठे ठेवलास ते मला सांग. सांगितलं नाहीस तर तुझे हे दात तुझ्याच घशात घालीन. कुठं ठेवलाहेस ते सांग. सांग मला. कुठाय तो करंडा? कुठाय...? सांग..."

ती मारहाण पाहून तुनीची आईच पुढे आली आणि तिने सेजाबहूला मागे खेचण्याचा प्रयत्न केला; परंतु तेवढ्यात ती मघाची स्त्री तिला अडवत म्हणाली,

“नको... तुम्ही हस्तक्षेप करू नका. तो करंडा तिनंच चोरलाय आणि चोराला शिक्षा करायची असेल तर त्याला चांगला चोप दिलाच पाहिजे.” आणि एवढं झाल्यावर दुर्गाला उद्देशून ती स्त्री पुढे म्हणाली, “तू तो करंडा देऊन का टाकत नाहीस? आता त्याशिवाय तुझी सुटका नाही.”

दुर्गाचं डोकं गरगरत होतं. तिनं असहायपणे इकडेतिकडे पाहिलं आणि टाळूला चिकटलेल्या जिभेने ती कसंबसं बोलू लागली...“मला त्याविषयी काहीच माहीत नाही हो मावशी. सगळी मुलं बाहेर गेली तशी मीही...” बोलताना ती एकटक सेजाबहूकडे पाहत होती आणि भीतीनं इतकी बधिर झाली होती की, ती आधारासाठी पुन्हा भिंतीकडे सरकू लागली.

त्यानंतर पुन्हा एकदा सर्वांनी तिला विश्वासात घेण्याचा प्रयत्न केला.

परंतु आपल्याला काहीच माहीत नाही एवढंच ती सांगत राहिली.

कोणीतरी मध्येच तोंड घालत म्हणालं, “अट्टल चोरटी आहे. तिनंच तो चोरलाय.”

त्यांना सामील होत तेपी म्हणाली, “ती नेहमी आमचे आंबेसुद्धा चोरते हो मावशी. झाडांवरून खाली पडायचीदेखील वाट पाहत नाही.”

आंबे म्हणजे सेजाबहूचं मर्मस्थान. त्यांचं नाव काढताच तिला आणखी चेव आला. तिचा इतका तोल सुटला की, ती वाट्टेल ते बडबडू लागली. शिव्याशाप ओकू लागली. “भामटी कुठली! हरामखोर! चोरटी! तो करंडा तू परत देणार नाहीस तर? नाही ना? तर मग तू कसा परत करत नाहीस तेच मी पाहते.” आणि असं म्हणून क्रूरपणे झडप घालून तिनं दुर्गाला पकडलं आणि ती सर्व ताकदीनिशी अगदी जोरजोरानं तिचं डोकं भिंतीवर आपटू लागली. “सांग आता. कुठं लपवून ठेवलास ते सांग. सांग आता... ताबडतोब सांग...”

तुनीची आई पुन्हा एकदा पुढे झाली. सेजाबहूच्या हाताला धरून तिला अडवत आणि हुंदके देत, ती म्हणाली, “तू काय करतेस हे सेजादी? नको, असं करू नकोस. का म्हणून तिला इतकं मारतेस? जाऊ दे विसर तो करंडा. सोडून दे तिला.”

आपल्या मैत्रिणीला बेदम मारहाण झालेली पाहून तुनीही रडू लागली.

तेवढ्यात एक स्त्री म्हणाली, “पाहिलंत? तिच्या नाकातून रक्त येतंय.”

खरंच दुर्गाच्या नाकातून रक्त येतंय हे कोणाच्याही लक्षात आलं नव्हतं. तिच्या साडीवरही रक्ताचा डाग पडला होता.

“तेजी, जा गं. पाणी घेऊन ये. तिथं अंगणात पाण्याची बादली असेल बघ.” तुनीची आई म्हणाली.

घरात एवढं सगळं घडलं; परंतु रानूदीच्या आईला मात्र काहीच माहीत नव्हतं.

त्याच वेळी ती शेजारच्या लोहाराच्या घरी बायकांना काहीतरी सांगायला गेली होती. आरडाओरडा आणि किंकाळ्या ऐकू येताच काय घडलंय ते पाहायला म्हणून ती घाईघाईनं घरी आली. तिच्या सोबत इतर स्त्रियाही आल्या, हे वेगळं सांगायला नकोच! दुर्गाचं डोकं जोरजोरानं आपटलं गेल्यामुळे इतकं दुखत होतं की, ते वेदनांनी अक्षरशः थडथडत होतं. अगदी सगळं काही संपल्याप्रमाणे असहाय होऊन तिनं तिथं जमलेल्या लोकांकडे पाहिलं.

पाणी येताच रानूदीच्या आईनं तिचं तोंड धुऊन तिला नीट बसतं केलं; परंतु ती नुसती शून्यात पाहत होती आणि तिचं डोकं अजूनही गरगरत होतं. दुर्गाला इतकं मारल्याबद्दल रानूदीच्या आईनं सेजाबहूला फारच दोष दिला. ती म्हणाली, "सेजाबहू, अगं, इतकं जोरात मारलंस कसं? आधी तिचा जीव पाहिलास का? केवढासा आहे...!"

"ती कसली पोरगी आहे ते तुम्हाला माहीत नाही." सेजाबहू ओरडली. "का मारलं म्हणता? तुम्हाला काय वाटलं? मी तिला तशीच सोडून देईन? हलकट मेली. चोरटी कुठली. असल्या चोरट्यांना सुधारायचा एकच मार्ग आहे आणि तो म्हणजे त्यांना चांगला ठोक देणं. गेलेली वस्तू परत मिळेपर्यंत मी तिला अशीच बडवणार आहे. मग तो हरी रे मला फासावर का देईना. मी काही त्याची पर्वा करत नाही."

"फार झालं सेजादी. जाऊ दे आता. अगं, रागाच्या भरात तू हे काय करून बसलीस?"

"आणि हे सगळं माझ्या त्या भिकार करंड्यापायी झालं." पश्चात्ताप करीत तुनीची आई म्हणाली. "बाई गं, त्याच्यासाठी एवढं रामायण घडेल हे मला माहीत असतं तर तो हरवल्याचं मी मुळी बोललेच नसते. आता ते काही असो. मला तो नकोच आहे. सेजाबहू, आता जाऊ दे तिला, काय म्हणते मी?"

परंतु सेजाबहू असा सहजासहजी कोणाचा नाद सोडणारी बाई नव्हती, कारण त्यामुळे उलटा तिच्यावरच, खोटा आळ घेतल्याचा आरोप होण्याची अधिक शक्यता होती. शेवटी सर्वांचा आग्रह पाहून नाइलाजाने तिला, दुर्गाला सोडून द्यावं लागलं.

दुर्गा भिंतीच्या आधारानं कशीबशी चालू लागली.

"हळू... हळू... गं बाई!"

रानूच्या आईनं दुर्गाला मागील दारापर्यंत नेऊन सोडलं. "आता तू घरी गेलेलीच बरी. आज कुठल्या दुर्दैवी मुहूर्तावर घराबाहेर पडली होतीस गं माझ्या चिमणे!"

"पाहिलंत! एवढा मार खाऊनसुद्धा ती कबूल झाली नाही. खरंच! काय मुलगी आहे! तिच्या डोळ्यांतून एक अश्रू तरी सांडला का? कोणीतरी शेरा मारला."

ते ऐकून रानूदीची आई म्हणाली, ‘‘भीतीनंच बिचारीचे डोळे कोरडे पडले आणि म्हणे, एक अश्रू तरी सांडला का? कमाल आहे सेजादी! याला काय मारणं म्हणायचं?’’

महोत्सवाची पूर्वसंध्या

दरवर्षीप्रमाणे बंगाली वर्षाच्या शेवटी शिवपूजा महोत्सव जवळ आला होता. महोत्सवाचे खजिनदार वैद्यनाथ मुखर्जी हे कधीपासूनच पावतीपुस्तक घेऊन वर्गणी गोळा करायच्या कामाला लागले होते.

"नाही हो काका. हे काही बरोबर नाही. एक रुपया देणाऱ्यांच्या यादीत माझं नाव हे मला परवडणार नाही. निदान या वर्षी तरी नाही." हरिहर आपली बाजू पटवून देत होता.

परंतु वैद्यनाथ आपला हेका सोडणाऱ्यांपैकी नव्हते. ते म्हणाले, "ते काही नाही. तुम्ही वर्गणी दिलीच पाहिजे. या वर्षीच्या जत्रेसाठी आपण नीलमणी हाजरा याची नाटकपार्टी बोलावलेली आहे, हे तुम्हाला माहीतच आहे. आजवर आपण पाहिलेल्या पार्ट्यांपेक्षा ही पार्टी एकदम फर्स्टक्लास आहे, तेव्हा असं मागेपुढे पाहून चालणार नाही..."

तेवढ्यात एक लांबलचक वेळू घेऊन अपू घरी आला.

"बाबा, हा वेळू पाहिलात? कित्ती छान आहे पाहा. याचे बोरू फार छान होतील." अपू सांगत होता.

दिवसामागून दिवस गेले. महोत्सवाचा दिवस जवळ येऊ लागला, तसतसा अपूचा उत्साह ओसंडून वाहू लागला. सध्या तरी जत्रा आणि जत्रेतील नाटक हाच एक विषय त्याच्या डोक्यात गरगरत होता.

उत्सवासाठी कुरणातल्या एका मोठ्या झाडाखाली जागा निश्चित करण्यात आली होती. तिथं बरीचशी माणसं गवतबिवत काढून, मैदान तयार करण्याच्या आणि बांबू रोवून तंबू तयार करण्याच्या कामात रंगून गेली होती. नीलमणी हाजरा यांची सुप्रसिद्ध नाटकपार्टी आपला खेळ सादर करणार म्हटल्यावर एवढी तयारी करायलाच पाहिजे होती.

शिवपूजा महोत्सवात आपली चित्रविचित्र नृत्ये करणारे संन्यासीही गावात येऊन पोहोचले. हा महोत्सव म्हणजे निश्चंडीपुरातल्या एका जुन्या परंपरेचा एक

अवशेष होता. कधी काळी त्यामागे काही निश्चित असं तत्त्वज्ञान आणि हेतू असावा; परंतु काळाच्या ओघात त्याचं मूळचं धार्मिक महत्त्व लोप पावून आता त्याला केवळ खेड्यातल्या जत्रेचं स्वरूप प्राप्त झालं होतं.

संन्यासी दिवसभर गाणी म्हणत, गावात भटकत आणि भिक्षा मागून कपडे, तांदूळ आणि पैसे गोळा करीत. हरिहरच्या घरातून फक्त मूठभर जाडाभरडा तांदूळच मिळतो हे लक्षात आल्यावर ते घर टाळून ते पुढे जात. दुर्गा आणि अपू हे मात्र दिवसभर त्यांच्या मागून फिरत असत. अगं, तुझ्यासारख्या मुलीला आता हे शोभत नाही, असं म्हणून सर्वजया दुर्गावर ओरडलीसुद्धा! परंतु त्याचा काहीही उपयोग झाला नाही. संन्यासी गाणी म्हणत गावात आले की, दुर्गा आईच्याही नकळत हळूच निसटायची.

त्यानंतर दहा-बारा दिवसांनी शिवपूजेच्या मुख्य दिवशी संध्याकाळी संन्यासी गावाबाहेरच्या त्या मैदानावर एकत्र जमले. तिथं ते करतात, तरी काय हे पाहायला म्हणून बरीच गर्दी गोळा झाली होती. नेहमीप्रमाणे त्या गर्दीत अपू आणि दुर्गा हेही होतेच. संन्याशांचं नृत्य-गायन संपल्यावर ते स्मशानाजवळ रोवलेल्या खांबाकडे निघून गेले.

दुर्गासोबत राणी, पुंटी, तुनी याही आलेल्या होत्या. खरं म्हणजे घरातून मोठ्या मुश्किलीनंच त्यांना इथं यायची परवानगी मिळाली होती. तरी सेजा ठाकूरन म्हणालीच होती की, रानोमाळ भटकायला तुम्ही का त्या दुर्गासारख्या धांगड आहात का? परंतु त्यांनी अक्षरशः डोळ्यांत पाणी आणलं, तेव्हा कुठे त्यांना घरापासून इतक्या लांब यायची परवानगी मिळाली होती.

तुनी म्हणाली, ''आज की नाही, संन्यासी त्यांची रात्र स्मशानात जागवतील.''

''जसं काही आम्हाला हे माहीतच नाही,'' त्यावर उपहासानं हसून राणी म्हणाली, ''त्यांच्यातला एकजण मेल्याचं सोंग घेतो आणि बाकीचे सगळे हे प्रेत उठवत, कवट्या हातात घेऊन मंत्र म्हणतात. माहीत आहे?''

त्यावर मोठ्यानं हसून दुर्गा म्हणाली, ''मला माहीत आहेत हे मंत्र. तुम्हाला ऐकायचेत? ऐका हं.'' आणि असं म्हणत दुर्गा काहीतरी पुटपुटू लागली...

अंधारून आलेली ती संध्याकाळ, जवळच असलेलं ते स्मशान, ते सारं पाहून एका अनामिक भीतीनं मुलांना जणू घेरून टाकलं.

''चला, लवकर घरी जाऊ या. आज रात्री बाहेर फिरणं चांगलं नाही.'' कुणीतरी म्हणालं.

''पण का म्हणून?'' अपू म्हणाला. आज रात्री बाहेर फिरलं तर काय होतं हेच त्याला जाणून घ्यायचं होतं.

''गाढवपणा पुरे! संध्याकाळ झाली आहे. अशा वेळी त्यांचं नाव घेऊ नये.

आज रात्री शिवाचे गण बाहेर पडतात. चल गं दुर्गा, आपण घरी जाऊ या.''

मुली निघून गेल्या आणि अपू एकटाच मागे राहिला. थोडा वेळ तसाच गेला. काळोख गर्द होत गेला. हळूहळू आभाळात काळे ढग भरून आले. घर खूप दूर राहिलं आहे आणि आपण अगदी एकटे आहोत हे लक्षात येताच अपू पुरता घाबरून गेला. तसाच मागे वळून तो भरभर पाय उचलू लागला; परंतु पायाखालचा रस्ता उंचच उंच झाडांच्या गर्द काळोख्या सावल्यांमधून जात होता; त्यामुळे त्याला आणखी भीती वाटू लागली. रस्त्यात तर कुठे चिटपाखरूही दिसत नव्हतं. अपूला आठवलं... आत्ता... या वेळी शिवाचे गण दाही दिशांना पसरले आहेत. नकळत अपूचा वेग वाढला. आजूबाजूच्या झाडांनी काळ्याकुट्ट सावल्यांचे बाहू जणू त्याच्यावर पसरले होते. त्या सावल्यांमुळे झाडांखालची झुडपं आणखी गर्द काळी दिसत होती. सर्वत्र भयाण शांतता पसरली होती. अचानकपणे कुठेतरी काहीतरी जळत असल्याचा वास आला आणि त्याबरोबर स्मशान, प्रेत, कवटी या सगळ्या गोष्टी आठवून अपूला अधिकच भीती वाटू लागली...

तेवढ्यात सुदैवाने वळणावर नेराची आजी येताना दिसली. आजीच्या हातात पूजेचं तबक होतं. ती शिवपूजेसाठीच निघाली होती.

खरं म्हणजे अंधारून आल्यामुळे अपूनं आजीला ओळखलंच नव्हतं. जिवात जीव येऊन तो म्हणाला, ''आजी, हा कसला वास आहे हो?''

''आज रात्री ते सगळे बाहेर पडतात, हे तुला माहीत नाही वाटतं? त्यांचाच हा वास आहे.''

''ते कोण आजी?''

''ते म्हणजे तेच रे. आज रात्री त्यांचं नाव घेऊ नये. त्याऐवजी देवाचं नाव घ्यावं. राम राम...''

आपल्या अंगावरचे केस भीतीनं ताठ झाले आहेत, असंच अपूला वाटलं. त्याने हातांकडे पाहिलं तर ते खरंच होतं.

''आजी, आता मी घरी कसा हो जाऊ?'' अपू इतका भेदरला होता की, त्याला पुढे काय बोलावं तेच सुचत नव्हतं.

''अरे बाळ, आज एकट्यानं असं बाहेर पडू नये; पण तू असं का केलंस?'' आजी पुटपुटली आणि पुढे म्हणाली, ''बरं आता असू दे. भिऊ नकोस. हे बघ, आता माझ्यासोबत राहा. एवढी पूजा झाली की, मग मी तुला अर्ध्या वाटेपर्यंत सोडायला येईन... चल.''

नाटकपार्टी

शेवटी प्रतीक्षेचे दिवस संपले. नाटकपार्टी अजून येऊन पोहोचली नव्हती, तरी उद्या सकाळपर्यंत निश्चितच येऊन पोहोचणार होती; परंतु पार्टी सकाळीसुद्धा आलीच नाही, तेव्हा असं सांगण्यात आलं की, कोणत्याही परिस्थितीत तिसऱ्या प्रहरापर्यंत पार्टी येणार म्हणजे येणार! नव्हे तिला यावंच लागेल. नाटकपार्टी पाहण्यासाठी अपू कधीपासूनच आतुर झाला होता. त्यासाठी तो जेवण आणि अंघोळही विसरून गेला होता. रात्री त्याला धड झोपही लागत नसे. रात्रभर सारखं या कुशीवरून त्या कुशीवर असं त्याचं चाललेलं असे. गावात नाटकपार्टी येणार होती ना!

आणि दुर्गाचं तर काय सांगायचं? आईची नजर चुकवून ती घराबाहेर पडायची आणि महोत्सवाच्या मैदानात काय काय चाललंय ते पाहून यायची. घरी आल्यावर तिथं लाल-निळे कागद लावून स्टेजची सजावट कशी चालली आहे, तंबूला चारही बाजूंनी पताका कशा लावल्या जात आहेत हे सगळं ती अपूला रंगवून सांगायची. ते सगळं ऐकून प्रभावित झालेला अपू थोडा रेंगाळला. जिथं ते नेहमी कवड्या खेळायला जमायचे अशी सर्वसामान्य जागा नाटकासाठी का निवडण्यात आली हेच त्याला कळेना. खरोखर ती गोष्ट त्याला मुळीच पटली नव्हती.

तेवढ्यात त्याच दिवशी तिसऱ्या प्रहरी नाटकपार्टी पोहोचणार असल्याची बातमी येऊन थडकली. अपूला एवढा आनंद झाला की, तो उन्हाची पर्वा न करता नाटकपार्टीच्या स्वागतासाठी निघालेल्या मुलांच्या घोळक्यामध्ये सामील होऊन थेट कुंभार वस्तीपर्यंत पळत गेला. त्यानंतर कितीतरी वेळानं, परंतु संध्याकाळ होऊन अंधार होण्यापूर्वी त्याला दूरवर एक बैलगाडी येताना दिसली. त्याच्या मागे दोन, तीन, चार म्हणत कपड्यांचे पेटारे आणि नाटकाचं इतर साहित्य भरलेल्या आणखी पाच बैलगाड्या चालत होत्या. हाताच्या बोटांनी त्या गाड्या मोजत असलेला पोटू एकदम आनंदित होऊन अपूला म्हणाला, ''अपूदा, चल. आपण नाटकपार्टीच्या मागून जाऊ आणि ते कुठं उतरतात ते पाहू.''

गाड्यांच्या मागून नाटकपार्टीतली नटमंडळी पायी चालत येत होती. त्या सगळ्यांनी आपले लांबलांब वाढवलेले केस नीट विंचरलेले होते आणि चालताना अनेकांनी आपली पादत्राणं हातात घेतली होती. एका दाढीवाल्या माणसाकडे बोट दाखवीत पोतू म्हणाला, "बहुतेक तो राजा असावा, नाही का अपूदा?"

आता सगळंच जणू बदलून जाणार होतं. आकाशाचाही रंग बदलल, तेव्हा एका वेगळ्याच उत्साहात अपू घरी पोहोचला. ओट्यावर मोडक्या डेस्कसमोर बसलेले त्याचे वडील काहीतरी लिहीत होते आणि लिहिता लिहिता काहीतरी गुणगुणत होते. अपूला वाटलं, नाटकपार्टी गावात आल्यामुळे ते एवढे आनंदात आहेत.

"आणि बरं का बाबा, त्यांच्याकडे जवळपास पाच गाड्या भरून कपडे आणि इतर साहित्य आहे." अपू म्हणाला आणि हात हवेत उडवीत मोठ्या आनंदाने तो पुढे उद्गारला, "ती माणसंही खूप आहेत!"

हरिहर हातांनी तयार केलेल्या साध्या जाड्याभरड्या कागदावर कुठलीतरी जुनी पोथी लिहून काढत होता. जीर्ण झालेल्या त्या पोथ्या नव्याने लिहून काढून त्यांना तो जणू मंतरलेल्या ताइताप्रमाणे सुरक्षित ठेवू पाहत होता. अपू सांगत होता, ते ऐकून आपल्या कामातून डोकं वर काढत आश्चर्यानं हरिहर म्हणाला, "कसले कपडे आणि साहित्य म्हणालास बाळ?"

वडिलांचं ते बोलणं ऐकून अपू थक्कच झाला. गावात एवढी मोठी महत्त्वाची गोष्ट घडतेय आणि वडिलांना त्यातलं काहीच माहीत नाही हे पाहून अपूला फारच वाईट वाटलं.

दुसऱ्या दिवशी सकाळी त्याला आणखी एक धक्का बसला. वडिलांनी अपूला धडा गिरवायला बैस म्हणून सांगितलं. डोळ्यांत पाणी आणून अपू म्हणाला, "बाबा, मला जत्रा पाहायला जायचंय. सगळी मुलं जाताहेत, मग मी एकटाच धडा गिरवत घरी बसू होय? तिथं आता जत्रा सुरू झालीही असेल."

"हे पाहा, आता तुझा धडा पूर्ण कर. जत्रा सुरू झाली की, ते ढोल वाजवतील. मग जा पाहिजे तर."

हरिहर कामानिमित्त बराच काळ घराबाहेरच असायचा; त्यामुळे तो जेव्हा घरी यायचा, तेव्हा जास्तीतजास्त वेळ घरातच घालवायचा आणि अशा वेळी अपूही आपल्यासोबत घरी असावा असं त्याला वाटायचं.

पण वडिलांच्या बोलण्यामुळे अपू इतका दुखावला की, त्याच्या मोठमोठ्या डोळ्यांत अश्रू जमा झाले. फुरफुरत्या नाकानं तो समोर ठेवलेलं कोष्टक मोठमोठ्यानं वाचू लागला... "ज्या अर्थी एका माणसाला एका महिन्याला अमुक इतका पगार मिळतो, तर त्या अर्थी त्या माणसाचा एका दिवसाचा पगार किती...?"

थोड्याच वेळात जत्रा तिसऱ्या प्रहरी केव्हातरी सुरू होणार असल्याची बातमी येऊन थडकली. अपू रडतच आईजवळ गेला आणि त्याने बाबा किती कठोरपणे वागत आहेत, याबद्दल तक्रार केली. शेवटी मग नाइलाजानं सर्वजयालाच अपूची बाजू घ्यावी लागली.

त्या प्रकरणात हस्तक्षेप करीत ती म्हणाली, ''का हो, का म्हणून तुम्ही माझ्या बाळाला जत्रेला जाऊ देत नाही? जरा बघा तरी तो किती नाराज झालाय ते. आजचा दिवस त्याच्यासाठी खूप महत्त्वाचा आहे. अगदी या वर्षातला सगळ्यात महत्त्वाचा! त्याचे सगळे मित्र तिकडेच गेलेत. अशा वेळी त्याला इथं कोंडून ठेवून तुम्हाला काय असं घबाड मिळणार आहे? वर्षातले नऊ महिने तर तुम्ही घराबाहेरच असता. आता घरी आहात म्हणून एका दिवसात त्याचा तर्कालंकार बनवून टाकणार आहात की काय?''

शेवटी हरिहरनं धडा बाजूला ठेवला आणि अपूला जत्रेला जाण्याची परवानगी दिली. अपूनं तो संपूर्ण दिवस जत्रेच्या आवारात घालवला. संध्याकाळी नाटकाला सुरुवात होणार होती म्हणून तो रात्रीचे जेवण घ्यायला धावतच घरी आला. ओट्यावर बसलेले त्याचे वडील अजूनही लिहीतच होते. आजच्या ऐवजी दुसरा दिवस असता तर वडिलांच्या शेजारी बसून तोही एखादा मोठा ग्रंथ हातात घेऊन मोठमोठ्यानं वाचत बसला असता; पण आजचा दिवस त्याला अपवाद होता.

अपूच्या मुखावरून विजयाचा आनंद ओसंडून वाहत होता... आज मला कोणीही अडवू शकणार नाही... मला अभ्यासाला बसवू शकणार नाही... अगदी बाबासुद्धा मला थांबवू शकणार नाहीत... बिचारे बाबा, सारखे नुसते लिहीत असतात. त्यांना जत्रेचा आणि नाटकाचा आनंद कुठला लुटायला मिळणार?

अपू बाहेर पडणार तेवढ्यात दुर्गानं त्याला हाक मारली आणि ती म्हणाली, ''अपू, आईला सांग ना, माझ्याबरोबर दीदीलाही पाठव म्हणून.''

अपू चट्‌कन आईला म्हणाला, ''आई दीदीलाही माझ्याबरोबर पाठव ना. तिथं तंबूत स्त्रियांसाठी पडदा टाकून वेगळी बैठक व्यवस्था केलेली आहे. दीदी तिथंच बसेल.''

''मी नंतर इतर बायकांसोबत जाणार आहे, तेव्हा माझ्याबरोबर तिला घेऊन जाईन.'' सर्वजया म्हणाली.

अपू जत्रेला जाण्यासाठी निघाला तेवढ्यात दुर्गानं त्याला पुन्हा हाक मारली आणि गालातच हसत ती म्हणाली, ''अपू, हात पुढे कर बघू.'' अपूने तळहात पुढे करताच तिने अपूच्या हातावर दोन पैसे टेकवले आणि दोन्ही हातांनी त्याची मूठ घट्टपणे बंद करीत ती म्हणाली, ''तू तुझ्यासाठी गोड चुरमुऱ्यांची मिठाई विकत घे. नाहीतर तिथं असली तर लिचीची फळं घे.''

आनंदानं हसत अपूनं ते पैसे घेतले आणि तो उड्या मारतच नाटक पाहायला पळाला. त्या दोन पैशांमागे एक गोष्ट दडली होती. एका आठवड्यापूर्वीची गोष्ट. दुर्गा एकटी असताना अपूनं तिला हळूच विचारलं होतं. ''दीदी, तुझ्या बाहुलीच्या खोक्यामध्ये काही पैसे साठवलेले आहेत का गं? जर साठले असतील तर मला एक पैसा देशील?''

''एक पैसा? कशासाठी हवाय तुला?'' त्यावर दुर्गानं विचारलं होतं.

''मला ना, लिची घ्यायचीत गं.'' थोडंसं ओशाळवाणं हसून अपूनं स्पष्टीकरण केलं होतं. ''त्यांनी बोस्तमच्या बागेत मचाण उभारलंय आणि खूप लिची गोळा केल्यात. जवळपास दोन टोपल्या भरून आणि ते पैशाला सहा विकताहेत. अगं दीदी, एवढ्या मोठमोठ्या लिची आहेत आणि अगदी कुंकवासारख्या लालभडक! सतूनं आणल्यात थोड्या आणि साधनानंसुद्धा! दीदी, तुझ्याजवळ आहेत का गं थोडे पैसे?''

परंतु त्या दिवशी तिच्या त्या बाहुलीच्या खोक्यात काहीच पैसे नव्हते. काल संध्याकाळी जत्रेमध्ये खर्च करण्यासाठी म्हणून तिने बाबांकडे दोन पैसे मागितले होते आणि आता तेच पैसे तिने अपूला दिले होते. खरंच! तिचा भाऊ तिच्यासाठी लाख मोलाचा होता. त्याने एखादी वस्तू मागितली आणि आपण देऊ शकलो नाही, ही गोष्ट तिच्या मनाला फार लागून राहिली असती...

राजपुत्र अजय

इतके दिवस अपू जिची आतुरतेने वाट पाहत होता, ती जत्रा शेवटी सुरू झाली होती आणि त्या क्षणापासून आपण आणि नाटकातील पात्रं सोडली तर इतर जग आणि त्या जगातील इतर माणसं यांचं अस्तित्व अपूसाठी जणू नाहीसं होऊन गेलं होतं. एका प्रवेशानंतर दुसरा प्रवेश; अशा पद्धतीने नाटक सादर होऊ लागलं. काय ते त्यांचे दिमाखदार भरजरी पोशाख! आणि ती पात्रं त्या पोशाखांमध्ये किती रुबाबदार दिसत होती!

"तुला नीट दिसतंय ना बाळ?" अचानकपणे पाठीमागून कोणीतरी विचारलं. आपले वडीलही जत्रेला आले आहेत आणि ते आपल्या मागेच बसले आहेत हे अपूला माहीतच नव्हतं.

"दीदी आलीय ना बाबा? तिथं त्या पडद्यापलीकडे बसलीय ना?" क्षणभर त्यांच्याकडे वळून बघत अपूनं विचारलं.

समोर स्टेजवर मंत्र्यांच्या कारस्थानामुळे हद्दपार झालेला कलिंग देशाचा राजा आपली राणी आणि मुलांसह रानात निघाला होता. व्हायोलिनवर शोकार्त सूर छेडले जाऊ लागले. कुणाच्याही डोळ्यांत अश्रू उभे राहावेत असाच तो प्रसंग होता. त्याची दुःखमयता लोकांच्या मनावर अधिकाधिक ठसावी म्हणून तो प्रसंग बराच लांबवला गेला. दुःखी राजा आपली राणी आणि मुलांचे हात हातात घेऊन स्टेजवर एकेक पाऊल टाकत हळूहळू इकडून तिकडे चालत होता. पत्नी आणि मुलांना घेऊन जंगलात आश्रय घ्यायला निघालेला प्रत्यक्ष वास्तवातला कुठलाही राजा इतक्या लोकांसमोर निश्चितच असा मूर्खासारखा वागला नसता. त्यानंतर राजाचा स्वामिनिष्ठ सेनापती उगवला. तो संतापानं इतका थरथरत होता की, खरोखरचं फेफरं आलेला माणूससुद्धा इतका थरथरत नसेल.

नाटक पाहून अपू फारच प्रभावित झाला. यापूर्वी त्यानं अशी दृश्यं कधीही पाहिली नव्हती. नाटकात तो इतका रंगून गेला की, प्रत्येक दृश्य पाहताना त्याच्या डोळ्यांची पापणीही हलत नव्हती.

शेवटी राजा आणि राणी आपल्या मुलांसह जंगलाकडे चालू लागले आणि पाहता पाहता दिसेनासे झाले. पुढे राजपुत्र अजय आणि राजकन्या इंदुलेखा हे वाट चुकून कुठल्या कुठे भरकटत गेले. तिथं त्यांना वाट दाखवायला किंवा त्यांचं सांत्वन करायला कुणीही नव्हतं. त्यातच पुढे त्यांचीही ताटातूट झाली. तशातच आपल्या भुकेल्या भावासाठी एखादं फळ मिळतंय का ते पाहण्यासाठी दाट जंगलात मागे रेंगाळलेली इंदुलेखा पुन्हा वाट चुकली आणि परत भावाकडे येऊ शकली नाही. तिकडे राजपुत्र अजय तिचा शोध घेत होता. शेवटी एका नदीकाठी त्याला मरण पावलेली इंदुलेखा दिसली. अतिशय भूक लागल्यामुळे चुकून तिनं विषारी फळं खाल्ली होती. एक दुःखार्त गीत गाऊन अजयनं बहिणीच्या मृत्यूबद्दल शोक व्यक्त केला...''माझी जीवनसाथी भगिनी... तू कुठे? माझी प्रिय भगिनी... या भयावह जंगलातील माझा एकुलता आधार, प्रिय भगिनी तू कुठे?'' अशा या उत्कट क्षणाला अपूचे डोळे राजपुत्र अजयवर अक्षरशः खिळून राहिले होते; परंतु एक क्षण असा आला की, सारंच असह्य झालं. ते भावोत्कट दृश्य पाहता पाहता अपू ओक्साबोक्सी रडू लागला.

त्यानंतर सत्ता बळकावणाऱ्या त्या नव्या राजाचं आणि सेनापती विचित्रकेतू यांचं घनघोर युद्ध झालं. ते युद्ध खरोखरच अत्यंत भयंकर होतं. दोघेही योद्धे लढताना इतके बेभान झाले होते की, त्यांच्या गरगरा फिरणाऱ्या तलवारींची टोकं लागून वर लोंबकळणाऱ्या दिव्यांचे तुकडे तरी होतील नाहीतर स्टेजजवळ बसलेल्या काही दुर्दैवी प्रेक्षकांचे डोळे तरी निश्चित फुटतील असं वाटतं होतं.

''दिवे सांभाळा, दिवे सांभाळा'' कोणीतरी ओरडलं; परंतु योद्ध्यांच्या असामान्य तलवारकौशल्यामुळे तसलं कुठलंच नुकसान झालं नाही. शेवटी त्या युद्धात विचित्रकेतू विजयी झाला. शाब्बास रे विचित्रकेतू!

त्या भयंकर युद्धानंतर मध्यंतर झाला आणि स्टेजवर व्हायोलिनच्या सुरांवर एक कंटाळवाण्या समूहगीताला प्रारंभ झाला. ते गीत बराच वेळ चाललं.

थोड्या वेळानंतर हरिहर अपूला म्हणाला, ''बाळ, तुला झोप येतेय वाटतं. घरी जायचं का?''

झोप? आणि नाटक सुरू असताना? ती कल्पनाही शक्य नव्हती. निदान आज तरी अपूला मुळीच झोप येणार नव्हती आणि त्याला अजिबात घरी जायचं नव्हतं. मग त्याला बाजूला बोलावून घेऊन हरिहर हळूच म्हणाला, ''हे घे दोन पैसे. तुला काही घ्यावंसं वाटत असेल तर ते घे. मी घरी जातो हं.''

अपूला एक पैशाला मिळणारा विडा घ्यावासा वाटत होता. तो पानाच्या दुकानाजवळ गेला, तेव्हा त्याला तिथं बरीच गर्दी दिली. आश्चर्य म्हणजे त्या गर्दीमध्ये नाटकातली काही पात्रंसुद्धा होती आणि काय आश्चर्य! स्वतः सेनापती

विचित्रकेतू कमरपट्ट्यामध्ये खोवलेल्या तलवारीसह तिथं आलेला होता आणि नाकातोंडातून सिगारेटच्या धुराचे लोट सोडत उभा होता. तेवढ्यात विचित्रकेतूजवळ जाऊन त्याला कोपरखळी मारत राजपुत्र अजय म्हणाला, ''ए किशोरीदा, मला पान घेऊन देशील?''

परंतु राजाच्या त्या निष्ठावान सेनापतीनं राजपुत्राबद्दल अजिबात निष्ठा दाखवली नाही. अजयला झिडकारत तुसडेपणाने तो म्हणाला, ''तू जा बघू इथनं. माझ्याजवळ पैशाचं झाड आहे होय? आणि काय रे? सकाळचं विसरलास का? इतर मुलांबरोबर माझा साबण घेऊन अंघोळ करत असताना तू मला काय बोलला होतास ते?''

सेनापतीची मनधरणी करत अजय म्हणाला, ''ते जाऊ दे रे किशोरीदा. घेऊन दे ना. एका पैशाचा तर प्रश्न आहे. तुला मी कधी माझ्या वस्तू दिल्या नाहीत का?''

परंतु अजयकडे दुर्लक्ष करून विचित्रकेतू निघून गेला.

अजय अपूच्याच वयाचा असावा. दिसायला अगदी देखणा आणि गोड अशा अजयचा आवाजही अत्यंत मधुर होता. अपू नकळत त्याच्याकडे आकर्षिला गेला. पुढे होऊन त्याची विचारपूस करावी असं त्याला फार वाटू लागलं; परंतु त्याचं मन होकार-नकाराच्या सीमेवर रेंगाळत होतं. थोड्याच वेळात त्याने त्या दोलायमान मनःस्थितीवर मात केली आणि धैर्याने अजयजवळ जाऊन परंतु थोड्या संकोचाने तो म्हणाला, ''तुला पान हवंय ना?''

अजय एकदम आश्चर्यचकित झाला. त्यानं विचारलं, ''का? तू देणारायेस का मला? तर मग खाऊ या की.'' आणि त्याच क्षणी त्या दोघांची मैत्री झाली.

परंतु अपूच्या बाजूने विचार केला, तर अजयविषयीच्या त्याच्या भावना व्यक्त करायला ही एवढीशी मैत्री पुरेशी नव्हती. खरं म्हणजे तो अजयकडे इतका आकर्षित झालेला होता की, अजयविषयीच्या आत्मीयतेनं त्याचं मन अक्षरशः भरून आलेलं होतं. जणू आजवर तो जिच्या प्रतीक्षेत होता, ती व्यक्ती आज त्याला प्रत्यक्ष भेटली होती. बालपणापासून आईच्या तोंडून पऱ्यांच्या गोष्टी ऐकताना अपूच्या कल्पनाशक्तीनं अशाच राजपुत्राचं चित्र त्याच्यासमोर उभं केलं होतं आणि खरोखरच अपूनं कल्पनेत पाहिलेला, अगदी तशाच डोळ्यांचा, तशाच सुंदर चेहऱ्याचा आणि मधुर आवाज असलेला हाडामांसाचा राजपुत्र त्याच्यासमोर उभा होता!

''तू कुठे राहतोस?'' अजयनं विचारलं. ''काय झालंय माहीत आहे का? मी रोज एका नेमून दिलेल्या घरी जेवायला जातो; पण ते लोक फार उशिरा जेवतात. तुमच्याकडे आमच्या नाटक पार्टीतलं कोणी येतं का जेवायला?''

अपूला फारच आनंद झाला. घाईघाईनं तो म्हणाला, ''हो, हो. एकजण येतो की. तोच तो ढोलकी वाजवणारा. त्याच्याऐवजी तूच येत जा. मी स्वतः येऊन तुला घेऊन जात जाईन. तो ढोलकीवाला जाईल की दुसरीकडे.''

थोडा वेळ बोलत बोलत ते इकडेतिकडे फिरले. मग अजयच म्हणाला, ''आता मला गेलं पाहिजे. शेवटच्या प्रवेशात माझं एक गाणं आहे.''

अगदी भल्या पहाटेपर्यंत चाललेलं ते नाटक संपल्यावर अपू घरी आला. तो नाटकात एवढा रंगून गेला होता की, नाटक पाहून घरी निघालेल्या प्रेक्षकांचं बोलणंसुद्धा त्याला नाटकासारखंच वाटत होतं.

तो घरी आला, तेव्हा दुर्गा त्याच्याशी बोलण्यासाठी म्हणून त्याची वाटच पाहत होती; परंतु दुर्गा बोलत होती, तेव्हा त्याला तिचा आवाज ऐकू येत नव्हता, तर जणू घनदाट आणि एकाकी अरण्यातून राजकन्या इंदुलेखा त्याला आवाज देत होती. अपू अजूनही नाटकाच्या धुंदीतच होता; पण असं असलं तरी आईला अजयची आठवण करून द्यायला मात्र तो अजिबात विसरला नाही. मोठ्या उत्साहानं तो आईला म्हणाला, ''आई, तो राजपुत्र अजयची भूमिका करणारा नट आहे ना? ते आपल्या घरी जेवायला येणार आहेत.''

''कशाला? आधीच एकजण येतोय. त्यात आणखी एकाची भर कशाला?'' सर्वजया उद्गारली.

''नाही. दोघं नाहीत काही. फक्त अजयच येईल गं. तो दुसरा आहे किनई तो जाईल दुसरीकडे.''

ते अंथरुणावर पडले, तेव्हा दुर्गानं विचारलं, ''अपू, तुला ही जत्रा कशी वाटली?''

''फारच भारी! आजपर्यंत अशी जत्रा मी कधीच पाहिली नव्हती. दीदी, तुला आठवतं का? राजकन्या इंदुलेखा मरण पावली, तेव्हा राजपुत्र अजयने किती गोड गाणं म्हटलं होतं!''

या सगळ्या गोष्टींमुळे त्याला लवकर झोप आलीच नाही. अगदी झोपेतसुद्धा त्याला त्या वाद्ययंत्रांची करुण सुरावट ऐकू येत होती. शेवटी सकाळी सकाळी त्याचा डोळा लागला. सकाळी सूर्यकिरणं बाणासारखी डोळ्यांत शिरल्यावरच त्याला जाग आली. त्याचे डोळे एकदम कोरडे झालेले होते आणि जागरणामुळे त्यांची जळजळ होत होती. डोळे धुतल्यावर त्यांची जळजळ आणखी वाढली; परंतु त्याच्या डोळ्यांसमोर जत्रेतली सगळी दृश्यं अजूनही जशीच्या तशी उभी होती आणि कानांमध्ये जत्रेतले आवाज तसेच घुमत होते. जणू काही जत्रा अजून सुरूच होती आणि तोही प्रेक्षकांमध्ये अजून तसाच बसून होता.

घराजवळून जाणाऱ्या रस्त्याने खेड्यातल्या स्त्रिया तळ्यावर जात, तेव्हा त्यांच्या बोलण्याचा आवाज अपूच्या कानावर यायचा; परंतु आज त्यांचा आवाज जणू त्यांचा नव्हताच. त्यांच्यातली एक स्त्री धीरावतीसारखं बोलत होती. दुसरी कलिंग देशाच्या राणीसारखं बोलत होती, तर तिसरी राजपुत्र अजयची आई वसुमती

हिच्यासारखं बोलत होती आणि त्याची दीदी? ती तर जणू साक्षात राजकन्या इंदुलेखाच होती. तिच्या आवाजातून, हावभावांतून आणि हालचालींतून अपूला जणू इंदुलेखाच दिसत होती. तिचा गौर वर्ण, तिचे मोठमोठे डोळे, तिचा सुंदर चेहरा आणि लांबसडक केस सारं काही इंदुलेखेसारखंच होतं. इंदुलेखेची भूमिका करणाऱ्या त्या मुलानं खरोखरच उत्तम भूमिका केली होती.

जणू कधी काळी गोष्टींच्या दुनियेत वावरणारी राजकन्या इंदुलेखा दुर्गादीदीच्या रूपाने त्याची बहीण होऊन आली होती. कालचं तिचं ते घनदाट अरण्यात वाट चुकणं, आपल्या भावासाठी म्हणून ते फळे तोडणं; परंतु स्वतःच खाल्ल्याने तिचा मृत्यू ओढवणं हे सगळं त्याला पुनःपुन्हा आठवत राहिलं...

दोघे जिवलग मित्र

दुपारी अपूनं अजयला जेवायला बोलावून आणलं. सर्वजयानं दोघांना शेजारी शेजारी बसवून जेवायला वाढलं आणि लगेचच तिनं अजयची विचारपूस सुरू केली. तो नाटक कंपनीत कसा आला तेही विचारलं. त्यावर अजयनं आपण एका ब्राह्मणाच्या घरात जन्मलो असून आई-वडील लहानपणीच वारल्याचं आणि त्यानंतर मावशीनंच आपला सांभाळ केला असल्याचं सांगितलं. अलीकडेच तीही मरण पावली होती आणि त्याला आपलं म्हणावं असं कोणीही उरलं नव्हतं. गेल्या वर्षापासून तो या नाटक कंपनीत आला होता. अजयचं ते पोरकेपण पाहून सर्वजयाच्या मनात मातेचं वात्सल्य उचंबळून आलं. खरंच, अजय जवळपास अपूच्याच वयाचा होता; परंतु एवढ्या लहान वयात त्याच्यावर स्वतःचा उदरनिर्वाह भागवायची जबाबदारी येऊन पडली होती. कदाचित उद्या माझ्या अपूवरही अशीच जबाबदारी येऊन पडली तर...? तो विचार मनात येताच सर्वजया शहारली. तो विचार मनातून झटकून टाकत ती अजयशी बोलत राहिली. त्याची विचारपूस करत करत सर्वजया त्याला घसघशीतपणे वाढत होती आणि वेळोवेळी आग्रहही करत होती. जेवण काही फार चमचमीत किंवा चविष्ट म्हणावं असं नव्हतं; परंतु प्रेमाने वाढलेलं ते जेवण अजयला फार आवडलं. जेवण झाल्यावर दुर्गा हळूच आईच्या कानात कुजबुजली, "आई, त्याला ते काल रात्री म्हटलेलं गाणं गायला सांग ना... माझी जीवनसाथी, प्रिय भगिनी तू कुठे? या भयावह जंगलातील माझा एकुलता आधार... प्रिय भगिनी तू कुठे?"

मग अजयने घसा साफ केला आणि गायला सुरुवात केली. अपू पुन्हा एकदा भारल्यासारखा ते गाणं ऐकू लागला. अजयसारख्या एका गोड आणि सुंदर मुलाला आईची माया मिळत नाही, हे पाहून सर्वजयाचे डोळे आसवांनी भरून आले... तिला वाटलं, खरंच किती गोड गळा आहे आणि बिचारा जीवनात पोरका आहे... त्यानंतरही अजयने आणखी काही गाणी म्हटली. सर्वजया म्हणाली, "आज तिसऱ्या प्रहरी मी कुरमुऱ्यांचा चिवडा करणार आहे, तेव्हा तूही ये. लाजू नकोस.

आणि मलातर वाटतं की, हे घर तू आपलंच समज. तुला वाटेल, तेव्हा तू येत जा.''

अजयला सोडायला म्हणून अपू बाहेर पडला. चालत चालत ते नदीकडे निघाले. नदीकाठी गेल्यावर अजय म्हणाला, ''अपू, तुझाही आवाज गोड आहे. तू मला एक गाणं म्हणून दाखव ना.'' खरंतर, अपूलाही गावंसं वाटत होतंच; परंतु त्याला फार संकोच वाटत होता. शेवटी अजय हा एका नाटकपार्टीतला गायक नट होता आणि अशा कसलेल्या नटासमोर गायचं म्हणजे...

एका झाडाखाली बांबूच्या बेटाजवळ छानशी जागा दिसल्यावर ते दोघं तिथं जाऊन बसले. थोड्या वेळानं अपूच्या मनातला संकोच थोडा दूर झाला. त्यानं दासू रॉय यांचं एक भक्तिगीत गाऊन दाखवलं. ''ऊठ अनंता, तुझे भक्त लागले तव पाया...'' कधीतरी वडिलांच्या तोंडून त्याने ते ऐकलेलं होतं आणि लिहून ठेवलं होतं. आश्चर्यानं अजय म्हणाला, ''खरंच, तुझा गळा खूप गोड आहे. तू गात का नाहीस? आणखी एक गाणं म्हण.'' प्रोत्साहित होऊन अपूनं आणखी एक गाणं म्हटलं. ''मी... नावेची वाट पाहत होते; पण अंधार दाटून आला...'' दुर्गानं कुठून तरी हे गाणं मिळवलं होतं. त्याची छान सुरावट आवडल्यामुळे अपूनं ते दुर्गाकडून शिकून घेतलं होतं. कधीकधी घरी कोणी नसलं तर ती दोन भावंडं ते गाणं म्हणत असत.

ते संपूर्ण गाणं ऐकून अजय फारच प्रशंसा करू लागला. तो म्हणाला, ''तुझ्यासारखा आवाज असेल तर कुठलीही नाटक कंपनी अगदी आनंदानं महिन्याला पंधरा रुपये देईल. तशात, तू जर आणखी मेहनत केलीस आणि आणखी चांगलं गायला शिकलास तर...''

दुर्गासह घरी एकटाच असताना अपू नेहमी गायचा आणि आपला आवाज कसा वाटतो, खरंच आपण चांगले गायक होऊ शकू का, असं तिला विचारायचा. त्याचा आवाज उत्तम आहे, असं दुर्गा नेहमी म्हणायची. अपूलाही ते बरंच वाटायचं. परंतु नाटकपार्टीतील एका नावाजलेल्या आणि अनेक बक्षिसं मिळवलेल्या गायकानं अशी स्तुती करावी हे फार महत्त्वाचं होतं. अजयनं केलेली ती स्तुती ऐकून अपूला एवढा आनंद झाला की, उत्तरादाखल काय बोलावं तेही त्याला सुचत नव्हतं. बोलणं शक्य झालं, तेव्हा तो म्हणाला, ''तुझं ते गाणं मला शिकव ना.'' अजयनं त्याला गाऊन दाखवल्यावर मग ते दोघेही गाऊ लागले.

ज्याच्याशी मनातलं बोलावं असा अपूसारखा मित्र अजयला आजवर कधीच मिळाला नव्हता. आपण चाळीस रुपये साठवले असून आणखी थोडं मोठे झाल्यावर ही नाटकपार्टी सोडून दुसऱ्या पार्टीत जाणार आहोत, असं त्यानं सांगितलं, कारण त्याच्या पार्टीचा मालक फार क्रूर होता. तो कधीकधी मुलांना मारहाणही करत असे;

त्यामुळेच त्याने आशुतोष पाल याच्या नाटकपार्टीत जायचं ठरवलं होतं. त्या पार्टीत तो अधिक आनंदाने राहू शकणार होता. तिथं कलाकारांना चांगलं जेवण दिलं जात असे आणि जर कोणाला ते जेवण नको असेल तर त्याला तीन आणे दैनंदिन भत्ता दिला जात असे. कधीतरी आपण जेव्हा सध्याची पार्टी सोडून त्या पार्टीत जाऊ, तेव्हा असेच कधीतरी अपूच्या घरी येऊ आणि काही दिवस त्यांच्या सोबत घालवू... अजय मनोमन ठरवत होता...

संध्याकाळ होत आली, तेव्हा अजय म्हणाला, "हे बघ अपू, आता मला गेलं पाहिजे. आम्ही लवकरच एक नवं नाटक बसवत आहोत. त्यांनी जर ठरवलं तर 'परशुरामाचे गर्वहरण' या नाटकात मी नियतीच्या भूमिकेत रंगमंचावर असेन. त्या भूमिकेत फार चांगलं गाणं आहे. तुला ते कसं वाटतं ते सांग बरं का."

जत्रा आणखी तीन दिवस चालली. सगळ्या गावाला जत्रेशिवाय दुसरा विषयच नव्हता. नदीकाठच्या रस्त्यानं जाणारे पांथस्थ, शेतात काम करणारे शेतकरी, होड्या वल्हवणारे नावाडी, गुरं वळणारे गुराखी सगळे लोक जत्रेत ऐकलेली गाणी गुणगुणत होते. गावातल्या स्त्रिया नाटकपार्टीतल्या मुलांना घरी बोलावून घेत आणि त्यांना आपल्याला आवडलेली गाणी म्हणून दाखवायला सांगत.

अपू आणखी तीन-चार गाणी शिकला. एकदा तो अजयसोबत नाटकपार्टीच्या मुक्कामाच्या ठिकाणी गेला. अपूचा आवाज फार गोड आहे असं अजयनं सांगितल्यामुळे इतर सर्व कलाकारांनी अपूला गायचा आग्रह केला. फारच आग्रह झाल्यावर अपूला गावंच लागलं. गाणं संपल्यावर सर्वांनी त्याची फारच स्तुती केली आणि त्याला नाटकपार्टीच्या मालकाकडे पिटाळलं. तिथं अपूला पुन्हा गाणं म्हणून दाखवावं लागलं. ठार काळ्या रंगाचा तो पार्टीचा मालक भलताच लठ्ठ आणि ढेरपोट्या होता. नाटक सुरू असताना अपूनं त्याला समूहगीतात गाताना पाहिलेलं होतं. मालक म्हणाला, "अरे बाळ, तू आमच्या पार्टीत का येत नाहीस?" अपूची छाती गर्वानं आणि आनंदानं फुलून आली. ते पाहून बाकीचे सगळेच अपूचं मन वळवू लागले आणि त्याने लगेचच पार्टीत सामील व्हावं असा आग्रह करू लागले.

अपूलाही नाटकपार्टीत जायला खरंच आवडलं असतं. अपूसारख्या मुलाच्या दृष्टीने जत्रा पार्टीतील नाटकात काम करण्यासारखं आनंदाचं आणखी दुसरं कुठलं काम असणार होतं? त्याला वाटलं, खरंच यापूर्वीच आपल्या मनात हा विचार का बरं आला नाही?

त्यानंतर ते दोघं एकटेच असताना अपूनं अजयला विचारलं, "जर मी तुमच्या नाटकपार्टीत सामील झालो, तर मला कोणती भूमिका देतील असं तुला वाटतं?"

"सुरुवातीला छोटी-मोठी भूमिका किंवा कदाचित दासीची भूमिका देतील. तू अभिनय शिकल्यानंतर..."

दासी? छे! रंगमंचावर आपण एखाद्या दासीच्या भूमिकेत यावं असं अपूला मुळीच वाटत नव्हतं. त्याला सोन्याच्या वेलबुट्टीचा मुकुट घालून आणि कमरपट्ट्यात तलवार खोचून सेनापतीच्या रूपात स्टेजवर यायचं होतं. बेभान तलवारयुद्ध करावं आणि शत्रूला पराभूत करावं असं त्याला वाटत होतं. एक गोष्ट मात्र निश्चित! अपू मोठा होईल, तेव्हा तो निश्चित नाटकपार्टीत सामील होईल. हेच त्याच्या जीवनाचे ध्येय आहे!

अशा रीतीने पाच दिवस चाललेली जत्रा संपली. अपू अजयला बोलवायला जात होता, तेव्हापासून अजयदेखील जणू त्याच्या कुटुंबातलाच एक सदस्य झाला होता. त्या दोघांमध्ये खरोखर भावंडांसारखं प्रेम निर्माण झालं होतं. अजय अपूच्याच वयाचा होता. जगात त्याला आपलं म्हणावं असं कोणी नसल्यामुळे सर्वजयाला त्याच्याविषयी खूप सहानुभूती वाटायची आणि त्यामुळेच ती अजयलाही अपूएवढीच माया लावायची. दुर्गासुद्धा त्याला भावासारखं समजत होती. तीही त्याच्याकडून काही गाणी शिकली होती आणि त्या बदल्यात तिनंही त्याला बऱ्याच गोष्टी सांगितल्या होत्या. ते तिघं मिळून अंगणात गंगा-जमुना हा खेळ खेळले. जेवतानासुद्धा अजय पोटभर जेवतोय की नाही याकडे त्यांचं लक्ष असे.

बिचारा नाटकपार्टीत राहत होता आणि तिथं त्याची काळजी घेईल असं कोणीही नव्हतं. तो काय खातोय, कुठं झोपतोय याचीही तिथं कोणाला पर्वा नव्हती. ज्याने त्याने जमेल तसं जगावं असाच सगळा प्रकार होता. आयुष्यात प्रथमच अजयला कौटुंबिक जीवनाचा आनंद अनुभवायला मिळाला होता. अजयला वाटायचं, हा आनंद अजूनही असाच मिळत राहावा, त्यापासून आपण कधी दूर जाऊच नये...

परंतु शेवटी तो वियोगाचा दिवस उजाडलाच. निरोपाच्या क्षणी अजय सर्वजयासमोर थोडा अवघडल्यासारखा उभा होता. त्याला काहीतरी सांगायचं होतं. अचानक आपल्या कापडी पिशवीमध्ये हात घालून, त्याने पाच रुपये बाहेर काढले आणि सर्वजयापुढे धरले. ते पैसे म्हणजे त्याच्या मेहनतीची कमाई होती. भरल्या आवाजात अजय म्हणाला, ''दीदीच्या लग्नामध्ये तिला माझ्या वतीने साडी घ्या.''

''नको, नको रे बाळा.'' सर्वजया म्हणाली. ''मी तुझ्याकडून पैसे कसे घेऊ? मोठ्या मनानं तू देऊ केलेस हे मला आवडलं; पण मी ते घेणार नाही. खरं म्हणजे या पैशांची तुलाच फार गरज आहे. अजून तुझं लग्न व्हायचंय, तुला संसार थाटायचा आहे...'' परंतु अजय ऐकायलाच तयार नव्हता. शेवटी सर्वजयाच्या प्रयत्नांना यश आलं. बरीच मनधरणी करून, ते पैसे परत ठेवायला तिनं अजयला भाग पाडलं.

अजयला निरोप देण्यासाठी ते सगळे काही पावलं चालत गेले. दीदीचं लग्न होईल, तेव्हा मला जरूर कळवा असं त्यानं पुनःपुन्हा बजावलं. एवढं बोलून तो

जाण्यासाठी वळला. त्याची सडपातळ आकृती आंब्याच्या झाडाखालील सावल्यांमध्ये विरून गेली आणि पाहता पाहता रस्त्यावरील वळणात नाहीशी झाली. सर्वजया विचार करत होती... किती गोड आहे तो मुलगा! एवढ्याशा वयात त्याला पोटासाठी वणवण करावी लागतेय. किती दयनीय आहे हे सगळं... अजयच्या जागी तिला आपला अपूच दिसू लागला. समजा, उद्या माझ्या अपूवरही अशीच वेळ...! आणि त्या विचारासरशी सर्वजयाच्या मनाचा थरकाप झाला. बाई गंऽऽ! किती भयंकर विचार होता तो!

तुला एक गोष्ट सांगू?

हरिहर बनारसहून पहिल्यांदाच गावी आला, तेव्हा लोक म्हणाले होते की, हरिहरचं भविष्य फार उज्ज्वल आहे, कारण हरिहरइतका विद्वान माणूस त्या भागात शोधूनही सापडला नसता! प्रत्येकजण त्याच्या विद्वत्तेची प्रशंसा करत होता आणि आज ना उद्या तो फार मोठे स्थान निर्माण करील म्हणून सांगत होता. सर्वजयालाही खात्रीच वाटत होती की, आज ना उद्या ते लोक हरिहरला बोलावून घेतील आणि त्याला एखादी चांगली नोकरी देऊ करतील; परंतु ते लोक म्हणजे नेमके कोणते लोक याविषयीची तिची कल्पना धुक्यामध्ये हरवलेल्या समुद्राच्या पृष्ठभागासारखी धूसरच होती.

दरम्यान, बराच काळ ओसरला. महिन्यांमागून महिने आणि वर्षांमागून वर्षे निघून गेली. वाळवीने पोखरलेली दारं मोठमोठ्यानं करकरत राहिली. छताच्या जुन्या झालेल्या तुळ्या अधिकच वाकत गेल्या. आहेत ते दिवस पालटण्याची आशा मंदावत चालली; परंतु सर्वजयानं अजूनही तिची आस सोडलेली नव्हती. प्रत्येक वेळी घरी आलेला हरिहर हे ना ते सांगून तिची आशा उंचावत राहायचा. म्हणायचा, ''थोडं थांब, सगळं काही ठीक होईल; फक्त थोडे दिवस थांब! आता आपले दिवस पालटायला फार दिवस लागणार नाहीत.'' परंतु अजून काहीही पालटलं नव्हतं. त्यातच सर्वजयाला दुर्गाच्या लग्नाची काळजी पोखरत होती. निरेनच्या वडिलांना पत्र लिहून आता बरेच दिवस उलटले आहेत म्हटल्यावर तिने पुन्हा एकदा पत्र पाठवा म्हणून लकडा लावला.

सर्वजयाचा तो आग्रह पाहून हरिहर म्हणाला, ''तुझं डोकं कामातून गेलंय. अगं, ते श्रीमंत लोक आपल्यासारख्या दरिद्री ब्राह्मणाची मुलगी स्वीकारतील होय? तुझं आपलं काहीतरीच!''

तरीही त्याची मनधरणी करीत सर्वजया म्हणायची, ''तुम्ही पत्र लिहा तर खरं. निरेननं दुर्गाला पाहिलंय आणि खरं म्हणजे आपली दुर्गा त्याला आवडलीये.''

अलीकडे गेल्या दोन-तीन महिन्यांपासून हरिहर बाहेरगावीच होता. काही

आठवड्यांपूर्वी त्याने थोडे पैसे घरी पाठवले होते तेवढेच! सध्या दुर्गाला बरं वाटत नव्हतं. अधूनमधून बरं असायचं; परंतु एखाद दिवशी नेहमीचं जेवण झालं की, तिला अचानक ताप भरून यायचा.

या वेळी घर सोडताना हरिहर म्हणाला होता की, आपण लवकरच निश्चंडीपूर सोडून इतरत्र राहायला जाणार आहोत. तेवढ्या आशेवर सर्वजयाच्या डोळ्यांसमोर तिच्या स्वप्नातलं घर उभं राहत असे... खेड्याच्या एका टोकाला दोन-तीन खोल्यांचं झोपडीवजा घर आहे... घराला छानसं आवार आहे... आवाराच्या एका बाजूला घरगुती वापरासाठी दूध देणाऱ्या दोन-तीन गाईंचा गोठा आहे... गोठ्यात भरपूर चारा भरलेला आहे. घरातली धान्याची कोठीदेखील शिगोशीग भरलेली आहे... आजूबाजूची शेतं पूर्ण बहराला आलेली आहेत आणि वाऱ्याच्या झोताबरोबर पिकांचा सुवास सर्वत्र पसरला आहे... निळसर गळ्याचा जय, शिंपी असे अनेक पक्षी जिकडेतिकडे मुक्त कंठाने गात आहेत...

...रोज सकाळी कपिला गाईने दिलेल्या फेसाळ अशा भांडंभर दुधासह अपू भाजक्या पोह्यांचा नाश्ता करतो आहे आणि त्यानंतर व्हरांड्यात अभ्यासाल बसला आहे... दुर्गाची तिच्या नेहमीच्या मलेरियापासून सुटका झाली आहे आणि ती अगदी ठणठणीत झाली आहे... खेड्यातला प्रत्येकजण त्यांना ओळखतो आहे आणि त्यांना मान देतो आहे... लोक अक्षरशः त्यांच्या पायाची धूळ घेत आहेत... घरातलं अठरा विश्वे दारिद्र्य कुठल्या कुठे पळून गेलं आहे...

...सर्वजया रात्रंदिवस हेच एक स्वप्न पाहत होती. जणू काही त्याला जिवाच्या मोलानं उराशी जपत होता आणि आज ना उद्या ते सत्यसृष्टीत अवतरेल असा आत्मविश्वास तिला वाटत होता. आत कुठेतरी तिच्या अंतर्मनातला एक आवाज तिला हेच सांगत होता. लवकरच काहीतरी घडेल आणि हे सगळं बदलून जाईल. कदाचित लवकरच...

दुर्गा स्वयंपाकखोलीत आली. तिच्या हातात तिनं थोड्याच वेळापूर्वी जमिनीतून उकरून काढलेला एक कंद होता. तो कंद आई आपल्याला शिजवून खाऊ घालील या आशेनं ती तिथं उभी होती.

तिला तसं उभं असलेलं पाहून सर्वजया म्हणाली, ''काय गं, तू तिथं कशासाठी उभी आहेस? आज मी तुला काहीही खायला देणार नाही हे तुला माहीत आहे ना? काल संध्याकाळी तुला पुन्हा ताप आला होता. हो की नाही?''

''नाही गं आई, तो काही खराखुरा ताप नव्हता. थोडं कोमट वाटत होतं एवढंच! असं कर, भातासोबत हा कंद शिजायला घाल. मला खूप भूक लागलीये गं आई. मला थोडा भात दे.''

''अजिबात नाही. तापामुळेच तुला भूक लागलीये; तापामुळे असंच होतं. फार

भूक लागते. जर आज आणि उद्या तुला बरं वाटलं, तर परवा मी तुला जेवायला देईन.''

दुर्गानं खूप याचना केली. अगदी मनधरणीही केली; परंतु सर्वजयाचा निश्चय जरासुद्धा ढळला नाही. शेवटी दुर्गानं तो नादच सोडला आणि ती मुकाट्यानं व्हरांड्यामध्ये जाऊन बसली. ती स्वतःशीच म्हणाली, 'खरंतर आज मला बरं वाटतंय आणि आता ताप कशाला परत येतोय? जर तो आता नाहीये आणि येणारही नाहीये तर आई मला आज संध्याकाळी थोडी चपाती आणि बटाटे देऊ शकते...' परंतु अशा रीतीने स्वतःची समजूत घालत असताना तिला मोठमोठ्या जांभया येऊ लागल्या. अशा जांभया येऊ लागल्या की, अंगात ताप भरू लागतो हे तिला चांगलं माहीत होतं. तरीही ती मनाची समजूत घालतच राहिली... 'ही तर फक्त जांभई आहे. जांभई आली म्हणून ताप येतो असं कुठे आहे? जांभया सगळ्यांनाच येतात; त्यात एवढं भिण्यासारखं काय आहे? मला नेहमीच जांभया येतात. ताप येणार नाही म्हणजे नाही. अजिबात नाही. मला आज अगदी बरं वाटतंय...'

थोड्याच वेळात दुर्गाला थंडी वाजू लागली. चट्‌कन उठून उन्हामध्ये जाऊन बसावं असं वाटू लागलं; परंतु जागेवरून उठण्याऐवजी ती पुन्हा विचार करू लागली... 'थंडी वाजते म्हटल्यावर उन्हात जाऊन बसावं असं प्रत्येकालाच वाटतं. त्यात नवीन विशेष ते काय? तापाचा आणि त्याचा काय संबंध...?' परंतु सूर्य मावळतीकडे झुकू लागला, तसतशी तिला अधिकच थंडी वाजू लागली. शेवटी नाइलाजानं ती उठली. आईचं लक्ष नाही असं पाहून ती हळूच बाहेर पडली आणि उन्हात जाऊन बसली. क्षणभर निराशेची एक गडद - गहिरी लाट तिच्या मनाला चाटून गेली. तरीही ती स्वतःशीच म्हणाली, 'नाही, हा काही ताप नाही. मला उगीचच आपलं तसं वाटतंय. सारखा तोच विचार करतेय ना? त्यामुळेच तसं होतंय...'

मावळतीकडे झुकलेले सूर्यकिरण थोडा वेळ समोरच्या पडक्या भिंतीवर रेंगाळले आणि हळूहळू संध्याकाळच्या छाया पसरू लागल्या. तापाविषयीचा विचार करणं थांबवून दुसरीकडे मन वळवलं तर तो येणार नाही, असंच दुर्गाला वाटत होतं. तेवढ्यात घरी आलेल्या अपूमुळे ती संधी तिला मिळाली. अपूला हाक मारत दुर्गा म्हणाली, ''अपू ये. असा माझ्याजवळ बैस. तुला एक गोष्ट सांगू? एकदा किनई गंमतच झाली...''

तर ती गंमत अशी : एके दिवशी कित्येक रंगांनी रंगवलेला बाइस्कोपचा पेटारा डोक्यावर घेऊन एक मुस्लीम गृहस्थ गावात आला होता. त्या पेटाऱ्याला गोल गोल खिडक्या होत्या आणि त्यावर डोळे लावून आत पाहता येत असे. जीवन चौधरी

यांच्या अंगणात त्याने बाइस्कोपचा पेटारा ठेवला होता. तो गृहस्थ सांगत होता, कोणीही या, एका पैशात बघा.'' इतर मुलांसह दुर्गाही तिथं जाऊन उभी राहिली; परंतु बाइस्कोप पाहायला तिच्याकडे मुळीच पैसे नव्हते. ज्यांच्याकडे पैसे होते ते बाइस्कोप पाहण्याचा आनंद लुटू लागले.

मुलं बाइस्कोप पाहत असताना तो मुस्लीम गृहस्थ एकीकडे बाइस्कोपचं हॅन्डल फिरवत होता आणि तोंडानं सारखं म्हणत होता, ''या, या, बघा. बाइस्कोप बघा. बीबीका ताज बघा, वाघ आणि हत्ती यांची कशी झुंज लागलीये ते बघा.'' आणि असंच आणखी काही काही तो म्हणत होता. एकाचं पाहून झालं की, दुसरा पाहत राहायचा. त्यांचं पाहून झालं की, दुर्गा त्यांनी बाइस्कोपमध्ये काय काय पाहिलं ते ते सगळं उत्कंठेनं विचारायची आणि त्या गोष्टी खरोखरच्या आहेत का तेही विचारायची.

खरं म्हणजे त्यांच्या उत्तरांमधून तिला पुरेशी कल्पना येतच नसे; परंतु तिला असं वाटायचं की, त्यांनी खरोखरच असं काही पाहिलं आहे की, ज्याचं त्यांना वर्णनच करता येत नाहीये.

सगळ्यांचं पाहून झाल्यावर दुर्गाही घराकडे वळली; परंतु तेवढ्यात तो मुस्लीम गृहस्थ म्हणाला, ''मुली, तुला नाही बघायचा बाइस्कोप?''

नकारार्थी मान हलवत दुर्गा म्हणाली, ''नको, माझ्याजवळ पैसे नाहीत.''

''राहू देत पैसे, ये बघ. मी काही तुझ्याकडून पैसे घेणार नाही.'' तो गृहस्थ म्हणाला होता.

दुर्गा थोडी संकोचली आणि म्हणाली, ''नको.''

दुर्गाच्या ओठांवर नकार असला तरी मनात त्या बाइस्कोपमध्ये काय आहे हे पाहायची उत्सुकताही होतीच!

तेवढ्यात पुन्हा त्या गृहस्थाने आवाज दिला. ''ये गं मुली, बाइस्कोप पाहिला म्हणून काय बिघडलं?''

दुर्गाचा चेहरा आनंदानं उजळला आणि ती बाइस्कोपसमोर जाऊन उभी राहिली. तरीही बाइस्कोप पाहायचा तिला संकोच वाटू लागला.

''पाहा ना, आत पाहा,'' तो गृहस्थ म्हणाला.

डोळ्यांवर येणारे केस दुर्गानं हातानं मागे सारले आणि ती बघू लागली आणि त्यानंतरच्या दहा मिनिटांमध्ये तिनं जे जे पाहिलं ते सगळं अगदी अवर्णनीय होतं. अगदी खरोखरची माणसं त्या खोक्यामध्ये कशी बरं गेली असतील? तिथं खूप खूप दृश्यं गरगरल्यासारखी अगदी वेगानं फिरत होती. त्यात खूप साहेब आणि मेमसाहेब होत्या. निरनिराळ्या प्रकारच्या खूप इमारती होत्या. शिवाय कितीतरी निरनिराळ्या प्रकारची दृश्यं होती. त्यातलं बरंचसं आता तिलाही आठवत नव्हतं.

काय अजब पेटारा होता तो! असा तो अजब पेटारा अपूलाही पाहायला मिळाला, तर किती मजा येईल! पण तो मुस्लीम गृहस्थ पुन्हा कधी गावात दिसलाच नाही.

गोष्ट सांगता सांगता दुर्गाला थंडी वाजू लागली आणि तिच्या अंगात ताप भरू लागला. शेवटी तिला नाइलाजानं अंथरूण धरावं लागलं. पायापासून डोक्यापर्यंत गोधडी पांघरून घेऊन आणि अगदी गलितगात्र होऊन ती अंथरुणावर जाऊन पडली.

हरिहर बाहेरगावी गेल्यापासून अपूला तर काय संपूर्ण रान जणू मोकळं झालं होतं. या दिवसांत तो घरी थांबला, तर नशीब म्हणायचं. कवड्यांची पिशवी काखोटीला मारून तो सकाळी घराबाहेर पडायचा, तो थेट दुपारी जेवायलाच घरी यायचा. त्याचं ते वागणं पाहून एके दिवशी सर्वजयानं त्याला चांगलंच फैलावर घेतलं. ती म्हणाली, ''थोडा थांब, फक्त तुझ्या वडिलांना परत येऊ दे. तुझे सगळे प्रताप मी त्यांना सांगणार आहे. मग काय होतं ते फक्त पाहा.''

मात्रा बरोबर लागू पडली. अपू नाइलाजाने घरी थांबून अभ्यासाचं नाटक रंगवू लागला. वडिलांच्या खोलीत तो आजूबाजूला भरपूर पुस्तकांचा पसारा मांडून बसायचा आणि आपण भलतेच अभ्यासात गढून गेलो आहोत असा आभास निर्माण करायचा किंवा काही लहर लागलीच तर काहीतरी लिहीत बसायचा.

एकदा वाचता वाचता त्याला एका शेतकऱ्याच्या मुलाची गोष्ट सापडली. तो एवढा हुशार होता की, बटाटे विकायला बाजारात गेल्यावर तिथंही त्याने बीजगणितावर चर्चा केली होती. दुसरा एक मेंढपाळ मुलगा तर इतका अभ्यासू होता की, त्याच्या मेंढ्या कुरणात निवांतपणे चरत असायच्या, तेव्हा तो जगाच्या नकाशाचा अभ्यास करत असायचा. म्हणूनच तर ते दोघे पुढे मोठे विद्वान म्हणून नावाजले गेले होते. अपूला वाटायचं, आपणही असाच भरपूर अभ्यास करावा. बीजगणितावर चर्चा करावी किंवा नकाशावाचन करावं... परंतु बीजगणित म्हणजे काय असतं? नकाशा कसा असतो हेच आधी शोधून काढायला पाहिजे होतं...

पाऊस... पाऊस

पाहता पाहता पावसाळा सुरू झाला. पावसाची संततधार सुरू झाली. अधूनमधून त्यात थोडा खंड पडायचा; पण थोड्याच वेळामध्ये आभाळ पुन्हा भरून यायचं आणि असा मुसळधार पाऊस सुरू व्हायचा की, सगळा आसमंत धूसर होऊन जायचा.

अशा वेळी घरात बसून करणार तरी काय? म्हणून मग आसपासचे सगळे लोक अन्नदाबाबूंच्या दिवाणखान्यात गप्पा मारत बसायचे. जुन्या काळातल्या नीळ कारखान्यापासून खलाशांना चकवा देऊन जहाज फुटायला कारणीभूत ठरणाऱ्या पुरीच्या समुद्रातील लोहचुंबकाच्या खडकापर्यंत कितीतरी गोष्टी तिथं निघायच्या.

अवतीभोवतीच्या त्या धुंद-धूसर पावसाळी वातावरणात शक्याशक्यतेच्या सीमेवर रेंगाळणाऱ्या अरेबियन नाइट्समधील गोष्टी ऐकायला खूप मजा यायची. त्यावरून मग सहजच ज्योतिषशास्त्राच्याही गोष्टी निघत...

''मित्रहो, भृगुसंहिता हे खरंच मोठं गूढ असं शास्त्र आहे बरं का...'' कोणीतरी सुरुवात करायचं... ''तुम्ही फक्त तुमची जन्मवेळ सांगा. तुमच्या संपूर्ण जीवनाचा पट तुम्हाला भृगुसंहितेत लिहून ठेवलेला दिसेल. तुमचे पूर्वज, तुमच्या संपूर्ण घराण्याचा इतिहास, एवढंच नव्हे, तर तुमच्या भूतकाळाचा आणि भविष्यकाळाचा नकाशा तुम्हाला पाहायला मिळेल...''

अशा एकाहून एक मनोरंजक गोष्टी सुरू झाल्या की, कोणी जागेवरून हलायचं नाव घेत नसे आणि गोष्टी सांगणारेही असे पट्टीचे होते की, त्यांचं ते कथनकौशल्य श्रोत्यांना नुसतं खिळवून ठेवत असे. दिवाणखान्यात गप्पागोष्टी सुरू असत आणि बाहेर आसमंत कोंदाटून टाकणाऱ्या मुसळधार पावसाची संततधार सुरू असे.

निसर्गाचं ते भयावह रूप पाहून कोणीतरी म्हणायचं, ''मंडळी, आता घरी गेलेलं बरं. पावसानं फारच उग्र रूप धारण केलंय. काहीतरी भयंकर घडणार आहे एवढं निश्चित!''

जमलेले लोक हळूहळू घराकडे परतू लागत. अपूलाही मग उठावंच लागायचं. एके दिवशी तो असाच घरी आला, तर सर्वजया आणि दुर्गा रानवेलींचा भलामोठा भारा घेऊन पायऱ्या चढताना दिसल्या. अगदी सकाळपासून त्या माय-लेकी वेली गोळा करायला गेल्या होत्या. भाजी म्हणून शिजवून खायला आता हीच पानं कामी येणार होती.

''अरे बापरे! केवढा मोठा हा भारा! कुठून आणलास गं आई?'' अपूनं विचारलं.

गोळा केलेल्या वेलींकडे आनंदाने पाहत हसून दुर्गा म्हणाली, ''केवढा मोठा भारा म्हणे! भर पावसात आम्ही वेली गोळा करतोय आणि तू मात्र छानपैकी घरात बस. तिथं ते जांभळाचं झाड आहे ना, तिथं मिळाल्या. पावसाच्या पाण्यानं तिथं गुडघाभर तळं साचलंय. ते जाऊनच का पाहत नाहीस?''

खूप दिवसांपूर्वी हरिहरने पाच रुपये पाठवले होते तेवढेच! त्यानंतर त्यानं ना कधी पैसे पाठवले, ना कधी साधी खुशालीची चिठ्ठी लिहून पाठवली; परंतु सर्वजयानं आशा सोडली नव्हती. रोज सकाळी जाग आल्यावर ती स्वतःशीच म्हणायची, ''थोडा उशीर झाला म्हणून काय झालं? आज निश्चित पैसे येतील. शेवटी त्यांनाही काळजी आहेच ना...'' पण तसं काहीच घडत नसे. मग ती अपूकडे वळायची आणि तो जणू त्याचाच गुन्हा असल्याप्रमाणे त्याला दूषणं देत म्हणायची, ''सारखा खेळ, खेळ आणि खेळ! दिवसभर नुसता खेळतच असतोस; त्यामुळेच तुला पोस्टमन दिसत नाही. जा, पोस्ट ऑफिसजवळ जाऊन बैस आणि जेव्हा तो पोस्टमन येईल, तेव्हा त्याला आमच्यासाठी काही आलंय का ते विचार.''

''नाही गं आई, माझं लक्ष नाही असं म्हणून नकोस. कालच तो पोतूच्या घरी पत्रं देऊन गेला. माझ्यावर विश्वास नसेल तर पोतूला विचार. त्याच्यावर माझं पूर्ण लक्ष आहे.'' अपू सर्वजयाला समजवायचा.

पावसाची संततधार सुरूच होती; परंतु अपूला त्याची पर्वा नव्हती. ठरल्याप्रमाणे रोज अन्नदा रे यांच्या देवळासमोर तो गडगडाट झाला की, त्याला फार भीती वाटायची. ''देव डोळे वटारून रागानं पाहतोय. आता तो मोठ्यानं ओरडेल आणि गर्जना करेल...'' अपू स्वतःशीच म्हणायचा आणि डोळे मिटून घेऊन कानामध्ये बोटं घालायचा.

कितीही वाट पाहिली, तरी पोस्टमनचा पत्ता नसायचा. थोड्या वेळानं पाहावं तर पावसानं भिजलेल्या कबुतरांचा थवा इकडून तिकडे फडफडत जाताना दिसायचा. देवळाच्या वळचणीला आश्रय घेणाऱ्या त्या पक्ष्यांकडे पाहत अपू तसाच बसून राहायचा.

दुसऱ्या दिवशी भल्या सकाळीच सर्वजया अंघोळीला म्हणून बाहेर पडली. घाटाच्या पायऱ्यांवर तिच्याखेरीज तिथं एक न्हाव्याची बायको सोडली तर दुसरं-तिसरं कोणीही नव्हतं. सर्वजयानं आपल्या पातळाच्या ओचातून काशाची एक थाळी बाहेर काढली आणि त्या स्त्रीला दाखवत ती म्हणाली, "ही पाहा, चांगली पाहून घे! अगदी अस्सल काशाची आहे. तू त्या दिवशी भांड्याचं म्हणालीस म्हणून ही थाळी मी घेऊन आलेय. मला ही थाळी माझ्या लग्नात मिळालीय. आता अशा थाळ्या पाहायलाही मिळत नाहीत."

बरीच घासाघीस केल्यावर त्या न्हाव्याच्या बायकोनं सर्वजयाला आठ आणे दिले आणि ती थाळी तिनं आपल्या ओच्यात लपवली. याबद्दल कुठे एक अक्षरही बोलू नकोस म्हणून सर्वजयानं तिला पुनःपुन्हा बजावलं.

दरम्यान, पावसाचा जोर अधिकच वाढला. पूर्वेकडून येणारा वारा प्रचंड वेगाने वाहू लागला. तलाव, तळी आणि खंदक पाण्याने ओसंडून वाहू लागले. रस्त्यांवर घोट्याइतकं पाणी साचलं. वारा इतक्या जोमाने वाहत होता की, झाडांच्या फांद्या अक्षरशः जमिनीपर्यंत झुकत होत्या. चार-पाच दिवस हे असंच चालत राहिलं. भयानक वादळ आणि तशात मुसळधार पाऊस सतत सुरूच होता. पाहावं तिकडे पाणीच पाणी झालं होतं.

गाई-गुरांनी जिथे जागा मिळेल, तिथे झाडांखाली किंवा गोठ्यांमध्ये आश्रय घेतला होता. वासरं त्यांच्या कुशीमध्ये दडून बसली होती. पक्षीही आपापल्या घरट्यांमध्ये चिडिचूप होऊन बसले होते. एक पावसाचा आवाज सोडला, तर कुठूनही कसलाही आवाज येत नव्हता. रात्रंदिवस फक्त तोच एक आवाज कानावर येत होता.

पावसात भिजून आलेला अपू डोक्यावर पडलेलं पाणी निरपत व्हरांड्यात उभा होता. "दीदी, अगं, आपल्या वेळूबनापर्यंत पाणी आलंय बघ. लवकर ये, पाहा की जरा." अपू म्हणाला.

दुर्गा गोधडी पांघरून पडली होती. खरं म्हणजे अशक्तपणामुळे तिला उठावंसंही वाटत नव्हतं. "किती पाणी आलंय?" थकल्यासारखं तिनं विचारलं.

"तुझा ताप बरा होईल, तेव्हा तू पाहशीलच म्हणा; चिंचेच्या झाडाखाली तर गुडघ्याइतकं पाणी आलंय. आई कुठाय? मला भूक लागलीये."

घरात थोड्या भाजलेल्या कण्या सोडल्या, तर तांदळाचा एक दाणासुद्धा शिल्लक नव्हता आणि त्या कण्याही आता खूप शिळ्या झाल्या होत्या; परंतु बिचारी सर्वजया तरी काय करणार?

"मला नकोत त्या कण्या." हुंदके देत अपू म्हणाला. मला फार भूक लागलीये, मला भात पाहिजे. आई, कर ना गं थोडा भात. मला भूक लागत नाही

असंच तुला वाटतं की काय?''

''असं करू नकोस रे बाळा.'' सर्वजया म्हणाली. थोडा वेळ थांब. मी त्या कण्या तुला छानपैकी मोहरीच्या तेलात भाजून देते. भाजल्यावर त्यांना अशी चव येईल म्हणतोस!''

परंतु अपू काहीही ऐकून घ्यायला तयार नव्हता. त्याला भातच हवा होता. ताजा गरमागरम भात...!

''अरे बाळा, मी तरी कुठला स्वयंपाक करू? पाऊस असा कोसळतोय. सरपण पार भिजलंय आणि चूल तर थंडच झालीय.'' असं म्हणत सर्वजया हसली आणि पातळात लपवून आणलेला मासा बाहेर काढत ती म्हणाली, ''तुमच्यासाठी मी काय आणलंय ते पाहिलंत का? हे पाहा.''

''मासा! कुठं मिळाला गं आई?''

अपूनं पाहावं म्हणून तो मासा उंच धरून ती म्हणाली, ''मला हा वेळूबनात सापडला. तो किनई उथळ पाण्यात त्याच्या कल्ल्यांवर सरकत होता. नदीचं पाणी इतकं वर आलंय की, सगळे मासे आसपासच्या दलदलीकडे वळलेत. नदी आणि आजूबाजूचा सगळा परिसर जणू एकच होऊन गेलाय.''

अंगात अशक्तपणा असूनही अंगावरची गोधडी फेकून देत दुर्गा खाड्‌कन उठून बसली. आई, मला मासा दाखव बघू. खरंच का मासे कल्ल्यांवर चालतात? अजूनही आहेत का तिथं?''

अपूला वाटलं, असंच पळत जावं आणि अजून मासे पकडून आणावेत; परंतु सर्वजयानं त्याला अडवण्यात मोठ्या प्रयत्नांनी यश मिळविलं.

''अपू, काही काळजी करू नकोस.'' दुर्गा अपूला सांगू लागली, ''माझा ताप उद्यापर्यंत थोडा कमी होईल, तेव्हा आपण दोघे मिळून मासे पकडायला जाऊ. वेळूबनातून आपण भरपूर मासे पकडून आणू.'' आणि बोलता बोलता ती विचारात हरवून गेली. वेळूबनात मासे! मोठं नवलच आहे! पण ते जमिनीवर कसे काय चालत असतील? मोठीच मज्जा आहे. मासे म्हणे त्यांच्या कल्ल्यांवर चालतात. उद्या सकाळी बघायला गेलंच पाहिजे आणि तोपर्यंत माझा ताप निश्चितच उतरलेला असेल...''

बाहेर खूपच अंधारून आलं होतं. हळूहळू काळ्या ढगांच्या कृष्णछाया येऊ घातलेल्या रात्रीच्या अंधारात मिसळत गेल्या आणि सर्वत्र गडद काळोखाचा अथांग समुद्र पसरला.

अपू आणि सर्वजया दुर्गाच्या अंथरुणाशेजारी बसून होते. सर्वजया विचारात गढून गेली होती... निरेनचं एखादं पत्र आलं असतं, तर किती छान झालं असतं. पत्र न यायला कारण तरी काय झालं म्हणायचं? खरंतर त्याने दुर्गाला पाहिलंय.

दुर्गा त्याला आवडलीसुद्धा होती... मग पत्र यायला काय हरकत होती? दीर्घ निःश्वास सोडून सर्वजया निःशब्द बसून राहिली. मेलं, माझं हे नशीबच असं दळभद्री आहे; त्याला कोण काय करणार? जे म्हणून स्वप्न पाहावं ते असंच धुळीला मिळतं. हे दुर्दैवी दिवस का इतके लवकर संपणार आहेत? ते संपतील तेव्हाच खरं...

दुर्गा आणि अपू आईनं एकदा त्यांना शिकवलेल्या गाण्यावर मोठमोठ्यानं वाद घालत होते. बाहेरून येणारा थंड वारा अंगाला झोंबत असल्याने अपू आईच्या कुशीत शिरला होता. थंडीने कुडकुडत असतानाही मोठमोठ्याने हसत त्याने विचारलं होतं, ''हे असं कसं गं आई? श्यामलंका दळण दळते... तिचे केस जमिनीवर खेळतात...''

मध्येच हस्तक्षेप करीत दुर्गा म्हणाली होती, ''तिची आई तिला सोडून गेलीय. पुन्हा त्यांची भेट होत नाही.''

''काहीतरीच काय? तसं नाही काही... हो की नाही गं आई?'' अपू म्हणाला होता. दीदीला त्या गाण्यातले शब्द आठवत नाहीत, हे पाहून त्याला एकदम हसू फुटलं होतं.

अपूचं ते बालसुलभ निरागस हास्य सर्वजयाच्या मनाला फार स्पर्शून गेलं होतं. अपूकडे पाहत ती पुन्हा विचारामध्ये गढून गेली... ''मला काही डझनभर मुलं नाहीत... लाडाकोडाचा एकच आहे... त्याच्यासाठी मला कुठलं घबाड थोडंच हवंय? संदेश नकोत, कुठले स्वादिष्ट पदार्थ नकोत की तूप - लोणीही नको. त्याला फक्त... भात हवा असतो; पण तेवढाही मी त्याला वाढू शकत नाही. काय मेलं हे दुर्दैव! आणि पडायला आलेलं हे जीर्ण जुनाट घर. आमच्या पाचवीला पुजलेलं ते दारिद्र्य. केवळ दोन वेळच्या घासभर अन्नासाठी करावी लागणारी ही धडपड... देवा रे... माझ्या अपूला लवकर मोठं कर... तो मोठा झाला की कमावता होईल... आणि मग हे सारं संपून जाईल. आमचे दिवस पालटतील. खरंच तो मोठा झाल्यावर...''

रात्री बऱ्याच उशिरा सर्वजयाला जाग आली. अपू तिला हाका मारत होता, ''आई ऊठ. माझ्या अंगावर पाऊस पडतोय.''

मग सर्वजयानं उठून दिवा लावला. पाऊस माथेफिरू सैतानासारखा भयावह गर्जना करीत कोसळतच होता. छताला पडलेल्या भेगांमधून पाणी आत शिरत होतं. तिनं अंथरुणं एका बाजूला ओढली. तापामुळे दुर्गा गाढ झोपली होती. तिच्या अंगाला हात लावून सर्वजयानं ताप पाहिला. दुर्गाची गोधडीही पूर्ण ओली झाली होती.

''दुर्गा, दुर्गा, ऊठ बरं बाळ.'' सर्वजया म्हणाली. ''दुर्गा, ऐकतेस ना माझं.

थोडं उठून बैस. एवढं तुझं अंथरूण काढू दे. ऊठ बेटा. सगळे भिजलंय बघ. तूसुद्धा किती भिजलीस!''

मुलं पुन्हा चट्‌कन झोपी गेली; परंतु सर्वजयाला झोप येत नव्हती आणि कदाचित येणारही नव्हती. उलटसुलट विचारांनी तिच्या मनात नुसतं थैमान घातलं होतं. सर्वजया अस्वस्थ होती... काही अघटित तर घडणार नाही ना? सर्वजयाच्या मनात संभाव्य संकटाची पाल चुकचुकली. निश्चितच काहीतरी अघटित घडणार आहे असं तिला वाटू लागलं. असा विचार मनात येताच भीतीने तिचा थरकाप झाला. त्यातच हरिहरची काळजी तिला खात होती. 'काय झालं असेल?' आता या वेळी ते कुठे असतील कोणास ठाऊक... किती दिवस झाले त्यांचं पत्रही नाही. का बरं लिहिलं नसेल? पैसे पाठवता आले नाहीत म्हणून काय झालं? निदान खुशाली तरी कळवायची... त्यांचं पत्र नाही असं आजवर कधीच झालं नाही... देवाच्या दयेनं त्यांची प्रकृती चांगली असली म्हणजे झालं. देवी, माते, मी तुला नवस करते. ते सुखात असल्याची वार्ता माझ्या कानावर येऊ दे...

तो वादळी पाऊस रात्रभर कोसळत राहिला. दुसऱ्या दिवशी सकाळी पावसाचा जोर थोडा ओसरला खरा; पण चिखल मात्र भरपूर झाला होता. सर्वजयानं कुंपणाबाहेर जाऊन पाहिलं तर तिला वेळूबनातला खड्डा तुडुंब भरलेला दिसला. अंघोळीहून यायच्या वाटेवर असतानाच तिला निबरनची आई दिसली. ''अहो, निबरनची आई थांबा जरा...'' तिनं हाक मारली; पण निबरनच्या आईजवळ पोहोचल्यावर मात्र ती थोडी ओशाळली आणि संकोचानं म्हणाली, ''काही दिवसांपूर्वी तुम्ही तुमच्या मुलासाठी माझ्याकडचं ते वृंदावन वस्त्र घेण्याविषयी बोलला होता... तेव्हा... नाही... म्हणजे, तुम्हाला ते हवं असेल तर...''

''छानच आहे ते वस्त्र; पण ते वापरून आता जुनं झालंय की अजूनही तसंच आहे?''

''अगदी आहे तसं कोरं करकरीत आहे. या ना बघून तरी जा.''

''एवढा हा पाऊस थांबू दे. एके दिवशी मी मुलाला घेऊन येईन.''

''पण मी म्हणते, पाऊस थांबायची वाट कशाला पाहता? आत्ताच येऊन जा ना. तुम्हाला निश्चित आवडेल. ते घेऊन बरेच दिवस झालेत हे खरं; पण ते आहे तस्सं अगदी कोरं करकरीत आहे. कधी वापरलंच गेलं नाही ना... अलीकडेच मी ते छानपैकी धुऊन आणि घडी करून ठेवलंय...'' एवढं बोलून सर्वजया थांबली आणि पुढे म्हणाली, ''सध्या तुम्ही तांदूळ सडत नाही वाटतं?''

''अशा दमट हवेत तांदूळ कुठले सडणार? लागेल तेवढाच तांदूळ आम्ही दरवेळी सडतो.'' निबरनच्या आईजवळ जाऊन तिची विनवणी करत सर्वजया म्हणाली, ''थोडासा आम्हाला देऊ शकाल का? फार नको. अर्ध मापटं दिलात तरी

खूप होईल. काय झालंय माहीत आहे का? अहो, पाऊस हा असा लागलाय आणि बाजारात तांदूळ आणायला पाठवायचं म्हटलं तरी कुणाला पाठवायचं? मी शेजाऱ्यापाजाऱ्यांकडे मागितले; पण मी विकत घ्यायला तयार असूनसुद्धा ते द्यायला तयार नाहीत. फारच अवघड झालंय.''

निबरनच्या आईला ते सगळं मान्यच होतं. तरीही ती म्हणाली, ''आमच्याकडचा तांदूळ तुम्हाला किती आवडेल कुणास ठाऊक...! तो फारच जाडाभरडा आहे हो; तरीही तुम्हाला पाहिजेच असेल तर देईन. माझी काहीही हरकत नाही.''

देवाघरचं बोलावणं

निंबाच्या सालीचा कडुशार काढा पिऊन पिऊन दुर्गा अक्षरशः कंटाळली होती. तेच तिचं औषध आणि तेच तिचं अन्न असा प्रकार झाला होता. शिवाय तो काढाही तिच्या पोटात फार वेळ राहत नसे. ताप अजूनही हटत नव्हता. खरं म्हणजे तिला द्यायला घरात औषध नव्हतं आणि खायला द्यावं म्हटलं तर घरात अन्नाचा कणही नव्हता. तशातच तिथं जवळपास कोणी डॉक्टर नव्हता की साधा वैद्यसुद्धा नव्हता.

थकलेल्या आवाजात दुर्गा म्हणाली, "आई, मला खाऱ्या बिस्किटाचा एखादा तुकडा देशील? छान लागतात गं ती." परंतु बिस्कीट नाही म्हणून दुसरं काही द्यावं तर घरात साधा साबुदाणासुद्धा नव्हता.

त्याच दिवशी संध्याकाळी पुन्हा मुसळधार पाऊस आला आणि भयानक असं वादळही झालं. नदीचा पूर वाढतच गेला आणि रात्र होत गेली तसतसा पूर्वेकडून येणारा वारा अधिकच खवळल्यासारखा वाहू लागला. काळ्या ढगांनी संपूर्ण आकाश आच्छादून टाकलं. हळूहळू रात्रीच्या गर्द अंधारात विलीन होऊन ते जणू संतप्त फूत्कार टाकू लागलं.

सगळं वातावरण भयंकर झालं होतं. पावसाचा आवाज आणि वादळाचं घोंगावणं यामुळे सर्वजयाला तिचं स्वतःचं बोलणंसुद्धा ऐकू येत नव्हतं. वाऱ्याच्या प्रत्येक झोताबरोबर मोडके दरवाजे आणि खिडक्यांच्या फटींमधून पाणी आत येत होतं. सर्वजया ठिकठिकाणी फाटक्यातुटक्या कपड्यांचे बोळे घालून ते पाणी थोपवण्याचा प्रयत्न करत होती; परंतु ते शक्य होत नव्हतं. पाऊस आत येतच होता. या वादळाच्या हल्ल्यापासून बचाव करण्यासाठी आता कुठलाही आधार उरलेला नव्हता.

दिवसभराच्या थकव्यामुळे दोन्ही मुलं अंथरुणावर निपचित पडली होती; परंतु सर्वजयाला झोप नव्हती. शेवटी ती उठून बसली. पोटात अन्न नसल्यामुळे तिलाही अशक्तपणा आला होता. भीती आणि अस्वस्थतेमुळे तिच्या सहनशक्तीचा जणू अंतच झाला होता.

रात्र चढत गेली तसतसं वाऱ्याचं घोंगावणं आणखी वाढलं... "असल्या वादळात या घराचं काय होणार कुणास ठाऊक..." स्वतःशीच पुटपुटत सर्वजयानं दरवाजा उघडून बाहेर पाहिलं. व्हरांड्याची भिंत शाबूत होती; परंतु एकदम अंगावर आलेल्या पावसाच्या सरींनी सर्वजया पूर्ण भिजली.

"काय करू रे देवा... मी ही अशी एकटी बाईमाणूस आणि ही दोन मुलं. अशा वेळी एकदम कोणी आत आलं तर? समजा, हे घरच कोसळलं तर...? पण तसं झालं तर आधी व्हरांड्याची ती भिंतच पडेल. ती पडताच आवाज होईल. तो कानावर आला रे आला की, मी दोन्ही पोरांना मागच्या दाराकडे ओढून नेईन..."

घरामध्ये पाणी शिरतच होतं आणि आता तर तिच्या पायाखालीही पाणी साचलं होतं. अंधारामध्ये चाचपडतच ती अपूच्या अंथरुणापर्यंत गेली आणि तिनं त्याच्या अंगावर हात ठेवला. तो पूर्ण भिजला होता. त्याचं पांघरूणसुद्धा चिंब भिजलं होतं. "आता काय करावं बरं? मेली ही काळरात्र संपणारच नाही का?" तिच्या अंथरुणाखाली काडेपेटी होती. जेमतेम तीच तेवढी कोरडी राहिली होती. सर्वजयानं कसाबसा दिवा लावला आणि मुलांना हाक मारली, "अपू, ऊठ बरं. थोडा उठून बैस, दुर्गा, तू अशी दुसऱ्या कुशीवर हो बरं. तुझ्या अंगावर पावसाचं पाणी पडतंय. तू त्या कुशीवर वळ बरं बाळ..."

अपू उठून बसला आणि तशाच पेंगुळलेल्या डोळ्यांनी बाहेर डोकावून पाहू लागला; परंतु तो लगेच अंथरुणावर कलंडला आणि पुन्हा झोपी गेला. तेवढ्यात अचानकपणे घरातच प्रचंड आवाज झाला. काय झालं ते पाहण्यासाठी म्हणून सर्वजयानं दरवाजा उघडला. स्वयंपाकखोलीची भिंत कोसळली होती. "आता यानंतर राहिलेल्या घराची पाळी आहे..." सर्वजया स्वतःशीच पुटपुटली. "...आता देवाशिवाय माझी हाक ऐकणारं कोणीही नाही..." सर्वजया ईश्वराची करुणा भाकू लागली..., "देवा रे! एवढी काळरात्र उलटू दे, माझ्या मुलांवर तुझी कृपादृष्टी राहू दे... देवा रे... एवढं माझं म्हणणं ऐक. मी मरणाला भीत नाही; पण या दोघांचं काय? त्यांना तरी सुरक्षित ठेव रे देवा..."

अजून सूर्योदय व्हायचा होता. वादळ थांबलं होतं; परंतु पावसाची रिपरिप अजूनही सुरूच होती. हरिहरच्या घराशेजारी राहणाऱ्या नीलमणी मुखर्जींची बायको मोठ्या सकाळी उठून गाई जागेवर आहेत की नाहीत ते पाहण्यासाठी गोठ्याकडे निघाली होती. तेवढ्यात तिला कोणीतरी घराचा मागचा दरवाजा ढकलत असल्याचा आवाज आला. तिने दरवाजा उघडला आणि पाहते तर काय! सर्वजया तिच्यासमोर उभी होती. "तू? अशा अवेळी भुतासारखी कशाला आलीस गं?" तिनं आश्चर्यानं विचारलं.

वेळ घालवण्यात अर्थ नव्हता. एका श्वासात सर्वजया म्हणाली, "दीदी

भावोजींना उठवता का? त्यांना म्हणावं, जरा लवकर या. दुर्गाला काय झालंय कोणास ठाऊक. कसंतरीच करतेय.''

''काय झालंय तिला?''

''तिला की नाही, गेल्या काही दिवसांपासून ताप आहे. सारखा येतो आणि जातो. मला वाटतं, तो हिवताप आहे; पण काल रात्री ताप फारच वाढला. कालची रात्र किती भयानक होती हे तुम्हीही पाहिलंच की. बोलावता का जरा लवकर भावोजींना...?''

विस्कटलेले केस, जागरण आणि विकलतेनं लाल झालेले डोळे यामुळे सर्वजया अगदी वेड्यासारखी दिसत होती...

सर्वजयाची दया येऊन नीलमणी मुखर्जींची बायको म्हणाली, ''काळजी करू नकोस गं. थोडं थांब. आत्ता बोलावते त्यांना आणि मीही येते थांब. रात्री गोठ्याचं छप्पर पडलं. काय मेली ती काळरात्र! मी तर इतका विध्वंस कधी पाहिला नव्हता. रात्री गाई सोडण्यासाठी त्यांनाच उठावं लागलं. त्यानंतर ते पुन्हा झोपले; पण काळजी करू नकोस. आत्ता बोलावते.''

तिनं सांगितल्याप्रमाणेच घडलं. थोड्याच वेळात स्वतः नीलमणी मुखर्जी, त्यांची बायको, मुलगा फणी आणि त्यांच्या दोन्ही कन्या हे सगळे मिळून अपूच्या घराकडे निघाले. रात्रभर संपूर्ण गावात दहशत माजवून, ते उद्‌ध्वस्त करून टाकणारा वादळाचा राक्षस आता जणू आकाशात विरून गेला होता; परंतु सगळे रस्ते झाडांच्या मोडक्या फांद्या, पानं, पालापाचोळा आणि कोवळे बांबू यांनी आच्छादून गेले होते आणि त्यामुळे त्यातून चालणंही अवघड झालं होतं.

नीलमणी बाबू घरात शिरले, तेव्हा अपू दुर्गाच्या अंथरुणाजवळ बसलेला होता. त्याच्याकडे पाहिल्याबरोबर तो किती चिंताग्रस्त झाला आहे हे अगदी सहज लक्षात येत होतं.

''आता कसं वाटतंय?'' नीलमणीबाबूंनी विचारलं.

''अहो काका! ती तापात बडबडतेय.''

''नाडी बघू...'' असं म्हणत नीलमणीबाबू तिच्या अंथरुणाशेजारी बसले. ''खरंय, ताप खूपच चढलाय; पण मला वाटतं, काळजी करण्यासारखं काहीही नाही. फणी, असाच नवाबगंजला जा आणि डॉक्टर शरद यांना सोबतच घेऊन ये... दुर्गा, अगं दुर्गा'' त्यांनी दुर्गाला हाक मारली; परंतु दुर्गा शुद्धीवर नव्हती; त्यामुळे तिने कुठलाही प्रतिसाद दिला नाही.

आजूबाजूला पाहत नीलमणीबाबू पुढे म्हणाले, ''काय सगळी अडचण करून ठेवलीये! रात्रीच्या पावसामुळे अजूनही सगळं ओलंच आहे. नाही, मी काही तुम्हाला दोष देत नाहीये.'' सर्वजयाला उद्देशून ते पुढे म्हणाले, ''पण तुम्ही सर्वजण

आमच्याकडे येऊ शकला असता. तुमचा तो हरिहर म्हणजे फार अव्यवहारी माणूस आहे. मला एक कळत नाही की, घराची एवढी वाईट अवस्था त्याने होऊच कशी दिली? त्याचं हे नेहमीचंच आहे...''

''तुमचं आपलं काहीतरीच. घर दुरुस्त करा म्हणे! अहो, इथं खायला अन्न नाही आणि घर दुरुस्त करायला सांगताहेत.'' नीलमणी मुखर्जींची बायको एकदम उसळून म्हणाली. ''बायकापोरं अशा दरिद्री अवस्थेत ठेवून, वणवण भटकायची का कुणाला हौस आलीय? बिचारी दुर्गा... तिला किती ताप आहे आणि तशात ती ओल्या अंथरुणावरच झोपली आहे. सर्वजया, थोडं पाणी गरम करायला ठेव गं. फणी, ती खिडकी उघड बरं...'' असं म्हणत तिनं सर्वजयाला मदत करायला सुरुवात केली.

नवाबगंजचे डॉक्टर शरद थोडे उशिराच पोहोचले. दुर्गाची प्रकृती तपासून त्यांनी काही औषधं दिली. ते म्हणाले, ''काळजी करण्यासारखं काहीही नाही; परंतु ताप फारच होता, तेव्हा तुम्ही एक करा. तिच्या कपाळावर सतत थंड पण्याच्या पट्ट्या ठेवत चला.''

हरिहर कुठे आहे ते कोणालाही माहीत नव्हतं; त्यामुळे पत्र पाठवायचं तर ते कुठे पाठवायचं हाही प्रश्नच होता. शेवटी त्याच्या आधीच्या पत्त्यावर पत्र पाठवण्यात आलं.

दुसऱ्या दिवशी पाऊस थांबला आणि वादळही पूर्णपणे थंडावलं. आकाशही अगदी निरभ्र झालं. नीलमणीबाबू रोज दोनदा येऊन दुर्गाची प्रकृती पाहून जात असत; परंतु हवामान सुधारलं, तरी दुर्गाची प्रकृती सुधारली नाही. तिचा ताप पुन्हा डोकं वर काढू लागला. पुन्हा डॉक्टरांना बोलावणं पाठवण्यात आलं. दुर्गाची प्रकृती अधिकच विकोपाला गेली आहे असं त्यांचं मत पडलं. मग हरिहरला पुन्हा एक पत्र पाठवण्यात आलं.

अपू सतत दुर्गाजवळ बसून होता आणि अधूनमधून तिच्या कपाळावरच्या पट्ट्या बदलत होता. मधूनच तो विचारायचा, ''दीदी! ए, दीदी, ऐकतेस ना? मला सांग, तुला आज बरं वाटतंय ना?''

दुर्गा अजूनही ग्लानीतच होती. अधूनमधून तिचे ओठ थोडेसे हलायचे. जणू ती स्वतःशीच बोलत असल्यासारखं वाटायचं. ती काय बोलते आहे ते ऐकायला अपू जिवाचा अगदी कान करायचा; परंतु ती काय सांगायचा प्रयत्न करते आहे ते मात्र त्याला मुळीच समजत नव्हतं.

तिसऱ्या प्रहरी तिचा ताप ओसरला. बऱ्याच काळानंतर तिनं पहिल्यांदाच डोळे उघडले आणि आजूबाजूला पाहिलं. ती खूपच अशक्त झाली होता; त्यामुळे तिने जेव्हा थोडंसं बोलण्याचा प्रयत्न केला, तेव्हा तिचा आवाज इतका अस्पष्ट येत होता

की, अगदी कान लावून ऐकल्याशिवाय ती काय बोलते आहे ते समजणं अवघड होतं.

सर्वजया घरकाम उरकत असताना अपू सतत दुर्गाजवळच बसून होता. अपूकडे पाहत दुर्गानं हळूच विचारलं, ''अपू, आता कोणती वेळ आहे रे?''

''सूर्य मावळतीला आलाय,'' उत्तरादाखल अपूनं सांगितलं, ''अगं दीदी, तू पाहिलंस का? इतक्या दिवसांत आज पहिल्यांदाच ऊन पडलंय, माडाच्या शेंड्यांवर अजूनही ते मला दिसतंय बघ.''

थोड्या वेळानं अपूला हाक मारून दुर्गा म्हणाली, ''अपू, जरा ऐक. मला तुला काही सांगायचंय.''

''काय सांगायचंय दीदी? सांग ना!'' अगदी तिच्या ओठांजवळ कान नेत अपू म्हणाला.

''मला बरं वाटल्यावर तू मला आगगाडी पाहायला नेशील?''

''नेईन की...'' खात्रीपूर्वक आश्वासन देत अपू म्हणाला.

''तुला बरं वाटल्यावर आपण सर्वजण आगगाडीतून गंगास्नानाला जाऊ, मी बाबांना सांगेन. काही काळजी करू नकोस.''

तो संपूर्ण दिवस आणि ती रात्र तशीच निघून गेली. दुसऱ्या दिवशी सकाळी इतकं छान ऊन पडलं होतं की, सगळा आसमंत एकदम टवटवीत वाटू लागला. कालपर्यंत इथं मोठं वादळ येऊन गेलं हे कोणाला सांगूनही पटलं नसतं. सकाळी दहाची वेळ असावी. बऱ्याच दिवसांनंतर नीलमणीबाबू आज नदीवर अंघोळीला जाणार होते. तत्पूर्वी अंगाला तेल चोळून घ्यावं म्हणून ते पाटावर बसतात न बसतात तोच त्यांना त्यांच्या पत्नीची अस्वस्थ हाक ऐकू आली.

''अहो, लवकर या. अपूच्या घरातून रडण्याचा आवाज येतोय वाटतं.''

आणि मग ते सगळेच काय घडलंय ते पाहण्यासाठी धावले. पाहिलं तर सर्वजया दुर्गाच्या अंगावर पडून आक्रोश करत होती... ''दुर्गा... बाळ दुर्गा... तू का बरं डोळे उघडत नाहीस?... मला आई म्हणून हाक का गं मारत नाहीस? दुर्गा... दुर्गा... डोळे तरी उघड गं दुर्गा.''

सर्वजयाचा तो आक्रोश अक्षरशः हृदय पिळवटून टाकत होता.

''काय झालंय?'' नीलमणीबाबू आत येत म्हणाले, ''तुम्ही जरा बाजूला व्हा पाहू. जरा मोकळी हवा येऊ द्या. व्हा बाजूला. काय झालंय ते पाहू द्या.''

परंतु त्यांचं बोलणं सर्वजयाला ऐकू गेलं नसावं. एवढंच नव्हे तर ते घरात आल्याचंही तिनं पाहिलं नसावं. ती तशीच विलाप करत राहिली, ''काय दुर्दैव कोसळलं रे देवा... माझी लाडकी दुर्गा का म्हणून... का म्हणून माझ्याकडे पाहत नाही? माझ्याशी बोलत का नाही?''

शेवटी व्हायचं तेच झालं. दुर्गाचे मिटलेले ते डोळे पुन्हा उघडलेच नाहीत. तिला मृत्यूच्या हाका ऐकू येत होत्या. दुर्गा आता तिला आवडणाऱ्या रस्त्यांवरून धावू शकणार नव्हती. यापूर्वी कधीही न पाहिलेल्या रस्त्यावरून तिला आता चालावं लागणार होतं.

पुन्हा एकदा डॉक्टरांना बोलावणं पाठवण्यात आलं. ते म्हणाले, "खरंय. हिवतापाच्या तीव्र अवस्थेत हे असं होऊ शकतं. एकदम ताप उतरला, तर त्याचा परिणाम हृदयक्रिया बंद पडण्यात होतो. काही दिवसांपूर्वी अशीच एक केस माझ्याकडे आली होती..."

थोडा वेळ तसाच गेला आणि मग आसपासचे शेजारी अंगणात गोळा होऊ लागले...

सनईचे सूर

तिकडे हरिहरला एकही पत्र मिळालं नव्हतं. या वेळी घर सोडल्यापासून तो सरळ कृष्णनगरला गेला होता. तिथं त्याची कोणाशीही ओळख नव्हती; परंतु तो स्वतःचीच समजूत घालत होता की, एवढं मोठ्ठं गाव आहे... मोठ्ठी बाजारपेठ आहे... आपल्याला इथं खात्रीनं कुठलीतरी नोकरी मिळेलच! त्या आशेपोटी तो तिथंच राहिला. काही दिवसांनी त्याला असं समजलं की, गावातले श्रीमंत वकील आणि जमीनदार चंडीमातेची पोथी सांगण्यासाठी काही विद्वान ब्राह्मणांना दैनिक किंवा मासिक नेमणुका देतात. आपल्यालाही अशी एखादी नेमणूक मिळेल या आशेनं तो सुमारे पंधरा दिवस शहरात भटकला; परंतु अशी कुठलीही नेमणूक त्याला मिळाली नाही. उलट त्याच्याजवळचे होते नव्हते तेवढे सगळे पैसे खर्च होऊन गेले.

त्याची अवस्था फारच बिकट झाली. आधीच तो एका परक्या गावात येऊन पडला होता आणि त्याला मदत करणारं तिथं कोणीही नव्हतं. तो थांबला होता, त्या जागेचं भाडं देणंही त्याला अशक्य झालं. शेवटी ती जागाही त्याला सोडावी लागली. कोणीतरी त्याला सांगितलं की, गावातल्या प्रतिष्ठित लोकांनी बाहेरगावाहून येणाऱ्या गरीब ब्राह्मणांसाठी एक धर्मशाळा चालवली असून, तिथं मोफत राहण्याची आणि जेवणाची सोय आहे. हरिहरनं आपली परिस्थिती सांगितल्यावर धर्मशाळेच्या सेक्रेटरीनं त्याला राहण्यासाठी म्हणून एका कोपऱ्यातली लहानशी खोली देऊन टाकली. ती खोली अगदी कोंदट आणि घाणेरडी होती. रात्री अनेक गांजेकस आणि असेच ऐरेगैरे लोक तिथं जमत आणि असा काही धिंगाणा घालत की, शांततेनं झोपणं अशक्य होऊन जाई.

हरिहर या गावात आला, तेव्हापासून त्याला स्वस्थता अशी लाभलीच नाही. तो सारखा वणवण भटकत होता. श्रीमंत वकील आणि घरंदाज नागरिकांना भेटत होता. अक्षरशः दारोदार भटकत होता. त्या दिवशी संध्याकाळी थकूनभागून तो धर्मशाळेत आला तर त्याला दिलेल्या कोपऱ्यातल्या त्या खोलीत ती घाणेरडी

माणसं घोरत पडली होती. ते अक्षरशः त्याच्या अंथरुणावरच झोपले होते. नाइलाजानं त्याला त्या दिवशी अंगणात झोपावं लागलं.

पण रोजच असं घडू लागलं, तेव्हा त्याने त्या गांजेकस लोकांची चांगलीच कानउघाडणी केली. उलट त्यामुळे त्या गांजेकस लोकांनी सेक्रेटरीकडे जाऊन हरिहरविरुद्ध तक्रार केली. त्यावर सेक्रेटरीनं हरिहरला बोलावून घेऊन सांगितलं की, धर्मशाळेच्या नियमाप्रमाणे कोणालाही तीन दिवसांपेक्षा जास्त काळ राहता येत नाही. तुमचे तीन दिवस कधीच उलटून गेले असल्यामुळे तुम्ही ताबडतोब धर्मशाळा सोडून चालते व्हा.

हरिहरनं आपलं चंबूगबाळं आवरलं आणि त्याच दिवशी संध्याकाळी ती धर्मशाळा सोडली. दिशाहीन भटकत तो नदीकाठी येऊन थांबला. काखोटीचं गाठोडं नदीकाठी ठेवून त्याने हातपाय धुतले. त्या दिवशी तो दिवसभर अक्षरशः उपाशी होता.

दुसऱ्या दिवशी तशाच थकलेल्या आणि उपाशी अवस्थेत तो एका लाकूड व्यापाऱ्याच्या वखारीजवळ जाऊन बसला. तशाही निराश मनःस्थितीत तो एक सुंदर भक्तिगीत गात होता. तो लाकूड व्यापारी श्रद्धाळू गृहस्थ होता. हरिहरचं गीत ऐकून त्याने हरिहरला एक रुपया दिला. हरिहरनं त्या रुपयाचे सुटे पैसे करून घेऊन थोडे भाजके पोहे आणि दही खरेदी केलं; परंतु ते पोहे तो खायला बसला, तेव्हा एकही घास त्याच्या घशाखाली उतरेना. दोन महिन्यांपूर्वी घर सोडलं, तेव्हा फारतर दहा दिवस पुरतील एवढेच पैसे त्याने सर्वजयाला दिले होते, तेव्हापासून तो घरी एक आणाही पाठवू शकला नव्हता. 'ते काय बरं खात असतील? रोजचा खर्च कसा भागवत असतील?' हरिहर विचार करत राहिला... तो बाहेर पडला, तेव्हा अपूनं येताना पद्मपुराणाची प्रत आणा म्हणून पुनःपुन्हा सांगितलं होतं. '...माझ्या अपूला वाचायची किती किती आवड आहे! तरीच मी नेहमी म्हणायचो, माझ्या कपाटातली पुस्तकं कोण चोरून वाचतो बरं? त्या मानाने दुर्गाची मागणी फारच साधो आहे. तिला लाल काठाची हिरवी साडी आणि पायांना लावायचा अळिता पाहिजे आहे...' शक्य झालं तर तो हे सगळं खरेदी करणारच होता; परंतु त्यापूर्वी काही महत्त्वाच्या गोष्टी करायला पाहिजे होत्या. काहीतरी खटपट करून थोडेफार तरी पैसे पाठवायलाच हवे होते. ते कसे जगत असतील हीच मोठी काळजी होती.

त्या व्यापाऱ्याने हरिहरला आपल्या वखारीत झोपण्याची परवानगी दिली; परंतु हरिहरला झोप आली नाही. घरी पैसे कसे पाठवता येतील या काळजीनं तो रात्रभर या कुशीवरून त्या कुशीवर तळमळत होता.

दुसरा दिवस उजाडला. हरिहर पुन्हा रोजगाराच्या शोधात भटकू लागला. चालता चालता तो विटांचे बांधकाम असलेल्या एका उत्तुंग बंगल्यासमोर आला.

बंगल्याचं लोखंडी फाटकसुद्धा अत्यंत आकर्षक होतं. एकंदरीत तो कोणा श्रीमंत माणसाचा बंगला होता हे निश्चित! आपण तिथं गेलो, आपली परिस्थिती कथन केली तर ते लोक निश्चितच काहीतरी मदत करतील, असं हरिहरला वाटू लागलं. तरीही जावं की न जावं या विचारानं तो जागीच घुटमळला. शेवटी त्याला काय वाटलं कोणास ठाऊक! मनाचा हिय्या करून त्याने ते फाटक उघडलं आणि तो सरळ बंगल्याच्या संगमरवरी पायऱ्या चढून दिवाणखान्यापर्यंत पोहोचला.

उत्तम फर्निचर, फुलदाण्या आणि आकर्षक पुतळे यांनी सजवलेल्या त्या दिवाणखान्याच्या दारात उंची गालिचा अंथरलेला होता. समोरच दिवाणावर एक मध्यमवयीन गृहस्थ लोडाला टेकून वृत्तपत्र वाचत बसला होता. दारात उभ्या असलेल्या हरिहरला पाहून, हातातला पेपर बाजूला ठेवत त्याने विचारलं, "कोण तुम्ही? काय हवंय?"

आवाजात शक्य तेवढी नम्रता आणत हरिहर म्हणाला, "मी... मी... एक ब्राह्मण गृहस्थ आहे. संस्कृत ग्रंथांचा अभ्यास केलाय. भागवत आणि गीताही जाणतो..."

परंतु हरिहरला आणखी एक अक्षरही पुढे बोलू न देता तो गृहस्थ म्हणाला, "इथं त्याची काही गरज नाही. तुम्ही दुसरीकडे कुठे पाहा."

परंतु हरिहरनं चिकाटी सोडली नाही. पुन्हा एकदा प्रयत्न करून पाहावा म्हणून तो म्हणाला, "काय झालंय माहीत आहे का? मी या गावात नव्यानेच आलोय आणि माझी आर्थिक परिस्थिती फार कठीण झालीये."

"काय कटकट आहे," असं म्हणत त्या गृहस्थाने लोडाखाली हात घातला. "हे घ्या आणि निघा. यापेक्षा जास्त काही मिळणार नाही. चला निघा."

पैसे कितीही असोत ते जर का नम्रतेने आणि आत्मीयतेने दिले गेले असते तर ते हरिहरने निश्चितच स्वीकारले असते. अगदी नम्रतेने नकार देत तो म्हणाला, "नको, नको, ते तुमच्याजवळच असू द्या. मी भीक घेत नाही. मी एक विद्वान गृहस्थ आहे. नको. असू द्या ते पैसे." आणि एवढं बोलून हरिहर ताड्कन उठलाच.

तो वखारीत परत आला, तेव्हा त्याला तिथं एक मनुष्य भेटला. त्याने सांगितलं की, एका श्रीमंत सावकाराला त्याच्या वाड्यातल्या मंदिरासाठी एका पुजाऱ्याची आवश्यकता आहे. तो सावकार तिथं जवळच एका खेड्यात राहत होता आणि ती नोकरी जवळपास कायमचीच होती. त्या वखारमालकानेही हरिहरला वेळ न दडवता त्या गृहस्थाची भेट घे असा सल्ला दिला. त्या सावकारानेही हरिहरची गरज ओळखून त्याला ती नोकरी दिली. एवढंच नव्हे तर त्याला राहायला एक खोलीसुद्धा दिली आणि ब्राह्मण पुजारी या नात्याने सन्मानपूर्वक वागवलं.

हरिहरला नोकरी लागली खरी; परंतु त्यानंतर थोड्याच दिवसांत संपूर्ण बंगालमध्ये

दुर्गापूजेचा उत्सव सुरू झाला. हरिहरच्या मालकाने त्याला घरी जायची परवानगी दिली. एवढंच नव्हे तर परतीच्या प्रवासासाठी लागणारं भाडं आणि मानधन म्हणून आणखी दहा रुपये दिले. वाटेत तो कृष्णनगरला वखारमालकाला भेटला. त्यानेही हरिहरला पाच रुपये दिले.

राणाघाटाच्या बाजारात त्याला गाडी बदलावी लागणार होती. तिथं त्याने सर्वजया आणि मुलांसाठी कपडे खरेदी केले. दुर्गासाठी लाल काठाची छानशी हिरवी साडी आणि थोडा महाग का असेना अळिताही खरेदी केला; परंतु त्याला खूप शोध घेऊनही अपूसाठी पद्मपुराणाची प्रत मिळालीच नाही; त्यामुळे शेवटी त्याने कालकेतूचा पोवाडा असलेलं पुस्तक खरेदी केलं. त्यात कालकेतू आणि चंडीदेवीच्या युद्धाची गोष्ट होती. सर्वजयानं त्याला पोळपाट-लाटणं आणायला सांगितलं होतं; तेही त्यानं खरेदी केलं.

निश्चंडीपूरपासून जवळच असलेल्या एका छोट्याशा स्टेशनवर तो उतरला आणि पायी चालू लागला. तो गावाजवळ पोहोचला, तेव्हा दुपार उलटून गेलेली होती. वाटेत ओळखीचं कोणीही भेटलं नाही हे एक बरंच झालं. हरिहरची मनःस्थितीच अशी झाली होती की, त्याला कोणाशी बोलण्यात वेळ घालवायचा नव्हता. शक्य तेवढ्या लवकर घरी पोहोचण्याची तीव्र उत्कंठा त्याला लागली होती.

विचारांच्या तंद्रीतच हरिहर घराच्या मुख्य दरवाजासमोर आला. "काय कटकट आहे! ते बांबूचं बेट जवळपास आमच्या कुंपणावर येऊन पडलंय; पण भुवनकाकांना ते काढून टाकायची काही काळजीच नाही." हरिहर स्वतःशीच म्हणाला; परंतु अंगणामध्ये येताच ते सगळे विचार बाजूला झटकले गेले आणि त्याने नेहमीप्रमाणे अगदी गोड आवाजात मुलांना हाक मारली, "दुर्गा, बाळ दुर्गा, कुठायस तू? बाळ अपू...?"

हरिहरनं दिलेली ती हाक ऐकताच सर्वजया चट्कन बाहेर आली. तिला पाहून हरिहर आनंदानं हसला आणि म्हणाला, "सगळं ठीक आहे ना? आणि मुलं कुठायत खेळायला गेलीत वाटतं?"

काहीही न बोलता सर्वजया पुढे गेली. हरिहरच्या हातातली वळकटी घेत ती म्हणाली, "या, आत या."

सर्वजयाचं ते मौन त्याला काहीसं खटकलं; परंतु काही वाईट घडलं असेल अशी कुठलीही शंका त्याला आली नाही. उलट तो वेगळंच कल्पनाचित्र रंगवत होता... आता कोणत्याही क्षणी मुलं धावत येतील म्हणून उत्सुकतेनं इकडेतिकडे पाहत होता. त्याला वाटलं, आता ती येतीलच. दुर्गा मोठमोठ्याने हसत येईल

आणि विचारेल, बाबा, माझ्यासाठी काय आणलंत? आणि मग मी गाठोडं उघडून त्यांच्यासाठी काय आणलंय ते दाखवीन. दुर्गासाठी साडी आणि अळिता, अपूसाठी कालकेतूची गोष्ट आणि शिवाय पत्र्याची आगगाडी. त्या वस्तू पाहून त्यांचे डोळे आश्चर्यानं केवढे मोठे होतील नाही?

सर्वजयाच्या मागोमाग घरात प्रवेश करीत हरिहर म्हणाला, ''या वेळी मी तुझ्यासाठी पोळपाट-लाटणं आणलंय. फणसाच्या लाकडाचं आहे.'' अपेक्षेने इकडेतिकडे पाहत असलेल्या हरिहरच्या मनात नकळत कसली तरी शंका चाटून गेली. किंचित नाराज होऊन तो म्हणाला, ''ही दोघं कुठे बाहेर गेलीयत का? कुठे गेलीत?''

हरिहरच्या त्या प्रश्नानं सर्वजयाचा बांध फुटला. ती एकदम हुंदके देऊन रडू लागली. ''कुठे गेली म्हणून सांगू? दुर्गानं आपल्याला फसवलं. माझी लाडकी दुर्गा मला सोडून निघून गेली. इतकं झालं आणि तुम्ही कुठं होता?''

ते ऐकून हरिहर खचल्यासारखा मट्कन खाली बसला. दुर्गासाठी आणलेली हिरवी साडी, तो अळिता हे सारं पाहून त्याला अनावर दुःख झालं. त्या सगळ्या वस्तू उराशी कवटाळून आणि गुडघ्यात डोकं खुपसून हरिहरनं हंबरडा फोडला. शेताजंगलातून मनसोक्त भटकणारी, आपली परिस्थिती ओळखून हट्टीपणा न करणारी दुर्गा त्याला आठवत राहिली...

हरिहर रे याची मुलगी दुर्गा मरण पावली म्हणून दुर्गापूजेचा उत्सव थांबला नाही. गांगुलींच्या घरातला दुर्गापूजेचा उत्सव नेहमीप्रमाणे याही वर्षी उत्साहात सुरू झाला. अपेक्षेप्रमाणे ब्राह्मणांना भरपूर दान-दक्षिणा मिळणार होतीच. तिथं गेलेला कोणीही माणूस मग तो गरीब असो वा आणखी कोणी, उपाशीपोटी परतणार नव्हता.

वाडवडिलांपासून चालत आलेल्या परंपरेप्रमाणे कुठलाही गोंधळ किंवा गडबड न होता सगळं बिनबोभाट पार पडणार होतं. ठरल्याप्रमाणे भाजलेल्या मातीपासून देवीची मूर्ती करणारे लोक आले आणि त्यांनी सुबक मूर्ती घडवून दिली. त्यानंतर रंगरंगोटी करणाऱ्या कारागिरांनी सुंदर वेलबुट्ट्या काढल्या. पूजेसाठी लागणारी कमळाची फुलं वेळच्या वेळी आणून दिली जाणार होती.

दरवर्षीप्रमाणे याही वर्षी दिनू सनईवाल्यानेही आपली हजेरी लावली. सकाळच्या रम्य वातावरणात विहरणारे सनईचे ते मंदमधुर सूर जणू येणाऱ्या लोकांच्या आगमनाची वर्दी देत होते. सृष्टीला लवकरच येणाऱ्या हिवाळ्याची चाहूल लागली होती. झाडांवर प्रवासी पक्ष्यांचा किलबिलाट वाढू लागला होता. अशा आनंदी आणि उत्साही वातावरणात दुर्गापूजेचा उत्सव पार पडणार होता.

ठेवणीतले कपडे काढून हरिहरनेही गांगुलींकडे जायची तयारी केली. नवे कपडे

घालून अपूही त्याच्यासोबत जायला निघाला. घराबाहेर पाय ठेवताना हरिहरला आज पुन्हा एकदा दुर्गाची फार आठवण झाली. विस्कटलेले केस भुरभुर उडवीत इकडेतिकडे फिरणारी, सारखं हे ना ते मागणारी आपली लाडकी दुर्गा दाराआड उभी आहे, तिथून आपल्याकडे आणि अपूकडे पाहते आहे, असंच त्याला वाटत राहिलं...

विचारांच्या तंद्रीतच तो घराबाहेर पडला आणि अपूला सोबत घेऊन गांगुलींच्या घराकडे चालू लागला. चालता चालता तो म्हणाला. "अपू, चल, चल लवकर; उशीर होतोय."

गांगुलींच्या आवारात बरीच गर्दी झाली होती. सर्व लोक नवे कपडे परिधान करून आले होते. सतूनं आणि त्याच्या भावांनीही नवे कपडे घातले होते. रानूदी तिच्या हिरव्या साडीत किती छान दिसत होती! केसात गजरे माळलेल्या त्या मुली आपसात गप्पागोष्टी करत, हसतखिदळत होत्या. त्या मुला-मुलींकडे पाहत अपू विचार करत राहिला... बहुतेक कलकत्त्याहून आलेले दिसतात... आणि त्यांचे कपडे किती छान आहेत!

तिकडे आवारात कोणीतरी मोठमोठ्याने ओरडत होतं, "यापेक्षा मोठा मांडव घातला असता तर काय बिघडलं असतं? आणि बाकीच्या व्यवस्थेचे काय? लोकांना जेवायला केव्हा बसवणार आहात? संध्याकाळचे पाच वाजल्यावर की काय?"

खेडवळ चुलतभाऊ

दुर्गाच्या मृत्यूनंतर दिवस भराभर उलटले. पाहता पाहता हिवाळा संपत आला. तत्पूर्वी हरिहरचा चुलतभाऊ नीलमणी रे यांची विधवा पत्नी गावात राहायला आली. हरिहरच्या शेजारचं नीलमणीचं घर म्हणजे आता केवळ दगडविटांचा ढिगारा झाला होता आणि तिथं सगळं जंगल वाढलं होतं; त्यामुळे नीलमणीची पत्नी भुवन मुखर्जींकडे राहायला गेली. त्यांनी नीलमणीची जमीन आणि बाग भाडेपट्ट्याने घेतलेली होती. हरिहरला खूप वाटत होतं की, आपल्या विधवा वहिनीनं आपल्या घरीच राहावं. त्यासाठी तिचं मन वळवण्याचा त्याने खूप प्रयत्न केला; पण तिनं या गोष्टीला स्पष्ट नकार दिला. तिनं तिची कन्या अतासी आणि सर्वांत छोटा मुलगा सुनील यांना सोबत आणलं होतं. अतासी चौदा वर्षांची होती आणि सुनील आठ वर्षांचा होता. तिचा मोठा मुलगा सुरेश कलकत्त्याच्या शाळेत शिकत होता आणि तो उन्हाळ्याच्या सुट्टीशिवाय इकडे येणार नव्हता.

ते आल्यापासून सर्वजया सतत आपल्या श्रीमंत भावजयीच्या आज्ञेतच असायची. तिला फार आदरानं वागवायची. तिच्याशी असलेले आपले संबंध असेच मैत्रीपूर्ण राहावेत असं तिला वाटायचं; परंतु एके दिवशी तिच्या मठ्ठ डोक्यात लख्ख प्रकाश पडला की, तिची विधवा भावजय तिला आपल्या बरोबरीची मानतच नाही. आपल्या वागणुकीतून तिनंही हेच दाखवून दिलं की, सर्वजयानं आपली पायरी ओळखून वागावं. एवढंच नव्हे, तर ती आपल्या मुलांना खेड्यातल्या मुलांमध्ये अजिबात मिसळू देत नसे. अगदी अपूसोबतसुद्धा त्यांना खेळू देत नसे. या खेडवळ मुलामुळे आपल्या मुलांना वाईट वळण लागेल, असं तिला वाटायचं.

ते पूर्णपणे पडलेलं आणि ओसाड झालेलं घर हेच त्या मुलांचं मूळचं घर आहे हे माहीत असल्यामुळे अपूला त्यांच्याबद्दल जरा सहानुभूती वाटायची. सुरेश हा आपल्याच वयाचा असून तो कलकत्त्याला शिकतो हेही त्याला माहीत होतं. दिवस जाऊ लागले तसतशी अपूला सुरेशच्या भेटीची उत्कंठा लागली. तो कधीतरी सुट्टीवर येईल म्हणून अपू त्याची वाट पाहू लागला. सुट्टी लागली, तेव्हा सुरेश

आला, परंतु त्याने अपूची दखलही घेतली नाही. विशेष म्हणजे आपल्या वागण्यातून-बोलण्यातून आपण कुणीतरी वेगळे आहोत, खेड्यातल्या मुलांपेक्षा वरचढ आहोत हेच त्याने दाखवून दिलं. मुळातच लाजाळू आणि अबोल स्वभावाचा अपू सुरेशच्या अशा वागण्यामुळे त्याच्यापासून दूर गेला आणि दूरच राहण्याचा प्रयत्न करू लागला.

दुर्गा मरण पावली, त्याच सुमारास अपूचं गावामधल्या पाठशाळेतलं शिक्षण पूर्ण झालं होतं; परंतु पुढील शिक्षणासाठी त्याला जवळच्या गावी असलेल्या माध्यमिक शाळेमध्ये पाठवणं मुळीच शक्य नव्हतं. एकदा सुरेशनं अपूला कोणत्या शाळेत जातोस? म्हणून विचारलं, तेव्हा अपूनं सांगितलं की, मी घरी वडिलांकडूनच धडे घेत आहे.

पुन्हा एके दिवशी मोठ्या शहाणपणाचा आव आणून सुरेशनं त्याला विचारलं, "भारताच्या बाउंडरीज कोणत्या आहेत ते सांग बघू?" हा प्रश्न विचारताना त्याने मुद्दामच बंगाली शब्दाऐवजी इंग्रजी शब्द वापरला आणि पुढे विचारलं, "याला जिऑग्राफी म्हणतात हे माहीत तरी आहे का?" याही वाक्यामध्ये त्याने जिऑग्राफी या इंग्रजी शब्दावर मुद्दामच जोर दिला. पुढे त्यानं विचारलं, "तुला गणितं येतात का? दशांश-अपूर्णांक म्हणजे काय ते तुला माहीत आहे का?" सुरेश जे काही विचारत होता, ते सगळं अपूच्या डोक्यावरून गेलं होतं; त्यामुळे तो काहीही बोलू शकला नाही. त्याला अगदी गप्पच बसावं लागलं.

अपूनं भूगोल, दशांश-अपूर्णांक याविषयी आजवर काहीही ऐकलेलं नव्हतं; परंतु त्यामुळे त्याचं काहीही अडलेलं नव्हतं. वडिलांच्या त्या पत्र्याच्या पेटीत थोडी का पुस्तकं होती? दैनंदिन पूजा, प्राकृतिक भूगोल, मानसिक गणित अशी अनेक पुस्तकं तिथं होती आणि शिवाय आईला आवडणारी कालिदासाच्या महाभारताची पोथीही तिथं होती. कितीतरी पुस्तकं तिथं होती आणि एकदा नव्हे, तर अगदी अनेकदा अपूनं ती वाचून संपवली होती. जेव्हा वाचायला दुसरं काहीही नसायचं तेव्हा तो ती पुस्तकं पुनःपुन्हा वाचायचा.

हरिहर अपूसाठी सारखा पुस्तकांच्या शोधातच असायचा. अपूनं खूप खूप शिकावं, विद्वान व्हावं असं त्याला वाटे; परंतु त्याला पुढे शिकायला पाठवावं तर त्याच्याजवळ तेवढा पैसा नव्हता. हरिहरला स्वतःला शाळेत शिकवले जाणारे विषय मुळीच येत नव्हते. तरीही तो जेव्हा घरी असे, तेव्हा अपूला सतत जवळ बसवून घेई आणि शक्य होईल त्याप्रमाणे त्याला शिकवीत असे. तो अपूला खूप गोष्टी सांगायचा. गणित शिकवताना कधी काळी घेतलेल्या गणिताच्या ज्ञानाचा उपयोग करायचा.

एखाद्या गोष्टीमुळे अपूच्या ज्ञानात भर पडेल असं त्याला वाटलं, तर तो ती

गोष्ट मिळवून आणून अपूला वाचायला द्यायचा किंवा स्वतः वाचून दाखवायचा.

हरिहर 'बंगवासी' या नियतकालिकाचा वर्गणीदार होता; पण त्यालाही आता कितीतरी वर्षे झाली. अपू मोठा झाल्यावर त्याला वाचायला होतील म्हणून 'बंगवासी'चे ते सगळे अंक त्याने व्यवस्थित लावून ठेवले होते. अपू ते वाचायचा; परंतु त्याला आता सतत नवे अंक हवे असत आणि हरिहरला तर वर्गणी पाठवणं मुळीच शक्य नव्हतं.

अपूला 'बंगवासी' फार आवडत असे. 'बंगवासी'चा ताजा अंक वाचायला मिळावा म्हणून तो शनिवारची वाटच पाहत असायचा. त्या दिवशी सकाळपासूनच तो खेळ वगैरे बाजूला ठेवून पोस्ट ऑफिसजवळ असलेल्या भुवन मुखर्जींच्या व्हरांड्यामध्ये जाऊन बसायचा आणि मोठ्या आतुरतेने पोस्टमन केव्हा येतोय ते पाहत असायचा. हरिहरला ते सगळं माहीत होतं. मुलाला हवंय ते आपण देऊ शकत नाही, ही गोष्ट त्याच्या मनाला फार चटका लावून जायची.

असं असलं तरी घरात अजूनही काही जुनी पुस्तकं होतीच. अपूनं तीही सगळी वाचून काढली. अपूला गोष्टी वाचायला फार आवडायचं आणि वाचलेल्या सगळ्या गोष्टी तो पोतूला सांगायचा. ल्यूका आणि रॅफाएल, मार्टिनिक बेटावरील ज्वालामुखीचा उद्रेक, कुठल्याही वस्तूचं सोन्यामध्ये रूपांतर करणारा जादूगार अशा बऱ्याच गोष्टी त्याने वाचून काढल्या होत्या; परंतु हे सगळं ठीक असलं तरी त्याचं शालेय शिक्षण मात्र आता मागे पडू लागलं. गणित तर प्राथमिक शाळेत झालं असेल तेवढंच! इतिहास, व्याकरण या विषयांचा त्याला गंधही नव्हता. भूमितीचं तर त्यानं कधी नावही ऐकलेलं नव्हतं आणि इंग्रजीचं म्हणाल तर जेमतेम पहिल्या पुस्तकातील हॉर्स म्हणजे घोडा हा शब्द असलेल्या पानापर्यंत त्याची मजल पोहोचली होती.

एके दिवशी तिसऱ्या प्रहरी हरिहर मोठ्या आनंदानं घरी आला, तेव्हा त्याच्या हातात कागदाचं एक पुडकं दिसत होतं. "अपू, तुझ्यासाठी मी काय आणलंय ते पाहिलंस? ओळख पाहू?" हरिहरच्या मुखावर समाधानाचं हास्य पसरलं होतं.

सहज म्हणून लोळत पडलेला अपू एकदम उठून बसला आणि उत्तेजित होत म्हणाला, "तुम्ही वर्तमानपत्र आणलंय! हो की नाही?"

ताइतामध्ये ठेवण्यासाठी रामाची प्रार्थना लिहून दिल्याबद्दल बिहारी घोषच्या आईनं हरिहरला तीन रुपये दिले होते. त्या पैशांबद्दल सर्वजयाला एक अक्षरही न सांगता त्याने वृत्तपत्राची वर्गणी पाठवली होती. सध्याची त्याची परिस्थितीच इतकी बिकट होती की, सर्वजयाने ते मौल्यवान दोन रुपये मुळीच असे खर्च करू दिले नसते. एकंदरीत तिला ते माहीत नव्हतं ते बरंच झालं.

अपूनं चट्कन पेपर घेतला आणि ताबडतोब त्याचं वेष्टन फाडलं. 'बंगवासी! हो ना बाबा?' अपू उद्गारला. त्या वृत्तपत्रावर ठळक अक्षरात 'बंगवासी' असं

छापलेलं होतं आणि कागदांनाही छापखान्याचा ताजा वास येत होता. 'बंगवासी!' होय, तो ज्याची आतुरतेने वाट पाहत असे ते वृत्तपत्र खरोखरच आज त्याच्या हातात पडलं होतं! आज नव्या बातम्या वाचायला मिळतील! लांब लांब रकान्यांमध्ये छापलेल्या नवनव्या गोष्टी वाचायला मिळतील! मज्जाच मज्जा!

हरिहर समाधानानं हसला. अपूच्या मुखावरील आनंद पाहून हरिहरला जणू ते दोन रुपये खर्च झाल्याची पुरेपूर बक्षिसी मिळाली होती. त्या पैशात गहाण पडलेला दागिना सोडवून आणता आला असता; परंतु त्यापेक्षा हे समाधान फार मोठं होतं.

''बाबा, हे पाहिलंत! 'इंग्लंडचा प्रवासी' ही धारावाही गोष्ट याच अंकापासून सुरू होतेय. आपल्याला अगदी वेळेत अंक मिळालाय.'' अपू मोठ्या आनंदानं सांगत होता...

रानूदी

आपल्या दीदीनंतर भुवन मुखर्जींची कन्या रानूदी हीच आपल्या गावातली सर्वांत सुंदर आणि गोड मुलगी आहे असं अपूला वाटायचं. ती दुर्गाच्याच वयाची होती. बाहुलीचं लग्न हा त्यांचा आवडता खेळ असे. रानूदी त्या खेळात बाहुलीच्या आईची भूमिका पार पाडायची.

त्या दिवशी पौर्णिमा होती. रानूच्या घरी सत्यनारायणाचा उत्सव होता आणि अपू त्यांच्याकडे भिक्षा आणायला म्हणून गेला होता. तो भिक्षेसाठी वाट पाहत थांबला असताना रानूचं त्याच्याकडे लक्ष गेलं. अपूला उद्देशून ती म्हणाली, ''दुर्गा असताना तू सारखा आमच्याकडे यायचास; पण सध्या तुझं येणं फार कमी झालंय, असं झालं तरी काय?''

''नाही, तसं काहीही नाही. अगं रानूदी, तसं खरंच काहीही नाही; उलट मी तर सारखा अधूनमधून सुरेशकडे येत असतो.'' अपू म्हणाला.

''वेडाच आहेस.'' रानू म्हणाली. रानूच्या आवाजावरून ती किती दुखावली गेली आहे हे अपूच्या सहज लक्षात आलं. रानूदी पुढे म्हणाली, ''बरोबरच आहे म्हणा! आता तू कशाला येशील? आता तू ते सगळं विसरलास. मला तुझी किती आठवण येते; पण मला वाटतं, तुला माझी आठवणही येत नाही.''

''नाही, नाही तसं काहीही नाही!'' अपू उद्‌गारला. अगं, मला तर तुझी सारखी आठवण येते. माझ्यावर विश्वास नसेल तर आईला जाऊन विचार.'' आता यात आई कुठून आली ते पुरेसं स्पष्ट नव्हतं; परंतु रानूची समजूत घालायची तर एवढा एकच मार्ग योग्य ठरेल असं त्याला वाटलं असावं.

त्यावर रानूला एकदम हसूच आलं. हसू दाबत थोडा वेळ ती त्याच्याशी बोलत थांबली. नंतर ती फळं आणि मिठाई आणण्यासाठी म्हणून आत निघून गेली. फळं आणि मिठाईनं भरलेली थाळी अपूच्या हातात ठेवताना ती म्हणाली, ''ही थाळीसुद्धा घेऊन जा. उद्या मी थाळी घ्यायला येऊन जाईन.''

तिचं ते हसणं पाहून तिला काय म्हणायचं आहे ते अपूच्या लक्षात आलं.

खरंच रानूदी अपूची जिवलग मैत्रीण होती आणि खरंच ती किती सुंदर होती! आजवर त्यानं रानूदीसारखी सुंदर मुलगी कधीही पाहिली नव्हती. त्याची चुलतबहीण अतासी हिचे कपडे भलेही सुंदर असतील; पण ती आपल्या गावातल्या सर्वांत दयाळू आणि सुंदर अशा रानूदीच्या पासंगालाही पुरणार नाही. आपली दीदी सोडली तर अपू रानूदीवरच सर्वांत अधिक प्रेम करायचा. रानूदीलाही आपल्याविषयी तसाच जिव्हाळा वाटतो हे अपूला माहीत होतं.

अपूनं थाळी घेतली; परंतु तो जागचा हललाही नाही. थोडा वेळ तिथेच रेंगाळल्यानंतर रानूदीला तो म्हणाला, ''रानूदी, तुझ्या खोलीत ते कपाट आहे ना, त्यांत काही पुस्तकं आहेत; पण सतूदा मला ती पुस्तकं पाहायलासुद्धा देत नाही. तू त्यातलं एखादं पुस्तक मला देशील? वाचून झाल्याबरोबर मी तुला ते परत आणून देईन.''

''कुठली पुस्तकं?'' रानूनं विचारलं. ''मला माहीतच नाही; पण जरा थांब हं. मी जाऊन पाहते.''

ती परत आली, तेव्हा सतूदाही तिच्या सोबत होता. अपूला कुठलंही पुस्तक द्यायला प्रथम त्याने स्पष्ट नकार दिला; पण नंतर त्यालाच काय वाटलं, कुणास ठाऊक! ''ठीक आहे.'' तो म्हणाला. ''मी तुला ती पुस्तकं पाहू देईन; पण त्याबद्दल तुला माझं एक काम करावं लागेल. रानात आमचा तलाव आहे हे तुला माहीत आहेच. तर झालंय असं की, कोणीतरी त्यातले मासे चोरतोय. काकांनी मला राखण कर म्हणून सांगितलंय; परंतु तिथं एकटं जाऊन बसायचं म्हणजे मला नकोच वाटतं. माझ्याऐवजी तू तिथं जाऊन बसणार असशील, तरच तुला मी ती पुस्तकं वाचायला देईन.''

रानूदीला ती कल्पना मुळीच आवडली नाही.

''किती कुजका आहेस रे तू!'' सतूला विरोध करत ती उद्गारली. ''खरंतर तो किती लहान आहे. त्याच्याहून मोठा असूनही तुला तिथं जाऊन बसायची भीती वाटते तर मग त्याला वाटणार नाही होय? हा तुझा शुद्ध हलकटपणा आहे. बरं एवढं करून ती पुस्तकं काही तुझी नाहीयेत. बाबा परत आल्यावर मी त्यांना हे सांगणारच आहे.''

पुस्तकं मिळणार असतील, तर रानात एकटं जाऊन बसायला अपूची पूर्ण तयारी होती. शिवाय रानूदीचे वडील भुवन मुखर्जी बऱ्याच दिवसांपासून परगावी गेले असून ते लवकर परत येणार नाहीत हे त्याला माहीत होतं. यापूर्वी नेहमी त्या खोलीवरून जाता-येताना अपू त्या पुस्तकांकडे आशाळभूतपणे पाहायचा. एक-दोनदा त्यानं त्या खोलीत प्रवेश करण्याचा प्रयत्नही केला होता; परंतु त्या त्या वेळी सतूनं त्याला बरोबर पकडलं होतं. खरं म्हणजे सतूला ती पुस्तकं पाहिजे होती

असंही नव्हतं; परंतु तो अपूलाही ती पाहू देत नव्हता. एकदा अपूनं पुस्तक घेऊन वाचायला सुरुवात केली आणि ती गोष्ट उत्कंठेच्या ऐन सीमेवर येऊन पोहोचली तेवढ्यात कसा कुणास ठाऊक! अचानक सतू तिथं टपकला होता आणि त्याने अपूच्या हातातलं पुस्तक हिसकावून घेतलं होतं. ''त्या पुस्तकांना हात लावू नकोस. ती माझ्या काकांची आहेत, फाडशील, अजिबात हात लावू नकोस.'' तो ओरडला होता.

परंतु आता ते स्वर्गसुख अपूच्या अगदी हातातोंडाशी आलं होतं.

त्यानंतर अपू रोज एक पुस्तक निवडायचा. सतूला दाखवायचा आणि ते घेऊन जंगलाची वाट धरायचा. तिथं छानशी सावली पाहून, त्याने पानं आणि फांद्यांच्या साहाय्यानं आरामशीरपणे बसता येईल अशी जागाही तयार केली होती.

त्या कपाटात अक्षरशः खूप पुस्तकं होती. त्यांची नावंही त्याला आठवत नसत; परंतु एकानंतर एक अशा पद्धतीने त्याने ती सगळी पुस्तकं वाचून संपवली होती. एकदा वाचायला सुरुवात केली की, डोळे चुरचुरू लागले किंवा डोकं थडथडू लागलं तरी ते पुस्तक संपल्याशिवाय तो खाली ठेवत नसे. तो वाचनात इतका रंगून जात असे की, त्याला काळाचंही भान उरत नसे. संध्याकाळ झाली, झाडांच्या सावल्या लांबू लागल्या तरीही तो आपला वाचनातच मग्न असे.

एके दिवशी संध्याकाळी तो घरी आल्यावर सर्वजयानं त्याची चांगलीच खरडपट्टी काढली. ती म्हणाली, ''तू एक मूर्ख मुलगा आहेस. केवळ पुस्तकं वाचायला मिळतात म्हणून दिवसभर रानात जाऊन तळ्याची राखण करत बसतोस. ते लोक निश्चितच तुला वेडा समजत असतील आणि त्यात त्यांचं तरी काय चुकीचं आहे म्हणा!''

एवढं झालं तरी दुसऱ्या दिवशी अपू पुन्हा रानूदीच्या घरी निघालाच. या वेळी त्याला 'महाराष्ट्र जीवनप्रभात' आणि 'राजपूत जीवनसंध्या' ही दोन पुस्तकं मिळाली. सामान्य मनसबदारांमध्ये स्थान देण्यात आल्यामुळे संतप्त झालेल्या शिवाजी महाराजांसोबत अपूही औरंगजेबाच्या दरबारामध्ये जाऊन पोहोचला. शिवाजीराजाला ते सामान्य मनसबदार समजतात म्हणजे काय? त्यांनी पुण्याला जाऊन पाहिलं असतं तर असे कितीतरी मनसबदार शिवाजीराजांच्या सेनेमध्ये आहेत हे त्यांना दिसलं असतं. त्यानंतर त्याने थोर राजपूत महाराजे महाराणा प्रतापसिंह यांचा इतिहास वाचला. कुठल्याही पराक्रमी नायकापेक्षा लोकोत्तर असा पराक्रम त्यांनी केला होता. त्यांच्या पराक्रमाचा इतिहास हळदी घाटातल्या प्रत्येक दगडावर जणू कोरला गेला आहे... परंतु... अरेरे... एवढा लोकोत्तर पराक्रम करूनही चित्तोड वाचवणं त्यांना शक्य झालं नाही! राणा अमरसिंहानं मोगलांपुढे शरणागती पत्करली. त्याच्या वडिलांनी मात्र रानावनातील भिल्लवीरांना सोबत घेऊन सतत पंचवीस वर्षे शत्रूशी झुंज दिली.

असा तो पराक्रमी महाराणा प्रतापसिंह आता कुठं असेल? आपला पराभव झालाय, आपण सगळं गमावून बसलोय हे त्याला कळलं तरी असेल का? ते कळल्यावर त्याला पुन्हा एकदा मरणयातना तर भोगाव्या लागल्या नसतील?

प्रत्येक प्रकरण वाचून संपवताना अपूचा गळा भरून आलेला असे आणि डोळे आसवांनी डबडबून आलेले असत. वाचनातून मिळालेल्या त्या अनुभूतीकडे तो आश्चर्यानं आणि उत्तेजित मनानं पाहत राही. आणि मग एक दुःखद निःश्वास टाकून तो आपल्या मनातील भावनांना वाट मोकळी करून देई आणि पुढील प्रकरणाच्या वाचनात मन गुंतवू लागे. संध्याकाळ होत आलेली असे. सावल्या आपले लांबच लांब पाय पसरू लागत. आता घरी गेलं पाहिजे हे अपूच्याही लक्षात येत असे; परंतु हातातलं पुस्तक त्याला सोडवत नसे. अगदी अंधारून आलं तरी हळूहळू का होईना त्याचं वाचन सुरूच असे. अगदी शेवटचं अक्षर दिसेपर्यंत हा प्रकार चाललेला असे. शेवटी वाचणं अशक्य झाल्यावर नाइलाजानं अपू हातातलं पुस्तक मिटायचा आणि घराकडे निघायचा.

अपू लेखक झाला त्याची गोष्ट

भुवन मुखर्जींच्या संग्रहातील चित्तथरारक आणि मनोरंजक गोष्टींची सगळी पुस्तकं अपूनं कधीच भराभर वाचून संपवली होती आणि त्यामुळे त्याला सध्या रानातल्या तळ्याची राखण करायला जायची गरज उरली नव्हती. अशा परिस्थितीत अपूचा दुपारचा वेळ फारच कंटाळवाणा जाऊ लागला. वेळ घालवण्यासाठी म्हणून त्याने गोष्टी आणि एक नाटक लिहायला घेतलं...

एके दिवशी जेवण झाल्यावर दुपारी अपूनं हस्ताक्षर लेखनाचा सराव करायचं ठरवलं. तसं म्हटलं तर त्याला प्राथमिक शाळेपासून कित्ता गिरवायची सवय होतीच. त्यानं शाईत घालण्यासाठी म्हणून आईकडून कात मागून घेतला. कित्ता गिरवून झाल्यानंतर तो वाळवण्यासाठी म्हणून उन्हात ठेवला. वाळल्यावर शाईला आलेली चकाकी पाहून त्याला फारच आनंद झाला. स्वतःशीच तो म्हणाला, ''उद्या मी आणखी थोडा कात शाईत घालून पाहीन. बघू या बरं... आणखी किती चकाकी येते ते!'' आणि ठरवल्याप्रमाणे त्याने आईला न विचारता तिच्या पानाच्या डब्यातून भरपूर कात घेऊन शाईत मिसळला. पुन्हा एकदा त्याने आपला कित्ता उन्हात ठेवला आणि पाहतो तर काय? ती शाई कालच्यापेक्षाही आज जास्त चकाकत होती! तेव्हापासून तो आईच्या पानाच्या डब्यावर सारखा डल्ला मारू लागला.

पण एके दिवशी आईनं त्याला कात चोरताना पकडलंच. ती म्हणाली, ''रोज रोज एवढा कात घेऊन जाऊन काय करतोस रे तू? लिहायला कुठं एवढा कात लागतो होय? ठेव बरं तो.'' रंगेहात पकडला गेल्यामुळे अपूनं मुकाट्यानं कात ठेवला; परंतु तरीही आपलं म्हणणं पुढे रेटत तो म्हणाला, ''अगं आई, कात घातल्याशिवाय शाई तयार करता येत नाही.'' पण अपूची कानउघाडणी करत सर्वजया म्हणाली, ''हो तर, गावातली इतर मुलं जशी काही लिहीतच नाहीत आणि त्यांच्या घरी कात काय शेरानं आणतात की काय?''

एके दिवशी रानूदीनं त्याला विचारलं, ''काय रे अपू, तुझ्या त्या वहीमध्ये तू काय लिहीत असतोस?''

अपूनं तिच्याकडे आश्चर्यानं पाहिलं. "कुठली वही?" जणू अपूलाच प्रश्न पडला होता.

"त्या दिवशी दुपारी मी तुमच्या घरी आले होते की नाही? तू कुठेतरी गेला होतास बघ, तेव्हा मी थोडा वेळ तुझ्या आईशी बोलत थांबले होते. तिनं तुला सांगितलं नाही का? त्याच वेळी तुझ्या त्या लाल वहीत तू काहीतरी लिहिलेलं आहेस हे मी पाहिलं. त्यामध्ये माझंही नाव आहे आणि आणखी कोणीतरी देवी सिन्हा म्हणून..."

अपू थोडा ओशाळला आणि म्हणाला, "ते होय? ती अशीच एक गोष्ट आहे."

"हो, पण ती आहे तरी कशाबद्दल? मला जरूर वाचून दाखव."

दुसऱ्या दिवशी रानूनं त्याला एक छानशी छोटी वही आणून दिली आणि ती म्हणाली, "घे, या वहीत मला एक छानशी गोष्ट लिहून दे. तू गोष्ट लिहू शकतोस यावर अतासीचा मुळीच विश्वास नाही. तर मग लिही बघू. मी तिला दाखवीन."

गोष्ट लिहिण्याचं काम कष्टाचं असलं तरी अपूनं ते स्वेच्छेनं स्वीकारलं होतं. त्या दिवशी रात्री तो अगदी उशिरापर्यंत लिहीत बसला होता. दिव्यातलं तेल संपल्यावर आईला हाक मारून तो म्हणाला, "आई, दिव्यात अजून थोडं तेल घाल. ही गोष्ट आजच पूर्ण करावी म्हणतो."

"अजिबात नाही. थोडंसंच तेल उरलंय आणि उद्या ते मला स्वयंपाकासाठी लागणाराय. स्वयंपाक मला करावा लागतो. तुला पुस्तक वाचायचं असेल तर इथं चुलीजवळ येऊन बैस."

अजून थोडा वाद घातल्यावर सर्वजयाला आणखी राग आला. ती अपूवर खेकसलीच, "लिहायचं-वाचायचं काम रात्रीच केलं पाहिजे असं काही ठरलेलं आहे का? दिवसभर तुझा कुठे पत्ता नसतो. रात्र झाली की, तुला विद्वान व्हायची लहर येते. सकाळी घरी थांबून हे काम करायला काय होतं तुला? ते काही असो. तेल मिळणार नाही म्हणजे नाही. बस संपलं."

अपूचा फारच नाइलाज झाला. कुठलाच पर्याय न उरल्याने तो वही घेऊन मुकाट्याने उठला आणि चुलीजवळच्या उजेडात बसून जमेल तसं लिहू लागला.

त्यानंतर चार-पाच दिवसांनी ती वही घेऊन तो रानूदीकडे गेला आणि ती वही त्याने तिच्या हातावर ठेवली. अधीरतेने वही उघडून पाहत तिनं विचारलं, "खरंच का तू गोष्ट लिहिली आहेस?"

हसून प्रतिसाद देत अपू म्हणाला. "तू स्वतःच का पाहत नाहीस?"

"तू लिहिलंस हे सगळं?" हर्षविभोर होऊन रानूदी म्हणाली, "थांब हं अतासीला बोलावूनच आणते. तिलाही पाहू दे."

अतासी आली आणि अपूची ती वही चाळून पाहत तुच्छतेने म्हणाली, ''हे सगळं अपूनं लिहिलंय? मुळीच शक्य नाही. कुठल्यातरी पुस्तकात पाहून लिहून काढलं असेल झालं.''

''कुठल्यातरी पुस्तकात पाहून लिहिलं असेल?'' अतासीला विरोध करीत अपू म्हणाला. ''मुळीच नाही. मी सगळं मनानं लिहिलंय. माझ्यावर विश्वास नसेल तर जाऊन पोतूला विचार जा! मी किती गोष्टी तयार केल्यात, ते तोच तुला सांगेल. रोज तिसऱ्या प्रहरी आम्ही नदीकाठी बसतो, तेव्हा मी त्याला त्या सगळ्या गोष्टी सांगत असतो.''

रानू म्हणाली, ''नाही गं अतासी, तुझं हे म्हणणं चुकीचं आहे. ही गोष्ट त्यानेच लिहिलीय. मला अगदी खात्रीच वाटते. तो आणखीही बरंच काही लिहीत असतो. एकदा तर त्याने जत्रेत सादर करायचं नाटकसुद्धा लिहिलं होतं. त्याने ते मला वाचून दाखवलं होतं, म्हणून मला माहीत झालं... पण...'' आणि असं म्हणून अपूकडे वळून ती म्हणाली, ''पण तू या गोष्टीवर तुझं नाव लिहिलेलं नाहीस; ते लिही ना. जरूर लिही.''

रानूदीची ती विनंती ऐकून अपूला थोडं अवघडल्यासारखं झालं. आपली बाजू स्पष्ट करीत तो म्हणाला. ''पण अजून ती गोष्ट पूर्ण व्हायची आहे. तू म्हणतेस तर मी माझं नाव लिहीनही; पण गोष्ट पूर्ण झाल्यावर!'' मुळात झालं होतं असं की, सध्या तो वाचत असलेल्या एका नाटकात त्या गोष्टीची मूळ कल्पना त्याला सापडली होती; परंतु तिचा शेवट कसा करावा तेच त्याला सुचत नव्हतं. ती वही रानूकडे देण्यापूर्वी गोष्ट पूर्ण करावी असं त्याला खूप वाटत होतं; परंतु वही द्यायला जर फार उशीर केला तर रानूदीचा आणि कदाचित तिच्यापेक्षाही अतासीचा आपण गोष्ट लिहू शकतो यावर विश्वास बसणार नाही, असं त्याला वाटलं; त्यामुळेच गोष्ट अजून पूर्ण झालेली नसतानाही त्याने वही परत द्यायची घाई केली होती.

अपमानाचे कडू घोट

आसपासच्या खेड्यांमध्ये कुठे कोणाचं निधन झालेलं असेल तर उत्तरकार्याची निमंत्रणं येत. त्या निमित्ताने अनेक ब्राह्मण तिथं जात आणि भरपूर भोजनाच्या मोबदल्यात मृतात्म्याला शांती मिळो म्हणून आशीर्वाद देत.

हरिहर बाहेरगावी गेलेला असल्याने सध्या अपूच त्या ब्राह्मणांसोबत जायचा. एके दिवशी असंच एका गावाहून जेवणाचं निमंत्रण आल्यावर अपू त्यांच्यासोबत निघाला. सुरेशचा लहान भाऊ सुनील यालाही त्याने सोबत घेतलं होतं. ज्यांच्याकडे जेवण मिळणार होतं, ते लोक चांगले श्रीमंत असल्याने आसपासच्या खेड्यांतून बरेच ब्राह्मण शांतिपाठ गायला आणि त्यानिमित्ताने होणारी मेजवानी झोडायला निघाले होते. रस्त्याने ब्राह्मणांची गर्दीच उसळली होती म्हणा ना! याखेरीज प्रत्येकाने आपल्यासोबत आणखी पांच-सहा तरी पोरं घेतलेली होती. तसं पाहिलं तर हे चित्र नेहमीचंच होतं. सोबत घेतलेली पोरं त्या ब्राह्मणांचीच असतील असं मुळीच नसायचं. कुठलीही चार टाळकी त्यांनी गोळा केलेली असत. ती पोरंही फार बेरकी आणि लबाड असायची. प्रथाच अशी होती की, ब्राह्मणांना पोटभर खाऊ घालायचं आणि वरून ते जेवढं नेतील तेवढं घरीही नेऊ द्यायचं; त्यामुळेच ब्राह्मणांनी ही युक्ती शोधून काढली होती. लहानातला लहान मुलगासुद्धा मोठ्या माणसाएवढा हिस्सा घरी घेऊन यायचा.

आता असल्या लोभी आणि खादाड ब्राह्मणांसमोर बिचारा यजमान कितीही श्रीमंत असला तरी कुठवर टिकणार? त्या बिचाऱ्याची अन्न शिजवता शिजवता आणि वाढता वाढता पुरेवाट होऊन जायची. शिवाय एवढं करूनही आरडाओरडा आणि गोंधळ व्हायचा तो व्हायचाच!

अपेक्षेप्रमाणे पंगती बसल्या. केळीची हिरवीगार पानं मांडली गेली. सुरुवातीला प्रत्येक पानावर स्वादिष्ट मिठाई वाढून झाल्यावर वाढपी भाज्यांचं वाढप आणायला म्हणून आत गेले; परंतु परत येऊन पाहतात तर काय एकाही पानावर मिठाईचा - मागमूसही शिल्लक नाही. ती सगळी मिठाई ब्राह्मणांनी त्यांच्या सोबत आणलेल्या

फडक्यामध्ये बांधून घेतली होती आणि ते सर्वजण मिठाई वाढा म्हणून आपले हात धरून बसले होते.

या सगळ्या गोष्टींपासून अनभिज्ञ असलेल्या एका मुलाने मोह न आवरल्याने मिठाईचा एक तुकडा खाण्याचा प्रयत्न केला; परंतु तोच त्याच्या बापाने झडप घालून तो हिसकला आणि तो तुकडा फडक्यात बांधत तो म्हणाला, ''गाढवा, एवढी घाई कशाची झालीय? त्यांना वाढू तर देशील? वाढून झाल्यावर पाहिजे तेवढे खा.''

आणि मग वाढणाऱ्यांची आणि जेवणाऱ्यांची अशी काही हातघाई उडाली की विचारू नका. अन्नाच्या टोपल्यांमागून टोपल्या येत होत्या आणि रिकाम्या होऊन परत जात होत्या. टोपल्या जेवढ्या वेगात यायच्या, तेवढ्याच वेगात फस्त केल्या जायच्या. वाढप्यांची आणि खाणाऱ्यांची जणू स्पर्धाच सुरू झाली होती म्हणा ना! सगळीकडे एकच गोंधळ माजला.

''अहो, ती टोपली इकडे आणा.''

''तिकडे भाजी वाढा.''

''माझ्या पानावर भोपळ्याच्या भाजीचा कुठे पत्ताच नाही.''

''हे तर फारच गरम आहे. चटका लागला की...''

''मला काय वाढलंय ते तुमचं तुम्हीच येऊन पाहा म्हणजे झालं. नुसता कणकेचा कच्चा गोळा आहे.''

त्यानंतर कोण किती अन्न सोबत नेऊ शकतं याची स्पर्धा सुरू झाली. पानावर वाढलेलं अन्न फडक्यांमध्ये गडप होऊ लागलं.

तेवढ्यात कोणीतरी ओरडलं, ''लोकांना पोटभर जेवायला घालता येत नसेल तर बोलावू नये. राजा बल्लाळ सेन यांच्या राजवटीपासून ही प्रथा चालत आलेली आहे ती काय उगीच? पाहिजे तो पदार्थ पुरेसा मिळत नसेल तर कोण जेवणार हो? हा मी चाललो. हा कंदर्प मुजुमदार यापुढे अशा ठिकाणी कधीही जेवायला म्हणून...''

...आणि एवढं बोलून कंदर्प मुजुमदार खरोखरच तणतणत उठलेच! परंतु त्यांना तसंच जाऊ दिलं असतं तर सगळाच बेरंग झाला असता. ज्यासाठी जेवणाचा कार्यक्रम आयोजित केला होता, तो हेतूच विफल झाला असता. शेवटी त्यांना कसंबसं शांत करण्यात आलं. तेवढं झाल्यावर जेवणावळ शांतपणे पार पडली.

इतर मुलांप्रमाणे अपूनंही बरीच मिठाई गोळा केली होती. तो घरी आल्यावर मिठाईचं ते गठुडं घेत सर्वजया म्हणाली, ''बाई गं, केवढी ही मिठाई! असं माझ्यासाठी आणलंस तरी काय? चांगली मिठाई दिसते. आता असं कर. ही मिठाई अशीच ठेवून दे. उद्या खायला होईल.''

''पण आई, तूसुद्धा खा बरं का. खरं म्हणजे मी तुझ्यासाठीच आणलीये.

तेवढ्यासाठी मी दोनदा मिठाई मागून घेतली.''

आनंदानं हसत सर्वजया म्हणाली, ''माझ्या आईसाठी न्यायची आहे म्हणून आणखी वाढा असं म्हटलं नाहीस ना?''

''असं कसं होईल? तू मला काय वेडा समजतेस की काय?''

थोड्या वेळानं अपू सुनीलकडे गेला; परंतु त्यांच्या अंगणात पाय ठेवतो न ठेवतो तोच त्याला सुनीलच्या आईचा आवाज ऐकू आला. मोठमोठ्याने ओरडून ती सुनीलची कानउघाडणी करत होती.

''मूर्ख कुठला? कशाला आणलंस ते? पण मी म्हणते, तुला ते घरी आणायला सांगितलं होतं कोणी?''

खरं म्हणजे जे झालं त्यात सुनीलचा काहीच दोष नव्हता. त्याने केवळ इतरांचं अनुकरण केलं होतं. इतर मुलांनी मिठाई घेतली म्हणून त्यानेही घेतली होती आणि फडक्यात बांधून घरी आणली होती.

''पण आई, सर्वच मुलांनी मिठाई घरी आणलीये. अपूनंसुद्धा आणलीये.''

''तो का नाही आणणार? तो एका भिकारड्या ब्राह्मणाचा मुलगा आहे आणि इथून पुढे त्यालाही हेच करायचं आहे. गावोगाव पुराण सांगत, मिळेल ते गोळा करत फिरायचं आहे. त्याशिवाय तो दुसरं करणार तरी काय? आणि त्याची आईसुद्धा तसलीच! भिकारडी, लोभी कुठली! म्हणूनच इथं येताना मी तुम्हाला सोबत आणणार नव्हते. असल्या संगतीमुळे तुम्हालाही वाईट सवयी लागताहेत. जा, ते सगळं अपूलाच देऊन टाक. नसेल द्यायचं तर फेकून दे. कुठे जेवायला बोलावलं असेल तर जावं आणि जेवून परत यावं. असल्या भिकारड्या सवयी काय कामाच्या?''

ते सगळं ऐकून अपूला धक्काच बसला. अशा मनःस्थितीत सुनीलला भेटणं शक्यच नव्हतं. तो त्याच पावली मागे वळला आणि जे ऐकलं होतं, त्यावर विचार करत चालू लागला. ज्या गोष्टीचा आईला आनंद झाला होता, त्याच गोष्टीचा सुनीलच्या आईला संताप आला होता. त्या दोन परस्परविरुद्ध घटनांनी अपूला फारच विचारात टाकलं होतं. शेवटी ते काही सहज फेकून द्यावेत असे चिखलाचे गोळे नव्हते, तर गरिबांना कधी पाहायलाही मिळत नाही अशी स्वादिष्ट आणि दुर्मिळ मिठाई होती. खरंच का आई इतकी लोभी आहे? मी एका भिकारड्या दरिद्री माणसाचा मुलगा आहे? पण सुनीलच्या आईनं एवढं टाकून बोलावं असं त्यात होतं तरी काय? विचार करकरूनही अपूला उलगडा होईना. कदाचित सुनीलच्या आईनं खूप चांगली उत्तमोत्तम मिठाई खाल्ली असेल; पण आईनं आणि मीही कधी खाल्ली नाही त्याचं काय? आम्हाला अशी मिठाई खायची संधीच कधी मिळाली नाही. सुनीलचा विचार केला, तर कदाचित ते चुकीचं असेलही! परंतु सुनीलसाठी जे चुकीचं ठरेल, ते अपूसाठीही चुकीचं ठरेल असं कशावरून?

अपूची मासेमारी

सध्या अपूची शाळा जवळपास सुटल्यासारखीच होती; परंतु करण्यासारख्या गोष्टी खूपच होत्या. सर्वांत महत्त्वाची गोष्ट म्हणजे मासेमारी. तो सतूऐवजी तळे राखायला जायचा, तेव्हापासूनच त्याला मासेमारीची गोडी लागली होती. शिवाय त्यासाठी किती संयम पाळावा लागतो हेही तो चांगलं शिकला होता. पोतू, हो तोच त्या दिवशी कवड्या खेळताना ज्याला कोळ्यांच्या पोरांनी मारलं होतं तो, सध्या अपूचा जिवलग मित्र झाला होता.

मासे कुठे सापडतात, ती जागा अपूला चांगली माहीत होती. सोनगंगेच्या कुरणातून वाहत आलेला कालवा इच्छामतीला येऊन मिळतो, तिथं जवळच ती जागा होती. जागा खरोखरच फार छान होती. तिथं फारसं कोणी येत - जात नसे. शिवाय ती जागा अत्यंत निसर्गरम्य होती.

अपू कधीकधी पुस्तक सोबत घेऊनच तिथं जायचा. एकदा सुरेशच्या कृपेनं त्याला एक सचित्र पुस्तक मिळालं. खरं म्हणजे ते प्राथमिक वर्गातलं इंग्रजीचं पाठ्यपुस्तक होतं. अर्थ स्पष्टीकरणासाठी परिशिष्टात बंगाली भाषेतील नोंदी दिलेल्या होत्या. अपूला इंग्रजी येत नव्हतं; त्यामुळे तो आधी बंगाली नोंदीमध्ये दिलेल्या गोष्टी वाचायचा आणि त्यानंतर चित्रांसाठी म्हणून इंग्रजी धडे पाहायचा.

परदेशाविषयीच्या, विशेषतः थोर विभूतींच्या गोष्टी त्याला फार आवडायच्या; आणि ते पुस्तक तर अशाच गोष्टींनी भरलेलं होतं. हिमवादळात सापडून वाट चुकलेल्या एका धाडसी गिर्यारोहकाची गोष्ट त्यात होती. तो एकाच परिसरात गोल गोल फिरत राहिला होता आणि शेवटी गारठून मरण पावला होता. त्यानंतर अटलांटिक समुद्रात दिशाहीन भरकटत जाऊन अमेरिकेचा शोध लावणाऱ्या ख्रिस्तोफर कोलंबस या साहसी दर्यावर्दी खलाशाची गोष्ट त्यात होती. एका गोष्टीत सी-गल पक्ष्याची अंडी शोधण्याच्या प्रयत्नात समुद्राकाठचा तो अवघड कडा चढून गेलेले ते इंग्रज बंधू-भगिनी भलत्याच कठीण परिस्थितीत सापडले होते. हद्दपारीची शिक्षा भोगणाऱ्या वडिलांची ती शिक्षा रद्द व्हावी या आशेने प्रास्कोव्हिया नावाची एक शूर

मुलगी सैबेरियाच्या त्या विस्तीर्ण आणि ओसाड माळरानावरून एकटीच निघाली होती. पुन्हा वाचल्यामुळे त्या गोष्टीमधले लोक अपूला एवढे परिचित झाले होते की, कधी काळी त्यातलं कोणी भेटलं असतं, तर तो त्या व्यक्तीला निश्चितच ओळखू शकला असता. सर फिलीप सिडनी यांची गोष्ट वाचून तर अपूला अश्रू आवरले नव्हते.

सुमारे एका महिन्यानंतर अपू पुन्हा एकदा मासेमारीसाठी बाहेर पडला होता. चांगला मासा मिळावा म्हणून नेहमीप्रमाणे पाने आणि फांद्यांची बैठक तयार करून, त्याने आपलं आसन जमवलं. एवढं झाल्यावर हातामध्ये पुस्तक घेऊन, तो वाचनात रंगून गेला. तासामागून तास निघून गेले. नदीकाठ आणि नदीकाठच्या शेतांमध्ये सर्वत्र जणू शांतता अवतरली होती. अपूच्या डोक्यामध्ये मात्र नुकतीच वाचून झालेली 'बंगवासी'मधील ती चित्तथरारक गोष्ट घोळत होती. फ्रान्स या देशाबद्दलची ती गोष्ट होती.

परकीय आक्रमक कित्येक वर्षांपासून फ्रान्सची भूमी उद्ध्वस्त करीत होते. लोक दारिद्र्याने त्रस्त झालेले होते. राजा पदच्युत झालेला होता. सगळीकडे अंदाधुंदी, लूटमार आणि दहशत माजलेली होती. अशा या अराजकाच्या काळात लॉरेन प्रांतात एक आश्चर्य घडलं... एका लहानशा खेड्यातली ती मेंढपाळ कन्या मेंढ्या चारायला जंगलात जात असे. मेंढ्या आपल्या जमेल तशा चरत आणि ती मुलगी मात्र रानात एका जागी बसून असे. तिचे डोळे अथांग निळ्या आकाशाकडे लागलेले असत आणि मनात मातृभूमीवर कोसळलेल्या संकटांचा विचार सुरू असे. अगदी रोज रोज ती हाच विचार करत असे. एके दिवशी काय झालं कोणास ठाऊक! तिला मनापासून आणि खरोखरच असं वाटू लागलं की, तिला कोणीतरी काहीतरी सांगतो आहे. तो आवाज जणू सांगत होता, "तू फ्रान्सची तारणकर्ती आहेस. ऊठ, तलवार हातात घे, फ्रान्सच्या प्रजेचं रक्षण करायचं असेल तर पुढे होऊन फ्रान्सचं सगळं सैन्य एकत्र कर. तुझ्यावर ही जबाबदारी सोपवण्यात आलेली आहे." माता मेरी जणू तिला आदेश देत होती. रोज रोज सारखं हेच सांगून तिचं मनोबल वाढवत होती आणि शेवटी तेच घडलं. आपल्या मातृभूमीशी एकनिष्ठ असलेल्या त्या मुलीने तलवार हाती घेतली आणि शत्रूशी झुंज देऊन राजाला पुन्हा त्याचं सिंहासन बहाल केलं. फ्रेंच सैन्याचं धैर्य वाढलं आणि त्यांनी शत्रूला देशाबाहेर पिटाळून लावलं; परंतु दुर्दैव असं की, काही कृतघ्न आणि अडाणी लोकांनी ती एक चेटकीण असल्याचा आरोप ठेवून, तिला वधस्तंभाला बांधून जाळून मारलं.

संध्याकाळच्या त्या शांत वेळी नदीकाठी बसून अपू भारावलेल्या मनानं आपण जे वाचलं, त्यावर मनन करू लागला... तिचं ते असामान्य धैर्य, युद्धभूमीवर तिनं मिळवलेला विजय आणि त्यापाठोपाठ तिचा झालेला मृत्यू यापेक्षाही तिचे ते उदात्त

विचार आणि अवतीभोवती मेंढ्या चरत असताना निळ्या आकाशाखाली बसून तिनं केलेलं ते चिंतन याच गोष्टींचा अपूच्या मनावर अधिक परिणाम झाला. एकीकडे ती; तर दुसऱ्या बाजूला क्रूर, उद्दाम, स्वार्थी, रक्तपिपासू आणि युयुत्सु असा शत्रू. खरं म्हणजे ती दोन्ही चित्रं किती विरोधाभासात्मक होती! परंतु त्याच्या मनात दीर्घकाळ एकच प्रतिमा रेंगाळत राहिली आणि ती प्रतिमा म्हणजे ती साधी, निळ्या डोळ्यांची, देवभोळी मेंढपाळकन्या आणि तिच्या त्या मेंढ्या. बालपणातून नुकत्याच बाहेर येऊ लागलेल्या अपूसारख्या मुलाचं हृदय त्या निरागस कन्येनं जणू हलवून सोडलं होतं...

अपूची वादळी साहसयात्रा

संध्याकाळ होत आली म्हणून पाण्यात टाकलेली दोरी गुंडाळून घेत अपू उठला. काठावरील बाभळीची झाडं नदीच्या पात्रावर झुकली होती. त्यांच्यावरून गळणाऱ्या पिवळ्या फुलांनी नदीचा काठ आणि पाण्याचा गडद काळा पृष्ठभाग जणू आच्छादून गेला होता. सोनगंगेच्या पलीकडे पाहिलं तर लालेलाल झालेलं सूर्यबिंब क्षितिजाला टेकलं होतं. अपू घराकडे जायला वळला, तेव्हा तेही गर्द झाडीत दिसेनासं झालं.

तेवढ्यात कोणीतरी मागून येऊन अपूचे डोळे झाकले. तो पोतू होता. मोठमोठ्यानं खिदळत तो म्हणाला, "तुला किती म्हणून शोधायचं? मग लक्षात आलं की, तू मासे पकडायला गेला असणार. म्हणून मग इकडे आलो. मिळाले का? काय? एकही नाही? अरेरे... पण ते जाऊ दे. आपण होडीतून फिरायला जाऊ या... चल.."

या दिवसांत लांब पल्ल्याच्या मालवाहू बोटी साहेबघाटाजवळील कदंबाच्या झाडाजवळ नांगर टाकून उभ्या असत. इच्छामतीचा किनारा तिथं उभ्या चढणीचा आणि दाट गवतानं झाकलेला होता. अपूला तिथं जाऊन बसायला आणि खलाशांच्या साहसकथा ऐकायला फार आवडायचं. ते निरनिराळ्या देशांना कसे जातात, किती नद्या आणि कालव्यांमधून बोटी घेऊन जातात, प्रसंगी त्यांना भयंकर वादळातून कसं मार्गक्रमण करावं लागतं, अशा वेळी समुद्राच्या भरती-ओहोटीच्या लाटांशी ते कशी झुंज देतात आणि चक्रीवादळात सापडल्यावर काय करतात या सगळ्या गोष्टी तो मन लावून ऐकायचा. आपणही अशा खूप खूप नद्या आणि समुद्र ओलांडून जावं अशी अपूची महत्त्वाकांक्षा होती.

साहेबघाटाजवळ येताच अपूची विचारशृंखला तोडत पोतू म्हणाला, "चल रे अपूदा, आपण किनई त्या चिंचेच्या झाडाजवळ जाऊ. तिथं आपल्याला नाव मिळेल आणि मिळालीच तर आपण नदीतून भटकून येऊ."

आणि खरोखरच तिथं एक छोटी होडी सापडल्यावर पोतूनं तिचा दोर मोकळा

केला. हलकासा धक्का मिळताच होडी पुढे सरकली आणि ती प्रवाहाबरोबर वाहू लागताच त्या दोघांनी चट्कन तिच्यात उड्या घेतल्या. पाण्याचा ओला वास त्यांच्या नाकात शिरला. किनाऱ्यालगतच्या वेळूबनातून पाणपक्षी भराऱ्या घेत होते. त्याचप्रमाणे शेतकरी शेतांमध्ये काम करताना दिसत होते. नदीच्या वळणावरील झुडपांमध्ये चिमण्या चिवचिवाट करीत होत्या. पूर्व दिशेला दिसणारा तो प्रचंड ढग एखाद्या पहाडासारखा वाटत होता. मावळत्या सूर्यप्रकाशात तो क्षणाक्षणाला जणू आपले रंग बदलत होता.

''अपूदा, एक गाणं म्हण ना,'' पोतू म्हणाला.

''नको, आत्ताच नको, अजून थोडे वल्हव. काठावर खूप लोक आहेत ते ऐकतील.''

पोतू हसला. म्हणाला, ''किती लाजतोस रे! ते खूप दूर राहिलेत. गा बरं!''

तरीही थोडं अंतर पुढे गेल्यावरच अपूनं गायला सुरुवात केली. अपूनं गायला सुरुवात केल्यानंतर ते गाणं शांततेनं ऐकता यावं म्हणून पोतूनं होडी वल्हवणं थांबवलं. तसं पाहिलं तर वल्हवण्याची गरजच नव्हती. नदीचा वाहता प्रवाहच ते काम करत होता. होडी अत्यंत वेगाने पुढील वळणावरील भोवऱ्याकडे खेचली जात होती. अपूचं गाणं संपल्यावर पोतूनं गायला सुरुवात केली. पोतू गाऊ लागल्यावर अपू होडी वल्हवू लागला. तो भोवरा टाळून ते हळूच एका बाजूने पुढे निघाले. अचानक वायव्य दिशेकडे बोट करीत पोतू म्हणाला, ''अपूदा! ते पाहा वादळ येतंय. परत फिरू या का?''

''नको. मला वादळात गायला खूप आवडतं. पुढे चल.'' अपू म्हणाला. अपूचं बोलणं पूर्ण होत नाही, तोच माधवपूरच्या दिशेनं एक भला मोठा काळा ढग आकाशात वर सरकला आणि हळूहळू संपूर्ण आकाशात पसरू लागला. ढगाच्या सावलीमुळे नदीचा प्रवाह अधिकच गडद काळा दिसू लागला. दूरवरच्या त्या वादळाचा सुरुवातीला अस्पष्ट येणारा आवाज आता अधिकच वाढल्यासारखा वाटू लागला आणि उत्तरोत्तर अधिकच वाढत गेला. भेदरलेले पक्षी एकमेकांना साद घालू लागले. अचानक वाऱ्याने दिशा बदलली आणि त्या झोताबरोबर ओल्या मातीचा मातकट वास सर्वत्र पसरला. नदीच्या किनाऱ्यावरील वृक्ष वाऱ्याबरोबर हेलकावे खाऊ लागले.

नदीचं पाणी गडद काळं भासू लागलं. वादळामुळे काही झाडांच्या फांद्या मोडल्या. बगळ्यांची एक भलीमोठी रांग आकाशात उडाली आणि दूरवर निघून गेली. त्यांचे ते पांढरे ठिपके काळ्या रंगाच्या पार्श्वभूमीवर उठून दिसत होते. वादळ पाहून अपू उत्साहित झाला. हातातलं वल्हं बाजूला टाकून, आता हे वादळ आणखी काय करतं हे तो पाहू लागला. पोतूनं कमरेची धोती सोडून तिचा शिडासारखा वापर

करायला सुरुवात केली.

"वारा विरुद्ध दिशेनं वाहतोय. पुढे जाणं अशक्य आहे. अशात आपली होडी उलटली तर?" भयभीत होऊन पोतू म्हणाला.

परंतु अपूचं त्याकडे मुळीच लक्ष नव्हतं. एवढंच नव्हे तर शेजारी बसलेला पोतू काहीतरी म्हणाला असंसुद्धा त्याला वाटलं नाही. तो एकटक अगदी समोर एकदा अनंत आकाशाकडे, तर एकदा होडीभोवती तांडवनृत्य करणाऱ्या मोठमोठ्या लाटांकडे पाहत होता. सगळं काही विसरून 'बंगवासी'च्या ताज्या अंकात प्रसिद्ध झालेल्या गोष्टीतील त्या खलाशाप्रमाणे तो जणू इंग्लंडच्या सफरीवर निघाला होता. कलकत्त्यापासून त्याने आपला प्रवास सुरू केला होता. समुद्राला येऊन मिळणाऱ्या नदीच्या मुखावरील सागरबेट आता मागे पडलं होतं आणि आता त्याची बोट बंगालच्या उपसागरात अगदी मध्यावर असलेल्या एका लहानशा बेटाकडे निघाली होती. दूरवर सिलोन बेटावरील नारळाची गर्द हिरवी झाडी इथूनही स्पष्ट दिसत होती आणि क्षितिजाच्या कडेला असलेल्या त्या अनोख्या स्वप्नभूमीवरील निळसर पर्वतरांगा सूर्यास्ताच्या उन्हात तांबूस दिसत होत्या. त्याचं नदीकाठच्या तळ्याकडे लक्ष गेलं. अगदी गोष्टीत वाचल्याप्रमाणे सी-गल पक्ष्यांचा एक थवा त्याच बाजूने त्याच्या होडीमागून येत होता.

पुन्हा सगळं बदलून गेलं. नवनवे प्रदेश, नवनवे देश समोर उलगडत जात होते आणि तरीही त्या अनोख्या जगामध्ये त्याचा प्रवास सुरूच होता. पुढे... आणखी पुढे... माधवपूरच्या वेळूबनावर लोंबकळणाऱ्या त्या प्रचंड ढगाला आता जणू काही भलीमोठी भेग पडली होती आणि तिच्यातूनच कितीतरी नवनव्या गोष्टी समोर येत होत्या... गर्द निळे समुद्र, त्यांचे आजवर कधीही न पाहिलेले ते किनारे, त्यांच्या काठावरील माडांची बनं, अग्नी व धूर ओकणारे ज्वालामुखी आणि बर्फाच्या वादळांनी झोडपून निघालेले पर्वत इत्यादी इत्यादी. अशा प्रदेशांखेरीज त्याला आजवर कधीही न पाहिलेली माणसंही दिसत होती. त्याने वाचलेल्या गोष्टीतली प्रिय ग्रेस, ते सर फिलीप सिडनी, सी-गल पक्ष्याच्या अंड्याच्या शोध घेत निघालेले ते दोघे इंग्रज बहीण-भाऊ आणि आपल्याच विचारामध्ये हरवून गेलेली फ्रान्सच्या लॉरेन प्रांतातील ती निळ्या डोळ्यांची शेतकरीकन्या. याशिवाय आणखी अशीच कितीतरी. त्याने वाचलेल्या गोष्टींच्या खजिन्यामधून ती सगळी माणसं जणू एकत्र गोळा झाली होती आणि अशा त्या अनोख्या प्रदेशामध्ये कुठेतरी, कोणीतरी जणू त्याची वाट पाहत होतं. एके दिवशी बोलावणं येईलच येईल आणि अपू निश्चितच तिथं जाईल...

या गोष्टी फार दूर आहेत, असं त्याला कधीही वाटत नसे. आपल्याला तिथं कोण घेऊन जाईल आणि तो प्रवास शक्य व्हायचा असेल तर किती पैसे लागतील,

असा कुठलाही प्रश्न त्याला कधी पडला नव्हता. त्याला पूर्ण खात्री होती की, आपण मोठे झाल्यावर हे सगळं निश्चित घडून येईल. आता प्रश्न उरला होता तो फक्त मोठं होण्याचा! तो मोठा झाल्यावर जगाचे सगळे दरवाजे त्याच्यासाठी सताड उघडले जाणार होते. कधी या, तर कधी त्या देशाची निमंत्रणं येणार होती आणि अशा त्या यशस्वी जगप्रवासामध्ये तो जग आणि जगातली माणसं जाणून घेणार होता...

त्यांची साहसयात्रा संपत आली. होडी किनाऱ्याकडे सरकू लागली. अपू मात्र अजूनही भविष्यातील स्वप्नांच्या धूसर गुलाबी दुनियेत पूर्णपणे रंगून गेला होता.

होडी चिंचेच्या झाडाजवळ आली. आता वारा थांबला होता. जमलेले ढग वाऱ्याच्या प्रखर झोताबरोबर कुठल्या कुठे वाहून गेले होते. आकाश पूर्णपणे निरभ्र झालं होतं. काही वेळापूर्वी अपू हे सगळं विसरूनच गेला होता. पोतूला होडी बांधायला मदत करावी लागली, तेव्हा कुठे अपू थोडा जमिनीवर आला. इतका वेळ एका वेगळ्या दुनियेमध्ये हरवून गेलेला अपू जणू स्वप्नं कशी पाहावीत हेच शिकत होता...

गुलकी

आज अपूला उठायला बराच उशीर झाला. त्याचे डोळे बंद असले तरी बऱ्याच वेळापासून तो जागाच होता. आई आणि बाबांचं बोलणं ऐकत होता. निश्चंडीपूर सोडून बनारसला निघून जावं, असं त्यांचं चाललं होतं. त्याचे बाबा इथल्यापेक्षा तिथं सगळं किती चांगलं आहे ते सांगत होते. आपले अनुभव सांगताना ते म्हणाले, ''तिथली माणसं फार दयाळू आहेत, वेळेला धावून येणारी व परोपकारी आहेत. शिवाय ते मला ओळखतात. आदरानं वागवतात आणि स्वस्ताई तर इतकी आहे की, काय सांगू...?''

सर्वजयाला ती कल्पना फारच पसंत पडली. बनारस ही तिच्या दृष्टीने अपेक्षापूर्ती करणारी स्वप्ननगरी ठरणार होती. तिथं कुठल्याही गोष्टींची कमतरता भासणार नव्हती. नाहीतर हे आमचं निश्चंडीपूर... इथं बाराही महिने हजार अडचणी हात धुऊन पाठीशी लागलेल्या असतात. एकदाचं धाडस करून इथून निघालो तरच हे दिवस पालटतील... आता एकही दिवस इथं राहू नये... शक्य झालं तर आजच सामानाची बांधाबांध करावी आणि निघावं असं तिला वाटू लागलं. शेवटी बऱ्याच चर्चेनंतर एप्रिल महिन्यात निश्चंडीपूर सोडावं असा त्यांचा निर्णय झाला.

सर्वजयानं गंगानंदपूरच्या देवाला केलेला नवस शेवटी फळाला आला होता. निश्चंडीपूर सोडण्यापूर्वी तो नवस फेडणं आवश्यक होतं; पण नवस फेडायला कोणाला पाठवावं हाच प्रश्न होता, कारण गंगानंदपूर आठ मैलांवर होतं. सध्या घरात तीच एक चर्चा सुरू होती.

अपू म्हणाला, ''मी जातो, त्या निमित्ताने मावशीची भेटही होईल.''

''मूर्खासारखा बोलू नकोस. इथून ते गाव आठ मैलांवर आहे, हे तुला माहीत तरी आहे का?''

परंतु अपू ऐकायला तयार नव्हता. आईशी वाद घालत तो म्हणाला, ''म्हणून काय झालं? तू मला घरामध्येच कोंडून ठेवणार आहेस की काय? कुठे म्हणून जाऊ देत नाहीस. मला का चालता येत नाही? हातपाय नाहीत? डोळे नाहीत?''

"हो, हो सगळं आहे तुला; पण मी म्हणते, एकटा कसा जाशील? फार मोठा धाडसी माणूस झालास नाही का?" परंतु अपूनं आईचं अजिबात चालू दिलं नाही. गंगानंदपूरला आपण एकटे जाणार हे त्याने जाहीरच करून टाकलं.

आणि ठरल्याप्रमाणे एके दिवशी सकाळी अपू गंगानंदपूरच्या वाटेला लागला. सकाळच्या चढत्या उन्हात नांगरलेली शेतं आणि झाडंझुडपं ओलांडत तो निघाला होता. ऊन चढत गेलं तसतशी पायाखालची धूळ तापू लागली; परंतु पाय भाजणाऱ्या त्या धुळीकडे दुर्लक्ष करीत अपू वाट कापत होता. लालेलाल बोरांनी लगडलेल्या एका झुडपानं त्याचं लक्ष वेधून घेतलं. चट्‌कन पुढे होऊन अपूनं बोरांनी खिसे भरून घेतले आणि तो गाणं गुणगुणत पुढे चालू लागला. ऊन असलं तरी मुक्त मोकळ्या वातावरणात गवतातून चालण्याचा आनंद काही वेगळाच वाटत होता. चहुबाजूंनी निसर्ग जणू त्याला साद घालत होता. पक्षी किलबिल करत होते. हवेत रानफुलांचा सुवास दरवळत होता.

नाहीतरी अपूचं बालपण निसर्गाच्या सान्निध्यातच गेलं होतं. जणू निसर्गाच्या सहवासातच तो लहानाचा मोठा झाला होता; त्यामुळे निसर्ग हा त्याला आपला मित्रच वाटे. एवढेच नव्हे तर निसर्ग आणि अपू एका प्रेमाच्या धाग्याने बांधले गेले होते.

अपू झपझप चालत होता. नदीकाठी काही मुलं गळ टाकून बसली होती. तिथं तो थोडासा रेंगाळला. त्यानंतर तो एका छोट्याशा वस्तीजवळ आला, तर तिथं एक संन्यासी एकतारी वाजवत, भक्तिगीत गात बसला होता. ते गीत ऐकताच अपूला नरोत्तमदास आठवले. ते हे भक्तिगीत फारच सुंदर गात असत.

वाटेत लागलेल्या हरीशपूर या गावाची शाळा रस्त्याच्या कडेला एका झोपडीत भरलेली दिसली. मुलं मोठमोठ्यानं पाढे म्हणत होती. प्रसन्न गुरुजींच्या शाळेत आपणही कसे पाढे म्हणत होतो हे आठवत अपू तिथंही थोडा वेळ थांबला. तिथले शिक्षक प्रसन्न गुरुजींइतके वयस्कर नव्हते; तर अगदी तरुण दिसत होते. अपू तसाच पुढे निघाला. चालता चालता त्याला सारखं वाटत होतं की, आता आपण मोठे झालो आहोत. त्याशिवाय का आईनं आपल्याला एकटं गंगानंदपूरला पाठवलं? आता इथून पुढे अशीच एकट्यानं चालायची तयारी ठेवावी लागणार आणि आपण ठरवलंच तर आपल्याला कोणीही अडवू शकणार नाही. अनेक नवी क्षितिजं आपल्याला खुणावत आहेत. नवं भविष्य आपली वाट पाहत आहे... पुढच्या महिन्यात बरोबर याच दिवशी आपण बनारसला जाणार आहोत. बनारस फार दूर आहे म्हणतात. पाहू या तरी किती दूर आहे ते...

तिसऱ्या प्रहरी तो गंगानंदपूरला पोहोचला. गावातल्या गल्ल्यांमधून चालताना त्याचं मन आत्मविश्वासानं भरून गेलं. इकडेतिकडे न पाहता तो सरळ नाकापुढे

पाहून चालत होता; परंतु आजूबाजूचे लोक आपल्याकडेच पाहत आहेत हे त्याला माहीत होतं; त्यामुळे त्याला थोडं ओशाळल्यासारखंही वाटत होतं. तो त्या लोकांना ओळखत नव्हता; परंतु ते लोक त्याला ओळखत होते.

"ओळखलंत का तो कोण आहे ते? आता पाहा केवढा मोठा झालाय. तो बघा पुढे चाललाय. मावशीला भेटायला आलाय वाटतं!" लोक आपसात बोलत होते. त्यांचं ते बोलणं ऐकून अपूला इतकं लाजल्यासारखं झालं की, मावशीचं घर कुठाय तेही विचारायचं धाडस त्याला होईना. शेवटी एका वृद्ध स्त्रीला विचारून तो मावशीच्या घराकडे निघाला.

अंगणात आला, तर तिथं कोणीही दिसत नव्हतं. थोडं थांबून तो दोनदा खाकरला. तरीही कोणीच बाहेर आलं नाही. आता करावं तरी काय असा विचार अपूच्या मनात येतो न येतो तेवढ्यात एक तरुण स्त्री बाहेर आली. हा कोण मुलगा आपल्या अंगणात उभा आहे असा प्रश्न तिला पडला असावा. कुतूहलाने त्याच्याकडे पाहत तिनं विचारलं, "कोण रे बाळ तू? कुठून आलास?"

"मी... मी... निश्चंडीपुराहून आलोय. मी अपू आहे." अपू म्हणाला.

क्षणभर अपूला वाटलं, आलो नसतो तर बरं झालं असतं. बापरे! कोणाच्या दारात गेल्यावर मी कोण, कुठून आलोय ते सांगणं किती कठीण असतं! शिवाय इतक्या दिवसांनी उगवलेल्या एका अनोळखी भाच्याला पाहून मावशीला राग तर आला नसेल?

परंतु निश्चंडीपूरचं नाव ऐकताच त्या स्त्रीला इतका आनंद झाला की, चट्कन पुढे होऊन तिने अपूचा हात हाती घेतला. त्याला मोठ्या प्रेमाने घरात घेऊन जाताना तिने त्याच्या आई-वडिलांची विचारपूस सुरू केली. हातपाय धुवायला पाणी दिलं. प्यायलाही थंडगार पाणी आणून दिलं आणि मग तिने असा काही प्रश्नांचा भडिमार सुरू केला की बस्स! तिला उत्तरं देता देता अपूची अगदी पुरेवाट झाली. मात्र, बोलघेवडी मावशी अपूला फार आवडली; परंतु यापूर्वी ती कधी निश्चंडीपूरला आल्याचं त्याला आठवेना.

मावशी सारखी अपूकडे पाहत होती. किती छान दिसत होता तिचा भाचा. कोण आलंय म्हणून शेजारच्या स्त्रिया पाहायला आल्यावर ती मोठ्या गर्वानं अपूची ओळख करून देऊ लागली... "माझा भाचा आहे म्हटलं, निश्चंडीपूरहून आलाय. किती देखणा आहे माझा भाचा. मी आपली काळीसावळी आहे; पण माझी बहीण फार देखणी आहे बरं का..."

संध्याकाळी काका कुंजा चक्रवर्ती यांची भेट झाली. कुंजा चक्रवर्ती म्हणजे गालफडं बसलेला कृश गृहस्थ होता. त्याचं वयही बरंच झालेलं होतं. त्याला पाहताच अपूला प्रसन्न गुरुजींची आठवण येऊन थोडी भीतीच वाटली. त्याला

वाटलं, कदाचित कोणत्याही क्षणी ते म्हणतील "काय धीट मुलगा आहेस रे तू!"

दुसऱ्या दिवशी सकाळी अपू गावात फेरफटका मारायला निघाला. गाव तसं लहानच होतं आणि होती ती घरंही इथंतिथं विखुरल्यासारखी दिसत होती. मैदानात काही मुलं खेळताना दिसली. कुतूहलाने अपूकडे ती इतकी एकटक पाहत होती की, अपूला फारच संकोच वाटला. त्यांच्याशी मैत्री करायला गेलेला अपू त्यांच्याशी बोलूही शकला नाही.

फेरफटका मारून अपू मावशीच्या घरी परत आला. रोज सकाळी सर्वजया त्याला काहीतरी खायला करून द्यायची; पण इथं खायला कसं मागणार? इथं तशी काही पद्धतच नसेल तर? समजा, आपण मागितलं तर ते लोक काय म्हणतील? आपण परत गेल्यावर म्हणतील काय खादाड होता तो मुलगा! सारखं नुसतं खायलाच मागत होता. कालच संध्याकाळी मावशीनं दूध आणि मिठाई दिली होती; पण काल मिळाली म्हणून आजही मिळेल असं कुठे आहे? आणि तशी अपेक्षा धरणंही चुकीचं आहे. नको; आपण आपलं गप्पच बसावं. त्यापेक्षा अजून थोडं भटकून यावं...

अपू तसाच मागे वळला. अंगणात सहा-सात वर्षांची एक लहानशी मुलगी हातात पितळी कटोरा घेऊन उभी होती.

"मावशी भोपळा केला असेल तर वाढा हो थोडा..." ती मुलगी म्हणाली.

"कोण गं? गुलकी वाटतं? आज भोपळा नाही गं केला. तू संध्याकाळी ये." मावशीनं आतूनच ओरडून सांगितलं.

परंतु ती मुलगी अजूनही तशीच उभी होती. तिच्या अंगावरची साडी बरीच मळकट होती आणि तिच्या विस्कटलेल्या कुरळ्या केसांमध्ये बरीच माती झाली होती. मुलांसारख्या कापलेल्या त्या केसांना कधी तेलफणी लागली नसावी. अपूकडे पाहून ती निरागस असं गोड हसली आणि जाऊ लागली.

"कोण गं ही मुलगी मावशी?"

"ती होय? अरे ती गुलकी. बिचारी परगावाहून आलीय. तिला आई-वडील नाहीत. शेजारी राहणारी ती निबरनची आई आहे की नाही, तिच्या लांबच्या नात्यातली आहे; त्यामुळे त्यांच्याकडे राहते."

दुसऱ्या दिवशी शेजारचा एक मुलगा अपूकडे आला. थोड्याच वेळात त्यांची दोस्ती जमली आणि मग ते दोघे फिरायला म्हणून बाहेर पडले. फिरून परत येताना अपूला वाटेत गुलकी दिसली. रस्त्याच्या कडेला बसून ती काहीतरी खात होती. अपू येताना दिसताच गुलकी चट्कन उठली आणि निरागस हसून पळत सुटली.

"अगं थांब, थांब..." अपू म्हणाला.

परंतु गुलकी थांबली नाही. पळत असताना तिच्या ओच्यात बांधलेल्या फुलांच्या

कळ्या एक एक करून गळत होत्या. हसत हसत अपू तिचा पाठलाग करू लागला. निरागस असं गोड हसणारी गुलकी त्याला फारच आवडली होती. सकाळी मावशी म्हणालीच होती, ''निबरनची आई गुलकीला फार जाच करते. खरं म्हणजे गुलकी तिच्या मुलीसारखीच आहे.''

त्यानंतर अंघोळ करतानाही तसंच झालं. दाराआडून कोणीतरी पाहत आहे असं अपूला जाणवत होतं. पाहिलं तर ती गुलकीच निघाली. दाराआड लपून ती अपूकडे पाहत होती. अपूचं लक्ष जाताच ती पुन्हा तसंच गोड हसली.

''थांब, आता तुला पकडतोच.'' असं म्हणत अपू उठला.

परंतु तेवढ्यात गुलकीनं धूम ठोकली होती. तरीही धावत जाऊन, अपूनं तिला पकडलं आणि मारण्याचा बहाणा केला. आता मात्र गुलकी फारच भ्याली. अपू आता आपल्याला चांगलंच बदडून काढणार की काय असंच तिला वाटलं; परंतु ही केवळ गंमत आहे हे लक्षात येताच ती खिदळून खिदळून हसू लागली.

''तुला पळायला फार आवडतं नाही का? थांब हे आपण एक खेळ खेळू या. हे पान हातात घेऊन तू पुढे पळ. मी तुला पकडणार. तू चोर, मी पोलीस.''

छोट्याशा गुलकीविषयी अपूच्या मनात फार आत्मीयता निर्माण झाली होती. गुलकीला अपूशी मैत्री करायची होती; परंतु आपल्या मनातलं प्रेम कसं व्यक्त करावं हेच तिला माहीत नव्हतं. ती बोलून दाखवू शकत नव्हती; परंतु तिच्या निरागस गोड हसण्यातून, अवखळ वागण्यातून तिच्या मनातली मैत्रीची ती अबोध भावना नकळत व्यक्त होत होती. गुलकीला पाहून अपूला आज पुन्हा एकदा आपल्या दीदीची - दुर्गाची आठवण झाली. गुलकीच्या वयाची असेल, तेव्हा तीही अशीच दिसत असेल. ओच्यामध्ये फुलं गोळा करीत तीही अशीच रानावनांतून एकटी फिरत असेल. गुलकीसारखंच तिलाही कोणी समजून घेतलं नसेल. कोणीही तिची काळजी केली नसेल. तीही अशीच अवखळपणे पळत असेल... निरागस गोड हसत असेल...

गुलकीचं बोलणं ऐकून अपू एकदम आश्चर्यचकित झाला. शेतकरी आणि गुराखी बोलतात, तशा खेडवळ भाषेत ती बोलायची. दुपारी मावशीनं अपूला जेवायला बोलावलं. गुलकीही अपूसोबत मावशीकडे आली. अपू जेवायला बसल्यावर मावशीनं गुलकीलाही जेवतेस का म्हणून विचारलं. गुलकीनं हो म्हणून मान हलवताच मावशीनं तिलाही भात-भाजी वाढून दिली.

जेवता जेवता अपूला वाटलं, गुलकीही इथं जेवणार आहे हे माहीत असतं तर मी तिच्यासाठी थोडा मासा तरी राखून ठेवला असता; परंतु गुलकीला ती अपेक्षाच नव्हती. वाढलेला भात ती अधाशासारखा खात होती आणि आणखी हवा, आणखी हवा म्हणून मागत होती. अगदी बराच वेळ ती जेवत होती. शेवटी आणखी खाणं अशक्य झाल्यावर ताटातला भात तसाच ठेवून ती थांबली. ती इतकी जेवली होती

की, तिला जागेवरून उठणंही शक्य होत नव्हतं.

गुलकीची ती अवस्था पाहून मावशी म्हणाली, ''ऊठ आता. किती खाशील? किती खरकटं करून ठेवलंस ते पाहिलंस का? पाहा रे अपू, कसली बाई म्हणायची? पोरीला निदान दुपारच्या जेवणाला तरी हाक मारायची. पोटची लेक नसली म्हणून काय झालं? शेवटी तेही एक लेकरूच आहे ना!''

शनिवारी अपू आईनं दिलेली दान-दक्षिणा सोबत घेऊन मंदिरात जाऊन आला. छातीवर रुळणारी पांढरी शुभ्र दाढी असलेले पुजारी हे एक सज्जन आणि विद्वान गृहस्थ होते. त्यांची विधवा कन्या प्रत्येक गोष्ट करायला त्यांना मदत करत होती.

''बाळ, अरे चारच पैसे आणलेस? नवस फेडायला निदान आठ पैसे तरी हवेतच.'' पुजारी म्हणाले.

''पण आईनं तर एवढेच दिलेत. आणखी द्यायला आता माझ्याकडे एकही पैसा नाही.''

पुजाऱ्याच्या विधवा कन्येनं देवाला वाहिलेल्या प्रसादातील केळी वगैरे अशा काही वस्तू घेऊन केळीच्या पानात गुंडाळल्या आणि अपूच्या हातावर ठेवल्या.

पुजारी महाशय म्हणाले, ''बाळ, हा प्रसाद घरी घेऊन जा; त्यावर मी कुंकू आणि बेलाची पानं घातलीत. हा देवाचा आशीर्वाद आहे.''

अपूला वाटलं, खरंच किती चांगली माणसं आहेत! माझ्याकडे दोन पैसे असते तर मी निश्चितच त्यांना दिले असते.

संध्याकाळी सर्वजण चांदण्यात बसून गप्पा मारत होते. अपू दुपारी घडलेली हकिकत मावशीला सांगत होता. तेवढ्यात शेजारच्या घरातून आभाळ भेदून जाईल अशी किंकाळी उमटली.

निश्चित, निश्चितच तो गुलकीचाच आवाज होता. ''मारू नको गं मावशी, मारू नको गं मावशी. माझ्या पाठीतून रक्त आलंय. नको, नको गं मावशी.''

त्यापाठोपाठ कर्कश आवाज कानावर आला, ''दुसऱ्यांकडे जेवतेस होय? लक्षात ठेव, इथून पुढे कुठे काही खाल्लंस तर! खादाड डुकरीण कुठली? मी तुला खायला देत नाही होय? लोकांना बोलायला काय जातं? म्हणे, ती बाई गुलकीला खायला घालत नाही. नालायक मेले आणि तू? दुष्ट, कृतघ्न, खादाड मेली. थांब तुला की नाही पळी तापवून चांगला डाग देते. त्याशिवाय तुझी ही भिकारडी सवय जाणार नाही.''

''ऐकलंस का रे अपू?'' मावशी म्हणाली, ''हे सगळं माझ्या विरोधात चाललंय. खरं बोललं तर शेजारीसुद्धा वैरी होतात ते असे.''

त्यावर अपू काहीही बोलू शकला नाही. गुलकीची ती किंकाळी ऐकल्यापासून त्याचा घसा जणू कोरडाच पडला होता.

दुसऱ्या दिवशी संध्याकाळी अपूचं जेवण लवकरच आटोपलं. निघायची सगळी तयारी करून, लगेचच तो बाहेर पडला. त्याचे काका कुंजा चक्रवर्ती तंबाखू भरलेली बैलगाडी घेऊन नवाबगंजला जाणार होते. त्याच गाडीतून ते अपूला घेऊन जाणार होते आणि वाटेत निश्चंडीपूरला सोडणार होते. वाटेतच एका वळणावर अपूला गुलकी भेटली.

"छकुली, अगं, आज मी गावाला चाललोय. आज तू कुठे दिसली नाहीस ते? खेळायलाही आली नाहीस."

अविश्वासानं हसत गुलकी अपूकडे पाहतच राहिली.

"खरंच मी चाललोय. तुला खोटं वाटलं की काय? ही बघ माझी पिशवी. मी बैलगाडीतून जाणार. बैलगाडीपर्यंत येतेस?"

अपूचं ऐकून गुलकी त्याच्यासोबत चालू लागली. थोडा वेळ चालून गेल्यावर ती जागीच थबकली आणि अपूच्या जाकिटाकडे बोट दाखवत म्हणाली, केवढ्याचं आहे ते?'

गुलकीच्या त्या प्रश्नावर अपू हसला, "दोन रुपयांचं. तुला आवडलं का ते? हवंय का तुला?"

त्यावर गुलकी मग तोंडभरून हसली. जणू तिला एकच सांगायचं होतं, "देणार असशील तर दे की, मी काही नाही म्हणणार नाही."

तोच गर्द झाडीतून वर सरकणाऱ्या पौर्णिमेच्या चंद्रबिंबानं अपूचं लक्ष वेधून घेतलं. सायंकाळच्या धूसर संधिप्रकाशात मिसळणाऱ्या चंद्रकिरणांमुळे सगळं वातावरण कसं अद्भुतरम्य वाटत होतं. स्थळकाळाचं भान विसरून अपू क्षणात जणू बनारसला जाऊन पोहोचला...

अपू म्हणाला, "पुरे झालं छकुली. इतक्या दूर येऊ नकोस. आता तू घरी जा. हे बघ, उशीर होतोय. उशीर झाला तर तुला घरी रागावतील. पुन्हा आलो तर भेटेनच गं! पण कदाचित आता येणं होईल असं वाटत नाही. पुढच्या महिन्यात आम्ही बनारसला चाललोय ना. तिथं आम्ही कायमचे राहायलाच चाललोय... म्हणून म्हटलं..."

गुलकी आपलं तेच निरागस असं गोड हसली.

यानंतर अपू गंगानंदपूरला कदाचित कधीच येणार नव्हता; परंतु इथले दूर दूर धावणारे अरुंद रस्ते त्याला आठवत राहणार होते. झाडीतून डोकावून पाहणारा तो चंद्र तसाच स्मरणात राहणार होता आणि इतक्या थोड्या काळामध्ये जिच्याशी गाढ मैत्री जमली ती, जगातल्या दूर दूर जाणाऱ्या रस्त्यांपासून अनभिज्ञ असलेली, कुरळ्या केसांची पोरकी आणि अजाण गुलकी! तिला तो कसा बरं विसरू शकणार होता?

मनोहर निश्चंडीपूर

एप्रिल महिन्यात हरिहरनं निघायची सगळी तयारी केली. सोबत नेणं शक्य होणार नाही असं साहित्य त्याने विकून टाकलं आणि त्यातून लहानसहान देणी भागवून टाकली. फणसाच्या जुन्या लाकडापासून तयार केलेला मोठा पलंग, मोठा लाकडी पेटारा आणि आणखीही बरंचसं लहान-मोठं लाकडी सामान त्याने सरळ विकूनच टाकलं. ते गाव सोडून निघाले आहेत म्हटल्यावर बरेच लोक अगदी जथ्याने त्यांचे सामान विकत घ्यायला जमले होते.

गावातली वृद्ध माणसं हरिहरला भेटायला म्हणून आली. त्यांनी आपल्या परीने हरिहरचं मन वळवायचा खूप प्रयत्न केला. त्यांचं म्हणणं पडलं की, आपल्या गावात खूप स्वस्ताई आहे. दूध, मासे या वस्तू इतक्या स्वस्तात इतरत्र कुठेही मिळत नाहीत. या गोष्टीला अपवाद ठरला, तो फक्त राजकृष्ण सान्याल. सर्वजयाला सावित्री - समारंभाचं निमंत्रण द्यायला आला असताना या विषयावर भरभरून बोलत तो म्हणाला, ''अहो, निश्चंडीपूर सोडून जाऊ नका म्हणायला इथं आहेच काय? निदान मी तरी तुम्हाला मुळीच अडवणार नाही. शिवाय माणसानं एकाच ठिकाणी गाडून घेणं चांगलं नसतं; त्यामुळे तुम्ही संकुचित मनोवृत्तीचे होता. तुमचं मन, तुमचे विचार व्यापक होऊ शकत नाहीत. हे मी माझ्या अनुभवानं सांगतो. देवाची इच्छा असेल तर मीही लवकरच चंद्रनाथाच्या यात्रेला जाऊन यावं म्हणतो...''

रानूदीला ते वृत्त कळताच ती अपूला भेटायला आली. ''अपू, हे मी काय ऐकतेय? लोक म्हणताहेत की, तुम्ही गाव सोडून निघालात म्हणून. ते खरं नाहीये ना? हो ना अपू?''

''होय, दुर्दैवाने ते खरंच आहे गं रानूदी. खोटं वाटेत असेल तर आईला विचार.'' अपू म्हणाला.

परंतु रानूदीचा त्यावर मुळीच विश्वास बसला नाही. तिला ती कल्पनाच मुळात अशक्य कोटीतली वाटत होती; त्यामुळे ती शेवटी सर्वजयाकडे गेली. सर्वजयानं ते सगळं खरंच आहे म्हणून सांगितल्यावर मात्र ती थक्कच झाली.

अपूला बाहेर अंगणात बोलावून घेऊन ती म्हणाली, ''कधी जाणार आहात रे अपू तुम्ही?''

''येत्या बुधवारच्या पुढील बुधवारी.''

''आणि पुन्हा कधीच का परत येणार नाही?'' रानूदीचे डोळे आसवांनी डबडबून आले होते. ती पुढे म्हणाली, ''का रे अपू, आपलं निश्चंडीपूर फार मनोहर असं गाव आहे असं तू नेहमी म्हणायचास. अशी नदी, सुंदर शेतं, छान कुरण कुठेही नाही म्हणून सांगायचास आणि तरीही हे सगळं सोडून तू कसा रे जातोस अपू.''

''मी काय करू गं रानूदी. यात माझा काहीही दोष नाही. मला मुळीच जावंसं वाटत नाहीये. ते सगळं बाबांनीच ठरवलंय. ते म्हणतात की, इथं राहणं फार कठीण झालंय; पण रानूदी, मी माझ्या सगळ्या गोष्टींच्या वह्या तुला देऊन जाईन आणि बरं का रानूदी, मी मोठा झाल्यावर कदाचित आपली भेट होईलसुद्धा!''

''माझ्यासाठी लिहीत होतास ती गोष्ट अजून पूर्णही झाली नव्हती. शिवाय तिच्यावर तू तुझं नावही घातलेलं नाहीस. काय रे हे अपू?'' रानूदीच्या पापण्यात साकळून आलेले अश्रू घळघळा तिच्या गालांवर ओघळू लागले. क्षणात रानूदी वळली आणि झपझप पावलं टाकत निघून गेली...

रानूदीला एवढा कशाचा राग आलाय, हेच अपूला कळेना; पण तो तरी काय करू शकत होता? घर आणि गाव सोडून जायची आपली इच्छा आहे असं त्यानं कधीही म्हटलेलं नव्हतं.

नदीकाठी डोहावर त्याला पोतू भेटला. त्यालाही काहीच माहीत नव्हतं; परंतु प्रत्यक्ष अपूकडूनच सगळं समजल्यावर तोही फारच अस्वस्थ झाला. एकदम नाराज होऊन तो म्हणाला, ''काय रे हे अपूदा. तुला छानपैकी बसून मासे पकडता यावेत म्हणून मी खोल पाण्यामध्ये उतरून तिथली झाडंझुडपं साफ केलीत आणि आता तू निघालास होय? तू तिथं बसून एकदाही मासे पकडणार नाहीस ही कल्पनाच मला पटत नाही.''

या वर्षी तीनही महत्त्वाचे उत्सव थोड्या थोड्या दिवसांच्या अंतराने एकमेकांना जोडूनच आले. उत्सवाचे दिवस म्हटलं की, अपू आणि दुर्गा यांच्या उत्साहाला पारावार राहिलेला नसे. त्या दिवसांत ते कधीही वेळेवर जेवत नसत की धड झोपतही नसत. आता अपू एकटा असला तरी त्याच्या उत्साहाला उधाण आल्याशिवाय राहिला नाही.

त्यातच झालं असं की, जिची त्याला फार भीती वाटत असे ती अतुरी चेटकीण उत्सवाच्या पहिल्या दिवशी म्हणजे शिवरात्रीच्या दिवशीच मरण पावली. उत्सव होणार होता त्या मैदानाजवळच तिची झोपडी होती. बरीच माणसं जमलेली पाहून

अपूही तिथं जाऊन पोहोचला. तिथं गेल्यावर अपूच्या मनात लहानपणातली ती जुनी आठवण जागी झाली. त्या दिवशी तो याच अतुरीच्या भीतीने काटेरी झुडपं तुडवत पळत सुटला होता. त्या प्रसंगाची आठवण येताच अपू स्वतःशीच हसला. खरंच, बिचारी अतुरी! चेटकीण वगैरे काहीच नव्हती. ती एक अत्यंत गरीब परंतु काहीशी कुरूप आणि एक असहाय स्त्री होती. तिची काळजी घेणारं किंवा आपलं म्हणावं असं कोणीही नसल्याने त्या बिचारीला गावाबाहेरच्या त्या झोपडीत असं एकट्यानं राहावं लागत होतं. कोणी जवळचं असतं तर तिला कशाला बरं असं एकाकी मरण आलं असतं? अगदी शेवटच्या क्षणीदेखील तिच्याजवळ कुणीही नव्हतं आणि आता तिच्या अंत्यविधीसाठीसुद्धा अजून कुणी आलेलं नव्हतं. दिवसभर तिचा मृतदेह त्या झोपडीत एकाकी अवस्थेत पडून होता.

पंचू धीवराच्या मुलानं धीटपणे झोपडीत जाऊन एक भला मोठा रांजण ओढत बाहेर आणला आणि लोकांसमोर उपडा केला. कच्च्या कैऱ्यांच्या वाळलेल्या फोडींनी तो काठोकाठ भरलेला होता. त्यासाठीच ती झाडांवरून पडलेल्या कैऱ्या गोळा करत असे. त्यांच्या फोडी करून आणि वाळवून विकत असे. कदाचित तिच्या उदरनिर्वाहाचं तेच एकमेव साधन होतं. गेल्या आठवड्याच्या बाजारात आपण तिला शेवटचं पाहिलं हे अपूला आठवलं.

या वर्षी झोपाळ्यांच्या उत्सवातला आनंद अपूला मुळीच लुटता आला नाही. गेल्या वर्षी दुर्गानं तिच्यासाठी एक छोटंसं चित्र खरेदी केलं होतं आणि मनासारखं चित्र मिळालं म्हणून ती फार आनंदात होती. अपूला ते सगळं आठवत राहिलं... त्या दिवशी सकाळी त्या दोघांचं भांडण झालं होतं. तरीही ते सगळं विसरून तिसऱ्या प्रहरी दुर्गा अपूला म्हणाली होती, "अपू, तुला मी पैसे देते. तू असं कर, रावण सीतेचं अपहरण करत असल्याचं चित्र विकत मिळतं का ते पाहा."

दीदीच्या त्या कल्पनेवर तुच्छतेने हसून अपू म्हणाला होता, "तू आणि तुझं ते चित्र. मला काही सांगू नकोस. असल्या फालतू गोष्टी खरेदी करायला मला अजिबात वेळ नाही. त्यापेक्षा तू राम-रावणाच्या युद्धाचं चित्र का खरेदी करत नाहीस?"

त्यावर दीदी म्हणाली होती, "हे काय मुलांसारखं! लढाया आणि युद्ध याशिवाय तुझ्या डोक्यात दुसरं काहीच नसतं. त्यापेक्षा देव-देवतांची चित्रं घेतली तर त्यात काय बिघडलं?"

सौंदर्यविषयक अभिरुचीबाबत दोघांची मतं कधीच जुळत नसत. अपूला दीदीची अभिरुची फारच हास्यास्पद वाटे.

आणि तरीही आज त्याला तिची खूप आठवण येत होती! कुंपणावरची वेल लालेलाल फुलांनी बहरली होती. तिच्यावर बसून झोके घेणारा तो लहानसा पक्षी

मंजूळ आवाजात गात होता. ते पाहून अपूला फार एकटं वाटू लागलं आणि दीदीची तीव्रतेने आठवण येऊ लागली. जिच्याबरोबर तो आपले आनंदाचे क्षण घालवत होता, मनातील गोष्ट सांगण्यासाठी तो जिच्याकडे धावत जात होता, अशी व्यक्ती आता निघून गेली होती. पुन्हा कधीही परत न येण्यासाठी ती कायमची निघून गेली होती. दुर्गादीदी आता कधीही परत येणार नव्हती आणि त्याच्या खेळामध्ये भाग घेणार नव्हती.

जत्रेत कोणीतरी कर्णमधुर अशी बासरी वाजवत होतं. निश्चितच तो हारानच असणार हे अपूनं ओळखलं. कोवळ्या वेळूपासून तयार केलेल्या अनेक बासऱ्या टोपलीत ठेवून तो विकत उभा होता आणि जाहिरात म्हणून एक बासरी वाजवत होता. अपूनं दीड पैशाला एक बासरी विकत घेतली. ती अपूच्या हातात देताना हारान म्हणाला, ''काय रे अपू, तुम्ही गाव सोडून निघालात म्हणे! कुठे जाताय?''

''हो, हो. जाणार आहोत; पण हारानदा बासरी कशी वाजवायची ते सांग ना. कोणत्या छिद्रांवर बोटं ठेवायची बरं.''

जत्रा आटोपून घरी परत येताना अपूला एकच प्रश्न पडला होता. बनारसला खरंच अशा जत्रा भरत असतील? आणि जर का भरत नसतील तर मी दरवर्षी बाबांकडे हट्ट धरणार... बाबा, मला जत्रा बघायचीय. आपण आपल्या गावाला जाऊ या. ते काही असो. जत्रेच्या दिवसांत दोन दिवस का होईना आपण आपल्या निश्चंडीपूरला जरूर येऊन जाणार...

उत्सव संपल्यानंतर दुसऱ्या दिवशी सामानाची बांधाबांध सुरू झाली. कारण दुसऱ्या दिवशी तिसऱ्या प्रहरी त्यांनी निश्चंडीपूर सोडायचं ठरवलं होतं.

त्याच दिवशी संध्याकाळी सर्वजया अपूसाठी गरमगरम पराठे भाजत होती आणि जसजसे ते भाजले जात होते, तसतसे अपूच्या ताटात टाकत होती. बाहेर नीलमणी रे यांच्या ओसाड अंगणातील माडांच्या झावळ्या चंद्रप्रकाशात चकाकत होत्या. ते दृश्य पाहून अपूचं मन दुःखानं भरून आलं. कित्येक जुन्या आठवणींनी त्याच्या मनात गर्दी केली. एकीकडे नव्या ठिकाणी जाण्याच्या आकर्षणानं झपाटलेला अपू निरोपाचा दिवस जवळ येऊ लागला, तसतसा फार हळवा होत गेला होता. आपल्याला आवडणाऱ्या या गावाला निरोप देणं हे इतकं सोपं नाही हे त्याच्या पुरतं लक्षात आलं...

याच घरात त्याचं बालपण गेलं होतं. इथंच ते वेळूबन होतं, त्याची आवडती आमराई होती, नदीचा सुंदर असा किनारा होता आणि जिथं त्यानं आपल्या दीदीसोबत आयुष्यातलं पहिलं वनभोजन केलं होतं, ते सुंदर आणि छानदार अंगणही तिथंच होतं. आपण जाणार आहोत तिथं असे उंचच उंच माड असतील का, असा प्रश्न त्याला पडला. त्याला आठवतं तेव्हापासून शीतल चंद्रप्रकाशात नाडांच्या

झावळ्या कशा चकाकतात हे तो पाहत आला होता. दीदीसोबत कवड्यांचा खेळ खेळतानाही तो मधूनच त्या चकाकत्या झावळ्यांकडे पाहून घेत असे आणि त्याच वेळी आपलं निश्चंडीपूर गाव किती सुंदर आहे याचा साक्षात्कार त्याला होत असे. तिथं, त्या गावाला घराच्या कुंपणापलीकडे पसरत गेलेलं असं सुंदर जंगल असेल? तिथं आपल्याला मासे पकडायला जाता येईल? होडी वल्हवण्याचा आनंद लुटता येईल? आगगाडीचा खेळ खेळता येईल? आपल्या नदीला कदंबाच्या झाडाजवळ आहे तसा छानदार घाट तिथे असेल? आणि रानूदी? अशी रानूदी आपल्याला तिथे भेटेल? आणि सोनगंगेचं कुरण?... खरंच या सगळ्या गोष्टी तिथं असतील? आणि नसतील तर या सगळ्या सुंदर गोष्टी मागे सोडून आपण कशासाठी निघालो आहोत? कशासाठी?

दीदीला निरोप

ते ज्या दिवशी निश्चंडीपूर सोडणार होते, त्या दिवशी दुपारी एक अनपेक्षित घटना घडली.

सर्वजया सावित्री - समारंभासाठी सान्याल यांच्याकडे गेली होती. तर हरिहर जेवणानंतर थोडी वामकुक्षी घेत पडला होता. अपू आपल्या वस्तूंची वर्गवारी करत होता. नव्या गावी कोणत्या वस्तू घेऊन जाणं योग्य ठरेल, कोणत्या नाही हे मनोमन ठरवत होता. फळीवरील मातीचं भांडं सरकवताना काहीतरी घरंगळलं आणि टपकन खाली पडलं. खाली पडलेली ती वस्तू पाहताच अपू आश्चर्याने थक्कच झाला. धूळमाती आणि जळमटांनी झाकली गेलेली असली तरी ती वस्तू अपूनं तत्काळ ओळखली. ती वस्तू म्हणजे गेल्या वर्षी सेजाबहूच्या घरातून चोरीला गेलेला तो सोन्याचा करंडा होता.

तिथं अपू सोडला तर आणखी कोणीही नव्हतं. तो करंडा हातात धरून अपू बराच वेळ तसाच उभा राहिला. त्याचं मन मात्र भूतकाळात हरवलं होतं. उन्हाळ्यातल्या तापत्या दुपारच्या त्या स्तब्धतेत शेजारचं वेळूबनही जणू उष्ण उसासे टाकत होतं आणि भूतकाळात घडलेली ती गोष्ट अपूच्या कानात सांगत होतं. "माझी दुर्गादी. खरंच फार दुर्दैवी होती ती..." अपू स्वतःशीच म्हणाला. "तिनंच तो चोरला असेल आणि इथं भांड्याच्या आड लपवून ठेवला असेल."

विचारांच्या तंद्रीतच तो हळुवार पावलांनी घराबाहेर पडला आणि मागील दारी जाऊन उभा राहिला. समोरचं वेळूबन दुपारच्या उन्हात पेंगुळल्यासारखं वाटत होतं. दूर कुठेतरी आकाशामध्ये ससाण्याने चीत्कार केला. अपू थोडा वेळ तसाच उभा राहिला आणि सर्व शक्तिनिशी हातातला तो करंडा त्याने वेळूबनातल्या गर्द झाडाझुडपात भिरकावून दिला. "आता तो तिथंच राहू दे... तो तिथं असल्याचं कोणालाही समजणार नाही, कारण कोणीही तिथं जात नाही..." अपू स्वतःशीच म्हणाला.

त्या करंड्याबद्दल अपू कोणालाही काहीच बोलला नाही. अगदी आईल देखील

त्याने त्याबद्दल एक अवाक्षरही सांगितलं नाही.

ऊन उतरल्यावर हिरूची बैलगाडी स्टेशनच्या रस्त्याला लागली. अगदी सकाळी पाहिलं तर आकाशात काही ढग होते; परंतु नंतर ते दिसेनासे झाले आणि मग दिवसभर सूर्य आग ओकत राहिला होता. सगळा आसमंत उन्हानं जणू भाजून निघाला होता.

अपूला निरोप द्यायला आलेला पोतू बैलगाडीसोबत बरंच अंतर चालत आला. तो म्हणाला, ‘‘बरं का अपूदा, येत्या वर्षाच्या जत्रेसाठी फार छान नाटकपार्टी येणार आहे. त्यांना आगाऊ पैसेही दिलेत म्हणे! पण नाटक पाहायला तू असणार नाहीस.’’

‘‘कार्यक्रमपत्रिकेची एक जादा प्रत मिळवून मला पोस्टानं पाठवशील का?’’ अपू म्हणाला.

नुकताच ज्या मैदानावर झोपाळ्यांचा उत्सव पार पडला, तिथूनच बैलगाडी पुढे निघाली होती. मैदानात अजूनही शहाळ्यांची हिरवी भकलं, स्वयंपाकासाठी ज्यांचा चुलीसारखा वापर झाला ते काळे झालेले दगड, राख अशा बऱ्याच गोष्टी अवशेषरूपानं विखुरल्या होत्या. ते दृश्य पाहून अपूच्या मनात पुन्हा एकदा जत्रेच्या आठवणी जाग्या झाल्या.

हरिहर अवाक्षरही न बोलता मुकाट्याने बसून होता. तो मनातून फार अस्वस्थ होता. आपण करत आहोत ते योग्य आहे की अयोग्य आहे हेच त्याला समजत नव्हतं. त्याचे पूर्वज याच गावात कित्येक पिढ्यांपासून राहिले होते. पूर्वजांचं ते गाव, ती भूमी सोडून तो निघाला होता. राहून राहून त्याला नीलमणी रे यांचं कधीकाळी वैभवानं भरलेलं, परंतु आता ओसाड झालेलं घर आणि अंगण दिसत होतं. हरिहरच्या घरात आजवर निदान मिणमिणता का असेना दिवा जळत होता; परंतु इथून पुढे ते वडिलोपार्जित घर अंधारात बुडून जाणार होतं. वडील स्वर्गीय तर्कालंकार रामचंद्र रे यांनी आकाशातून हे सारं पाहिलं तर ते काय म्हणतील? ...हरिहर विचार करत होता.

अतुरीची ती झोपडी म्हणजे गावातलं शेवटचं घर. ती झोपडी नजरेआड होईपर्यंत अपू तिच्याकडे पाहत राहिला. त्यानंतर बैलगाडीने वळण घेतलं आणि ती उघड्या माळरानावरून खडखडत धावू लागली.

गाव मागे पडताच सर्वजयाला वाटलं की, आपलं ते दारिद्र्य, दुःख, अपमानाच्या त्या वेदना सगळं सगळं जणू मागे पडलं आहे. आता समोर आहे ते एक नवं जग, नवं आयुष्य आणि कदाचित नवा उज्ज्वल असा भविष्यकाळ...!

भिरभिरत्या डोळ्यांनी आजूबाजूला पाहणारा अपू मनातल्या मनात जुन्या गोष्टींची उजळणी करत होता. आज तो पुन्हा एकदा आपल्या अज्ञात भविष्याकडे उत्सुकतेने

पाहत होता.

त्यांची गाडी स्टेशनजवळ पोहोचली, तेव्हा रात्रीचे दहा वाजत आले होते. आपण केव्हा एकदा स्टेशनवर पोहोचतो असं अपूला झालं होतं; त्यामुळे स्टेशन आलं म्हणताच टुण्कन उडी मारून तो रस्त्यावर आला आणि सरळ प्लॅटफॉर्मच्या दिशेने धावत सुटला. साडेआठची गाडी कधीच निघून गेली होती आणि आता रात्री एकही गाडी जाणार नव्हती. अपू फारच नाराज झाला. हे सगळं त्या हिरूच्या आळशी बैलांमुळे झालं. थोडे लवकर आलो असतो, तर आजच आगगाडी पाहायला मिळाली असती.

मग इकडचीतिकडची दृश्यं पाहत अपू मनाचं समाधान करून घेऊ लागला. प्लॅटफार्मवर तंबाखूच्या पानांची बरीच गाठोडी पडलेली होती. दोन हमाल एका लोटगाडीवरून ती गाठोडी वाहून नेत होते. दूर अंतरावर रेल्वेचे रूळ चंद्रप्रकाशात चकाकत होते. अपू तसाच पुढे निघाला. स्टेशनच्या एका टोकाला असलेल्या लोखंडी खांबावर दोन लाल दिवे दिसत होते. स्टेशनच्या दुसऱ्या टोकालाही अगदी तसाच आणखी एक खांब होता आणि त्यावरही दोन लाल दिवे दिसत होते.

स्टेशनमास्तर साहेबांच्या कार्यालयामध्ये एक चौकोनी आकाराचा कंदील जळत होता. टेबलावर बरीच जाडजूड पुस्तकं दिसत होती. थोडा वेळ ते दृश्य पाहत अपू तिथंच रेंगाळला. टेबलाजवळ बसलेला एक कारकून सारखा समोरच्या फळीवर असलेल्या खुंट्या दाबत होता आणि त्यांचा कडकट्ट कडकट्ट असा आवाज येत होता. सगळंच कसं अगदी नवं, अनोखं वाटत होतं. अच्छा! म्हणजे रेल्वे स्टेशन, रेल्वे स्टेशन म्हणतात ते हेच! शेवटी अपू रेल्वे स्टेशनवर येऊन पोहोचला होता तर! आता काही फार वेळ वाट पाहावी लागणार नाही. उद्या, अगदी उद्या सकाळीच तो आगगाडी पाहू शकेल आणि एवढंच नव्हे तर प्रत्यक्ष आगगाडीमध्ये बसूही शकेल...

प्लॅटफॉर्म सोडायची अपूची मुळीच इच्छा नव्हती; परंतु वडिलांनी त्याला बोलावून घेतलं. त्यांनी अपूला सांगितलं की, त्या कडकट्ट कडकट्ट वाजणाऱ्या खुंट्या म्हणजे टेलिग्राफ मशीन असून त्यातून तो माणूस संदेश पाठवत असतो.

अपू परतला, तेव्हा सर्वजयानं स्टेशनजवळ असलेल्या तळ्याजवळ स्वयंपाक करायला सुरुवात केली होती. तिथं जवळच आणखी एक गाडी उभी होती. अठरा-एकोणीस वर्षांची एक विवाहित तरुणी आणि तसाच आणखी एक तरुण त्या गाडीतून आले होते. ती तरुणी हबीबपूरच्या विश्वास यांच्या घरी दिलेली होती आणि आता तिच्या भावासोबत ती आपल्या माहेरी निघाली होती. तिचं आणि सर्वजयाचं चांगलंच सूत जमलं होतं. त्या दोघी मिळूनच स्वयंपाकाला लागल्या होत्या. एकीनं तांदूळ धुवायला घेतले होते, तर दुसरीनं बटाटे सोलायला सुरुवात केली होती.

दुसऱ्या दिवशी सकाळी ठीक साडेसात वाजता आगगाडी आली. अपू मात्र त्या आधीच कितीतरी वेळापासून प्लॅटफॉर्मवर येऊन पोहोचला होता आणि तोंड वासून आणि वाकूनवाकून रुळांकडे पाहत होता. त्याचा तो उत्साह पाहून हरिहर म्हणाला, "बाळ अपू, इतक्या कडेला जाऊ नकोस, इकडे ये बघू." तेवढ्यात एक पोर्टरही लोकांना बाजूला व्हा, बाजूला व्हा, आगगाडी येतेय म्हणून ओरडत आला.

बाप रे बाप! काय ती प्रचंड आगगाडी! आणि काय तो तिचा प्रचंड आवाज. सगळ्यात पुढे धूऽऽस फूऽऽस धूऽऽस फूऽऽस करत धूर ओकणारं एक महाप्रचंड धूड जोडलेलं होतं. त्यालाच का आगगाडीचं इंजीन म्हणतात? आश्चर्यच आहे! अपू आ वासून पाहतच राहिला. हबीबपूरहून आलेल्या नवविवाहितेलाही आगगाडी पाहायची होती. इतका वेळ तोंडावर घेतलेला पदर बाजूला करून ती आश्चर्यानं आगगाडीकडे पाहू लागली.

अशी ती गाडी थांबताच हरिहरनं सामान चढवायची घाई केली. भराभर सगळं सामान वर चढवण्यात आलं. आगगाडीचा तो डबा अगदी एखाद्या मोठ्या खोलीसारखा दिसत होता. त्याला अगदी दारं आणि खिडक्यासुद्धा होत्या. खालची जमीन सिमेंटने तयार केल्यासारखी वाटत होती. डब्यातली बसायची बाकं समोरासमोर ठेवण्यात आलेली होती...

एवढी प्रचंड आणि अवजड अशी ती आगगाडी प्लॅटफॉर्मवर एका जागी थांबलेली पाहून अपूला मोठाच प्रश्न पडला. आता हे प्रचंड धूड जागेवरून हलणं शक्य तरी आहे का? कदाचित ते मुळीच शक्य होणार नाही. आता थोड्याच वेळात एखादा पोर्टर, "लोकहो खाली उतरा, खाली उतरा, आज गाडी पुढे जाऊ शकणार नाही," असं ओरडत आला असता तर अपूला मुळीच आश्चर्य वाटलं नसतं.

प्लॅटफॉर्मलगतच्या कुंपणाबाहेर गवताचा भारा डोक्यावर घेऊन उभा असलेला एक माणूस गाडी हलण्याची वाट पाहत होता. आगगाडीत बसण्याचा आनंद लुटण्याऐवजी डोक्यावर भारा घेऊन गाडी जाण्याची वाट पाहत असलेल्या त्या दुर्दैवी माणसाची अपूला फार दया आली. तसाच तो हिरू बैलगाडीत बसून तो फाटकाजवळ थांबला होता आणि एकटक आगगाडीकडे पाहत होता.

अखेर एक भला मोठा हिसका देऊन आगगाडी हलली. थोड्याच वेळात स्टेशन आणि प्लॅटफॉर्मवरील सगळ्या गोष्टी एक एक करून मागे पडू लागल्या. प्लॅटफार्मवरील माणसं, तंबाखूच्या पानांची गाठोडी, फाटकाजवळ उभा असलेला तो हिरू... आणि आणखी अशाच कितीतरी... लवकरच ती आगगाडी एका कुरणातून धावू लागली. दोन्ही बाजूंची झाडं पळताना दिसू लागली. किती वेगात पळत होती ती! हिलाच आगगाडी म्हणतात तर! पाहता पाहता आगगाडीच्या अवतीभोवतीचा सगळा परिसर जणू स्वतःभोवती गरगरा फिरू लागला. झाडंझुडपं,

शेतं, शेतकऱ्यांच्या झोपड्या सगळं इतकं गरगरा फिरत होतं की, त्या सगळ्या गोष्टी एकमेकांपासून वेगळ्या करणं शक्य होत नव्हतं. आगगाडीच्या खालूनही कसला तरी गडगडाट होत असल्यासारखा आवाज येत होता. एखादं महाप्रचंड जातं वेगानं फिरत असावं तसा तो आवाज वाटत होता आणि पुढे जोडलेलं ते भलंमोठं इंजीन तर अक्षरशः डरकाळ्या फोडत होतं, गर्जना करत होतं!

अचानकपणे अपूचं मन भूतकाळात निघून गेलं. तो आणि त्याची दीदी आगगाडी दिसावी म्हणून पळत सुटले होते तो दिवस त्याला आठवला. त्या दिवशी ते दोघे दलदलीतून, काटेरी झुडपं तुडवत वासराच्या शोधात निघाले होते. आणि दूर अंतरावरून येणारा आगगाडीचा आवाज ऐकताच भान विसरून पळत सुटले होते. खरंच! आजच्या तुलनेत ते दिवस किती वेगळे होते!

अशरहू ते दुर्गापूर या रस्त्याच्या दुतर्फा असलेली झाडे मागे पडली आणि हळूहळू दूर क्षितिजात विलीन झाली. तेवढ्यात सोनगंगेच्या पलीकडे असलेल्या त्या खेड्याकडे जाणारी पायवाट जवळ आलेली दिसली. तोच पुढील वळणावर अपूला त्याच्या ओळखीचं ते झाड दिसलं आणि... आणि क्षणभर अपूला वाटलं, जणू आपली दुर्गादीदीच त्या झाडाखाली उभी आहे. दुःखी, उदास चेहऱ्यानं आगगाडीकडे आणि आपल्या सर्वांकडे पाहते आहे...

शेवटी तेच घडलं. दुर्गादीदीला मागे ठेवून ते निघाले होते. अपूला वाटलं, माझ्या दीदीला कोणीही प्रेम दिलं नाही, कोणालाही तिची काळजी वाटली नाही. अगदी आई-बाबांनीही कधी तिची काळजी केली नाही आणि आजतर ती मागेच राहिली आहे. आपण तिला सोडून निघालो आहोत याचंही दुःख त्यांना झालेलं दिसत नाही...

दीदीला जाऊन बरेच दिवस झाले असले, तरी ती सतत आपल्या सोबत आहे, आपल्याला सोबत करीत आहे असंच अपूला वाटायचं. ते एकत्र खेळायचे ते अंगण, घरासमोरचा रस्ता, ते खेळायला जात ते वेळूबन, तो नदीचा घाट, ती आंब्याची बाग... सगळीकडे त्याची दीदी जणू त्याच्या सोबतच असायची. त्यांच्या त्या जीर्ण घराचा कोपरान्कोपरा अपूला दीदीच्या प्रेमळ परंतु अदृश्य अस्तित्वाची जाणीव करून द्यायचा; परंतु आज तोही आपल्या प्रेमळ आणि प्रिय दीदीपासून कायमचा दूर निघाला होता.

अचानक एका अनामिक दुःखभावनेनं अपूचं मन भरून आलं. तिला दुःख किंवा वेदना असं कुठलंही नाव देता आलं नसतं. तिचं स्वरूप नेमकं काय आहे ते अपूलाही नीटसं समजलं नाही. त्यामध्ये कित्येक आठवणी आणि त्याच्य मनावर ठसलेल्या गोष्टी मिसळल्या होत्या आणि त्या साऱ्या गोष्टी क्षणाक्षणाला त्याच्या मनःपटलावर चमकून जात होत्या... अतुरी चेटकीण, इच्छामतीचा तो घाट, कदंब

वृक्षाखालून गेलेले ते रस्ते, खेळ आणि मौजमजेचे ते दिवस, त्याचा मित्र पोतू, दीदीचा तो प्रेमळ चेहरा, तिला हव्याशा वाटणाऱ्या परंतु कधीही न मिळालेल्या त्या वस्तू...

...दीदी अजूनही तिथं तशीच उभी होती... अविचल एकटक नजरेनं आगगाडीकडे आणि अपूकडे पाहत होती... क्षणात अपूच्या मनातील अव्यक्त भावभावनांना अश्रूंच्या रूपाने वाट मिळाली. घळघळा ओघळणारे ते अश्रू अपूचा संदेश दीदीकडे पोहोचविण्याचा प्रयत्न करू लागले... "तुला सोडून जायची माझी मुळीच इच्छा नव्हती. खरंच! मी तुला विसरलो नाहीये गं दीदी... तुला मागे सोडून जावं अशी माझी कधीही इच्छा नव्हती... बाबाच मला तुझ्यापासून दूर घेऊन चाललेत..."

आणि ते खरंच होतं. अपू दीदीला विसरला नव्हता आणि यापुढेही कधी विसरू शकणार नव्हता. ती भयावह पावसाळी रात्र पुन्हा एकदा अपूच्या डोळ्यांसमोर उभी राहिली. त्या दिवशी बाहेर अखंड पाऊस सुरू असताना अंथरुणावर पडलेली दुर्गा दुःखार्त आवाजात त्याला विचारत होती, "अपू, मला बरं वाटेल, तेव्हा एकदा तू मला आगगाडी पाहायला घेऊन जाशील?"

दूर अंतरावरील मजहरपुरा स्टेशनचा सिग्नल मंद मंद होत चालला होता. तो दिसेनासा होईपर्यंत अपू त्याच्याकडे एकटक पाहत राहिला...

नव्या वाटेवर

तिसऱ्या प्रहरी त्यांना राणाघाट स्टेशनवर गाडी बदलावी लागली. दोन वेळा कोळशाचे कण डोळ्यांत गेल्यामुळे त्रास होत असूनही अपू सारखा खिडकीबाहेर डोकं काढूनच बसला होता. स्टेशनामागून स्टेशनं मागे पडत होती. तसतशी निरनिराळ्या गोष्टी पाहण्याची त्याची उत्सुकता वाढतच चालली होती... हे सिग्नल का म्हणून असे वर-खाली होतात? का म्हणून? का म्हणून? काहीच समजत नव्हतं...

एखादं स्टेशन आलं की, त्याच्या नावाचा भलामोठा पांढरा शुभ्र फलक दिसू लागे. कुडलगच्ची, गोविंदपूर, बनपूर आणि अंशी आणखी कितीतरी... कधीही न ऐकलेली नावं... कुडलगच्ची स्टेशनवर गाडी हलताना घंटेचे चार टोल झाल्याचे अपूनं ऐकले आणि त्यानंतर लगेचच सिग्नल खाली पडल्याचेही त्याला दिसले.

सर्वजया या वेळी आयुष्यात दुसऱ्यांदा रेल्वेत बसली होती. यापूर्वी एकदा ती हरिहरसोबत अरणघाटाच्या उत्सवासाठी गेली होती, तेव्हा ती रेल्वेमध्ये बसली होती. गाडी थांबली की, ती प्रवाशांची लगबग आणि गोंधळ उत्सुकतेनं पाहायची. पदराच्या साहाय्यानं चेहरा झाकून गाडीत चढणाऱ्या त्या स्त्रिया, त्यांचे ते अनेक प्रकारचे कपडे, त्यांचे ते बावरलेले चेहरे, त्यांच्यावरील अनेक भाव, त्यांच्या अंगावरील दागिने, वागण्याच्या विविध पद्धती अशा कित्येक नवीन गोष्टी तिला पाहायला मिळत होत्या. जगन्नाथपूर स्टेशनवर तिला खजूर आणि कुरमुऱ्यांचे लाडू दिसले. ती म्हणाली,

"अपू, तुला लाडू खायचेत का? मला वाटतं, तुला ते आवडतील."

गाडी हलली. टेलिफोनच्या तारांवर बसून झोके घेणाऱ्या पोपटांच्या थव्याकडे, बोट दाखवीत अपू म्हणाला, "आई, तो पोपटांचा थवा बघितलास? त्यात एक मैनासुद्धा आहे. मला वाटतं, ती पाळीव असावी आणि पिंजऱ्यातून निसटली असावी."

नेहाती जंक्शनवर त्यांना पुन्हा एकदा गाडी बदलावी लागली आणि याच

ठिकाणी गाडीनं दाणदाण आवाज करीत गंगेवरील तो लांबलचक पूल पार केला.

सूर्यास्त होऊ लागला होता. गंगेच्या पात्रात मोठमोठ्या मालवाहू बोटी नांगर टाकून उभ्या होत्या आणि दोन्ही किनाऱ्यांवर बागा आणि प्रचंड इमारती दिसत होत्या. मंत्रमुग्ध झाल्याप्रमाणे सर्वजया ते दृश्य पाहत राहिली. पूर्वी असं मनोहर दृश्य तिनं कधीही पाहिलेलं नव्हतं.

"अपू, ती पाहा वाफेवर चालणारी आगबोट."

पूल पार करून गाडी सुसाट वेगाने पुढे निघाली. नकळत सर्वजयाचे हात जोडले गेले. ते हात कपाळावर ठेवून ती प्रार्थना करू लागली... "हे देवीमाते, गंगे, मी तुला ओलांडून निघाले आहे याबद्दल मला क्षमा कर. बनारसला आल्यावर फुलं अर्पण करून मी तुझी पूजा करीन. माते, आमच्यावर तुझी कृपादृष्टी असू दे. माते, ज्यासाठी आम्ही या प्रवासाला निघालो आहोत, ते आम्हाला प्राप्त होऊ दे. माझ्या अपूला चांगले आरोग्य दे. आमचे दिवस पालटू दे... तुझ्या काठी आम्हाला आश्रय दे देवीमाते..."

परंतु अनिश्चित भवितव्याचा विचार मनात येताच सर्वजया विचारमग्न झाली. असा अनुभव यापूर्वी तिनं कधीही घेतला नव्हता. अनिश्चित भवितव्याची काळजी मनाला कुरतडत असतानादेखील तिला आज आपण मुक्त झालो आहोत, असं वाटत होतं. आजवरचं तिचं जीवन खेडं आणि त्याभोवतालचा परिसर एवढ्यापुरतंच मर्यादित होतं. लहान वयापासूनच ती त्या मर्यादित विश्वात जगत आली होती. आता कुठे तिला स्वातंत्र्याचा मोकळा श्वास घ्यायला मिळाला होता. गेल्या वर्षी सहज आपल्याला गंगेमध्ये स्नान करायला मिळालं, तर किती बरं होईल, असा विचार तिच्या मनात आला होता; पण त्याच वेळी ते अशक्य कोटीतलं स्वप्न आहे हेही तिला जाणवलं होतं आणि गंमत म्हणजे आज ती गंगेकडे निघाली होती. सर्वजयापुढे जणू एक नवं जग, नवं जीवन उभं होतं आणि त्याच्या स्वागतासाठी ती आशावादी मनानं उभी होती.

बंदेल स्टेशन आल्यावर ते गाडीतून उतरले. इथं पुन्हा गाडी बदलावी लागणार होती; परंतु ही गाडी मात्र थेट बनारसला जाणार होती. गाड्यांचा तो आवाज, हमालांचं ते ओरडणं, विक्रेत्यांचा गोंधळ, प्रवाशांची लगबग या सगळ्या गोष्टींमध्ये अपू पुन्हा एकदा हरवून गेला. तेवढ्यात शिट्टी वाजली, गार्डनं हिरवा झेंडा दाखवला आणि कुठलीतरी एक गाडी कर्णकर्कश किंचाळून धुराचे आणि वाफेचे भपकारे सोडत स्टेशनबाहेर निघून गेली. त्या आवाजाने अपूचे कान अक्षरशः बधिर झाले.

हळूहळू संध्याकाळ झाली. दूर अंतरावरील सिग्नलचे लाल-हिरवे दिवे लुकलुक करू लागले. तेवढ्यात बनारसला जाणारी गाडी आली. सर्वजया इतकी गोंधळली की, तिला काय करावं तेच सुचेना. हरिहरनं त्या दोघांना रेटारेटी करत कसंबसं

गाडीत चढवलं आणि गाडीत आपलं सामान चढवण्यातही तो शेवटी यशस्वी झाला. सकाळी सकाळी सर्वजयाला जाग आली. गाडी अफाट वेगात धावत होती. बाहेर चंद्रप्रकाशात अवतीभोवतीची झाडं वेगानं मागे पडत त्या अंधूक प्रकाशात जणू विरून जात होती.

एवढी रात्र गेली तरी एकदा खिडकीबाहेर काढलेलं डोकं अपूनं अजिबात आत घेतलं नव्हतं. जाग आल्यावर पेंगुळलेल्या आवाजात हरिहर म्हणाला, "अरे बाळ, डोकं बाहेर काढून बसू नकोस. पुन्हा तुझ्या डोळ्यांत कोळशाचे कण जातील." परंतु खिडकीतून पळत जाणारी ती अनोखी आणि नवनवी दृश्यं पाहण्यापासून अपूला कोणीही परावृत्त करू शकणार नव्हतं. अगदी रात्रभर तो असा निरनिराळी दृश्यं पाहत बसला होता. एकदा त्याला डुलकी लागली खरी; परंतु तो एकदम दचकून जागा झाला आणि पाहतो तर काय बाहेर झाडांनी वेढलेल्या आणि आकाशाला भिडलेल्या प्रचंड पर्वतरांगा दिसत होत्या. बिचाऱ्या अपूनं यापूर्वी अशा पर्वतरांगा कधीच पाहिलेल्या नव्हत्या; त्यामुळे हे प्रचंड मातीचे ढीग कसले आहेत हेच त्याला कळेना. बाहेर चंद्रप्रकाश पसरला होता. गाडीनं एक छोटासा पूल ओलांडला. पुलाखालील पाणी चंद्रप्रकाशात चकाकत होतं आणि त्यात आकाशातील पांढऱ्या ढगांची प्रतिबिंबं दिसत होती. ते दृश्य पुन्हा एकदा पाहायला मिळावं म्हणून अपू या खिडकीतून त्या खिडकीकडे पळाला. वाऱ्याने त्याचे केस विस्कटले. बाप रे! काय हा वेग... प्रत्येक गोष्ट धडधडत, खडखडत मागे पडते आहे आणि अपू प्रचंड वेगाने पुढे निघाला आहे.

दिवस मावळतीला आल्यावर हरिहर एकदम दचकून उठून बसला आणि म्हणाला, "अपू, बनारस आलं. आता पूल येईल, तेव्हा डाव्या बाजूला पाहा. तुला बनारस शहर दिसेल..."

बनारसमधील दिवस

एका अरुंद गल्लीतील एका जुन्या इमारतीच्या तळमजल्यात हरिहरनं खोली मिळवली. या वेळी त्याला आपले जुने मित्र किंवा ओळखीचे लोक फारसे भेटले नाहीत. काही बनारस सोडून गेले होते, तर काही मरण पावले होते. काशी विश्वनाथाच्या मंदिराकडे जाणाऱ्या रस्त्याच्या कोपऱ्यावरील एक दुकानदार सोडला तर बनारसमध्ये त्याच्या ओळखीचं आता फारसं कोणी उरलं नव्हतं. वरच्या मजल्यावर एक पंजाबी कुटुंब राहत होतं. तर पहिल्या मजल्यावर एक बंगाली बाबू राहत होता. तो दुकान चालवत असे. सर्वजयानं आसपासची देवळे, रस्ते आणि गल्लीबोळ पाहिले. अशा उंच इमारती, बागा, नदीवरील ते उंचच उंच घाट, ती निरनिराळ्या प्रकारची दृश्यं या सगळ्या गोष्टी सर्वजयानं स्वप्नातसुद्धा कधी पाहिलेल्या नव्हत्या.

एके दिवशी संध्याकाळी सर्वजया शेजारच्या पंजाबी स्त्रीसोबत काशी विश्वनाथाच्या दर्शनाला जाऊन आली. तिथलं वातावरण पाहून ती अक्षरशः थक्कच झाली. धूपाच्या सुगंधित धुरानं तिथलं सगळं वातावरण धूसर होऊन गेलेलं होतं. सात-आठ पुजारी त्यांच्या खणखणीत आवाजात मंत्र म्हणत होते. शहरातील श्रीमंत घरातल्या बायका ठेवणीतले कपडे आणि दागिने घालून पूजेला आलेल्या होत्या. त्यांच्यातील एका स्त्रीला पाहून सर्वजया फारच प्रभावित झाली. तिचे डोळे कमळाच्या मिटलेल्या कळीसारखे सुंदर होते. कुणीतरी सांगितलं की, ती राणी आहे. निश्चितच ती राणीच असावी, कारण तिच्या अंगावर भरपूर दाग-दागिने होते तसेच तिच्या अवतीभोवती सहा-सात दासी फुलं आणि फळांची ताटं घेऊन उभ्या होत्या.

यापूर्वी तिनं बरीचं मंदिरं पाहिलेली होती; पण या मंदिरावरील शिल्पाकृती पाहून ती अतिशय प्रभावित झाली. त्याचप्रमाणे तिनं यापूर्वी कधीही राणी पाहिलेली नव्हती आणि आज तिला खरोखरच राणी पाहायला मिळाली होती. खरोखरच या सगळ्या गोष्टी पाहून, सर्वजया फारच भारावून गेली. याआधी निश्चंडीपूरमध्ये असताना ती दुर्गापूजेच्या उत्सवासाठी गांगुलींकडे जात असे आणि त्यांचं वैभव पाहून प्रभावित

होत असे; परंतु या सगळ्या वैभवाच्या तुलनेमध्ये गांगुलींचं ते वैभव पासंगालाही पुरलं नसतं. घराकडे परत येताना रस्त्यावरील ती प्रचंड गर्दी पाहून, सर्वजया पुन्हा एकदा गोंधळून गेली; परंतु सोबत असलेल्या शेजारणीमुळे ती सुरक्षितपणे घरी पोहोचली.

इकडे अपूची गोष्टच निराळी होती. सगळं जणू त्याच्या कल्पनाशक्तीच्या पलीकडचं होतं. दिवसभर तो सारखा भटकतच असायचा. रोज संध्याकाळी तो त्यांच्या घराजवळच असलेल्या दशाश्वमेध घाटावर जायचा. तिथं अवतरलेली रोजची जत्रा पाहून त्याला आपल्या गावाकडील जत्रेची आठवण यायची.

एके ठिकाणी धार्मिक गीतगायन सुरू असायचं, त्याच वेळी दुसरीकडे कथा-प्रवचन सुरू असायचं, तर तिसऱ्या ठिकाणी रामायणकथा सुरू असायची. लोकांचे ते जमाव, त्यांचे ते आनंदी चेहरे, हास्यविनोद, त्यांच्या गप्पागोष्टी या सगळ्या गोष्टींनी अपू पुरता मंत्रमुग्ध होऊन गेला होता. दिवसभर असा भटकल्यावर नंतर संध्याकाळी घरी आल्यावर आपण काय काय ऐकलं, काय काय पाहिलं ते सगळं तो आईला अगदी रंगवून सांगायचा. एके दिवशी कोणी एक नोकर आपल्या मालकाच्या खोडकर मुलाला बाबागाडीत बसवून फिरायला घेऊन चालला होता. गाडीची दोरी नोकराच्या हातात होती आणि ते मूल बिचारं एखाद्या कैद्याप्रमाणे त्या गाडीत अडकून बसलं होतं. ते दृश्य पाहून अपूला फारच हसू आलं. त्यानं त्या नोकराला, मुलाला गाडीतून बाहेर काढ म्हणून सुचवलंही; पण तो नोकर मात्र तसला कुठलाही धोका पत्करायला तयार नव्हता. त्या मुलाचं नाव पोल्टू होतं. त्याला बोलता येत नसलं तरी पळता मात्र चांगलं येत होतं.

अपूचं हे दिवसभर भटकणं सर्वजयाला मुळीच आवडायचं नाही. शेवटी एके दिवशी ती अपूला म्हणाली, "अपू, का रे दिवसभर असा भटकत असतोस? कित्ती मोठं शहर आहे हे! बघावं तिकडं रस्तेच रस्ते. नुसता रस्त्यांचा गुंता आहे. समज तू हरवलास तर?"

"खरंच की!" सर्वजयाचा तो भोळसटपणा पाहून चेष्टेच्या सुरात अपू म्हणाला.

बनारसला आल्यापासून हरिहरची आर्थिक स्थिती थोडीशी सुधारली होती. थोडं फार भटकल्यावर त्याला एका मंदिरात पुराणातले उतारे वाचून दाखवण्याचं, दुसऱ्या मंदिरात रंजक अशा पौराणिक गोष्टी सांगण्याचं, तर तिसऱ्या मंदिरात प्रवचन देण्याचं काम मिळालं होतं.

एके दिवशी सर्वजया हरिहरला म्हणाली, "संध्याकाळी तुम्हीही दशाश्वमेध घाटावर का जात नाही? नुसता आपला पोथ्या - पुस्तकांचा गठ्ठा आणि पंचांग घेऊन तिथं बसायचं. तिथं बरीच माणसं आपल्या समस्या आणि गाठीशी थोडे पैसे घेऊन

आलेली असतात. त्यांच्या समस्या ऐकून घ्यायच्या आणि पंचांगात पाहून त्यांचं समाधान होईल असं काहीतरी सांगायचं की झालं! तेवढं त्यांना पुरेसं असतं. तेवढेच दोन पैसे मिळत जातील म्हणते मी.''

अशा प्रकारे सारखं टोचून बोलल्यावर सर्वजयानं हरिहरला घाटावर पाठवण्यात यश मिळवलं. तसं पाहिलं तर हरिहरच्या दृष्टीने हा काही नवा व्यवसाय नव्हता. गावाकडे असताना तो पुराण सांगायचा, तसंच इथंही सांगू लागला. त्याच्या भोवती नेहमी लोकांचा गराडा पडलेला असे; परंतु हरिहर तेवढ्यावर समाधानी नव्हता. जाड्याभरड्या कागदावर तो सध्या काहीतरी लिहीत असतो, हे सर्वजयाच्याही लक्षात आलं होतं.

एके दिवशी हरिहर म्हणाला, ''नुसतं गाऊन दाखवणं उपयोगाचं नाही. लोकांना काहीतरी नवं ऐकायला पाहिजे असतं; त्यामुळे मी असं ठरवलंय की, संस्कृतमध्ये काव्यरचना करायची. तिला संगीतबद्ध करायचं आणि तीच कथारूपात उदाहरणांसह लोकांना सांगायची. आपल्या बंगालकडचा एक माणूस असंच करतो. त्याला तर धड संस्कृतही येत नाही. तरीही जेवढ्या संस्कृत रचना त्याला पाठ आहेत, तेवढ्यावर तो छानपैकी कथा रचून सांगत असतो. त्याच्या भोवती खूप लोक जमलेले असतात. त्याची थाळी बघावी, तेव्हा नाण्यांनी अगदी खच्चून भरलेली असते.''

''घाटावर तुम्ही बसता तरी कुठे? एकदा मी तुमची पुराणकथा ऐकायला यावं म्हणते.''

''अरे वा! का नाही? मी तिथंच आपला शितळादेवीच्या देवळाजवळ बसलेला असतो. उद्याचा दिवस चांगला आहे. उद्या मी माझ्या नव्या रचना गाऊन दाखवणार आहे.''

''उद्या परत येताना अपूसाठी चार पैशांची जिलेबी आणाल का? काय झालं माहीत आहे का? परवाच्या दिवशी मला वरच्यांनी जेवायला बोलावलं होतं. जेवणात जिलेब्या होत्या. त्या खाताना मला अपूची इतकी आठवण येत होती की, काही विचारू नका; पण माझ्या मुलासाठी द्या म्हणून मागायचं तरी कसं? म्हणून म्हणते, येताना तेवढ्या आणा.''

एके दिवशी कालीमातेच्या मंदिराकडून आलेल्या काही स्त्रियांनी तांदूळ, फळं आणि भाज्यांनी भरलेलं ताट सर्वजयाला दिलं. ते पाहून आनंदविभोर झालेली सर्वजया म्हणाली, ''आज पूजा होती वाटतं? आणि हे कुठे आहेत? अपू, अरे बाळ अपू, हे पाहिलंस? तुला नारळ आवडतो ना? हा पाहा आणि हे बघ, मनुके, केळी आणि आंबेसुद्धा आहेत. बैस, मी तुला एक चिरून देते.''

बनारसमधील दिवस असे सुखासमाधानाचे जाऊ लागल्यामुळे हरिहरमध्येही

मग उत्साह संचारला. आपली जुनी पुस्तकं आणि वह्या शोधून काढून, तो कामाला लागला. सर्वजया म्हणाली, "तेच ते ऐकून लोकांनाही कंटाळा येतो. तुम्ही नवं काहीतरी करा."

हरिहर म्हणाला, "लवकरच एक महोत्सव होतो आहे. तिथं सगळे लोक त्यांच्या त्याच त्या जुन्या कथा सादर करणार आहेत; पण तू पाहाच, मी अगदी नव्या रचना सादर करणार आहे. त्यांचा आशय पारंपरिकच असणार आहे; परंतु तरीही त्या अगदी वेगळ्या असणार आहेत.

सध्या हरिहरला सतत उज्ज्वल भविष्याची स्वप्ने पडत होती. विस्तीर्ण आवारात घातलेल्या भव्य मंडपात आपण काव्यरचना गात आहोत, दाटीवाटीने बसलेले श्रोते अधूनमधून टाळ्यांचा कडकडाट करीत आहेत, लोकांच्या तोंडी हरिहरच्या रचना खेळत आहेत; अहो, ही रचना आहे तरी कोणाची म्हणून कोणी विचारलंच तर ते सांगताहेत की, अहो, आणखी कोणाची? निश्चंडीपूरचे ते हरिहर आहेत ना? त्यांची... नाटक कंपन्यांचे मॅनेजर त्याचे कार्यक्रम ठरवायला येत आहेत... खेड्यापाड्यांतील लोक कित्येक मैलांचा प्रवास करीत त्याच्या कार्यक्रमांना येत आहेत... अशी अनेक दृश्यं हरिहरला दिसत होती.

बावीस वर्षांपूर्वी याच दशाश्वमेध घाटावर बसून त्यानं अशीच स्वप्नं पाहिली होती. खूप खूप मनोराज्यं रचली होती; परंतु हळूहळू ती सगळी काळाच्या उदरात लोप पावली होती. सगळ्या काव्यरचना आणि गोष्टींचे आराखडे बरेच दिवस धूळ खात राहिले आणि शेवटी पेटाऱ्यांच्या तळाशी जाऊन पडले. त्यांना पुन्हा सूर्यप्रकाश दिसलाच नाही. रात्रीची स्वप्नं सकाळच्या उजेडात विरून जावीत त्याप्रमाणे तरुणपणाची स्वप्नं प्रौढ वयात निस्तेज झाली. आजही त्या सगळ्या गोष्टींची खंत हरिहरच्या मनाला अस्वस्थ करते.

नवी मित्रमंडळी

अपूला इथं काही समवयस्क मित्र मिळाले होते; परंतु उणीव फक्त एकाच गोष्टीची होती. एक अपू सोडला तर ती सगळी मुलं शाळेत जात असत. निश्चंडीपूरला असताना त्याचा सगळा वेळ मासेमारी करण्यात आणि नाव हाकण्यात जात असे. तिथं ते ठीकच होतं; परंतु इथं त्याने मी शाळेत जात नाही म्हणून सांगितलं असतं तर ते फारच विचित्र दिसलं असतं. दुसरी गोष्ट अशी की, दशाश्वमेध घाटावर जमणारी ती सगळी मुलं श्रीमंत घरातली होती. एके दिवशी पोल्टूच्या मोठ्या भावानं सांगितलं की, त्यांच्या वडिलांना खूप प्रवास करावा लागतो. त्यावर अपूनं विचारलं, ''का? तुझ्या वडिलांनी काही लोकांना दीक्षा दिली आहे का?''

''दीक्षा? कसली दीक्षा?'' पोल्टूच्या भावानं उलट विचारलं; परंतु विचारात पडलेला अपू काहीतरी स्पष्टीकरण देणार तेवढ्यात तोच पुढे म्हणाला, ''माझे वडील कंत्राटदार आहेत ना, त्यामुळे व्यवसायाच्या निमित्ताने त्यांना खूप प्रवास करावा लागतो. कौथीला आमची बरीच जमीन आहे; पण शेतसारा, कर यामुळे जमीन कसणं फार अवघड झालंय. एवढे कष्ट करूनही काहीच परवडत नाही.''

एके दिवशी संध्याकाळी अपू घाटावर फिरायला गेला असताना हरिहर तिथं कथा सांगत होता. बरेच लोक भोवती बसून कथा ऐकत होते. अपूही तिथं जाऊन बसला आणि त्या गोष्टीमध्ये एवढा रंगून गेला की, त्या गोष्टीतली प्रत्येक घटना जणू समोर घडते आहे, असं त्याला वाटू लागलं. शेवटी हरिहरनं आशीर्वचनपर गीत म्हटलं, तेव्हा तर तो फारच भारावून गेला. त्यानंतर ते गीत त्याने स्वतःसाठी लिहूनच घेतलं.

ते पाहून आनंदित झालेला हरिहर म्हणाला, ''बाळ अपू, तू माझी कथा ऐकायला आला होतास की काय? तुला आवडली वाटतं गोष्ट.''

''फार आवडली. मी रोजच तिथं येतो. तुम्ही मला पाहिलं नाही वाटतं? तुमच्या मागे पायऱ्यांवरच बसलो होतो.''

खरं म्हणजे हरिहरचं लक्ष जाऊ नये म्हणून अपू मुद्दामच तिथं बसला होता. सोबत त्याचे मित्र असले तर तो हरिहरच्या जवळपासही फिरकत नसे.

एके दिवशी लोकांच्या गर्दीत अपू दिसल्यावर हरिहरनं त्याला हाक मारली; परंतु ती हाक ऐकूनही अपूने मुद्दामच दुर्लक्ष केलं आणि पाठ फिरवून तो चालू लागला.

"मला वाटतं, तो माणूस तुला ओळखतो." सोबतचा मित्र अपूला म्हणाला होता; परंतु त्यावर त्यानं नुसती मान हलवली होती. आपले वडील घाटावर बसून कथापुराण गातात, गोष्टी सांगतात, हे आपल्या मित्रांना कळू नये असं त्याला वाटायचं. आपलं गावाकडे प्रचंड मोठं घर असून सध्या आपण सुट्टीनिमित्त बनारसमध्ये आलो आहोत असंच तो सांगायचा. एवढंच नव्हे, तर आपले वडीलही व्यावसायिक असून आमचीही बरीच जमीन आहे; परंतु तुम्हाला माहीतच आहे की, शेतसारा, अनेक प्रकारचे कर यामुळे शेती परवडत नाही वगैरे वगैरे असं बरंच काही काही त्याने मित्रांना सांगितलं होतं.

त्याचे ते मित्र त्याच्यापेक्षा फार मोठे नव्हते; त्यामुळे अपूच्या बोलण्यातली विसंगती त्यांच्या मुळीच लक्षात येत नसे. शिवाय त्याचे कपडे, त्याचा तो निरागस सुंदर चेहरा हे सारं पाहता तो असा काही खोटारडेपणा करील, असं त्यांना मुळीच वाटत नसे.

तो पौर्णिमेचा दिवस होता. घाटावर कथक ठाकूर या बंगाली कथेकऱ्याभोवती नेहमीप्रमाणे बरीच गर्दी जमली होती. संध्याकाळ झाल्यावर आपली पुराणकथा संपवून हरिहर घाटावर विसावला. तेवढ्यात कथक ठाकूरही हातपाय धुवायला म्हणून तिथं आले. हरिहरला पाहून ते म्हणाले, "तुम्हीही इथं आलाय तर. आज काय झालं ते माहीत आहे? म्हटलं, आज पौर्णिमेचा पवित्र दिवस आहे म्हणून थोडाफार जादा शिधा मिळेल; परंतु कोणी मूठभर तांदूळसद्धा दिले नाहीत. फक्त पाच नाणी मिळाली. त्यातलीही दोन खोटी निघाली. काय दिवस आलेत पाहा. धर्म म्हणून काही शिल्लकच राहिलेला नाही. एक दिवस असा होता की, याच बनारसमध्ये चाळीस चाळीस पौंड तांदूळ मिळायचा आणि आता आम्ही तांदळाच्या दाण्याला महाग झालोय. शेवटी गेले ते दिवस म्हणायचं. दुसरं काय? बरं ते जाऊ द्या. तुम्ही शिकलात तरी कुठं?"

"अहो, मी इथंच शिकलो; पण त्याला आता खूप दिवस झाले. मध्यंतरी बरेच दिवस मी आमच्या गावाकडेच होतो. अलीकडेच मी पुन्हा कुटुंबासह बनारसला आलोय."

"तुमचं घर इथं जवळच आहे का? नाही म्हणजे तुमच्याकडे मला थोडा चहा मिळाला असता तर बरं झालं असतं म्हणून म्हटलं. अलीकडे काही दिवसांपासून

थोडा चहा घ्यावासा वाटतोय. कोणी एखादा मिठाईवाला गरम पाणी देईल, तर पिता येईल म्हणून ही चहापत्तीसुद्धा मी सोबतच ठेवलीय. अलीकडे माझा घसा फारच खराब झालाय. थोडा चहा घेतला, तर कदाचित बरं वाटेल असं वाटतं.''

''अहो, मग चला ना आमच्याकडे. इथं जवळच तर राहतो मी.'' हरिहर म्हणाला.

हरिहर त्या वृद्ध गृहस्थाला घरी घेऊन आला. त्यानं आजवर कधी चहा घेतला नव्हता; परंतु सर्वजयानं चहा तयार केला आणि चहासोबत थोडं खायलाही पाठवून दिलं.

चहासोबत थोडं खायलाही मिळालेलं पाहून कथक ठाकूर फारच खूश झाले. अपूकडे पाहून ते म्हणाले, ''तुमचा मुलगा वाटतं. किती गोड आहे हो! छान, छान! वा काय पण चहा आहे. फारच चवदार. चहात थोडं चिमूटभर मीठ घातलं तर घशासाठी ते फार चांगलं असतं म्हणतात.''

''तुमचं कुटुंब आणि मुलंबाळं इथंच आहेत का?''

''नाही. मला मुलंबाळं नाहीत. कोणीही नाही. थोडी जमीन होती; पण तीही गेली. जमीन असती तर मी इथं कशाला थांबलो असतो? आणि आहे त्याला का घर म्हणायचं? इथं आपलं आहेच काय?''

''मग तुमचं घर आहे तरी कुठे?'' बोलता बोलता हरिहरनं हुक्का पेटवून त्यांच्या हातात दिला. आपलं घर कुठे आहे ते सांगून झाल्यावर कथक ठाकूर म्हणाले, ''वर्षातून एकदा मी घरी जात असतो. तुम्हाला माहीतच असेल की, आम्ही श्रोत्रीय ब्राह्मण असल्याने आमच्या जातीत मुलीला हुंडा द्यावा लागतो. त्यासाठी मी जमीन गहाण टाकली आणि लग्न केलं. दहा वर्षे संसार केला. एकदा काय झालं की, मी बाहेरगावी गेलो होतो. माझी पत्नी बागेत भोपळा काढायला गेली तर तिला सर्पदंश झाला.

''अशा स्थितीमध्ये एकट्या स्त्रीला कोण मदत करणार? मी परतीच्या वाटेवर असताना कोणीतरी सांगितलं की, लवकर घरी जा. घाईघाईनं घरी आलो; परंतु ती आधीच हे जग सोडून गेली होती. झालं! तिथंच सगळं संपलं. पुन्हा दुसरं लग्न करायचं तर तीन-चारशे रुपये कुठले हो आणणार? जमिनीपरी जमीन गेली आणि पत्नीही गेली. आता तिथं थांबण्यासारखं होतंच काय? म्हणून मग बनारसला निघून आलो. इथं निदान पोटाला घासभर अन्न तरी मिळतं. गावात माझा एक चुलतभाऊ आहे. माझी जी थोडीशी जमीन उरली आहे, ती तोच कसतो. तो म्हणतोय की, तीही गेली आहे असंच समजा. ठीक आहे. आता मी कुठे त्याच्याशी भांडत बसणार? आणि मला भांडणतंटा अजिबात आवडत नाही. शिवाय या म्हाताऱ्या शरीरामध्ये आता तेवढं त्राण तरी कुठं उरलंय? असू दे ती जमीन त्यालाच. बरं मी आता

निघतो. तुमचा मुलगा कुठाय? किती गोड मुलगा आहे, खरंच गोड, फारच गोड... चहाबद्दल धन्यवाद हो! खरंच फार प्रेमळ माणसं आहात तुम्ही!''

आणि असं म्हणत कथक ठाकूर उठले. लक्तरं झालेले कपडे झटकत, निरोप घेताना ते म्हणाले, ''उद्या मी पुन्हा भिक्षेची झोळी पसरून बसणार आहे. बघू या तरी, देवाचे भक्त ब्राह्मणाला काय दानधर्म करतात ते!''

कथक ठाकूर आणि त्यांची कथा

तळमजल्यात असलेली ती खोली इतकी ओलसर आणि अंधारी होती की, बाहेरच्या उन्हातून आल्यावर आतलं काहीच दिसत नसे. त्या मानाने निश्चंडीपूरचं घर अगदी हवेशीर आणि मोकळं होतं. ते जुनाट आणि पडकं झालं असलं तरी इतकं कोंदट तरी नव्हतं. आजूबाजूच्या उंच इमारतींच्या गराड्यात कोंडलेल्या घराच्या त्या तळमजल्यात सर्वजयाला फार खिन्न वाटायचं. भिंतींच्या त्या ओलसर आणि कोंदट वासानं तिचं डोकं अक्षरशः भणभणू लागायचं.

अपूची अवस्थाही तशीच होती. भातशेती, आंबराया, वेळूबन आणि माळरानातून मनसोक्त खेळलेल्या अपूला इथं फारतर गंगेच्या घाटावरच तेवढा थोडासा मोकळा श्वास घ्यायला मिळायचा. तो घरात मुळीच थांबत नसे. दिवसभर तो सारखा भटकतच असे. तसं पाहता काही गमतीजमती सोडल्या तर बनारस शहराने त्याची निराशाच केली होती. मग एके दिवशी त्यानेच वडिलांकडे हट्ट धरला. तो म्हणाला, ''बाबा, इथं सगळी मुलं शाळेत जातात. मलाही शाळेत जायचंय. इथं गल्लीच्या कोपऱ्यावरच शाळा आहे.''

अपूचं नाव शाळेत दाखल करण्यात आलं. पाच वर्षांपूर्वी तो प्रसन्न गुरुजींच्या शाळेत जात असे. त्यानंतर आज तो पुन्हा एकदा शाळेत जाऊ लागला. या शाळेत इतर विषयांसोबत इंग्रजीचंही शिक्षण दिलं जात होतं.

फेब्रुवारी महिन्यात एके दिवशी कथक ठाकूर आले. त्यांच्या हातात कसला तरी कागद दिसत होता. हरिहरच्या हातात तो कागद ठेवत ते म्हणाले, ''हे असं लिहिलं तर त्याचा काही उपयोग होईल असं तुम्हाला वाटतं का?''

तो कागद म्हणजे एक देणगीपत्र होतं. कोणा राम गोपाल चक्रवर्ती यांनी आपली अखेरची इच्छा म्हणून कथक ठाकूर यांना आपली दहा बिघे जमीन दान दिल्याचा उल्लेख त्यात होता. साक्षीदारांची नावं, त्यांच्या सह्या, स्थळ म्हणून दशाश्वमेध घाट आणि दिनांक या गोष्टींचाही निर्देश त्यात होताच.

''काय झालं ते सगळं तुम्हाला सांगतो.'' कथक ठाकूर म्हणाले आणि पुढे

सांगू लागले. "राम गोपाल चक्रवर्ती हे आमच्या गावातले फार विद्वान गृहस्थ. गेल्याच वर्षी ते वारले. एके दिवशी ते मला म्हणाले होते की, तुमच्याकडे कुठलीही संपत्ती नाही, तेव्हा माझी दहा बिघे जमीन तुम्हाला दान म्हणून घ्या. त्या वेळी मी त्यांना हो म्हणालो खरा; परंतु तेव्हा मला गावाकडे जावंसंच वाटत नव्हतं. शिवाय जमीन घेऊन करायचं तरी काय म्हणून मी ती गोष्ट फारशी मनावर घेतली नव्हती. आता ते या जगात नाहीत; परंतु ते वचनाला जागणारे गृहस्थ होते. आता झालंय असं की, मला गावाकडे जावंसं वाटू लागलंय. मला वाटतं, तुम्हालाही माझं म्हणणं पटेल. मुलंबाळं नसतील तर माणसाच्या आयुष्याला काय अर्थ आहे हो? मी जवळपास तीनशे रुपये साठवलेत. ते कसे साठवलेत माहीत आहे? अक्षरशः पाणी पिऊन दिवस काढलेत मी. आणखी दोनशे रुपये कुठूनतरी उभे करता येतील. शेवटी काहीतरी करून पुन्हा लग्न करावं म्हणतो. त्यासाठीच मला जमीन हवी आहे. राम गोपाल यांच्या मुलांनी वडिलांच्या इच्छेला मान दिला तर तेहं मोठंच आश्चर्य ठरेल, कारण लेखी टाकी काहीच नव्हतं. सगळा मामला तोंडीच होता. म्हणून मग शेवटी खूप विचार करून मी हे दानपत्र तयार केलंय. साक्षीदारांच्या सह्यादेखील घेतल्यात. पाहू या, राम गोपाल यांची मुलं ते मान्य करतात का? पण मी त्यांना विनंती करणार आहे. बाबांनो, ही तुमच्या वडिलांची अंतिम इच्छा होती. तिचा आदर करायचा की नाही ते तुम्हीच ठरवा."

निरोप घेताना मागे वळून ते म्हणाले, "आणखी एक गोष्ट. विसर पडेल म्हणून सांगून ठेवतो. येत्या पौर्णिमेला होणाऱ्या उत्सवानिमित्त इथल्या महाराजांकडे मोठी मेजवानी असते. मला दरवर्षी निमंत्रण असतं. या वर्षी तुमच्या मुलाला सोबत घेऊन जाईन. तिथलं जेवण फार रुचकर असतं. म्हणून म्हटलं, सांगून ठेवावं. मी त्याला बोलावून घेऊन जाईन."

पौर्णिमेच्या दिवशी लोकांची गंगास्नानासाठी रीघ लागली. तशा कडक्याच्या थंडीत गंगेच्या बर्फगार पाण्यात स्नान करणारे ते लोक पाहून सर्वजया फारच आश्चर्यचकित झाली. थोडं ऊन पडल्यावर सर्वजयाही गंगास्नानाला जाऊन आली. गंगेचे सगळे घाट रंगीत पताकांनी सजवण्यात आले होते. देवळांवर सर्वत्र केशरी ध्वज फडफडत होते.

संध्याकाळी कथक ठाकूर अपूला बोलवायला आले. सर्वजया म्हणाली, "जाऊ द्या अपूला. त्यांनाही आपलं म्हणावं असं कोणी नाही. त्यांना अपू फार आवडतो. तो घाटावर दिसला की, ते त्याला हाक मारल्याशिवाय राहत नाहीत. त्याला जवळ घेऊन बसतात, बोलतात. एके दिवशी ते त्याच्यासाठी पपई घेऊन आले होते. जाऊ द्या अपूला. फार चांगले गृहस्थ आहेत ते."

अपू आज पहिल्यांदाच कथक ठाकूर यांच्या घरी गेला. घर कसलं, ती एक

लहानशी झोपडीच होती. मातीच्या भिंतींवर जिकडेतिकडे काहीना काही खरडून ठेवलेलं होतं. उदाहरणार्थ, राजवाड्यात पुराणवाचन : चार रुपये, कुंठा यांच्याकडे कथानिरूपण : तीन रुपये इत्यादी इत्यादी...

एक छोटासा बाक, पत्र्याची पेटी, कपडे ठेवण्याची घडवंची आणि लाकडी खडावा या वस्तू सोडल्या तर तिथं फारसं साहित्यही दिसत नव्हतं. खुंटीवर जाडजूड रुद्राक्ष असलेली एक जपमाळ तेवढी लटकत होती.

''बाळ, संत्रं खाशील?'' कथक ठाकूर यांनी विचारलं.

''आहे का तुमच्याकडे?''

कथक ठाकूरांच्या सहवासात अपूचा सगळा संकोच कुठल्या कुठे पळून जात असे. त्या दोघांत अगदी जवळच्या मित्राप्रमाणे सहज संवाद चालायचा. त्यांनी दिलेलं संत्रं सोलताना अपू म्हणाला,

''माझे बाबा नेहमी गातात ते गाणं तुम्हाला येतं?''

''अर्थातच!'' कथक ठाकूर म्हणाले आणि ते गाणं त्यांनी अपूला गाऊनही दाखवलं; परंतु अपूला त्यांचा आवाज फारसा आवडला नाही. हरिहरच्या तुलनेत त्यांचा आवाज त्याला काहीसा घोगरा आणि कर्कश वाटला.

गावाकडे जाताना सोबत नेण्यासाठी म्हणून त्यांनी बऱ्याच वस्तू खरेदी केल्या होत्या. त्या सगळ्या त्यांनी अपूला दाखवल्या. खेळणी, दगडी मूर्ती, जपमाळेत ओवायचे रुद्राक्ष, लाकडी फण्या अशा बऱ्याच वस्तू त्यांनी गोळा केल्या होत्या. ठाकूर म्हणाले, ''या सगळ्या वस्तू इथं बनारसमध्येच तयार झालेल्या आहेत. गावाकडे गेल्यावर आमच्यासाठी काय आणलं म्हणून लोक विचारतीलच, तेव्हा त्यांना मी या वस्तू देईन.''

त्यानंतर ते दोघे जेवणासाठी निघाले. कितीतरी गल्ल्या आणि अरुंद बोळ ओलांडल्यानंतर ते एका जुनाट आणि अंधाऱ्या घराच्या मागील दरवाजाजवळ उभे राहिले. खरंतर, ते घर तर अगदी ओसाडच वाटत होतं. तिथं कुठे माणसांचा वावरही दिसत नव्हता की कुठला आवाजही येत नव्हता. सगळीकडे अगदी पूर्ण शांतता दिसत होती.

कथक ठाकूर दोन वेळा मोठ्याने खाकरले, तेव्हा कुठे त्या अंधाऱ्या व्हरांड्यात एक माणूस उगवला. त्याने कर्कश हिंदीत काही प्रश्न विचारले. अपूला त्यातलं एक अक्षरही कळलं नाही. कथक ठाकूरांनी त्या प्रश्नांची उत्तरं दिली; परंतु त्या माणसाचं समाधान झालेलं दिसलं नाही. बहुधा तो रागावला असावा. तो कथक ठाकूरांना ओळखत नव्हता की काय? की आपण इथं आगंतुकासारखे आलोय? अपू विचार करू लागला... स्वतःशीच काहीतरी कुरकुरत तो माणूस कोणालातरी काहीतरी विचारण्यासाठी म्हणून जो आत गेला, तो तिकडेच! त्याने परत यायला

इतका उशीर केला की, दरम्यानच्या काळात अपूला वाटू लागलं... आता ही माणसं निश्चितच सांगतील की, तुम्हाला जेवणाचं निमंत्रण वगैरे काहीही नव्हतं, तेव्हा तुम्ही आता निघा... ते काही असो. शेवटी पंधरा मिनिटे वाट पाहिल्यावर का होईना तो माणूस परत आला. तिथंच व्हरांड्यात एका अंधाऱ्या कोपऱ्यात त्यानं पानं टाकली आणि त्या दोघांना बसायला सांगितलं.

कथक ठाकूर थोडे भीतभीतच पानावर जाऊन बसले. अपूला वाटलं, हा महाराजांचा वाडा आहे. इथं आपल्यासारख्या लोकांना विचारतो कोण? जेवण मिळेल की नाही हे तरी कोणी सांगावं? परंतु आता बसलोच आहोत तर उठून तरी कसं जाणार म्हणून वाट पाहणं भाग होतं. वीस मिनिटे तशीच गेली; परंतु कोणीही वाढायला आलं नाही. पुन्हा काही वेळ गेला तरीही कोणी आलं नाही. पानावर काहीतरी पडेल म्हणून ते आपले आशाळभूतपणे वाट पाहत राहिले. मुळात जेवणाचं निमंत्रण आलेलं होतं का, याचीच आता अपूला दाट शंका वाटू लागली. एकंदरीत हे लोक मुळीच जेवायला वाढणार नाहीत याबद्दल त्याची खात्रीच पटू लागली; परंतु तेवढ्यात तो माणूस वाढायचं घेऊन आला. जाड्याभरड्या पिठाच्या जाडजाड तेलकट पुऱ्या आणि मसाला न घातलेल्या भाज्यांचा बेचव लगदा त्याने पानात टाकला. जेवणात गोड पदार्थ हवाच म्हणून लाडूही होते. आता लाडू म्हटल्यावर ते कितीही कडक असले तरी फुटायला काहीही हरकत नसते; परंतु हे लाडू दगडासारखे टणक होते. अपूला त्यांत दात रोवणंही शक्य झालं नाही. मग त्यांची गोडी चाखणं तर दूरच!

कथक ठाकूर मात्र मिटक्या मारत जेवत होते. आणखी वाढा, आणखी वाढा म्हणून सांगत होते. लाडू खाता खाता ते म्हणाले, ''वाऽऽऽ काय छान लाडू आहेत! आहेत की नाही? माझे दात फार मजबूत आहेत. काय पाहिजे ते चावून टाकतील. होऊन जाऊ दे. पोटभर जेव, लाजूबिजू नकोस.''

तसं पाहिलं तर एखाद्या माणसाचं मन जाणून घेणं ही किती कठीण गोष्ट आहे! परंतु एखादा प्रसंग असा येतो की, त्या वेळी एखादा अनोळखी माणूसही मनाचा दरवाजा उघडून खूप आतवर निघून जातो. अपू वयाने लहान असला तरी या प्रसंगाचे गांभीर्य समजण्याइतका शहाणा आणि संवेदनशील निश्चितच होता. केवळ अन्नावरील लोभापायी कथक ठाकूरांनी तो अपमान गिळला होता. ते बेचव अन्न, ते दगडासारखे टणक लाडू मिटक्या मारीत खाणाऱ्या त्या वृद्धाविषयी अपूच्या मनात अपार कारुण्य दाटून आलं. या माणसाला कधीही पोटभर जेवायला मिळालेलं नाही. एवढंच नव्हे तर कुठल्याही प्रकारच्या मानवी प्रेमाला आणि औदार्याला तो नेहमीच वंचित राहिला आहे हे जाणवून अपूला फार दुःख झालं.

बिचारे कथक ठाकूर! आईला सांगून यांना एकदा घरी बोलावलं पाहिजे. त्यांना आईच्या हातचा स्वयंपाक खाऊ घातला पाहिजे... दया, माया आणि एकमेकांविषयीचा समजूतदारपणा हे मैत्री घट्ट करणारे तीन महत्त्वाचे घटक असतात हेच खरं! ते दगडासारखे टणक लाडू खात असतानाही अपूच्या मनामध्ये त्या वृद्ध माणसानं दुर्गाच्या बरोबरीचं स्थान प्राप्त केलं होतं. आता तो त्यांना कधीही विसरू शकणार नव्हता.

त्यानंतर काही दिवसांनी कथक ठाकूर गावाकडे जायला निघाले. हरिहर आणि अपू त्यांना स्टेशनवर निरोप द्यायला गेले होते. त्यांच्याकडे पाहून हरिहर विचार करत होता... आता या वयात हा माणूस जीवनाचा नवा अध्याय सुरू करण्यासाठी पुन्हा एकदा गावाकडे निघाला आहे... त्याला लग्न करायचंय. पुन्हा एकदा संसार थाटायचाय. अनेक वर्षांपूर्वी मीही असाच गावाकडे गेलो होतो. हा गृहस्थ तर माझ्याहून जवळपास आठ वर्षांनी तरी मोठा आहे. साठीचा तरी निश्चितच! असं असूनही तो नवी सुरुवात करायला निघाला आहे. मग मीच का निराश व्हावं? मी करू शकणार नाही असं कुठलं काम आहे? मीही नवी सुरुवात करू शकतो. नवं उज्ज्वल भवितव्य घडवू शकतो. अजूनही फार मोठं आयुष्य माझ्यासमोर उभं आहे... अजूनही बरंच काही करता येण्यासारखं आहे...

गाडी हलताना अपूचे डोळे आसवांनी भरून आले. खरंच, म्हातारपण आणि बालपण हे एकमेकांचे सच्चे; परंतु दुर्मिळ मित्र असतात हेच खरं...

निराशेचे काळे ढग

त्यानंतर जवळपास पंधरा दिवसांनी ती घटना घडली. त्या दिवशी तिसऱ्या प्रहरी अनपेक्षितपणे घरी आलेला हरिहर अगदी एकदम थकल्यासारखा ओट्यावर टेकला. हातातलं काम सोडून सर्वजया त्याच्याकडे धावली. काय झालंय... असे का बसलात? म्हणून विचारू लागली.

परंतु हरिहरचे डोळे पाहताच तिचे प्रश्न तिच्या तोंडातच राहिले. त्याचे डोळे रक्त उतरल्याप्रमाणे अगदी लालबुंद दिसत होते. हात लावून पाहिलं तर त्याचं अंग तापानं जणू जळत होतं. सर्वजयानं हळुवारपणे त्याला अंथरुणाजवळ नेऊन त्यावर निजवलं.

"बाळ अपू... अपू कुठाय?" हरिहर विचारत होता.

"अपू होय? आता येईलच एवढ्यात! तो बहुतेक वर त्या नंदोबाबूंकडे बसला असेल. कदाचित ते दोघं त्यांच्या दुकानात असतील."

खरं म्हणजे अपू नंदोबाबूंच्या दुकानात नव्हता, तर त्यांच्या गॅलरीत बसून वाचनात गढून गेला होता. नंदोबाबूंच्या घरात त्याला पुस्तकांनी भरलेलं कपाट सापडलं होतं आणि वेळ मिळेल, तेव्हा तो हमखास तिथं जाऊन वाचत बसायचा.

नंदोबाबू हा थोड्या वेगळ्या प्रकारचा माणूस होता. तो रोज छान छान कपडे घालायचा, केसांना तेल लावून त्यांचा चापूनचोपून भांग पाडायचा आणि अंगावर अत्तर नावाचं कसलंसं सुगंधी तेल शिपंडून फिरायला जायचा. एके दिवशी अपूच्या हाताला त्याने अत्तराचा एक थेंब लावला. खरोखरच सगळं वातावरण त्या वासानं सुगंधित होऊन गेलं होतं. असंच एके दिवशी अपू संध्याकाळी पुस्तक वाचायला म्हणून त्यांच्याकडे गेला होता, तेव्हा त्याने पाहिलं की, नंदोबाबूंनी कपाटातून कसलीशी बाटली काढली आणि त्यातलं तपकिरी रंगाचं औषध ग्लासात ओतून पिऊन टाकलं. अपू आपल्याकडे बघतो आहे हे पाहून त्यांना फारच राग आला होता. आणखी एके दिवशी असंच घडलं. त्यांच्या खोलीत कोणीतरी अनोळखी स्त्री असल्याचं अपूला दिसून आलं. त्या दिवशी नंदोबाबूंनी अपूला जवळपास हाकलूनच

लावलं होतं. कधीकधी नंदोबाबू असं का वागतात हेच अपूला उमजत नसे.

नंदोबाबू अपूला नेहमी त्याच्या आईविषयी विचारत. आईकडून पान करून आण म्हणून सांगत. अपूही येऊन नंदोबाबूंसाठी पान करून दे, म्हणून आईची मनधरणी करायचा. खरं म्हणजे नंदोबाबूंच्या त्या मागणीमधील गर्भित अर्थ त्याला मुळीच माहीत नव्हता. त्याचप्रमाणे खेड्यातून आलेल्या साध्याभोळ्या सर्वजयालाही त्यातलं इंगित माहीत नव्हतं. शहरी लोकांच्या वागण्यातील अशा खाचाखोचा खेड्यातल्या साध्याभोळ्या माणसांना कुठून कळणार? अपू म्हणायचा, "आई, नंदोबाबू चांगले गृहस्थ आहेत. ते नेहमी माझ्याकडे तुझी विचारपूस करतात."

"विचारपूस करत असतात? काय विचारतात?"

"म्हणतात, आईला म्हणावं, मी विचारपूस केली होती आणि बरं का गं आई, ते फार चांगले गृहस्थ आहेत."

"बरं बरं, करू देत विचारपूस आणि काय रे गाढवा, तू सारखा तिथं कशाला म्हणून जाऊन बसतोस?"

काही दिवसांनी हरिहरचा ताप थोडा कमी झाला. एके दिवशी शाळेतून आलेल्या अपूला पाहून हरिहर म्हणाला, "अपू, बाळ असा माझ्या जवळ ये. बैस."

हरिहरजवळ बसून अपूनं शाळेतल्या गोष्टी सांगितल्या. तो म्हणाला, "बाबा शाळेत जाऊन मला आता दोन महिने झाले. एवढ्यात माझ्या सगळ्यांशी ओळखीसुद्धा झाल्या. मी वर्गात पहिला असल्याने सर्वांत पहिल्या बाकावर बसतो आणि बरं का बाबा, आमच्या शाळेचा अंक निघणार आहे आणि त्यात छापण्यासाठी मी माझी एक गोष्ट देणार आहे. ही पाहा, मी मनानं लिहिलीये आणि गुरुजींनी सांगितलंय की, ही गोष्ट माझ्या नावानिशी छापली जाईल; पण त्यासाठी दोन रुपये वर्गणी द्यावी लागणार आहे. तेवढी मला द्याल ना बाबा?"

हरिहरचं हृदय अभिमानानं आणि वात्सल्यानं भरून आलं. अगदी उत्सुकतेनं त्यानं तो गोष्टीचा कागद हातात घेतला. अपूसुद्धा लिहू शकतो, नव्हे त्यानं काही लिहून ठेवलं आहे हे त्याला माहीतच नव्हतं. "अपू, तू हे लिहिलंस? मला माहीतच नव्हतं."

"हो बाबा मीच लिहिलंय. मी खूप गोष्टी लिहिल्यात. भुतांच्या, राजकन्यांच्या अशा खूप गोष्टी. आपण गावाकडे होतो ना, तेव्हा मी रानूदीच्या वहीत खूप खूप गोष्टी लिहून ठेवल्या आहेत.

अपूनं लिहिलेली ही गोष्ट शिकारीसाठी बाहेर पडलेल्या एका राजपुत्राविषयीची होती. गोष्ट वाचून झाल्यावर त्या गोष्टीची रचना खरोखरच फार चांगली झाली असल्याचं हरिहरच्या लक्षात आलं आणि ते पाहून त्याला फार आनंद झाला; परंतु ते सगळं खरं असलं तरी सर्वजयाला मात्र दोन रुपये देण्याची कल्पना मुळीच

आवडली नाही. एकतर सध्या घरखर्च चालवणं फारच कठीण झालं होतं. तशात हरिहर आजारी पडलेला आणि उत्पन्न म्हणावं तर कुठलंही नाही. अशा परिस्थितीत दोन रुपये द्यायचे म्हणजे मूर्खपणाच ठरणार होता.

तरीही हरिहर म्हणाला, "असू दे. दे त्याला. अगं, माझ्या बाळाची गोष्ट छापली जाणार आहे. मी बरा झाल्यावर खूप पैसे मिळवीन. काळजी करू नकोस. हे बघ, देवळातलं काम निश्चित आहे. तिथले दहा रुपये तरी हमखास मिळतील."

त्यानंतर दोनच दिवसांनी अपू खिन्न आणि निराश मनःस्थितीमध्ये घरी आला. ओठ लांबवून तो हरिहरला म्हणाला, "बाबा, त्याचा काही उपयोग नाही. अंक छापणाऱ्यांनी खूपच पैसे मागितले आहेत. आणखी निदान चार रुपये दिल्याखेरीज आपली गोष्ट..."

हरिहरनं अपूकडे पाहिलं. त्याचा नाराज झालेला चेहरा हरिहरला पाहवेना. थोडी विचारपूस केल्यानंतर तो म्हणाला, "बाळ अपू, तुझी आई इथं जवळपास कुठे आहे का ते पाहा बरं एकदा." अपूनं नाही म्हणून सांगताच उशीखालून किल्ल्यांचा एक जुडगा बाहेर काढून, तो अपूच्या हातावर ठेवत हरिहर म्हणाला, "हे पाहा, नी माझे कागद आणि टाक ठेवतो ना, तो पेटारा उघड. तिथं कोपऱ्यामध्ये थोडेफार पैसे असतील."

अपू कुलूप उघडून पेटारा धुंडाळू लागला. हरिहर आपल्या मायाळू डोळ्यांनी अपूच्या तोंडाकडे पाहत होता. एकीकडे मुलाविषयीच्या ममतेनं त्याचं हृदय भरून आलं होतं; तर त्याच वेळी दुसरीकडे अनामिक दुःख जाणिवेनं त्याचं मन व्याकूळ झालं होतं... या क्रूर जगामध्ये जगण्यासाठी कराव्या लागणाऱ्या संघर्षासाठी त्याची बुद्धी अजून परिपक्व झालेली नाही... तो अजून किती निरागस आणि सालस आहे. तो अजून बाळच आहे म्हणा ना! त्याच्या भिवया, त्याचा चेहरा अगदी त्याच्या आईसारखाच आहे. अगदी हुबेहूब प्रतिकृतीच! सर्वजया लग्न होऊन घरात आली, तेव्हा त्याच्याच वयाची होती. अगदी अशीच निरागस आणि सालस... विचार करता करता हरिहरला एकदम गलबलून आलं. त्याचे डोळे आसवांनी भरून आले...

अपूचा तो निरागसपणा वसंत ऋतूत फुटलेल्या नव्या टवटवीत पालवीप्रमाणे मनाला मोहून टाकायचा. आनंदाने उजळलेला त्याचा चेहरा पाहून सकाळी उजळलेल्या निळ्या आकाशाची आठवण यायची आणि त्याच्या निळसर झाक असलेल्या मोठमोठ्या डोळ्यांत अपूची स्वप्नं नव्हे, तर हरिहरच्या तरुणपणातल्या आशा-आकांक्षा सामावलेल्या असायच्या...

"बाबा, इथं चार रुपये आहेत..." पैसे सापडताच अपू कुजबुजला.

कधीतरी अडीअडचणीला उपयोगी पडतील म्हणून हरिहरनं ते पैसे राखून ठेवले होते. त्याबद्दल सर्वजयालासुद्धा काहीच माहीत नव्हतं; त्यामुळेच ते पैसे

अपूला देताना त्याने हयगय केली नाही.

"घे ते आणि वर्गणी देऊन टाक... परंतु बाळ, आईला यातलं काही सांगू नकोस बरं का." हरिहर म्हणाला.

मोठ्या आनंदानं अपू म्हणाला, "आता गोष्ट छापून येईपर्यंत थोडी वाट पाहावी लागेल. ती छापून येताच मी तुम्हाला दाखवायला आणीन आणि बरं का बाबा, गोष्टीवर ते माझं नावसुद्धा छापणार आहेत. बहुतेक पुढच्या मंगळवारनंतर तो अंक छापून येईल."

दुसऱ्या दिवशी हरिहरचा ताप आणखी वाढला. ते पाहून घाबरून गेलेल्या सर्वजयानं अपूकरवी नंदोबाबूंना बोलावणं पाठवलं. निरोप मिळताच ते आले. डॉक्टरांना बोलावलं पाहिजे असं सांगून ते गेले आणि डॉक्टरांना सोबत घेऊनच आले. हरिहरची प्रकृती पाहून डॉक्टर म्हणाले, "त्यांना थंडीची बाधा झाली आहे. याला ब्राँकोन्यूमोनिया म्हणतात. या आजारात फार काळजी घ्यावी लागते. त्यांना असल्या अंधाऱ्या आणि कोंदट ओल्या खोल्यांमध्ये ठेवून उपयोगाचे नाही... पण ते असो. बाळ, माझ्या दवाखान्यामध्ये एक बाटली घेऊन ये. मी थोडं औषध देतो."

अपू लगेच बाहेर पडला आणि दशाश्वमेध घाटावर असलेल्या त्या दवाखान्यातून औषध घेऊन आला; परंतु त्या औषधाने काहीच गुण आला नाही. दिवसेंदिवस हहिरहरची प्रकृती आणखी बिघडत गेली. घरात होते नव्हते ते सगळे पैसे औषध आणि डॉक्टरांच्या बिलात खर्च होऊन गेले. डॉक्टर म्हणाले, "ते फारच अशक्त झाले आहेत. त्यांना दिवसाला किमान दोन पौंड दूध दिलं पाहिजे." आणि एवढं सांगून त्यांनी चार रुपये किमतीचं एक टॉनिक लिहून दिलं.

नवं गाव, जवळपास आपलं म्हणावं असं कोणी नातेवाईक नाही की हितचिंतक नाही. मनाला धीर द्यायचा म्हटलं तरी किती द्यायचा? त्या वातावरणात एकलकोंडी झालेली सर्वजया फारच अस्वस्थचित्त होऊन गेली. निराशेचे काळे ढगच जणू चहूबाजूंनी ओथंबून आले होते. सगळीकडे गर्द अंधाराखेरीज काहीच दिसत नव्हतं.

वरच्या मजल्यावरील गॅलरीतून सरळ पाहिलं तर सर्वजयाच्या स्वयंपाकघरात काय चाललंय ते सगळं स्पष्ट दिसायचं. नंदोबाबू तिथं उभं राहून सारखे न्याहाळत असायचे. शिवाय हरिहर आजारी पडल्यापासून ते अधिकच धीट झाले आहेत हे सर्वजयाच्या लक्षात आलं होतं. काही ना काही निमित्त काढून ते सारखे खाली येत. यापूर्वी ते अपूमार्फत काय ते सांगत असत; परंतु आता ते सरळ घरात येऊन सर्वजयाशी बोलण्याचा प्रयत्न करीत. त्यांचा हेतू सुरुवातीला सर्वजयाच्या लक्षात आला नाही. उलट त्यांनाही कोणी नाही आणि शिवाय ते आपल्याला वेळप्रसंगी मदत करतात म्हणून सर्वजयाला त्यांच्याविषयी आदरच वाटायचा; परंतु त्यांचं ते वर्तन आणि प्रवृत्ती पाहून सर्वजयाला फारच दुःख झालं. तिला ते मुळीच आवडलं

नाही. आता ते वरचेवर फारच सलगी दाखवू लागले होते आणि अंगचटीला येण्याचा प्रयत्न करीत होते. ते रोज रोज पानांचा जुडगा आणून देत आणि विडे तयार करून द्या म्हणून सांगत. विडे तयार झाले की, ते सरळ सर्वजयाच्या हातातून घेण्याचा प्रयत्न करीत. जणू ते तबकात ठेवण्याइतकाही धीर त्यांना उरलेला नसे. खरं म्हणजे हे चुकीचं होतं. सर्वजयाला आजवर कधीच असा अनुभव आला नव्हता. एवढंच नव्हे तर विडे घेताना तिच्या हाताला स्पर्श करण्याचाही ते प्रयत्न करीत.

अपू तर काय, कधी घरी म्हणून नसायचाच. हरिहरकडे पाहिलं तर तो बेशुद्धावस्थेत असल्यासारखा झोपून असायचा आणि हा गृहस्थ सारखा असा घरात येत होता. असाच एकदा येऊन तो म्हणाला, ''हे पाहा, तुम्ही अजिबात काळजी करू नका आणि मुख्य म्हणजे भिऊ नका. अपू घरी नाही म्हणून काळजीचं काहीच कारण नाही. काही लागलं तर वर या. मी तिथंच असतो. बरं मला थोडा चुना देता का? नको नको फार त्रास घेऊ नका. फक्त तुमच्या बोटावर घ्या. मी मला पाहिजे तेवढा घेईन म्हणजे झालं.''

हरिहरला थोडं बरं असलं तर तो आजूबाजूला पाहत अपूची चौकशी करायचा, ''बाळ अपू कुठाय? कुठाय तो?''

''तो आत्ता येईलच एवढ्यात! त्या मूर्ख पोरानं तर असा उच्छाद मांडलाय. खरंतर त्याने थोडा वेळ तुमच्याजवळ बसलं पाहिजे. पुन्हा घाटावर भटकायला गेला असेल आणखी काय?'' सर्वजया सांगायची.

अपू घरी आल्यावर त्याची चांगलीच खरडपट्टी निघायची. संतापून सर्वजया म्हणायची, ''काय रे मूर्खा, तुला थोडा वेळ त्यांच्याजवळ बसायला काय होतं? ते सारखे विचारत असतात, बाळ अपू कुठाय? बाळ अपू कुठाय? आणि अपू बाळाला त्यांची किती काळजी आहे ते दिसतंच आहे...''

शरमिंदा झालेला अपू मग हरिहरजवळ जाऊन बसायचा; परंतु थोड्याच वेळामध्ये पुन्हा त्याची चुळबुळ सुरू व्हायची. बाहेर पळून जाण्यासाठी त्याचे पाय शिवशिवू लागायचे. केव्हा एकदा त्या अंधाऱ्या आणि कोंदट खोलीतून बाहेर पडून खेळायला पळता येईल, असं त्याला होऊन जायचं. एखाद्या कोंडून ठेवलेल्या खारोटीसारखी त्याची अवस्था होऊन जायची. त्याला वाटायचं, मलाही खेळायला जावंसं वाटतं हे यांना समजत कसं नाही? आजही तसंच झालं. अपूची पुन्हा तीच चुळबुळ सुरू झाली; परंतु आज इतकी खरडपट्टी निघाली होती की, शरमिंदा झालेल्या अपूला उठून जाणं शक्य झालं नाही. तो तसाच बसून राहिला आणि मग हळूहळू संध्याकाळच झाली.

दुर्दैव कोसळलं

एके दिवशी अपूला जवळ बोलावून घेऊन सर्वजया म्हणाली, "गावात सुरू असलेली अन्नछत्रं कोण चालवतो याची तुला काही कल्पना आहे?"

"नाही." अपू म्हणाला.

"मला वाटतं, तू अजून तिथं कधीही जेवलेला नाहीस. नाही का? त्याचं काय आहे, बनारसमध्ये आल्यावर त्या अन्नछत्रांमध्ये जेवावं लागतं हे तुला माहीत नाही वाटतं? ठीक आहे, तू आज जाऊन ये."

"पण बनारसमध्ये आलो म्हणून अन्नछत्रामध्ये जेवलंच पाहिजे असं का म्हणून?"

"अरे बाबा, तो धार्मिक श्रद्धेचा भाग आहे. आता तू आधी स्नान कर आणि तिथं जेवायला जा."

सकाळपासून बाहेर गेलेला अपू जेवून परतला, तेव्हा दुपार झाली होती. स्वयंपाकखोलीत बसलेली सर्वजया लहानशा भांड्यातून काहीतरी खात होती. अपू दिसताच तिनं भांडं लपवण्याचा प्रयत्न केला; परंतु त्याला उगीच संशय यायला नको म्हणून तिनं ते भांडं त्याला दाखवलं. पाण्यामध्ये भिजवलेले मसुराचे दाणे ती खात होती.

काही विशेष घडलं नसल्याप्रमाणे सर्वजया म्हणाली, "जेवलास? कसं होतं जेवण?"

"फारच वाईट. भाजी म्हणून कोहळ्यांच्या तुकड्यांचा कसला तरी चेंदा वाढला होता आणि त्यासाठीही किती वाट पाहायला लावली. जेवायला जमलेले कसले ते घाणेरडे लोक. सगळे भिकारीच होते वाटतं. बापरे! मी पुन्हा म्हणून तिथं जेवायला जाणार नाही. तुझी ती धर्मश्रद्धा तुलाच लखलाभ असू दे; पण तू हे काय खाते आहेस? आज काय उपवास वगैरे आहे की काय? आज स्वयंपाक केला नाहीस का?"

"अरे बाबा, आज माझं व्रत आहे. म्हणूनच तर हे मसूर खातेय. नाहीतरी मला

ते फार आवडतात म्हणा. फारच छान लागतात. संध्याकाळी तूही खाशील?''

त्या दिवशी रात्री घरात स्वयंपाक झालाच नाही. सर्वजया अपूला म्हणाली, ''मला वाटतं, तू थोडे भिजवलेले मसूर खा. फार छान लागतात. म्हणजे मग स्वयंपाक करायची काहीच गरज पडणार नाही. नाहीतरी रात्री तू जेवतोस तरी किती, थोडासा भात तेवढा खातोस आणि आता हे मसूर खाल्लेस तर तुला भूकच राहणार नाही.''

त्यानंतर दुसऱ्याच दिवशीची गोष्ट. तिसऱ्या प्रहराची वेळ होती. नंदोबाबूंनी अपूकरवी पानांचा जुडगा पाठवून दिला होता. स्वयंपाकखोलीत सर्वजया विडे करत बसली होती. तेवढ्यात तिला बाहेरच्या खोलीत पावलांची चाहूल लागली. ती व्यक्ती सरळ आतल्या खोलीत येत होती. रात्रभर हरिहरजवळ बसावं लागल्याने सर्वजयाच्या डोळ्यांवर झोप आली होती. कोण आलंय म्हणून तिने वर पाहिलं तर नंदोबाबू दिसले. त्यांना पाहताच ती एकदम दचकलीच.

नंदोबाबू म्हणाले, ''विडे तयार झाले का? तुम्ही की नाही, पाहिजे तेवढा चुना घालत नाही. थोडा चुना द्या बघू.''

चुन्याचा डबा सर्वजयाच्या मांडीवर होता. आजूबाजूला कोणीही नव्हतं. हरिहर झोपलेला होता आणि अपू तर काय कधीही घरी म्हणून नसायचाच. तिसऱ्या प्रहराच्या त्या शांत वेळी एकांत असा घेरून आला होता आणि तीच संधी साधून नंदोबाबू अधिकच जवळ येण्याचा प्रयत्न करीत आहेत हे सर्वजयाच्या तत्काळ लक्षात आलं. एकदम किंचाळून ती उठली आणि बाहेरच्या खोलीत पळाली. तिथून पुन्हा बाहेर जाऊन थेट अंगणात जाऊन उभी राहिली. तिच्या पायाच्या नखापासून डोक्यापर्यंत जणू संतापाची वीज कडाडली होती. जिन्याकडे बोट दाखवीत ती म्हणाली,

''जा, निघून जा, निघून जा इथून! आणि पुन्हा येऊ नकोस इथं. सारखं सारखं तुझं काम तरी काय असतं इथं? जर पुन्हा इथं आलास तर मी... मी... आत्मघात करून घेईन. सांगून ठेवते. जा, इथून!''

या घटनेनंतर सर्वजया एक समजून चुकली की, आपण आता मोठ्याच अवघड परिस्थितीत सापडलो आहोत. एकतर अनोळखी ठिकाण, आसपास कोणीही आप्तसंबंधी नाहीत; अशा स्थितीमध्ये काय करावं हाच मोठा प्रश्न होता. काही का असेना नंदोबाबू थोडी तरी मदत करत होते; पण आता तेही संपलं होतं. आता करावं तरी काय? सर्वजयाची खूपच पंचाईत झाली. शेजारी ती पंजाबी बाई होती खरी; परंतु ती फारशी दिसतही नसे. इतके दिवस इथे राहूनसुद्धा सर्वजयाला हिंदी भाषा काही एवढी चांगली येत नव्हती; त्यामुळे शेजाऱ्यांशी बोलायचं, काही सांगायचं तर तेही शक्य नव्हतं; पण अखेर तिनं ठरवलं की, नंदोबाबूंच्या या घृणास्पद वागणुकीबद्दल त्या पंजाबी बाईला सांगायचंच. सुदैवानं ती बाई दयाळू आणि फार समजूतदार

निघाली. सर्वजयाला विश्वासात घेऊन ती म्हणाली, "काही काळजी करू नकोस. मी माझ्या नवऱ्याला सांगते. जर त्या नंदोबाबूने पुन्हा असा काही प्रकार करण्याचा प्रयत्न केला तर ते त्याला बघून घेतील."

दोन-तीन दिवसांच्या जागरणानंतर त्या दिवशी सर्वजयाचा थोडा डोळा लागला होता. तिला जाग आली, तेव्हा दिवस कलला होता. तिने पाहिलं तर अपू हरिहरच्या अंथरुणाजवळ बसला होता. आज हरिहरला थोडं बरं वाटत होतं. तो लवकरच बरा होईल असं डॉक्टरांनी सांगितलं होतं खरं; परंतु तसं कुठलंही चिन्ह दिसत नव्हतं. तो सारखा अर्धवट बेशुद्धावस्थेत आणि झोपेतच असायचा. अचानकपणे डोळे उघडून हरिहरने अपूकडे पाहिलं आणि त्याला जवळ बोलावून घेत काहीतरी सांगण्याचा प्रयत्न केला. तो काय सांगतोय ते ऐकण्यासाठी अपू वाकला. हरिहर अपूच्या गळ्याभोवती हात टाकून त्याच्याकडे पाहू लागला. अपू गोंधळलाच! बाबा असे का पाहताहेत हेच त्याला कळेना.

जवळपास रात्री दहा वाजता कसल्याशा आवाजानं अपूला जाग आली. खोलीत समईचा मंद उजेड पसरला होता. खूप थकल्यामुळे सर्वजया गाढ झोपली होती. अपूनं पाहिलं तर हरिहरच्या घशातून कसला तरी विचित्र आवाज येत होता. ती अंधारी खोली, अंग फोडून काढणारी कडाक्याची थंडी, ओलसर जमिनीतून येणारा तो कोंदट, मातकट वास, वर आढ्यावर लोंबकळणारी ती कोळिष्टकं, चुलीतून निघणारा तो धूर या सगळ्या गोष्टींनी खोलीतलं सगळं वातावरण जणू एखाद्या दुःस्वप्नासारखं वाटत होतं.

उत्तररात्री अपूला पुन्हा जाग आली. सर्वजया त्याला हलवून जागं करत होती.

"अपू, अरे अपू, ऊठ बरं! चट्कन वर जाऊन त्या पंजाबी बाईला बोलावून आण. तुझे बाबा कसंतरीच करताहेत."

हरिहरच्या घशातून येणारा तो विचित्रसा आवाज आता आणखी मोठा वाटत होता. अपू चट्कन उठून त्या पंजाबी स्त्रीला बोलावून घेऊन आला; परंतु त्याचा काहीही उपयोग झाला नाही. सकाळी चार वाजण्याच्या सुमारास हरिहरची प्राणज्योत अनंतात विलीन झाली.

सर्वजयाभोवती पुन्हा एकदा गर्द अंधार दाटून आला. त्यातून बाहेर पडण्याचा कुठलाही मार्ग तिला दिसेना. आता या जगात तिचं कोण उरलं होतं? तिचा आयुष्यभराचा जोडीदार आता कायमचा निघून गेला होता... सकाळ झाली. जगाचे नित्याचे व्यवहार सुरू झाले. सर्वजयासाठी कोणीही थांबलं नाही. दिवसाच्या त्या उजेडातही आपण कुठल्यातरी गर्द अंधारातच चाचपडत आहोत, आधार शोधत आहोत असंच तिला वाटत होतं; परंतु आधार सापडत नव्हता. वाट दिसत नव्हती...

अशा या भयंकर संकटात त्या पंजाबी कुटुंबाची मात्र खूपच मदत झाली. जालीम सिंगानं माणसं बोलावून आणली. अंत्ययात्रेची सगळी व्यवस्था केली. रामकृष्ण मिशनचेही काही लोक आले होते.

सगळं क्रियाकर्म आटोपायला संध्याकाळ झाली. अपू मनकर्णिका घाटावरील पाण्यातून बाहेर आला. तशा त्या कडाक्याच्या थंडीमध्ये रामकृष्ण मिशनच्या एका माणसानं त्याला कपडे घालायला मदत केली. सूर्य मावळत होता. अंधार दाटू लागला होता. देवळांवरील केशरी ध्वज तेवढे सायंकाळच्या सोनेरी किरणांमध्ये झगमगत होते.

आजच्या या प्रसंगानं अपूवर खरोखरच फार मोठा आघात केला होता. तशा शोकग्रस्त मनःस्थितीत त्याने घाटाकडे पाहिलं, तर दूर अंतरावर एक माणूस तेच आशीर्वचनपर गोड गीत गात होता. त्याच्या भोवती बसलेले लोक उत्सुकतेनं गीत ऐकत होते. जणू आत्ताच काही वेळापूर्वी मनकर्णिका घाटावर ज्यांचं दहन झालं ते गृहस्थ जणू दुसरेच कोणीतरी होते, कारण त्याचे बाबा तर प्रसन्न चेहऱ्याने आणि आपल्या गोड गळ्याने जणू अजूनही तसेच त्यांचं ते आवडतं गीत गात बसलेले होते...

"प्रभो, वेळच्या वेळी पाऊस पडू दे...
धरतीमाता धनधान्याने फुलू दे
जगात दुःख दैन्य नसू दे
जगात सर्वत्र शांतता नांदू दे..."

आणखी नव्या वळणावर

कसाबसा एक महिना उलटला. या कालावधामध्ये सर्वजयानं खूप उपाययोजनांचा विचार केला; परंतु त्यातली एकही योजना तिला योग्य वाटली नाही की व्यवहार्य वाटली नाही. एक-दोनदा तर तिला वाटलं, पुन्हा निश्चंडीपूरला गेलं तर? पण तो विचार मनात येताक्षणीच तिनं तो मागे दडपून टाकला. निश्चंडीपूरला जायचं तर तिथं ते मोडकळीला आलेलं घर सोडलं तर होतंच काय? जे काही होतं ते सगळं त्यांनी कर्ज फेडण्यासाठी विकून टाकलं होतं आणि उरलंसुरलं वाटून टाकलं होतं. जमिनीचा थोडासा तुकडा उरला होता तोही आता नसल्यातच जमा होता.

निश्चंडीपूरला न जाण्याचं दुसरं कारण म्हणजे निश्चंडीपूर सोडताना सर्वजयानं सगळ्या ओळखीपाळखीच्या स्त्रियांना आणि अगदी पोरासोरांनासुद्धा आपण आता कसे एका नव्या उज्ज्वल भविष्यात पदार्पण करणार आहोत हे सांगितलं होतं. अक्षरशः आपल्या भविष्याचं एक मोठंच गुलाबी असं चित्र तिनं त्यांच्यासमोर रेखाटलं होतं. आता फक्त निश्चंडीपूर सोडण्याचाच अवकाश होता. ते सोडल्याबरोबर हरिहर रे हा किती विद्वान माणूस आहे ते जगाला दिसणार होतं. निश्चंडीपूरच्या कद्रू आणि अज्ञानी लोकांच्या इवल्याशा जगाबाहेर जणू एक फार मोठं जग हरिहरच्या आगमनाची वाट पाहत होतं आणि खरोखर काही प्रमाणात तसं घडलंही. जवळपास एक वर्ष झालं, त्यांचे दिवस थोडे पालटले होते; परंतु ते वर्ष पूर्णही झालं नाही तोवर सर्वजया पुन्हा त्याच दारिद्र्यानं गांजून निघाली होती.

अशा परिस्थितीत वैधव्याची वस्त्रे नेसून गावाकडे परत जाण्याची कल्पनाही सर्वजयाला सहन होणार नव्हती. त्या कल्पनेनंच तिचा थरकाप झाला. गावाकडे परत जाण्यापेक्षा मुलाला सोबत घेऊन बनारसच्या रस्त्यावरून भीक मागितलेली काय वाईट? कारण इथं निदान तिला कोणी ओळखणारं तरी नव्हतं किंवा चेष्टा करणारंही कोणी नव्हतं.

एके दिवशी रामकृष्ण मिशनकडून कोणी एक माणूस चौकशी करत आला. कुठल्यातरी श्रीमंत लोकांना म्हणे त्यांच्या घरी काम करण्यासाठी म्हणून ब्राह्मण स्त्री

हवी होती. ते ऐकून सर्वजयानं सुटकेचा निःश्वास टाकला. तशा संकटप्रसंगी कुठलाही मार्ग दिसत नसताना तो निरोप ऐकून सर्वजयाला जणू सुटकेचा मार्ग सापडला. सर्वजया लगेचच त्या लोकांना भेटायला गेली. त्यानंतर थोड्याच दिवसांनी सर्वजयाला त्यांच्यासोबत बाहेरगावी जावं लागणार आहे म्हणून सांगण्यात आलं, कारण ती माणसं कायमची बनारसमध्ये राहणार नव्हती. गावाकडे जाताना तिलाही ते सोबत नेणार होते.

गावाकडचं त्यांचं घरसुद्धा बनारसमधील त्यांच्या घराप्रमाणेच प्रचंड होतं. सर्वजयानं भीतभीतच त्या घरात पाऊल ठेवलं. पाऊल ठेवताच टाळ्यांचा कडकडाट झाला. अर्थातच तो तिच्या स्वागतासाठी नव्हता, तर बनारसहून आलेल्या त्या श्रीमंत लोकांसाठी होता. तो स्वागत समारंभ पार पडल्यानंतर त्या घराची मालकीण सर्वजयाजवळ आली. त्या स्त्रीचं व्यक्तिमत्त्व अत्यंत प्रभावी होतं. तरुण वयात ती निश्चितच फार सुंदर असावी. ती आज जवळपास पन्नास वर्षांची असावी. सर्वजयानं खाली वाकून तिला नमस्कार केला. ती म्हणाली, "असू दे. असू दे. या घरात तुझं स्वागत आहे. या वयात ही विधवेची वस्त्रं... बिचारी... हा तुझा मुलगा का? छान! छान आहे. नाव काय आहे त्याचं?"

सगळे लोक आपल्याकडेच पाहत आहेत हे पाहून सर्वजयाला फारच अवडल्यासारखं झालं. त्यांचे ते न संपणारे प्रश्न, ती उत्सुकता हे सारं पाहून तिला फारच अस्वस्थ वाटू लागलं. थोड्या वेळानं एक नोकर स्त्री तिला एका खोलीत घेऊन गेली, तेव्हा कुठे सर्वजयाला थोडं बरं वाटलं.

दुसऱ्या दिवशी लगेचच सर्वजया स्वयंपाकघरातील कामावर रुजू झाली. तिथं तिच्याखेरीज आणखीही चार-पाच स्वयंपाकी होते. एवढंच नव्हे, तर तिथं तीन ते चार स्वयंपाकघरं होती. शाकाहारी स्वयंपाकघर स्वतंत्र होतं, तर मांसाहारी पदार्थांसाठी दुसरं स्वतंत्र स्वयंपाकघर होतं. मिठाई, शिरा असे पदार्थ तयार करण्यासाठी आणखी एक स्वतंत्र स्वयंपाकघर होतं. तिथं कितीतरी नोकर आणि मोलकरणी होत्या. पुरुषांसाठी असलेली बैठकीची खोली सोडली, तर आतल्या बाजूला सगळं स्त्रियांचंच राज्य होतं आणि त्या पलीकडे असलेल्या स्वयंपाकघरामध्ये आणि काही खोल्यांमध्ये नोकरांचा वावर असे. घरातल्या स्त्रिया स्वयंपाकघरामध्ये क्वचितच आलेल्या दिसत.

सर्वजयाला कोणतं काम द्यावं असा प्रश्न निर्माण झाला. वस्तुतः सर्वजयाला आपण फार चांगला स्वयंपाक करतो असा आत्मविश्वास होता, म्हणून मग तिनं शाकाहारी भाज्या तयार करण्याची जबाबदारी स्वीकारली.

गावाकडे असतानाची तिची स्वयंपाक करण्याची काटकसरीची पद्धत आणि इथली पद्धत यामध्ये पूर्णपणे भेद होता. इथं पदार्थ तयार करताना सगळ्या वस्तू

कशा मुबलक प्रमाणात उपलब्ध होत्या. हे सारं पाहून तिला फारच आश्चर्य वाटलं. सुरुवातीचे दोन महिने घराची मालकीण सर्वजयाची विचारपूस करत असे. तिला फार काम पडू नये याची काळजी घेत असे; परंतु जसजसा काळ उलटत गेला, तसतशी इतर नोकरांसारखीच तीही एक होऊन गेली आणि नेहमीच्या कामाच्या रेट्यात स्वतःची वेगळी ओळखही विसरून गेली.

सकाळपासून कामाला सुरुवात केल्यानंतर दुपारी दोन वाजेपर्यंत अजिबात उसंत म्हणून नसायची. ते सगळं काम उपसता उपसता सर्वजया अगदी थकून जायची. तशा त्या धगधगत्या चुलीपुढे इतका वेळ थांबायची तिला मुळीच सवय नव्हती आणि एवढं सगळं झाल्यानंतर अन्नावरची वासनाच उडून जायची. शिवाय जेवणही फारसं उरतच नसे. इतर स्वयंपाकी मात्र चापून जेवत असत. अक्षरशः एखादा पदार्थ तयार झाल्यानंतर तो वाढायला जाण्यापूर्वीच ते स्वयंपाकी त्यातला काही भाग आपल्यासाठी काढून ठेवत. एवढंच नव्हे, तर काही नोकर पदार्थ चोरून बाहेरही पाठवीत असत. सर्वजया मात्र विधवाधर्माचं पालन करायचं म्हणून एकदाच जेवत असे.

एके दिवशी भाताचं ते भलंमोठं भांडं खाली उतरवताना एकदम तिरकं झालं आणि त्यातलं उकळतं पाणी सर्वजयाच्या पायावर सांडलं. दयाळू मालकीणबाईंनी त्याची दखल घेऊन, सर्वजयाला असली जड कामं देऊ नका म्हणून सांगितलं आणि तिची रवानगी दुसऱ्या स्वयंपाकघरात केली.

अपू आणि सर्वजया तळमजल्यातील एका लहानशा खोलीत राहायचे. तिथल्या भिंतींना भलेमोठे तडे गेलेले होते आणि गिलाव्याला बऱ्याच ठिकाणी पोपडे आलेले होते. खालच्या ओलसर जमिनीतून असला काही कुजकट वास यायचा की, बनारसच्या त्या भयंकर खोल्या बऱ्या असं म्हणायची वेळ यायची. त्या खोलीत शिरताना अपू नेहमी हेच म्हणायचा. खरं म्हणजे तळमजल्यातल्या या खोल्यांकडे मालकांचं मुळी लक्षच नव्हतं. तिथल्या नोकरांनी आणि स्वयंपाक्यांनी आपल्या मनानंच त्यांचा ताबा घेतला होता.

त्या वाड्याच्या वरच्या मजल्यावरील सगळ्या खोल्या अपूनं हिंडून पाहिल्या. त्या खोल्यांना मोठमोठे दरवाजे आणि तशाच खिडक्या होत्या. त्या खिडक्यांना काचेची मोठमोठी तावदानं लावलेली होती. लाकडी टेबल तर इतके चकचकीत होते की, त्यांत चेहरा दिसला असता. जमिनीवर नक्षीदार अशा चटया अंथरलेल्या होत्या. भिंतींवर एवढे प्रचंड आरसे लावलेले होते की, अपूला त्या आरशांमध्ये आपलं संपूर्ण प्रतिबिंब दिसलं. बाप रे! हे एवढे मोठमोठे आरसे यांनी कुठून बरं आणले असतील? किंवा असं तर नसेल? त्यांनी काचेचे लहान तुकडे जोडून ते तयार केले असतील...

एका खोलीला मात्र कुलूप लावलेलं होतं. क्वचित प्रसंगी नोकर साफसफाई करण्यासाठी म्हणून ती खोली उघडत. एके दिवशी सकाळी जेव्हा ती खोली उघडली गेली, तेव्हा उत्सुकतेपोटी अपूनं त्यामध्ये प्रवेश केला. तिथं भली मोठी चित्रं लावलेली होती. नक्षीदार फर्निचर, आरसे, संगमरवरी पुतळे असं बरंच काही साहित्य तिथं मांडून ठेवण्यात आलेलं होतं. ते संगमरवरी पुतळे अपूला बाहुल्यांसारखेच वाटले. त्या सगळ्या गोष्टींकडे आश्चर्यचकित डोळ्यांनी पाहत अपू ती सगळी खोली हिंडून आला. तेवढ्यात छोटू या नोकराचं त्याच्याकडे लक्ष गेलं. अपूला दरडावत तो म्हणाला, ''ए पोरा, तू इथं काय करतोयस? आणि आत कशाला आलास?''

आज अपूला कदाचित मारच खावा लागला असता; परंतु तिथूनच निघालेल्या एका मोलकरणीनं त्याला वाचवलं. ती म्हणाली, ''ए छोटू, सोड त्याला, त्याची आई इथं काम करते ते तुला माहीत नाही का? आणि तो तर नुसतं पाहतोय ना. पाहू दे की. तुझं काय बिघडतंय?''

माराच्या भीतीनं धास्तावलेल्या अपूनं मनोमन त्या मोलकरणीचे आभार मानले आणि तो चट्कन तिथून निसटला.

मातेचं वात्सल्य

दोन वाजेपर्यंत सर्वांची जेवणं आटोपल्यानंतर तिसऱ्या प्रहरी सर्वजयाला थोडी मोकळीक मिळायची. थकलेली असली तरी तिला अपूला भेटावंसं वाटायचं, कारण रात्री काम संपवून, खोलीत जाईपर्यंत तो झोपलेला असायचा. इथं आल्यापासून अपू आपल्यापासून दूर दूर जातोय की काय असंच तिला वाटत होतं. सारखं काम काम आणि काम; त्यामुळे मिळणारा थोडासा वेळ अपूसोबत घालवावा असं तिला वाटायचं.

आई आलेली दिसताच अपू तिच्या कुशीत शिरला. मायेनं त्याचं तोंड कुरवाळत सर्वजयानं विचारलं, "तिसऱ्या प्रहरी तू काय करतोस?"

आनंदाने हसत अपू म्हणाला, "मी होय? वरच्या मजल्यावर असतो. तिथं ग्रामोफोन सुरू असतो ना; तो मी व्हरांड्यात बसून ऐकत असतो."

सर्वजयाला फार आनंद झाला. ती म्हणाली, या हवेलीतली मुलं तुझ्याशी खेळतात? त्यांच्याशी तुझी मैत्री झाली का? ते तुला जवळ बसवून घेतात?

"हो, अर्थातच! नेहमीच."

हे सगळं धादांत खोटं होतं. आजवर त्याला कोणीही बोलावलं नव्हतं की जवळ बसवून घेतलं नव्हतं. ग्रामोफोन सुरू झाल्याचा आवाज ऐकला रे ऐकला की, तो हळूच वरच्या मजल्यावर जायचा आणि व्हरांड्यामध्ये उभा राहून गाणी ऐकायचा. ग्रामोफोन बंद झाल्यावर तो खाली यायचा. जिना उतरताना स्वतःशीच म्हणायचा, त्यात भ्यायचं काय कारण आहे? त्यांनी मला कुठे निघून जा म्हणून सांगितलं? कुणी माझ्यावर ओरडलं नाही किंवा कोणी मला रागावलंही नाही. शिवाय त्यामध्ये रागावण्यासारखं काय आहे? मी आपला बाहेर व्हरांड्यामध्ये उभा राहून ग्रामोफोन ऐकतो. मी का कुठे आत गेलो? खरंच, ती चांगली माणसं आहेत. भ्यायचं काहीही कारण नाही.

खरं म्हणजे, ती मुलं अपूकडे मुळीच लक्ष देत नसत किंवा त्याला आपल्या खेळातही सामील करून घेत नसत. एके दिवशी रमण, तेबू, समीर, शांतू ही

सगळी मुलं लाकडी फळीवर चकत्यांनी खेळत होती. त्या खेळाला ते कॅरम म्हणत होते; पण त्या खेळापेक्षा आपल्या गावाकडचा कवड्यांचा खेळ अधिक मजेदार आहे असं अपूला वाटलं.

एप्रिल महिन्यात मोठ्या मालकांच्या कन्येचा विवाह होणार होता. हळूहळू लांबलांबहून अगदी अलाहाबाद, गया, मोंघीर, बनारस, कलकत्ता इत्यादी अनेक गावांहून पाहुणे मंडळी लग्नासाठी जमू लागली. पाहुण्यांच्या त्या वर्दळीनं संपूर्ण हवेली गजबजून गेली.

घराच्या मालकिणीनं सर्वजयाला बोलावून घेतलं आणि ती म्हणाली, ''अपूची आई, सध्या तुम्ही स्वयंपाकघरातलं काम थांबवा. लग्नासाठी इतकी मिठाई येतेय की, तिची काळजी घेणं गरजेचं आहे. तुम्ही असं करा, जी मिठाई आणखी काही दिवस टिकू शकेल अशी मिठाई राखून ठेवत जा आणि राहिलेली वर खाण्यासाठी पाठवत चला.''

सकाळ-संध्याकाळ इतकी मिठाई येत होती की, तिची नोंद ठेवणंही अशक्य होऊ लागलं. अजून हंगाम आला नव्हता तरीदेखील कोणीतरी टोपलीभर आंबेसुद्धा पाठवून दिले होते. त्या वस्तू वर पाठवताना अपूची आठवण येऊन सर्वजयाला फार वाईट वाटायचं... इतकं सगळं आहे; परंतु यातला एक तुकडाही मी माझ्या मुलाला - अपूला देऊ शकत नाही... तिथं कोपऱ्यात बसून दिलं ते अन्न तो मुकाट्यानं खातो. यातलं पळीभर दूध जरी मी त्याला दिलं, तर ही सोधू लगेच पळत जाईल आणि चहाडी सांगेल. स्वतःच्या मुलाला मात्र ती पाहिजे तेवढं खाऊ घालते. दुष्ट मेली!

लग्नाच्या दिवशी तर हवेलीमध्ये प्रचंड गर्दी उसळली. नवरदेवाकडची मंडळी सकाळीच येऊन पोहोचली होती. संध्याकाळी वाजतगाजत वरात आली. सगळं अंगण गर्दीने अगदी फुलून गेलं. नवरदेवासाठी खास लाल मखमली कापड लावलेलं आसन तयार करण्यात आलं होतं. त्यावर सुंदर असं छत्रही लावलेलं होतं. इतर मान्यवर पाहुण्यांसाठीही अगदी कोच वगैरे ठेवून, तशीच खास व्यवस्था करण्यात आली होती. पाहुण्यांवर सगळीकडून सुगंधी गुलाबपाण्याचा वर्षाव सुरू होता. ही सगळी गडबड सुरू असताना अपू मात्र आईला शोधत होता; परंतु एवढ्या गर्दीमध्ये ती कुठे सापडेल हे सांगणं कठीण होतं. वऱ्हाडी स्त्रिया अजूनही नटूनथटून आणि बनारसी साड्या नेसून येतच होत्या. सगळा परिसर आनंदानं जणू झगमगत होता. गप्पागोष्टी सुरू होत्या. हास्य-विनोदाचे फवारे उडत होते. कोणीतरी गाणं म्हणणार होतं म्हणून मालकांची कनिष्ठ कन्या अरुणा कोणाला तरी हार्मोनिअम आणायला सांगत होती...

लग्नसमारंभ आटोपल्यानंतर दोन दिवसांनी पुन्हा एक खास कार्यक्रम आयोजित

करण्यात आला. हवेलीतले काही हौशी कलाकार नाटक सादर करणार होते. त्यासाठी अंगणात स्टेज उभारण्यात आलं होतं. ती सगळी जागा गुलाबांच्या फुलांनी सुशोभित करण्यात आली होती. रात्री तिथं नाटक सादर होणार आहे म्हटल्याबरोबर अपूचा आनंद गगनात मावेना. अगदी संध्याकाळपासूनच तो एक चांगलीशी खुर्ची हेरून पुढे जाऊन बसला.

पाहुणे येत जातील तसतशा हळूहळू खुर्च्या भरू लागल्या. अगदी शेवटच्या रांगेतील काही नोकर पुढे येऊन पाहुण्यांना योग्य त्या खुर्चीवर बसवत होते. काही उगीचच आपण मोठ्या गडबडीत असल्याचा आव आणत होते. वाद्यवृंदानं नांदी सुरू केली. आता थोड्याच वेळात पडदा वर जाणार तेवढ्यात गिरीश सरकार म्हणून त्या नाटकाचा कोणी संयोजक अपूजवळ आला. अपूला निरखून पाहत तो म्हणाला, "कोण रे तू?"

नाटक सुरू होण्याची वाट पाहत बसलेला अपू त्या प्रश्नाने एकदम गोंधळलाच आणि काय उत्तर द्यायचं हे न उमजून तसाच बसून राहिला.

अपूच्या उत्तराची वाट न पाहता गिरीश सरकार म्हणाला, "ऊठ, ऊठ इथून. इथं स्वतः मालक बसणार आहेत; ऊठ चट्कन."

अपूनं मागे पाहिलं; परंतु जमलेली ती गर्दी पाहून तो म्हणाला, "पण मी आता कुठे जाऊ? मी संध्याकाळपासून इथं बसलोय. आता मागच्या रांगेतही जागा उरलेली नाही. मग मी नाटक पाहणार तरी कसा?..."

अपूला पुढे एक अक्षरही न बोलू देता गिरीश सरकारनं खसकन बखोटीला धरून त्याला खुर्चीतून बाहेर खेचलं. "स्वतःला फारच मोठा समजतोस काय? उद्धट कुठला! काही अक्कल आहे की नाही? इथं स्वतः मालक बसणार आहेत आणि तू त्यांच्या पुढ्यात बसतोस होय? एका स्वयंपाकिणीचं पोर असून एवढं धाडस? मूर्ख कुठला! चल नीघ इथून. जा, तिकडे कुठेतरी जाऊन बैस."

"काय झालं रे गिरीश? काय गडबड आहे?" मागून कोणीतरी विचारत होतं.

"पाहिलात हा उद्धटपणा! अगदी मालकांच्याच खुर्चीत बसलाय. त्याला ऊठ म्हणून सांगतोय तर उलटून बोलतोय."

"दे की दोन थोबाडीत ठेवून."

ते शब्द कानावर पडताच अपू हादरला आणि चट्कन तिथून बाजूला गेला. तशा पराभूत आणि दुःखी मनःस्थितीत त्याने इकडेतिकडे पाहिलं. त्याला असं वाटू लागलं की, जणू सगळ्या लोकांचे डोळे आपल्याकडेच वळले आहेत. क्षणात त्याला वाटलं की, तत्काळ बाहेर पडून दूर निघून जावं, परंतु तसं काही न करता तो एका खांबाआड गेला. अपमानाच्या दुःखानं आणि संतापानं त्याच्या सगळ्या जाणिवा जणू बधिर झाल्या होत्या. फारच लाजिरवाणं वाटत होतं. ते सगळे लोक,

ती नोकरमाणसं काय म्हणत असतील? पण त्या पुढच्या खुर्चा फक्त मालकांसाठीच आहेत हे आपल्याला तरी कुठे माहीत होतं? जाऊ दे! एवढ्या गर्दीत आपल्याला कोण ओळखतो? असेल कोणीतरी असंच त्यांना वाटेल... अपू स्वतःचीच समजूत घालू लागला...

नाटक सुरू झालं; परंतु अपूचं लक्ष नाटकाकडे नव्हतंच. त्याचे डोळे सारखे इकडेतिकडे भिरभिरत होते. नोकर छोटू हंसाकृती तबक हातात घेऊन विडे वाटत फिरत होता. अपूनं वरच्या मजल्यावरील व्हरांड्याकडे पाहिलं. कदाचित आई तिथंच असेल. आता जे घडलं, ते ऐकून तिला काय वाटेल? परंतु ती काळजी करायचं अपूला काहीच कारण नव्हतं. काय घडलं ते सर्वजयाला मुळीच माहीत नव्हतं. ती आणि इतर नोकर स्त्रिया त्यांच्या कामातच गर्क होत्या.

वाळवंटातील हिरवळ

कोणा दुसऱ्याच्या घरात आणि तेही असं आश्रित म्हणून राहण्याची वेळ आजवर सर्वजयावर कधीच आली नव्हती. सुख असो वा दुःख ती तिच्या घरची मालकीण होती. अगदी भयावह दारिद्र्यातही आपल्या घरावरील तिची सत्ता कधीच कमी झाली नव्हती; परंतु सध्या परिस्थितीच अशी ओढवली होती की, तिला फार जपून पावलं टाकावी लागत होती. लोकांची खुशामत तर करावी लागत होतीच, वरून त्यांचं मन दुखावणारं नाही याचीही काळजी घ्यावी लागत होती. तिनं नम्रतेनं केवळ झुकून नव्हे, तर वाकून चालावं अशी लोकांची अपेक्षा होती. त्यांना राग येऊ नये म्हणून स्वतःच्या मनाला मुरड घालावी लागत होती. आश्रिताचं हे जगणं वरचेवर फारच असह्य होत चाललं होतं. हे दुसरंतिसरं काहीच नव्हतं; तर केवळ गुलामी होती. कितीही कष्ट केले तरी कोणाकडून कौतुकाचा शब्द ऐकायला मिळेल याची तिळमात्र आशा नव्हती. उलट भिकाऱ्याला तुकडा टाकावा त्याप्रमाणे जे दिलं जाईल ते गुडघे टेकून स्वीकारणं भाग होतं. ते सगळं असह्य होतं खरं; परंतु इलाज तरी कुठला होता? कुठं जायचं? मदतीसाठी कोणापुढे हात पसरायचा? शेवटी आयुष्यात हेच का वाढून ठेवलेलं होतं? एक स्वयंपाकीण म्हणूनच का आयुष्याची सांगता होणार होती...?

हवेलीतील लग्नसमारंभाचा उत्साह अजून ओसरला नव्हता. आजतर खास स्त्रियांसाठी मेजवानीचं आयोजन करण्यात आलेलं होतं. अंधार पडू लागला तसतशा हवेलीच्या मागच्या दारी घोडागाड्या येऊन थांबू लागल्या. त्यातून पायउतार झालेल्या घरंदाज स्त्रिया संगमरवरी जिन्यांवर अंथरलेल्या निळ्या मखमली पायघड्यांवरून वरच्या मजल्यावर जाऊ लागल्या. आजही संपूर्ण हवेली रोषणाईने झगमगत होती. दिवाणखान्यातील झुंबरातले दिवे आकर्षकपणे लकाकत होते. घरातल्या लेकी-सुना नटूनथटून आलेल्या त्या स्त्रियांचं स्वागत करून त्यांना वरच्या मजल्यावर पाठवीत होत्या. काही हलकेच स्मितहास्य करत होत्या, काही मोठमोठ्यानं हसत होत्या, काही गंभीर आणि अलिप्त वाटत होत्या, तर काही शांत आणि सोज्वळ दिसत

होत्या. काही घाईने जिना चढत होत्या, तर काही अगदीच मंदपणे पावलं टाकत होत्या. त्यातल्या कितीतरी स्त्रिया अत्यंत सुंदर होत्या. जिन्यावर टाकलेल्या निळ्या पायघड्यांवरून हळूहळू वर वर जाणारी ती स्त्रियांची वरात फारच सुंदर दिसत होती. जिन्याच्या पायथ्याशी एका खांबाजवळ उभा असलेला अपू मंत्रमुग्ध होऊन ते मनोहर दृश्य पाहत होता.

यापूर्वी त्याने असं दृश्य कधीही पाहिलेलं नव्हतं किंवा त्याची कधी कल्पनाही केली नव्हती. लग्नाच्या दिवशी रात्री हेच दृश्य हवेलीत अवतरलं होतं; परंतु त्या दिवशी झोपी गेल्यामुळे अपूला ते पाहता आलं नव्हतं.

जिन्यावरून चढउतार करणाऱ्या तरुण मुलींमध्ये अपूला सुजाता फार आवडली. ती या हवेलीतलीच होती. ती सारखी खाली यायची आणि आलेल्या पाहुण्यांचं स्वागत करून, त्यांना वर घेऊन जायची. सुजातानं चायनाक्रेप कापडाचा सुंदर ब्लाउझ घातलेला होता. त्याचा सोनेरी रंग तिच्या गोऱ्यापान गोल दंडावर फारच खुलून दिसत होता. आपला एक हात पाहुण्यांच्या कमरेभोवती टाकून आणि आपलं मस्तक हळूच त्यांच्या खांद्यावर ठेवून ती त्यांच्यासह जिन्याकडे चालू लागली.

जिन्याच्या वरच्या बाजूला या हवेलीची दुसऱ्या क्रमांकाची सुंदर सून मेजाबहू उभी होती. वयानं तिशीच्या आसपास असलेली मेजाबहू अत्यंत सुंदर होती. ती लाल काठाचं नारंगी पातळ नेसली होती. तिने डोक्यावर घेतलेल्या पदराला हिरेजडित पीन लावलेली होती आणि गळ्यामध्ये घातलेली सोन्याची सडपातळ साखळी झुंबरांच्या प्रकाशामध्ये चमकत होती. आजूबाजूच्या इतर स्त्रियांच्या मानाने ती गंभीर आणि काहीशी खिन्न वाटत असली, तरी तिच्या व्यक्तिमत्त्वात एक प्रकारचा भारदस्तपणा होता. नुकताच तिचा एक कर्ता बंधू मरण पावला असल्याने तिच्या मूळच्या मोहक चेहऱ्यावर आणि उजळ अंगकांतीवर काहीसं दुःखाचं सावट पसरलं होतं; परंतु कदाचित त्यामुळेच तिचा सुंदर चेहरा अधिकच लोभस वाटत होता.

मेजाबहूइतकं आणखी कोणी सुंदर असू शकेल याची कल्पनाही अपू करू शकत नव्हता. वस्तुतः मेजाबाहू दिसेपर्यंत असं अप्रतिम सौंदर्य जगात असू शकतं, याची त्याला तरी कुठे कल्पना होती? खरं म्हणजे तोही आज प्रथमच तिला पाहत होता, कारण भावाच्या निधनामुळे अनेक दिवस मेजाबहू माहेरी गेली होती. अपूचे डोळे त्या सुंदर चेहऱ्यावरून दूर व्हायला तयार नव्हते. पापणीही न लवता तो ते असामान्य सौंदर्य पाहत होता.

तो झगमगता प्रकाश, आजूबाजूला वावरणाऱ्या रंगीबेरंगी वस्त्रांतील त्या असंख्य स्त्रिया, दागिन्यांचा लखलखाट, अत्तराचा घमघमाट, गप्पागोष्टी, हास्यविनोद आणि वातावरणात पसरलेले संगीताचे सूर हे सारं पाहून अपू पुरता संमोहित झाला.

मनावर कसलीतरी नशा चढली आहे असं त्याला वाटू लागलं. मेजवानी अशीच सुरू राहावी... मेजाबहूकडे असंच पाहत राहावं...

थोड्या वेळानं जिन्याच्या पायथ्याशी एका कोपऱ्यात कोणीतरी एक अनोळखी मुलगा उभा असल्याचं मेजाबहूच्या लक्षात आलं. गेले काही दिवस बाहेरगावी गेल्यामुळे हवेलीत आणखी कोण नवी माणसं आली आहेत ते तिला माहीत नव्हतं. चार पायऱ्या उतरून खाली येत मेजाबहू म्हणाली, "अरे बाळ, वर ये ना. खाली का थांबलाहेस? कुठून आलास तू?"

हवेलीत प्रवेश करीत असलेल्या नव्या पाहुण्यांकडे पाहण्यात रंगून गेलेला अपू कोण बोलतं आहे हे पाहण्यासाठी वळला. पाहतो तर मेजाबहू त्याच्याशीच बोलत होती! बाप रे, त्याचा डोळ्यांवर आणि कानांवर विश्वासच बसेना. असं अप्रतिम सौंदर्य आपल्याशी बोलेल असं त्याला कधीही वाटलं नव्हतं. अपू इतका लाजला आणि इतका गोंधळून गेला की, मेजाबहू सांगत होती, त्याप्रमाणे वर जावं की तिथून तत्काळ तेथून पळून जावं हेच त्याला ठरवता येईना. तो मुखस्तंभासारखा नुसताच उभा होता. तोवर राहिलेल्या पायऱ्या उतरून मेजाबहू त्याच्या जवळ आली.

"कुठून आलास बाळ तू?"

मोठ्या मुश्किलीनं त्याच्या तोंडून चार शब्द बाहेर पडले, "म... मी... आम्ही... म्हणजे... माझी आई... ती इथे असते."

आता थोड्याच वेळात हा एका स्वयंपाकिणीचा मुलगा आहे हे लक्षात आल्याबरोबर ती कोणाला तरी बोलावून आपल्याला बाहेर फेकून देईल असंच त्याला वाटू लागलं...

परंतु तसं काहीही झालं नाही. गोंधळलेली मेजाबहू पुढे म्हणाली, "तुझी आई इथं असते? कोण? सांग बरं. तुम्ही कधीपासून इथं आलाय?"

कसेबसे शब्दाला शब्द जोडत, अडखळत - अडखळत का होईना आपण कोण आहोत ते अपूनं सांगितलं. गावाहून परत आल्यावर अलीकडेच आपण असं काही ऐकल्याचं मेजाबहूलाही आठवलं.

"तुम्ही बनारसहून आलात का? तुझं नाव काय?" अपूचे ते मोठमोठे आणि निरागस परंतु भ्यालेले डोळे पाहून मेजाबहूला त्याची फार दया आली. "ये, वर उभा राहून पाहा. तुला समारंभ पाहायचाय ना? मग खाली का थांबलास? ये वर ये." मेजाबहूनं पुन्हा आग्रह केला.

अपू एखाद्या चोरासारखा भीतभीत पावलं टाकत, मेजाबहूच्या मागोमाग चालू लागला. वरच्या दिवाणखान्यात या भिंतीपासून त्या भिंतीपर्यंत पसरलेल्या गालिच्यावर स्त्रियांचा समुदाय बसला होता. एका बाजूला चिनी मातीच्या फुलदाण्यांची मोठीच रांग लावलेली होती आणि त्यामध्ये गुलाबपुष्पांची आकर्षक रचना केलेली होती.

तिथंच कोपऱ्यात एक छानदार ऑर्गनसुद्धा होता.

बराच आग्रह झाल्यानंतर इतका वेळ आढेवेढे घेणारी ती मुलगी मोठ्या ऐटीत उठली आणि ऑर्गनसमोरील स्टुलावर जाऊन बसली. ऑर्गनमधून मनासारखे सूर निघू लागताच ती हसली आणि सुरेल आवाजात गाऊ लागली. ती दिसायला फारशी सुंदर नसली तरी तिचा आवाज मात्र फार उत्तम होता. त्यानंतर आणखी एका मुलीला गाण्याचा आग्रह करण्यात आला. त्यानंतर मेजाबहूची कन्या लीला हिनं हावभाव करीत एक विनोदी गाणं सादर केलं आणि सर्वांना अगदी पोटभरून हसवलं. लीला आईसारखीच सुंदर होती आणि तिचं हास्यही तसंच अत्यंत मोहक होतं.

...वर येऊन आई हे सगळं पाहत का नाही...? अपू विचार करत होता... आता या वेळी कुठे असेल ती? कुठल्या अंधाऱ्या स्वयंपाकघरात गाडून घेतलं असेल कोण जाणे! हे सारं आईला पाहायला मिळालं पाहिजे. तिला तरी अशी संधी पुन्हा कधी मिळणार?

प्रेमाचं कोडं

त्यानंतर एके दिवशी अपू व्हरांड्यात फिरत असताना मेजाबहूची कन्या लीला जिना उतरून खाली आली. अपूला पाहताच ती म्हणाली, "अरे ए, थांब, तुझं नाव काय? अपू. होय ना?"

"माझी आई मला त्या नावाने हाक मारते; पण माझं पूर्ण नाव श्री. अपूर्व कुमार रॉय असं आहे."

हवेलीतल्या एका सुंदर मुलीने आपल्याला हाक मारलेली पाहून अपूला थोडं आश्चर्यच वाटलं, कारण हवेलीतली इतर मुलं त्याच्याकडे लक्षही देत नसत किंवा त्याच्याशी बोलतही नसत. लीला जवळ येऊन उभी राहिली. किती मोहक चेहरा होता तिचा! रानूदी, अतासी, अमला या सगळ्या सुंदर होत्या, यात शंकाच नव्हती; परंतु त्यानंतर त्याने त्यांच्याहून सुंदर असं काही पाहिलेलं नव्हतं हेही तेवढंच खरं होतं. या हवेलीमध्ये आल्यापासून त्याच्या सगळ्या कल्पनाच जणू काही बदलू लागल्या होत्या. विशेषतः मेजाबहूला पाहिल्यानंतर तर सौंदर्याविषयीची त्याची कल्पना पार बदलून गेली होती. लीलासुद्धा तिच्या आईसारखीच सुंदर होती. मेजवानीच्या दिवशी लीलानं एक छान विनोदी गाणं सादर केलं होतं. त्यातलं थोडं अपूनं ऐकलं होतं खरं, परंतु गाणं ऐकण्याऐवजी तो तिच्याकडे पाहण्यातच अधिक रंगून गेला होता.

"तुम्ही इथं कधीपासून आलात? गेल्या वेळी आम्ही इथे होतो, तेव्हा तू नव्हतास."

"आम्ही फेब्रुवारी महिन्यात आलो."

"पण कुठून आलात?"

"बनारसहून आलो. आम्ही तिथं असताना वडील गेले म्हणून... मग..."

जे काही घडत होतं त्यावर अपूचा विश्वासच बसत नव्हता. हवेलीतली इतर मुलं त्याच्याकडे पूर्ण दुर्लक्ष करीत असताना मेजाबहूची कन्या लीला त्याला हाक मारते आहे, त्याच्या जवळ आली आहे; त्याच्याशी बोलते आहे आणि त्याच्या

आयुष्याविषयी उत्सुकतेने काही विचारते आहे ही गोष्ट खरंच अत्यंत अशक्य कोटीतली होती.

"चल, आपण किनई माझ्या अभ्यासाच्या खोलीत जाऊ. आता माझे गुरुजी येतीलच. चल."

"मीसुद्धा येऊ?"

"वेडाच आहेस, मी तुलाच तर सांगते आहे. लाजायला काय झालं? अजून तू माझी अभ्यासाची खोली पाहिली नाहीस वाटतं? ती तिथं व्हरांड्यात एका बाजूला आहे."

ती खोली फार मोठी नसली तरी छानच होती. तिथं एक संगमरवरी टेबल आणि नक्षीदार खुर्च्या होत्या. भिंतीवर मोठं रंगीत चित्र असलेलं कॅलेंडर लावलेलं होतं. प्रत्येक भिंतीवर तसबिरी लावलेल्या होत्या. त्याचप्रमाणे एका भिंतीवर घड्याळ लावलेलं होतं. खोलीत एक पुस्तकांचं कपाटसुद्धा होतं.

आपली कातडी पिशवी उघडून दाखवत लीला म्हणाली, "ही चित्रं पाहिलीस? माझ्या गुरुजींनी आणून दिलीत. मी भागाकार शिकेन, त्या वेळी ते मला आणखी चित्रं आणून देणार आहेत."

"तुला भागाकार येत नाही का?"

"तुला येतो?"

खालचा ओठ दाबून धरत तुच्छतेने अपू म्हणाला, "खूप दिवसांपूर्वी शिकलो होतो खरं..."

दाताखाली ओठ आवळल्यामुळे अपूचा सुंदर चेहरा अधिकच आकर्षक दिसू लागला. लीला हसली आणि त्याच्या ओठावर टिचकी मारत म्हणाली, "तूही गंमतच करतोस. हे काय आहे? तीळ? छान दिसतो तुला. तू किती वर्षांचा आहेस? तेरा ना? मी अकरा वर्षांची आहे."

"त्या दिवशी तू म्हटलेलं गाणं मला फार आवडलं."

"तुला गाणं म्हणता येतं?"

"हो, माझ्या वडिलांकडे गाण्याचं पुस्तक होतं; त्यातून मी शिकलोय."

"मग गा की!"

एखादी कळसूत्री बाहुली डुलते, त्याप्रमाणे मान हलवीत अपूनं एक बंगाली गाणं म्हटलं. लीला खदाखदा हसू लागली. ती म्हणाली, "तू फार हसवतोस रे बाबा."

लीलाचा तो शेरा ऐकून अपूची छाती आनंदानं फुलून आली. तो म्हणाला, "आणखी म्हणून दाखवू का? मला खूप गाणी येतात." आणि त्याने वर आढ्याकडे पाहत आणखीही काही गाणी म्हणून दाखवली. त्या बंगाली गाण्यांमधलं लीलाला काहीच कळत नव्हतं; परंतु तरीही ती मनापासून दाद देत, नुसतीच हसत होती.

आपल्या कातडी पिशवीतून फाउंटन पेन काढत लीला म्हणाली, ‘‘थांब हं, मी लिहून घेते. पुन्हा म्हण बरं.’’

अपू पुन्हा गाऊ लागला आणि गातागाताच थांबला. ‘‘तू तो टाक शाईत बुडवलाच नाहीस. मग कसं लिहिशील तू?’’

‘‘अरे, हा फाउंटन पेन आहे. त्याला शाईत बुडवायची गरज नसते. तुला माहीत नाही?’’ लीलानं तो फाउंटन पेन अपूच्या हातात दिला. सर्व बाजूंनी त्याला बारकाईनं पाहून घेत अपू म्हणाला, ‘‘छानच आहे. याला एकदाही शाईत बुडवावं लागत नाही?’’

‘‘तसं नाही काही; पण त्यामध्ये शाई भरावी लागते. हे बघ, मी तुला दाखवते.’’

‘‘छान! मला जरा पुन्हा एकदा पाहू दे बघू.’’

हसत हसत तो पेन अपूच्या हातावर ठेवत लीला म्हणाली, ‘‘पाहू दे कशाला? आता तो कायमचा तुलाच घे.’’

अपू आश्चर्यानं लीलाकडे पाहू लागला. गोंधळून जाऊन, हात मागे घेत तो म्हणाला, ‘‘नको, नको; मला नको.’’

‘‘का?’’

‘‘नको, खरंच नको.’’

दुखावल्यासारखी होऊन लीला म्हणाली, ‘‘का घेत नाहीस? बाबांना सांगून मी दुसरा मागवीन. तू हा घे. हात पुढे कर बघू. छान! आता तो मला परत करायची गरज नाही.’’

अपूला ते सगळं कल्पनेच्या पलीकडचं वाटत होतं. ‘‘पण समज, याबद्दल तुला कोणी दोष दिला तर?’’

‘‘फाउंटन पेन दिला म्हणून? कोणीही मला दोष देणार नाही. उलट मीच आईला सांगेन, अपूर्वला पेन दिला म्हणून. त्यानंतर मी बाबांकडून दुसरा घेईन. तुला माझ्या बाबांची तसबीर पाहायचीय? ती बघ त्या कॅलेंडरच्या पलीकडे आहे.’’ मग लीलानं त्याला आणखी काही फोटो दाखवले. पुस्तकांचं कपाट दाखवत ती म्हणाली, ‘‘ही पुस्तकं मला गुरुजींनी आणून दिलीत. तू शाळेत जातोस की नाही?’’

मध्यंतरीचा बनारसमधला तो थोडासा कालावधी सोडला, तर अपूची शाळा पुन्हा बंदच झाली होती. तो म्हणाला, ‘‘बनारसला असताना जात होतो; पण इथं अजून काही जमलं नाही...’’ हे सांगताना म्हटलं तर द्विधाचित्त होऊन किंवा म्हटलं तर लाज वाटून, तो थोडासा घुटमळला; परंतु त्याच्या बोलण्याचा एकंदरीत सूर असा होता की, शाळेत न जाणं ही जणू मोठी अभिमानाची गोष्ट आहे.

एक जाडजूड, सचित्र पुस्तक चाळत तो म्हणाला, ‘‘हे पुस्तक मला वाचायला देशील?’’

''का नाही? जरूर घेऊन जा. इथं ढीगभर पुस्तकं पडलीत. आईच्या कपाटात तर 'मुकुल' या मासिकाचे बांधणी करून आणलेले संचसुद्धा आहेत. तेही मी तुला देईन.''

''माझ्याकडेही काही पुस्तकं आहेत. आणू का?''

''कशाला? आपण तुझ्या खोलीतच जाऊ.''

मोठीच पंचाईत झाली. लीलाला आपल्या त्या खोलीत घेऊन जायचं म्हणजे अपूला फारच अवघड वाटू लागलं. तिथं कुठलंही फर्निचर किंवा म्हणावं असं काही साहित्य तर नव्हतंच, उलट सगळं दारिद्र्याचंच प्रदर्शन होतं. उशांचे अभ्रे फाटले होते, तर लक्तरं झालेल्या गोधड्या घडवंचीवरून खाली लोंबत होत्या; परंतु लीला संकोच न करता सरळ त्या खोलीत शिरली. अपूनं आपली पुस्तकांची पेटी उघडून दाखवली. मोठ्या अभिमानानं आपली छापून आलेली गोष्ट लीलाला दाखवत तो म्हणाला, ''हे माझं लेखन. माझं नावदेखील छापून आलंय. पाहा.''

''बघू... बघू...''

तो बनारसमधील शाळेचा अंक होता. मोठ्या उत्सुकतेनं लीलानं तो अंक हातात घेतला. अपूची गोष्ट आणि तिच्यावर त्याचं नाव छापून यावं हीच हरिहरची तळमळ होती. त्यासाठी त्याने त्यागही केला होता; परंतु मुलाचं नाव छापून आलेलं पाहायचं त्याच्या नशिबी नव्हतं. हरिहरचा मृत्यू होऊन तीन दिवस उलटल्यानंतर तो अंक प्रकाशित झाला होता.

लीला गोष्ट वाचू लागली. छापील मजकुरावरून फिरणाऱ्या लीलाच्या डोळ्यांकडे आणि ओठांकडे पाहत अपू मुकाट्याने बसून राहिला. गोष्ट वाचून संपल्यावर विचारात हरवलेली लीला थोडा वेळ तशीच शांतपणे बसून राहिली आणि नंतर कौतुकाने अपूकडे पाहू लागली.

''फार सुंदर गोष्ट आहे. मी आईला दाखवण्यासाठी घेऊन जाते.''

अपू इतका संकोचला की, त्याचा अक्षरशः चोळामोळा झाला.

''नको, नको; आईला कशाला?''

परंतु लीला ऐकणार नव्हती. तिने तो अंक ठेवूनच घेतला.

''तुझ्या नावाखाली निश्चंडीपूर, असं छापलंय. कुठे आहे ते?''

''ते आमचं मूळ गाव. तिथं आमचं घर आहे. आम्ही बनारसमध्ये फक्त वर्षभर होतो.''

तेवढ्यात तिथं मोकादा ही मोलकरीण उगवली.

''तू इथं बसलीयेस होय? काय पण जागा शोधून काढलीये. तिकडे तुझे गुरुजी वाट पाहताहेत. मी तुला सगळीकडे शोधतेय. मला काय माहीत तू असल्या घाणेरड्या खोलीत येऊन बसली असशील म्हणून! चल, चल लवकर.''

"तू जा गं! मी येते. जा!"

"पण इथं बसणं चांगलं नाही ताईसाहेब. त्या वासानंच तुमचं डोकं दुखायला लागेल. हे लोक असले हे तबेले साफ तरी करतात की नाही कोणास ठाऊक. काय घाणेरडा वास येतोय. चला, चला बघू लवकर."

"मी येणार नाही. तू जा आणि आज मी अभ्यासही करणार नाही. जा, आईला जाऊन सांग. इथं येऊन नाक खुपसायला तुला कोणी सांगितलं?"

तोंडातल्या तोंडात काहीतरी बडबडत मोकादा तिथून पळाली. अपू म्हणाला, "याबद्दल तुझी आई तुला रागावणार नाही? तू तिला असं का बोललीस?"

दुसऱ्या दिवशी दुपारी अपू खोलीत झोपला असताना त्याला कोणीतरी हलवून जागं केलं. त्यानं डोळे उघडून पाहिलं तर लीला हसत हसत त्याच्याकडेच पाहत होती. तिचे मोठमोठे डोळेसुद्धा जणू हसत होते. अपू एकदम उठून बसला. लीला म्हणाली, "छानच आहे. दुपारी का झोपलास? मी किती हाका मारल्या तुला; पण तुझं उत्तरच नाही म्हणून आत आले, तर तू छानपैकी झोपलाहेस की."

"आज तू अभ्यासाच्या खोलीत दिसली नाहीस. तुला मी किती शोधलं."

लीलानं तो गोष्टीचा अंक परत आणला होता. ती म्हणाली, "मी काल रात्री आईला तुझी गोष्ट वाचून दाखवली. नंतर तिने स्वतः पुन्हा एकदा वाचली."

अपूला इतका आनंद झाला की, त्याला लाजल्यासारखं झालं. मेजाबहूनं त्याची गोष्ट वाचली होती! लीला पुढे म्हणाली, "चल, आपण अभ्यासाच्या खोलीत जाऊ. मी तुझ्यासाठी 'मुकुल' मासिकाचे बाइंड केलेले खूप अंक आणलेत."

अपू दोरीवर टाकलेल्या कपड्यांकडे पाहत होता, कारण तिथं त्याचे कपडे वाळत होते. आहेत त्या कपड्यांवर कसं बाहेर पडायचं, म्हणून तो म्हणाला, "मी आता नाही येणार."

"का?" कोड्यात पडलेली लीला म्हणाली. ओठ दाबून ती गालातल्या गालात हसत होती. "चल की."

अपूही हसला आणि मग हसता हसता तो खिदळूच लागला.

"हसायला काय झालं? सांग बघू, सांग आत्ताच्या आत्ता सांग." लीला म्हणाली.

अपूनं काही न बोलता फक्त नजरेनंच दोरीवर टाकलेल्या कपड्यांकडे निर्देश केला.

त्याची अडचण लक्षात येताच लीलानं उठून कपडे चाचपले. खरंच ते ओले होते.

"कपडे अजून वाळलेले नाहीत. ठीक आहे. तू इथंच थांब मी जाऊन पुस्तकं घेऊन येते आणि फाउंटन पेन कुठे आहे? तो चालतोय ना नीट?"

तिनं ती सगळी मासिकं आणि पुस्तकं आणल्यानंतर ते दोघं बराच वेळ वाचत बसले. अगदी शेजारी शेजारी गुडघ्यांवर बसून आणि वाकूनवाकून त्यातली चित्रं ते पाहत होते.

आधीच इतका उकाडा होता की, कपडे अंगावर ठेवावेसे वाटत नव्हते. शिवाय ते वाळायलाही टाकले होते म्हणा. अपू जवळपास उघडाच बसला होता. लीलाचे रेशमी केस त्याच्या दंडाला आणि खांद्यांना स्पर्श करीत होते. त्या अनामिक स्पर्श संवेदनांनी त्याचं मन मोहरून येत होतं.

पुस्तकातली नजर काढून घेत, लीला म्हणाली, "तू एक गाणं म्हण ना."

"तूही म्हणशील?"

"म्हणेन की. लग्नाच्या दिवशी ऐकलं नाहीस का?"

तेवढ्यात तिथं मोकादा डोकावली. तिच्या हातात दुधाचं भांडं होतं. "अगं, माझ्या लाडके, तू इथं बसली आहेस होय? तरी मला वाटलंच होतं, तू इथंच असशील म्हणून! तुला मी किती शोधलं. चल, एवढं हे दूध पिऊन टाक. थंड होतंय."

लीला म्हणाली, "असं कर, तू ते इथं ठेव. भांडं नंतर घेऊन जा."

मोकादा निघून गेल्यावर थोडा वेळ आणखी चित्रं वगैरे पाहिल्यावर लीलानं ते दुधाचं भांडं उचलून अपूच्या हातात दिलं आणि ती म्हणाली, "यातलं अर्धं दूध तू पी."

"न... नाही..." एकदम गोंधळून जाऊन अपू म्हणाला.

"प्रत्येक वेळी तुझी फार विनवणी करावी लागते बाबा. तू असा कसा आहेस रे? हे पाहा, हे आमच्या मुलतानी गाईचे दूध आहे. आता चट्कन घे बघू. अगदी मलईदार आहे. तू अगदी चांगला मुलगा आहेस. घे बघू चट्कन, छान! हे मला आवडलं."

आणि असं म्हणत लीलानं ते भांडं अपूच्या ओठांना लावलं. "अरे, लाजू नकोस, हे बघ मी डोळे बंद करते. आता पाहू या बरं, तू किती पट्कन दूध पितोस ते."

एक भला मोठा घोट घेऊन, अपूनं दुधाचा काही भाग संपवला आणि ते भांडं परत लीलाच्या हाती देत दुधानं भिजलेले ओठ पुसून घेतले. लीलानं एका दमात ते उरलेलं सगळं दूध संपवून टाकलं आणि त्यानंतर ते दोघेही खूप वेळ नुसतेच खिदळत राहिले.

"दूध गोड होतं की नाही?"

अपू म्हणाला, ‘‘पण तू असं का केलंस? उष्टं दूध का प्यालीस! तू असं करायला नको होतंस.’’

‘‘मला प्यावंसं वाटलं म्हणून प्याले. तुला की नाही खूप गोष्टी येतात. आज मला काही कोडी शिकव बरं का.’’

क्रूर चेष्टा

फारच आर्थिक अडचण असतानाही जून महिन्यात सर्वजयानं अपूची मुंज उरकली. आता तो खऱ्या अर्थानं ब्राह्मण झाला होता आणि वेदांचा अभ्यास करू शकणार होता.

त्यानंतर काही दिवसांची गोष्ट. अपू लीलानं दिलेलं एक पुस्तक घेऊन वाचत बसला होता. तेवढ्यात कोणीतरी दरवाजा ढकलला. अपूनं वर पाहिलं तर लीला त्याच्याकडे खोडकरपणे पाहत आणि हसत उभी होती. तो म्हणाला, "केव्हा आलीस? पण तूही खूपच आहेस हं! सोमवारी परत येऊ म्हणून तू सांगितलं होतंस. त्यानंतर किती सोमवार गेले कोणास ठाऊक! पण तुझं परत यायचं चिन्ह दिसलं नाही."

खाली बसत ती म्हणाली, "पण मी कशी येणार? तिथं माझं नाव शाळेत टाकलं होतं. त्यातच वडील आजारी पडले. आता तुला सांगायचं म्हणजे आम्हाला कलकत्त्यालाच राहावं लागणार, असं दिसतंय. आता थोडे दिवस सुट्टी आहे, म्हणून आईबरोबर आलेय. आम्ही बुधवारी परत जाणार आहोत."

अपूच्या तोंडावरील आनंदाचं हास्य कुठल्या कुठे पळून गेलं, "यानंतर तू इथं राहणार नाहीस होय?"

"बाबांना बरं वाटल्यावर परत येऊ आणि आता आधी डोळे बंद कर पाहू." खुदकन हसत लीला म्हणाली.

"का?"

"डोळे बंद कर म्हणून सांगितलं ना?"

अपूनं डोळे बंद करताच आपल्या मांडीवर काहीतरी ठेवलं गेलं आहे असं त्याच्या लक्षात आलं. त्याने चट्कन डोळे उघडले. लीला मोठमोठ्यानं खिदळत होती. त्याच्या मांडीवर एक मोठा खोका होता. तो उघडून पाहिला, तर त्यात एक धोती, चादर आणि पंजाबी पद्धतीचे रंगीत कपडे होते.

"आवडले ना? तुझी मुंज झाली ना, म्हणून आईनं पाठवलेत."

ते कपडे खरोखरच महागडे होते. अपूनं यापूर्वी इतके महागडे कपडे कधीही वापरले नव्हते. लीला एकटक अपूकडे पाहत होती. ती म्हणाली, ''तुला माहीत आहे का? या महिन्यात तुझ्या चेहऱ्यात बराच बदल झालाय. तू बराच मोठा झाल्यासारखा दिसतोस. मला तुझं जानवं दाखव पाहू. कान टोचले, तेव्हा तुला दुखलं नाही? अरे तुला काय सांगू, माझ्या चुलतभावाची मुंज झाली, तेव्हा कान टोचताना तो रडायलाच लागला.'

हातातला एक अंक उचलून दाखवत अपू म्हणाला, ''तू ही गोष्ट वाचलीस का?''

''बघू. कोणती?''

अपूनं ती गोष्ट वाचूनच दाखवली. जवळपास दोन शतकांपूर्वी समुद्रात बुडालेल्या आणि खूप शोध घेऊनही न सापडलेल्या एका स्पॅनिश जहाजाची ती गोष्ट होती. ''अजून त्याचा शोध लागलेला नाही. शोधमोहिमेवर आजअखेर दहा लक्ष पौंड स्टर्लिंग खर्च झालेत. रुपयांत हिशेब केला तर किती होतील ते पाहा. मोठा झाल्यावर मी ते जहाज शोधून काढीन... कारण त्यामध्ये फार मोठा खजिना आहे.''

''पण त्यासाठी लागणारं जहाज कुठून आणशील?'' लीलानं शंका उपस्थित केली. ''खजिना असलेलं ते जहाज शोधून काढायचं असेल तर समुद्रात जायला तुला तुझं स्वतःचं जहाज नको?''

''पण कुठे जायचं ते मला माहीत आहे. ते सगळं या गोष्टीतच दिलंय. आता फक्त जहाजाचा प्रश्न राहिला. मी मोठा झाल्यावर इतके पैसे मिळवीन की, एखादं जहाज सहज विकत घेऊ शकेन.''

अपूनं एवढं सांगितल्यावर लीलाचं पूर्ण समाधान झालं. त्यानंतर तिनं कुठलीही शंका उपस्थित केली नाही. ती पुढे म्हणाली, ''तू कलकत्ता पाहिलं आहेस?''

''नाही. कधीच नाही. ते या गावापेक्षा किंवा बनारसपेक्षाही मोठं आहे का?''

''पण मी तरी बनारस कुठं पाहिलंय? पण कलकत्ता शहर फार मोठं आहे. या गावाहून तरी निश्चितच!''

लीला आणि अपू अभ्यासाच्या खोलीत गेले. आपली चित्रकलेची वही दाखवत लीला म्हणाली, ''पाहा बरं, तुला आवडतात का?''

थोड्या वेळानं अपूचं डोकं दुखू लागलं. त्यानं तशी तक्रार करताच लीला म्हणाली, ''आत्ता तुझी डोकेदुखी घालवते. माझ्याकडे जादू आहे'' आणि असं म्हणत लीलानं आपली बोटं अपूच्या कपाळावर टेकवली. बोटं दाबत ती म्हणाली, ''गेली, गेली का डोकेदुखी?''

यावर मग ते दोघेही हसू लागले. हसता हसता बराच वेळ निघून गेला.

त्यानंतर मग काही दिवसांनी लीला आईसोबत कलकत्त्याला निघून गेली.

आईच्या मागे लागून अपूनं जवळच्या एका शाळेत नाव दाखल करून घेतलं. तिथं इनमिन पाच शिक्षक, काही मोडके बाक आणि खुर्चा होत्या. फळे तर इतके खराब झालेले होते की, त्यावर धड लिहिताही येत नव्हतं. थोडे फार फाटके नकाशे तेवढे तिथे होते. शाळेसमोरच उघडी गटारं वाहत होती. खिडकीतून बाहेर पाहिलं तर गटारातून वाहणारी सगळी घाण आणि आजूबाजूचा कचरा दिसायचा. त्या वासानं डोकं भणभणू लागायचं. मोकळा श्वास घ्यायचा असेल, तर कुठेतरी बाहेर पळून जावं असं वाटायचं. आजूबाजूला कुठे हिरवळ नाही की कुठली रम्य झाडी नाही. सगळीकडे नुसती घाण आणि फाटके कागद!

त्या शहरी वातावरणाची अपूला मुळीच सवय नव्हती. एके दिवशी तो त्याच्या वर्गमित्रासोबत झोपडपट्टीमध्ये गेला. तिथं प्रत्येक कुटुंबाला एकच खोली होती. अंगणामध्ये कोळशाच्या शेगड्या धगधगत होत्या आणि त्या शेगड्यांमधून इतका धूर येत होता की, अपूचा श्वास कोंडल्यागत झाला. त्याचा मित्र आणि त्याचे आई-वडील अपूला थांबायचा आग्रह करत होते; पण अपूला तिथं थांबणं अशक्यच झालं, कारण त्या हवेमध्ये श्वास घेणंही कठीण होतं. घाईघाईनं तो झोपडपट्टीबाहेर आला. तो घरी पोहोचला तर तिथंही तो घाणेरडा वास त्याची जणू सोबत करत होता.

इथं कुठंही हिरवळ नव्हती की कुठे जमिनीचा स्पर्श नव्हता. या हवेलीत आल्यापासून आपण कुठेतरी अपरिचित ठिकाणी येऊन पडलो आहोत असंच त्याला वाटायचं. इथं आपलं म्हणावं असं कोणीही नव्हतं. मोठ्यानं बोलता येत नव्हतं; मोकळं फिरता येत नव्हतं की हसता येत नव्हतं.

त्या दिवशी सकाळी अपू बाहेर पाहत बसला होता. अंगणात हवेलीतल्या मुलांनी बाबागाडीचा खेळ सुरू केला होता. अपू त्यांची गंमत पाहात उभा राहिला. बाबागाडी चांगलीच मोठी आणि नवी होती.

तेवढ्यात अपूला पाहून एक मुलगा म्हणाला, "अरे ये ना, गाडी ढकल की." हेव्यानं त्यांच्याकडे पाहत असलेला अपू आपल्याला ते बोलावत आहेत म्हटल्यावर चट्कन त्यांच्यात सामील झाला. तो म्हणाला, "मी ढकलतो; पण नंतर मलाही गाडीत बसू द्यायचं हं."

यावर रमण म्हणाला, "ठीक आहे, बघू या. आता ढकल तर खरं. जरा जोरात ढकल."

बराच वेळ तो खेळ चालला. शेवटी रमण म्हणाला, "आता थांबू या. आता तिसऱ्या प्रहरी खेळू." ते बाबागाडीसह निघून जात आहेत, असं पाहून अपू म्हणाला, "मला बसायला मिळणार नाही?"

"चल जा, आता नाही. ते तिसऱ्या प्रहरी पाहू. गाडी फार वेळ ढकलली तर ती मोडेल."

निराशेनं अपूचे डोळे भरून आले. बाबागाडीत बसायला मिळेल म्हणून तो अक्षरशः सकाळपासून गाडी ढकलत होता. "हे आपलं बराय. आपलं काय ठरलं होतं? मी सकाळपासून गाडी ढकलतोय आणि आता माझी पाळी आल्यावर असं सांगताय होय?"

रमण मोठ्याने किंचाळला, "मग ढकललीस कशाला? काही गरज नव्हती. जा, नीघ इथून. तुला कुणी सांगितलं होतं गाडीत बसायला देऊ म्हणून? गाडीला पैसे पडतात. माहिताय?"

"चांगलं आहे!" मान हलवीत उपरोधानं अपू म्हणाला, "मग का म्हणून मला वचन दिलं होतं? शांतूच म्हणाला होता की. सकाळपासून गाडी ढकलून माझे हात दुखताहेत आणि आता माझी पाळी आली तर असं सांगताय? चांगलं आहे."

पुन्हा चिडून रमण म्हणाला, "मी तसं काहीही बोललो नव्हतो." शांतू तोंडातल्या तोंडात काहीतरी बडबडू लागला. तेवढ्यात मालकांचा मोठा मुलगा तेबू पुढे आला आणि त्यानं अपूच्या मानेला धरून त्याला जोरात ढकलून दिलं. "चल नीघ इथून. आम्ही नाही आमच्या बाबागाडीत तुला बसू देणार. तुझ्या खोलीत जा. तू आमच्यात खेळायला आलासच कशाला?"

खरं म्हणजे तेबू अपूपेक्षा लहान होता आणि त्यामुळेच अपूचा संताप इतका अनावर झाला की, त्यानेही तेबूला असं काही ढकललं की तो भेलकांडत भिंतीवर जाऊन आदळला. तेबू एवढ्या जोरात किंचाळला की, आजूबाजूला काम करत असलेले सगळे नोकर, पहारेकरी आणि त्याचे वडीलसुद्धा काय झालं म्हणून धावत तिथं आले. कुणी पाणी आणलं, कोणी वारा घालू लागलं, कोणी मलमपट्टी आणली. मोठाच गोंधळ सुरू झाला.

बाहेर सुरू असलेला तो गोंधळ पाहून वाड्याचे मुख्य मालक बोरोबाबू बाहेर आले. त्यांनी विचारलं, "कोणी मारलं त्याला?"

अपूला पुढे ढकलत पहारेकरी रामनिहार सिंह म्हणाला, "कोण आहे हा मुलगा? मला वाटतं, बनारसहून आलेल्या त्या स्वयंपाकिणीचा मुलगा आहे. यानंच मारलं."

तेवढ्यात गिरीश सरकार पुढे आला आणि म्हणाला, "हा मुलगा खरोखरच फार दुष्ट आहे. त्या नाटकाच्या दिवशी पाहिलंत ना? अगदी मालकांसमोर बसला होता. ऊठ म्हटलं तर मलाच उलटून बोलत होता. काही दिवसांपूर्वी मी त्याला पाहिलं, तर रस्त्यावर हे महाशय पंजाबी ड्रेस घालून सिगारेट ओढत फिरत होते. या वयात तो एवढं करतो तर पुढे काय?"

रमणकडे वळून बोरोबाबू म्हणाले, "आज तुमचे गुरुजी आले नाहीत का? आज अभ्यास नाही का? कोण आहे रे तिकडे. जा, माझी वेताची छडी घेऊन या. त्या पोराशी खेळायला तुम्हाला कोणी सांगितलं होतं?"

डोळ्यांत पाणी आणून बचावात्मक सुरात रमण म्हणाला, "तोच आमच्यात खेळायला येतो. आम्ही त्याला कधीही बोलावत नाही. पाहिजे तर शांतूला विचारा. त्याला तुमची इंग्रजी मासिकं वाचायला पाहिजे असतात. सारखा बैठकीच्या खोलीत जातो आणि सगळ्या वस्तूंना हात लावतो."

नापसंतीदर्शक मान हलवीत गिरीश सरकार म्हणाला, "या वयात हे वर्तन, कठीण आहे."

एवढं झाल्यावर मग अपूला उद्देशून बोरोबाबू म्हणाले, "इकडे ये, इथं उभा राहा, तेबूला का मारलंस?"

भेदरल्यामुळे अपूची जणू वाचाच गेली होती. त्यानं तेबूला ढकललं हे तं खरं, परंतु ती त्याची एक क्षणिक प्रतिक्रिया होती. तसं करायचा त्याचा उद्देश नव्हताच.

शुष्क झालेली जीभ कशीबशी वळवत तो म्हणाला, "मी, मी नाही. हो... पण... त्यानेच मला आधी ढकललं; त्यामुळे मग मी..."

अपूचं बोलणं पूर्ण होत नाही तोच बोरोबाबू कडाडले, "तो केवढा आहे ते तुला दिसत नाही का?"

आपल्या बाजूनं अपूलाही बरंच सांगता आलं असतं. ती मुलं कशी वागली, त्यांनी त्याची कशी क्रूर चेष्टा केली हे सगळं तो सांगू शकला असता; परंतु तो काहीही बोलू शकला नाही. हवेलीतले सगळे लोक त्याच्याकडेच पाहत होते. तोंडातल्या तोंडात काहीतरी पुटपुटण्यापलीकडे तो काहीही बोलू शकला नाही.

तेवढ्यात बोरोबाबू गरजले, "मूर्ख उद्धट गाढवा, तुला काही पद्धती आहेत की नाहीत? इकडे येऊन या मुलांमध्ये मिसळायला तुला कोणी सांगितलं होतं? आण रे ती छडी!"

दुसऱ्याच क्षणी अपूच्या पाठीवर छडीचा प्रहार झाला. काय होतं आहे तेच समजत नव्हतं. सपासप छडीचे प्रहार बसत होते. यापूर्वी अपूनं कधीही असा मार खाल्ला नव्हता. त्याच्या वडिलांनीही त्याला कधी चार बोटं लावली नव्हती. नकळत त्यानं छडी धरण्याचा प्रयत्न केला; परंतु बोरोबाबू निर्दयपणे प्रहार वर प्रहार करतच राहिले. एका स्वयंपाकिणीच्या मुलानं असा गुन्हा करावा, हेच त्यांना सहन झालेलं नव्हतं. तेबूदेखील आपल्या डोक्याला झालेली जखम विसरून ते भयावह दृश्य पाहत होता.

मारूनमारून थकल्यावरच बोरोबाबू थांबले आणि म्हणाले, "नालायक, दुष्ट कुठला! मी तुला शेवटचं सांगतो. तू पुन्हा हवेलीतल्या पोरांबरोबर दिसलास म्हणून

कळलं तर तुम्हाला मी इथून हाकलून काढीन.'' आणि आजूबाजूच्या लोकांकडे वळून ते पुढे म्हणाले, ''पाहिलंत धीरेनबाबू, आई विधवा आहे. तिला मॅनेजर सतीश बनारसहून इथं घेऊन आला. म्हटलं, बिचारी विधवा आहे... राहू दे आपल्या आसऱ्याला आणि याचं हे असं चाललंय. आई राबराबते आणि हे कारटं पंजाबी कपडे घालून रस्त्यावर भटकतं आणि सिगारेट ओढतं.''

मान हलवीत धीरेनबाबू म्हणाले, ''हे असं होणार ते मला माहीतच होतं. काही दिवसांनी, पाहाच तुम्ही. तो कोकेनसारखे अमली पदार्थ घ्यायला लागेल. त्यानंतर चोऱ्या करायला लागेल. आईच्यासुद्धा चोऱ्या करेल. शेवटी तो बनारसहून आलाय ना...''

बाहेर काय घडतं ते साधारणतः हवेलीतल्या आतल्या लोकांपर्यंत पोहोचतही नसे. स्वयंपाकघरात काम करणाऱ्या स्त्रियांना तर कुठलीच खबरबात नसे; परंतु आज घडलेल्या त्या प्रसंगाची वार्ता सर्वजयापर्यंतही पोहोचली.

सर्वजयाला बोलावून घेऊन मालकीणबाई म्हणाल्या, ''तुझा मुलगा असाच गुंडगिरी करणार असेल तर...''

काही न बोलता सर्वजया निघून आली... आज त्यांनी अपूवर हात उचलला... त्यांचं इतकं धाडस तरी कसं झालं... तो किती सालस निरागस आहे... म्हटलं तर लहानच आहे. अजूनही तो आईशी खेळतो. तिला चिडवतो... अंधारात दडून आईला भीती घालतो. असा तो मुलगा या लोकांना काय कळणार?

सर्वजया अपूला शोधू लागली; परंतु तो शाळेत निघून गेला होता.

पथेर पांचाली

आपल्या अडीअडचणी, आपल्या समस्या आणि काळज्या याविषयी अपू आईला काहीही सांगत नसे. आज शाळेतल्या हॉकी सामन्यामध्ये त्याच्यावर अम्पायरची जबाबदारी सोपवण्यात आली होती. त्यासाठी लागणारी शिटी घेण्यासाठी म्हणून तो तिसऱ्या प्रहरी घरी आला. अजून त्याला फारसं चांगलं खेळता येत नसलं तरी त्याचा निष्पक्षपातीपणा पाहूनच त्याच्यावर ती जबाबदारी सोपवण्यात आली होती.

चालताना त्याला सकाळचा तो प्रसंग आठवत होता. सिगारेटविषयी जी कागाळी करण्यात आली, त्याचं स्पष्टीकरण तसं पाहिलं तर अगदीच साधं होतं. एके दिवशी मेजाबहूनं पाठवलेला पंजाबी पोषाख घालून तो सहज म्हणून फिरत निघाला होता. त्याला वाटलं, फॅशन म्हणून लोक पंजाबी पोषाख घालतात आणि सिगारेट ओढत फिरतात, तर आपणही उगीच आपलं गंमत म्हणून तसं करून पाहायला काय हरकत आहे? त्या दिवशी आपले खाऊचे पैखे खर्च करून त्याने एक सिगारेट घेतली होती. त्याला स्वतःला ते काही फारसं आवडलं नव्हतं. उलट खाऊचे पैसे असे खर्च झाल्याबद्दल वाईटच वाटलं होतं; परंतु कसं कोण जाणे गिरीश सरकारने त्याला पाहिलं होतं आणि त्याचाच फायदा घेऊन ती कागाळी केली होती.

नशीब हे की, आज लीला इथं नव्हती. ती इथं असती तर किती लाजिरवाणं झालं असतं... आता ती इथं आली तर हे लोक कदाचित तिला आपल्याशी बोलूही देणार नाहीत... आईच्या कानावर ते गेलं की नाही कुणास ठाऊक... त्यामुळेच तर तो शाळेत पळून गेला होता...

चालता चालता संगीताचे सूर अपूच्या कानावर आले. कुठेतरी ग्रामोफोन सुरू होता. सुरांच्या त्या जादूनं अपूवर जणू मोहिनी घातली. तो पुरता झपाटल्यासारखा झाला. सकाळी बसलेला वेताचा मार, अपमानाची ती जिव्हारी जखम, शाळा, हॉकीचा तो खेळ हे सारं विसरून त्याचं मन निश्चंडीपुरातल्या नदीकाठी जाऊन

पोहोचलं. तिथल्या सगळ्या गोष्टी एकामागून एक मनःपटलावर उमटत राहिल्या...

खोलीत पाय ठेवताच आईनं विचारलं, आज इतक्या लवकर का आलास? अपूला जवळ घेऊन, त्याच्या पाठीवरून हात फिरवत सर्वजयानं पुढे विचारलं, ''आज मालकांनी तुला बोलावून घेतलं होतं का? काय झालं? ते तुला काही बोलले का?''

''ते होय? काही नाही. त्या तेबूला थोडं लागलं होतं म्हणून बोरोबाबू काय झालं ते विचारत होते...''

''ते तुला काहीच बोलले नाहीत?''

''नाही. अजिबात नाही.''

सर्वजया थोडा वेळ तशीच बसून राहिली. ''माझ्या मनात एक विचार येतो. आपण इथून दूर जावं असं तुला वाटतं का?''

अपू एकदम दचकल्यासारखा आईकडे पाहू लागला. ''दूर जायचं म्हणतेस? पण कुठे जाणार गं आई? निश्चंडीपूरला का? कदाचित तेच योग्य होईल. तिथं मी पुजाऱ्याचं काम करू शकेन. आता तर काय, माझी मुंजही झालीय. मला वाटतं, तेच योग्य होईल. इथं राहण्यात काहीच अर्थ नाही.''

विचारात हरवलेली सर्वजया थोडा वेळ थांबून मग म्हणाली, ''मला वाटत होतं की, आपण बनारसला गेलो तर?''

एवढी चर्चा झाली; परंतु कुठलाही निर्णय झाला नाही. सर्वजया आपल्या कामाला निघून गेली. अपू तसाच बसून राहिला. उकाडा इतका जाणवत होता की, खेळायलाही जावंसं वाटत नव्हतं. तशातच आता त्याचं डोकंही दुखू लागलं. बाहेर तबेल्यातून घोड्यांच्या खिंकाळण्याचा आणि टापांचा आवाज येत होता. दोन घोडे आपसात भांडत होते. हळूहळू सगळीकडे धूर पसरू लागला. स्वयंपाकघराच्या छपरावर कावळे ओरडू लागले. अपू जमिनीवर पडला. डोकं जणू फुटू पाहत होतं.

दिवसभर आग ओकणारा सूर्य हळूहळू मावळतीकडे झुकला... विचारांच्या तंद्रीत केव्हा डोळा लागला तेही कळलं नाही... दीदी याच दिवसांत वनभोजन करायची... ''पण नको, नको गं दीदी, इतक्या उन्हात तरी नको...'' तेवढ्यात रानूदी त्याच्या कानात काहीतरी कुजबुजू लागली... आपल्या मोठमोठ्या आकर्षक डोळ्यांनी काहीतरी विचारू लागली... नाही गं रानूदी, आपलं निश्चंडीपूर सोडायची माझी मुळीच इच्छा नव्हती... इथं आमचं आहेच काय? पण आता करायचं तरी काय?...तिथं जत्रेत तो हारान वेळूच्या बासऱ्या विकायचा... बासरी घेण्यासाठी बाबांनी एक पैसा दिला होता... अपूच्या डोक्यावरून हात फिरवत बाबा त्याचं कौतुक करत होते... किती छान गोष्ट लिहिलीस रे...! छापून आल्यावर मला जरूर दाखव हं... बाबा... कोकेन काय असतं? तो गिरीश सरकार आणि ते धीरेनबाबू

म्हणताहेत की, मी लवकरच कोकेनसुद्धा घेणार म्हणून... ते काय असतं बाबा?...

"अपू ऊठ, ऊठ बरं... संध्याकाळ होत आलीय. तू खेळायला जाणार होतास ना? मला वाटलं, तू तिकडेच गेला असशील." आईची हाक ऐकताच अपू खाड्कन उठून बसला.

अपू उठून खिडकीजवळ गेला. तबेल्यातील घड्याळात सहाचे टोल पडले. ऊन उतरलं असलं, तरी खोलीच्या भिंती अजूनही तशाच तापलेल्या होत्या. खोलीतल्या कुजकट वासात तबेल्यातून येणारा तो वास मिसळला. त्या वासानं अपूच्या मनात आणखीच घृणा उफाळून आली.

निश्चंडीपूर सोडून जवळपास तीन वर्षे झाली होती; परंतु ते घर अजूनही जणू अपूला बोलावत होतं. ते वेळूबन, घराजवळचा तो तलाव, इच्छामतीचा घाट त्याला खुणावत होता... आपल्या घराजवळचं ते लिंबाचं झाड पुन्हा बहरून आलं असेल. शिरीष वृक्षावर ते निळे पक्षी अजूनही तसेच गात असतील. पुराच्या पाण्यानं इच्छामती दुथडी भरून वाहिली असेल. लोक घाटावर अंघोळीला जात असतील. धीवर लोक नदीच्या पात्रात जाळे टाकत असतील. मावळतीच्या वेळी सूर्य त्या प्रचंड वटवृक्षापलीकडे जात असताना आठवड्याचा बाजार आटोपून निलू, टीनू, पोतू ही मुलं त्या अरुंद पायवाटेवरून घराकडे परत येत असतील. हळूहळू आपल्या त्या जुन्या घरावर संध्याकाळ उतरत असेल. पक्षी भराऱ्या घेत, किलबिलाट करीत घरट्याकडे परत येत असतील, तो पिवळा पक्षी अजूनही कदाचित भिंतीवर येऊन बसत असेल. आईनं लावलेल्या त्या लिंबाच्या झाडाला या वर्षी निश्चितच बहर आलेला असेल...

...संधिप्रकाश संपून अंधार दाटून येत असेल; परंतु त्या अंधारामध्ये आता तिथं कोणीही दिवा लावत नसेल. रात्रीच्या त्या भयाण अंधारामध्ये तिथं आता रातकिडे किरकिरत असतील. घुबडं घुत्कारत असतील. एवढंच नव्हे, तर तिकडे कोणी फिरकतही नसेल. अंगणामध्ये फुलं फुलली तरी ती तशीच कोमेजून जाऊन गळून पडत असतील. बोरी पिकल्या तरी वाया जात असतील तसेच तो पिवळा पक्षी आला तरी किलबिलाट करून थकत असेल आणि शेवटी निराश होऊन परत जात असेल. निश्चंडीपूरच्या शेतांवर रोज रोज तीच सुंदर संध्याकाळ उतरत असेल... परंतु...

हवेलीतल्या सर्व लोकांसमोर भर चौकात एवढा अपमान होऊनही आणि वेताचा मार खाऊनही ज्या अपूनं एकही अश्रू ढाळला नव्हता, त्याच अपूच्या डोळ्यांतून अश्रूंच्या धारा वाहत होत्या. अंतर्मनाला विषण्ण करणारी दुःखद जाणीव विंधून जात होती...

हे ईश्वरा... आम्हाला परत आमच्या निश्चंडीपूरला घेऊन चल. निश्चंडीपूर

सोडून मला दुसरीकडे कुठेही जावंसं वाटत नाही. तिथं गेलो नाही तर कदाचित मी जगणारही नाही. परत जायचंच असेल तर मला तिथंच गेलं पाहिजे. ईश्वरा, मला एवढी भिक्षा घाल. माझी एवढी प्रार्थना पूर्ण कर...

परंतु नियतीचा नियंता, जीवनाचा सूत्रधार तो रस्त्यांचा ईश्वर सहृदयपणे हसत होता आणि रस्त्यांच्या गाण्याकडे जणू बोट दाखवीत होता. जणू तो सांगत होता की, ''वेड्या मुला, या रस्त्यांना अंत नाही. हे अंतहीन रस्ते क्षितिजांच्याही पलीकडे पसरलेले आहेत. तुझ्या कल्पनेच्याही पलीकडे जाऊन ते तुझ्या जीवनात उतरले आहेत. ते माणसाच्या भूतकाळातून निघून त्याच्या भविष्यापर्यंत गेले आहेत. तू आता हे रस्त्यांचं गाणं ऐकलं आहेस... आता तू थांबू शकत नाहीस. आता तू मागे जाऊ शकत नाहीस. तुला पुढेच गेलं पाहिजे. चल, माझ्या या रस्त्यांवरून तू पुढे चल. माझे हे रस्ते केवळ तुझ्या निश्चंडीपुरातल्या वेळूबनापर्यंतच जातात असं नाही किंवा तुझ्या आवडत्या वडाच्या झाडाजवळ जाऊन थांबत नाहीत. ते इच्छामती आणि वेत्रवतीच्याही वरून उड्डाण करून, त्यांच्या पलीकडे असलेल्या मावळतीच्या क्षितिजाला छेदून जातात. त्यांच्याही पुढे देशोदेशी जातात. सूर्योदयापासून सूर्यास्तापर्यंत, परिचितापासून अपरिचितापर्यंत, ज्ञातापासून अज्ञातापर्यंत... चल... तो पुढचा प्रवास आपण सुरू करू या...''

◆